AF741818

ஜெயமோகன் குறுநாவல்கள்

ஜெயமோகன்

பிறந்தது 1962, ஏப்ரல் 22ல். பள்ளி நாள்களில் ரத்னபாலா என்கிற சிறுவர் இதழில் முதல் கதையை எழுதினார். 1987ல் கணையாழியில் எழுதிய 'நதி' சிறுகதை பரவலாகக் கவனம் பெற்றது. 1988ல் எழுதப்பட்ட 'ரப்பர்' நாவல் அகிலன் நினைவுப் போட்டியின் பரிசைப் பெற்றது. இது தவிர கதா விருதும் சம்ஸ்கிருதி சம்மான் தேசிய விருதும் பெற்றுள்ளார். இவர் எழுதிய விஷ்ணுபுரம் தமிழ் இலக்கிய உலகில் பெரிய கவனத்தைப் பெற்றதோடு விவாதத்தையும் ஏற்படுத்தியது. இவரது படைப்புகள் தொடர்ந்து தமிழ் இலக்கிய உலகில் அதிர்வலைகளையும் புதிய சாத்தியங்களையும் ஏற்படுத்திய வண்ணம் உள்ளன. தமிழ் மற்றும் மலையாளத் திரைப்படத் துறைகளிலும் இவரது பங்களிப்பு தொடர்கிறது.

கிழக்கு பதிப்பக வெளியீடுகளாக ஜெயமோகனின் புத்தகங்கள்

வெண்முரசு (மகாபாரதம் நாவல் வடிவில்)

முதற்கனல்

மழைப்பாடல்

வண்ணக்கடல்

நீலம்

பிரயாகை

வெண்முகில் நகரம்

இந்திரநீலம்

வெண்முரசு (நாவல் பகுதிகள்)

எரிமலர்

புல்லின் தழல்

செம்மணிக்கவசம்

ஆயிரம் கைகள்

இருள்விழி

பிற நூல்கள்

உலோகம் | கன்னிநிலம் | நாவல் (கோட்பாடு) | ஏழாம் உலகம் | சாட்சிமொழி | முன்சுவடுகள் | வாழ்விலே ஒரு முறை | சிலுவையின் பெயரால் | லோகி (லோகிததாஸ் நினைவு) | நவீன தமிழ் இலக்கிய அறிமுகம் | புதியகாலம் (இலக்கிய விமர்சனம்) | இன்று பெற்றவை (நாட்குறிப்புகள்) | இந்து ஞான மரபில் ஆறு தரிசனங்கள் | விசும்பு (அறிவியல் புனைகதைகள்) | புல்வெளிதேசம் (ஆஸ்திரேலிய பயணக்கட்டுரை) | அண்ணா ஹசாரே: ஊழலுக்கு எதிரான காந்திய போராட்டம் | பேய்க்கதைகளும் தேவதைக்கதைகளும் (நிழல்வெளிக் கதைகள்) | ஜெயமோகன் குறுநாவல்கள் | ஜெயமோகன் சிறுகதைகள்

ஜெயமோகன் குறுநாவல்கள்

ஜெயமோகன்

கிழக்கு

ஜெயமோகன் குறுநாவல்கள்
Jeyamohan Kurunovelgal
Jeyamohan ©

Kizhakku First Edition: September 2011
320 Pages
Printed in India.

ISBN: 978-81-8493-667-4
Title No. Kizhakku 638

Kizhakku Pathippagam
177/103, First Floor,
Ambal's Building, Lloyds Road,
Royapettah, Chennai 600 014.
Ph: +91-44-4200-9601

Email : support@nhm.in
Website : www.nhm.in

Author's E-mail: jeyamohan.writer@gmail.com

Cover Image : Shutterstock

Kizhakku Pathippagam is an imprint of New Horizon Media Private Limited

இவை தனி நூல்களாக வந்தபோது
சமர்ப்பணம் செய்யப்பட்ட
சுந்தர ராமசாமி, கோமல் சுவாமிநாதன்,
வெங்கட் சாமிநாதன், வசந்தகுமார்
ஆகியோருக்கு மீண்டும்.

பொருளடக்கம்

என் சொற்கள்

இத்தொகுப்பில் கடந்த பதினைந்து வருடங்களாக நான் எழுதிய குறுநாவல்கள் உள்ளன. 'நாவல்' எனும் என் நூலில் குறுநாவல் வடிவை, 'நாவலுக்கு உரிய அகச்சிக்கலையும் சிறுகதைக்கு உரிய கூர்மையையும் அடைந்த இலக்கிய வடிவம்' என்று நான் வரையறை செய்திருந்தேன். நல்ல குறுநாவலில் சிறுகதைக்கு உரிய இறுதி முடிச்சும் சிறப்புற நிகழ்ந்திருக்கும். என் நோக்கில் 'மண்', குறுநாவலுக்கு உரிய சிறப்பான இலக்கண அமைதி கூடிய ஆக்கம்.

கணையாழி இதழை இத்தருணத்தில் நன்றியுடன் நினைவுகூர வேண்டும். தமிழில் குறுநாவல் என்ற வடிவம் வேரூன்றுவதற்கு கணையாழி பெரும்பங்கு ஆற்றியுள்ளது. இருபது வருடங்களுக்கு மேலாக கணையாழி நடத்திய 'தி. ஜானகிராமன் நினைவு குறுநாவல் போட்டி' பல எழுத்தாளர்களைக் குறுநாவல்கள் எழுத வைத்தது, பிரசுரம் பெறச் செய்தது. இத்தொகுப்பின் பல குறுநாவல்கள் கணையாழிக்காக எழுதப்பட்டவை என்பதைக் காணலாம். இதன் பொருட்டு கணையாழி ஆசிரியர்களாக விளங்கிய கஸ்தூரிரங்கன், அசோகமித்திரன், இந்திரா பார்த்தசாரதி ஆகியோர் நமது நன்றிக்கு உரியவர்கள்.

குறுநாவல் என்ற வடிவம் எழுத்தாளனுக்குப் பெரிய சவாலை அளிப்பது. நாவலைப் போலக் குறுநாவலிலும் அவன் ஒரு களத்தை உருவாக்கவேண்டும், கதாபாத்திரங்களையும் உறவுச் சிக்கல்களையும் உருவாக்கி, பின்னி, விரித்தெடுக்கவேண்டும். அவற்றின் விரிவின் மூலம் கதைக்கருவின் ஒன்றுக்கு மேற்பட்ட பரிமாணங்களை வெளிப்படுத்தி சிக்கலான சித்திரிப்புத் தளத்தைக் கட்டமைக்கவேண்டும். அதே சமயம் நாவலுக்கு உரிய இடம்

அவனுக்கு இல்லை. நாவலுக்கு சீரான முன்வேகம் ஒரு நிபந்தனை அல்ல; குறுநாவலுக்கு அந்நிபந்தனை முக்கியமானது. சிறுகதை போலவே அது ஒரு சாலை ஓட்டத்தில் விரையவேண்டி இருக்கிறது. உச்சகட்ட முடிச்சு உள்ள குறுநாவல்களில் உடல்பகுதியின் சிக்கல் உச்சகட்ட முடிச்சின் தீவிரத்தைக் குறைக்காமல் கவனிக்க வேண்டியுள்ளது. தமிழின் முக்கியமான குறுநாவல்கள் பல அசோகமித்திரன் எழுதியவை. காரணம் குறுநாவல் ஒருவகையில் சிறுகதையாசிரியனின் ஊடகமாகும்.

இக்குறுநாவல்களில் பலவற்றை நான் 'விஷ்ணுபுரம்' போன்ற பெரும் நாவல்களை உருவாக்கிக்கொண்டிருந்த இடைவெளியில் எழுதியிருக்கிறேன். முற்றிலும் மாறுபட்ட களங்களுக்குள் இக் குறுநாவல்களை நிகழ்த்துவதன் மூலம் என் நாவல்களின் பாதிப்பு இவற்றில் நிகழாது கவனமாக இருந்திருக்கிறேன். இவற்றில் மூன்று குறுநாவல்கள் தமிழ் வாசகர்கள் மத்தியில் மிகவும் பிரபலமானவை. ஒன்று 'டார்த்தீனியம்'. அது குறித்து இந்தப் பத்து வருடங்களில் ஐநூறு வாசகர்களாவது குறிப்பிட்டிருப்பார்கள். அதன் செல்வாக்கு எனக்கே வியப்பூட்டுவதாக உள்ளது. 'லங்கா தகனம்' சில முக்கிய வாசகர்களால் மீண்டும் மீண்டும் குறிப்பிடப் படுகிறது. 'பத்ம வியூகம்' கதை இலங்கை வாசகர்களிடையே தனியான ஒரு கவனத்தைப் பெற்றிருக்கிறது.

பொதுவாக என் நாவல்கள் என் சிறுகதைகளை மறைத்துவிட்டன என்ற ஆதங்கம் எனக்கு உண்டு. அக்குறை இத்தொகுப்புமூலம் விலகும் என்று நம்புகிறேன்.

என் படைப்புகளின் முதல் வாசகியான அருண்மொழி நங்கைக்கு என் பிரியத்தை மீண்டும் பதிவு செய்கிறேன்.

இத்தொகுப்புக்கான கதைகளைத் தந்து உதவிய சூத்ரதாரி, பாவண்ணன், இளங்கோ, ராம்பிரசாத், முரளி, சிவப்பிரசாத் ஆகியோருக்கு மனமார்ந்த நன்றி.

அன்புடன்
ஜெயமோகன்

93, சாரதா நகர்
பார்வதிபுரம்
நாகர்கோவில் 629 003.

கிளிக் காலம்

போனது கிளிக்காலம்
பின் ஒரு இறகுதிர் காலம்

வெயில் சாய்ந்தபிறகு நாங்கள் குளிக்கப் புறப்பட்டோம். அனைவரும் தூங்கி வழிந்த முகத்துடன் இருந்தோம். ராதாகிருஷ்ணனின் உடம்பிலிருந்து வியர்வை நெடி மோசமாக வீசிக்கொண்டிருந்தது. அவன் என் தோள்மீது தன் கையைப் போட்டிருந்தான். இது எனக்கு மிகுந்த கூச்சத்தை ஏற்படுத்தினாலும் நான் திமிறவில்லை. எனக்கு அதில் ஒரு விதமான இன்பமும் இருந்தது.

'நான் ராத்திரி கண் விழிக்க மாட்டேன். என்ன தலையெழுத்தா அப்படி? ஒரு பத்துப் பன்னிரண்டு மணிவரை இருந்துவிட்டு தூங்கிவிடுவேன்,' கோபால் என்னிடம் சொன்னான். அளவு மீறிய பகல் தூக்கத்தினால் அவன் கண்கள் சிவந்து கலங்கிக் காணப்பட்டன.

'போடா, இப்படித்தான் நேற்றும் சொன்னாய். ராத்திரி முழுக்கப் பேசிப் பேசி கழுத்தறுத்தவனே நீதான்,' ராதாகிருஷ்ணன் கூறினான்.

நேற்றிரவு முழுக்க குஞ்சு வீட்டில் பந்தல் போடும் வேலை. எங்கள் ஊர்க்காரர்களின் பிரதிநிதிகளாக நாங்கள் போய் உதவி செய்தோம். குஞ்சு வீட்டில்

மேனோனுக்கு எட்டுப் பெண்கள். ஒவ்வொரு கல்யாணமும் எங்கள் ஊரில் ஒரு திருவிழா.

ஆற்றில் தண்ணீர் சூடாக இருந்தது. அப்போதே இருட்டு கவியத் தொடங்கிவிட்டது. ஆற்றங்கரைப் புதர்கள் இருண்டுவிட்டன. தோப்புகளில் பறவைகள் ஒலித்தன. நாங்கள் தண்ணீரில் இறங்கி எருமைகள் மாதிரி காதளவு உடம்பை அமிழ்த்தியபடிக் கிடந்தோம். நான் என் காதில் நீரின் கிளுகிளுப்பைக் கேட்டேன். எனக்கு அந்தப் பழக்கமான மிதக்கும் உணர்வு ஏற்பட்டது. உலகத்து ஒலிகள் முழுக்க முகமிழந்து, மௌனத்தில் அமிழ ஆரம்பித்தன. ராதாகிருஷ்ணனின் கை என்மீது பட்டது. நான் உலுக்கப் பட்டவன்போலத் திடுக்கிட்டு சுயநினைவு பெற்றேன்.

'சாந்தி வருவாளாடா?' ராதாகிருஷ்ணன் என்னிடம் கேட்டான்.

'வருவாள். பெண்களுக்கு வேலை உண்டே. முறுக்கு தின்பது, அரட்டை அடிப்பது...'

கோபால் திரும்பி, ராதாகிருஷ்ணனிடம் சாதாரணமாக, 'டேய், நீ அவள் ஒன்றுக்கிருப்பதைப் பார்த்திருக்கிறாயா?' என்றான்.

ராதாகிருஷ்ணன் அதிர்ந்தபடி, 'இல்லையே' என்றான்.

'பின்னே எதுக்குடா நீயெல்லாம் காதலிக்கிறாய்?' கோபால் சர்வ அலட்சியமாகச் சொன்னான்.

'அப்படியென்றால் இதெல்லாம் உண்மையிலேயே காதல்தான் என்கிறாயா?' என்றேன்.

'பின்னே? இப்படித்தான் ஆரம்பமாகும். என் அப்பா ஒரு பெரிய புஸ்தகம் வைத்திருக்கிறார். காமசாஸ்திரம் என்று அதற்குப் பெயர்.'

'அதை உனக்குப் படிக்கக் கொடுத்தாரா?' என்றேன்.

'இல்லை.' கோபாலுக்குக் கிண்டல்கள் புரியாது. 'அவருடைய பெட்டிக்குப் பூட்டு இல்லை. அதற்குள் நிறையப் புஸ்தகங்கள் இருக்கின்றன.'

'நீ அதை வாசித்தாயா?'

'வாசிக்காமல் இருப்பேனா?' கோபால் உற்சாகமானான்.

‘ஆனால் அதிகம் நினைவில் இல்லை. பெண்களில் எத்தனை வகை தெரியுமோ? காமினி, சித்தினி, பத்மினி...’

‘ராகினி, லலிதா...’ நான் உரக்கச் சிரித்தேன். ராதாகிருஷ்ணனும் தொண்டையைக் கிழித்தான். உண்மையில் எனக்குச் சிரிப்பு வரவில்லை. கோபாலின் அப்பா சித்த வைத்தியர். உலகிலேயே மிகப் பெரிய ஞானி அவர்தான் என்று கோபால் நம்புகிறான். இதை அவன் தினசரி கூறுவதனால் நகைச்சுவை உலர்ந்து விட்டது.

‘இல்லை என்றா சொல்கிறாய்? நான் புஸ்தகம் கொண்டுவரவா?’

‘சரி, கொண்டு வா’ என்றேன்.

‘அப்பா கண்டுபிடித்துவிட்டார் என்றால்?’

‘நீதானே கொண்டுவருவதாகச் சொன்னாய்?’

‘உன் வீட்டில் நிஜமாகவே காமசாஸ்திரம் இருக்கிறதா?’ ராதா கிருஷ்ணன் கேட்டான்.

‘இல்லாமலா அவனுக்குக் கீழே ஏழு பேர் இருக்கிறார்கள்?’ ராதாகிருஷ்ணனை நான் கோபித்துக்கொண்டேன். அதுதானே என்கிறமாதிரி கோபால் பார்த்தான். நான் ஊக்கினேன். ‘நீ சொல்லு ராஜா. காம சாஸ்திரத்தில் லலிதா பத்மினி ராகினி... அப்புறம்?’

‘பெண்களை இப்படிப் பிரித்திருக்கிறார்கள்,’ கோபால் கற்பிக்கும் முகபாவத்துடன் கூறினான்.

‘சாந்தி எந்தப் பிரிவு?’ என்றேன்.

‘பத்மினிதான். அதே மாதிரி வட்டமான முகம்’ என்று ராதா கிருஷ்ணன் காதலாகக் கூறினான்.

‘அதைக் கண்டுபிடிக்கத்தான் அவள் ஒன்றுக்கிருப்பதைப் பார்த் திருக்கிறாயா என்றேன்,’ என்றான் கோபால்.

‘ஏன்?’ ராதாகிருஷ்ணன் ஆர்வமாகக் கேட்டான்.

‘ஒன்றுக்கிருந்த பிற்பாடு அவள் நம் அருகே வரும்போது தாமரைப் பூவின் மணம் வந்தால் அவள் பத்மினிதான்.’ கோபால்

விளக்கினான். 'சில வேளைகளில் பசுமாட்டின் சாணத்தின் வாடைகூட வருமாம். அதெல்லாம் அதம சாதிப் பெண்கள்.'

'சாந்தி பத்மினிதான். நான் பார்த்திருக்கிறேன்,' ராதாகிருஷ்ணன் சொன்னான்.

'ஆமாம் இனிமேல் சொல்லு, போடா.'

கோபால் எழுந்தான், 'வாடா நேரமாகிறது.'

ராதாகிருஷ்ணன் கெஞ்சினான். 'இருடா மீதியையும் சொல்லி விட்டுப் போகலாம். என்ன அவசரம் இப்போது?'

'நேரம் பிந்தி போகக்கூடாது, தப்பு.' கோபால் பிகு செய்தான்.

'டேய், சாந்தி பத்மினி ஜாதிப் பெண்தான் என்றே வைத்துக் கொள்வோம். அப்புறம்?'

'சாஸ்திர விஷயத்தில் அப்படி ஊகமெல்லாம் கூடாது என்று அப்பா சொன்னார்,' கோபால் கூறினான். 'முறைப்படி உறுதி செய்யவேண்டும். சாஸ்திரம் ரொம்பத் தெளிவாய் இருக்கிறது தெரியுமா?'

'அதுதான் இன்றைக்கு ராத்திரி அவள் வருவாளே, அப்போது பார்த்துவிடுவது.'

'எப்படி?' என்று நான் கேட்டேன்.

'எப்படியாவது. நீ சொல்லு கோபால். பத்மினிதான் என்றால் என்ன செய்வது?'

'பத்மினி ஜாதிப் பெண்களுக்குப் பிடித்தமான ருசி இனிப்பு. பிடித்தமான நிறம் வெள்ளை. அதாவது மிட்டாய்களும் வெள்ளை நிறமான பூக்களும் அவர்களுக்குப் பரிசாய்த் தரலாம் என்று கொக்கோசாமி சொல்கிறார்.'

'கொக்கோ சாமியா, யார் அது?' என்றேன்.

'பெரிய சாமியார்! இருநூறு வயதுவரை வாழ்ந்தவர்; இமய மலையில்! அவர்தான் காமசாஸ்திரத்தை எழுதியது.'

'சாமியாரா?'

'ஆமாம்டா' என்றான் கோபால் எரிச்சலுடன்.

'டேய், சாமியார் பெரிய ஆளாக இருப்பார் போலிருக்கிறதே' என்றேன் ராதாகிருஷ்ணனிடம்.

ராதாகிருஷ்ணன் சீரியஸாக இருந்தான். 'இனிப்பு கல்யாண வீட்டிலேயே கிடைக்கும். ஆம்பல் பூ பறித்தால் என்ன?'

'போடா மடக்கழுதை. ராத்திரியில் ஆம்பல் பூ பறிக்கப் போகிற மூஞ்சியைப் பார்' என்றேன் எரிச்சலுடன்.

'டேய், அப்போ என்னடா பண்ணுவது?' ராதாகிருஷ்ணன் பரிதாபமாகக் கேட்டான்.

நான் மனம் நெகிழ்ந்தேன். 'பூ இன்னொரு நாள் கொடுத்துப் பார்க்கலாம். இன்று லட்டு கொடுக்கலாமா?'

'அதற்கு முன் அவள் ஒன்றுக்கிருப்பதைப் பார்க்கவேண்டுமே' என்றான் கோபால் கவலையுடன்.

'கவலைப்படாதே' என்றேன். 'பார்த்துவிடலாம்.'

கோபால் தீவிரமான குரலில் கேட்டான், 'டேய் அவள் உன்னைப் பார்க்கிறாளா?'

ராதாகிருஷ்ணன் 'ஆமாம்' என்றான் புரியாமல்.

'வாயைப் பார், மாந்தையன். டேய் அவள் உன்னை ஒரு மாதிரி பார்க்கிறாளா என்று கேட்டேன்,' என்றான் கோபால்.

'ஒரு மாதிரி என்றால்?'

'சினிமாவில் பார்க்கிறார்களே அது மாதிரி. தலையை இப்படி சாய்த்து, புன்னகைத்தபடி.'

'சிரிக்கிறாள்,' என்றான் ராதாகிருஷ்ணன். 'என்னைப் பார்த்தாலே போதும் ஒரே சிரிப்புதான். நான் என்ன கேட்டாலும் பதிலுக்குச் சிரிப்பு.'

'நீ அவளிடம் கெட்ட வார்த்தை ஏதாவது சொல்லிப் பார்க்க வேண்டும்.'

'கெட்ட வார்த்தையா?'

‘வாயைப் பிளக்காதே. கெட்ட வார்த்தை என்றால் அசிங்கமாய் இல்லை. இலேசான வார்த்தைகள்தான்.’ கோபால் சொன்னான்.

‘வேண்டாம். அவள் அவளுடைய அம்மாவிடம் போய்ச் சொல்லிவிடுவாள்.’

‘சரி வேண்டாம். நீ ரொம்ப அழகாய் இருக்கிறாய் என்று சொல்லேன்.’

‘அதைத்தான் இரண்டு தடவை சொல்லிவிட்டேனே.’

‘நேரமாகிறது’ என்றேன்.

தலை துவட்டிவிட்டு மெல்ல நடந்தோம். குளிரடித்தது. மணல் சூடாகக் காலில் அழுந்தியது. வானில் சோகையாக நிலா.

‘ஒரு கல் இருக்கிறது’ என்றான் கோபால். ‘காமகாந்தக் கல் என்று அதற்குப் பெயர்.’

‘சந்திரகாந்தக் கல்லா’ என்றேன்.

‘இல்லை, இது காமகாந்தக் கல். அப்பா சொன்னார்.’

‘உன்னிடம் சொன்னாரா?’

‘இல்லை ராமசாமியிடம் சொன்னார். நான் ஒட்டுக் கேட்டேன்.’

நான் நம்பவில்லை. ஆனால் ராதாகிருஷ்ணன் மிக ஆர்வமாக, ‘அந்த காமகாந்தக் கல் என்ன செய்யும்?’ என்றான்.

‘அது மிகவும் சக்தி வாய்ந்த கல். அது நம் கையில் இருந்தால் எந்தப் பெண்ணும் நாம் கூப்பிட்ட உடனேயே வந்துவிடுவாள்.’

‘எந்தப் பெண்ணும் வந்துவிடுவாளா?’

‘ஆமாம், அப்பா சொன்னார்.’

‘ஸ்ரீப்ரியாகூட வருவாளா?’

‘அவள் என்ன பெரிய ரெம்பையா? டேய் சினிமாவிலே பளபள வென்று காட்டுகிறதெல்லாம் பொய். வெறும் காமிரா வித்தை. அவள் நேரில் பார்க்கக் குறத்தி மாதிரி இருப்பாளாம்.’

‘ஆமாம் இவன்தான் மேக்கப் போட்ட ஆள். உளறாதே போடா,’ என்றான் ராதாகிருஷ்ணன்.

‘டேய் அப்படியென்றால் மனோரமா ஏண்டா ஸ்ரீப்ரியா மாதிரி இல்லை?’ நான் கேட்டேன்.

‘இவள் தமாஷ்காரி இல்லையா? ஹீரோயினி மாதிரி இவளை அழகாக இருக்கவிடுவார்களா?’

ராதாகிருஷ்ணனுக்குக் கோபம் வந்தது. அவன் ஸ்ரீப்ரியாவின் தீவிரமான ரசிகன். ஆனால் கோபாலிடம் சில சமயம் பேசி ஜெயிக்க முடியாது. எனவே அடக்கியபடி, ‘அந்தக் கல் எங்கே கிடைக்கும்?’ என்றான்.

‘அது பூமியில்தான் எங்கோ இருக்கிறது. ஒரு வேர் உண்டு. அதைக் கையில் வைத்தபடி முழு நிலவு நாளன்று தேடினால் அது கிடைக்கும்.’

‘அந்த வேர் எங்கே கிடைக்கும்?’

‘மருத்துவா மலையில்.’

‘எப்படியிருக்கும் அது?’

‘தெரியாது. அது அப்பாவின் குருநாதருக்குத்தான் தெரியும். அவர் இமயமலையில் இருக்கிறார்.’

இப்போது ராதாகிருஷ்ணனுக்கே சந்தேகம் வந்திருக்கலாம். பிறகு அவன் ஏதும் கேட்கவில்லை.

கல்யாண வீடு வெளிச்சமாக இருந்தது. ‘செந்தூரப் பூவே’ என்று ரேடியோ பாடியது.

கோபாலிடம் நான், ‘பதினாறு வயதினிலே பார்த்தாயல்லவா’ என்றேன்.

‘டப்பாப் படம். தொடக்கமும் இல்லை, முடிவும் இல்லை,’ கோபால் கூறினான்.

‘ஆமாம், உனக்கு நாடோடி மன்னன்தான் பிடிக்கும். போடா’ என்றேன்.

‘ஏன் நாடோடி மன்னனுக்கு என்ன குறை?’ கோபால் பாய வந்தான்.

நான் பிறகு ஏதும் பேசவில்லை. மிஞ்சிப் பேசினால் கோபால் கடிக்க ஆரம்பித்துவிடுவான். எம்.ஜி.ஆர். விஷ்ணுவின் அவதாரம் என்றும் மம்மாணி அடிமுறை கற்றவர் என்றும் அவன் நம்பினான்.

நான் வீட்டுக்குப் போய் தலைசீவி சட்டை போட்டு வந்தேன். ராதாகிருஷ்ணனும் கோபாலும் சற்று நேரத்தில் வந்து சேர்ந்தனர். கோபால் பட்டையாக விபூதி பூசியிருந்தான்.

'என்னடா வெள்ளையடித்திருக்கிறாய்?' என்றேன்.

'இன்றைக்கு வெள்ளிக்கிழமை.'

'உன் அப்பா சொன்னாரா?'

'அம்மாதான் சொன்னாள்,' என்றான் கோபால்.

கல்யாண வீட்டை அடைந்தோம். டியூப்லைட் வெளிச்சத்தில் ஜனார்த்தன் மாமா உட்கார்ந்து பாக்குகளைச் சிறு சிறு துண்டங்களாக வெட்டிக்கொண்டிருந்தார்.

'வாங்கடா மாப்பிள்ளைகளா. கல்யாண வீட்டில் உதவி செய்ய இப்படித்தான் வருவதா, பெண்ணைக் கூட்டிப் போக வருகிறவன்கள் மாதிரி?'

ராதாகிருஷ்ணன் ஒரு துண்டு பாக்கை எடுத்தான்.

'போடு அதை! இதென்ன கற்கண்டா, ஆளாளுக்கு அள்ள? உள்ளே போங்கள். தேங்காய் துருவ ஆள் போதவில்லை என்று கோவிந்தன் புலம்பிக்கொண்டிருந்தான்.'

நாங்கள் உள்ளே சென்றோம். உள் அறையில் ஆயிரம் வோல்ட் பல்பு கண்களைக் குத்தும்படி எரிந்தது. தரையில் பனம்பாய் விரிக்கப்பட்டு, அதன் மீது தேங்காய் மூடிகள் குவிக்கப்பட்டிருந்தன.

வாழை இலைகளில் சோப்பு நுரைபோலத் தேங்காய்த் துருவல் குவிந்து கிடந்தது. ஏழெட்டு பேர் தேங்காய் துருவிக்கொண்டிருந்தனர்.

நான் ஒரு பெரிய தேங்காய்த் துருவியை எடுத்துப் போட்டு, அதன் மீது ஏறி அமர்ந்துகொண்டேன். 'டேய் கோபால், இங்கே வா.'

கோபால் என் அருகே அமர்ந்தான். நான் ராதாகிருஷ்ணனிடம், 'டேய், நீ போய் சாந்தி வந்திருக்கிறாளா என்று பார்த்துவிட்டு வா' என்றேன்.

அவன் என்னிடமே, 'எங்கே?' என்றான்.

'உன் தலையில்! போடா.'

கோபால் சமாதானமாக, 'சமையலறைப் பக்கம் போய்ப் பாருடா' என்றான்.

'எப்படிடா பெண்கள் இருக்கும் இடத்துக்குப் போவது?'

'போய்ப் பார். யாராவது கேட்டால் உன் உஷா சித்தி அங்கே வந்தாளா என்று கேள்' என்றேன்.

'உஷா சித்திதான் வீட்டில் இருக்கிறாளே.'

நான் கோபாலைப் பார்த்தேன். அவன் தலையை அசைத்தான். பிறகு அமைதியாக மாமாக் குரலில், 'ஏதாவது கேட்டுத் தப்பிக்க வேண்டாமா, அதற்குத்தான். போடா சீக்கிரம்' என்றான்.

ராதாகிருஷ்ணன் வேண்டாவெறுப்பாகப் போனான்.

'பாவம்' என்றான் கோபால். 'இவன் அவளைக் கலியாணம் செய்துகொண்டால் நன்றாய்த்தானிருக்கும்.'

'அதற்கென்ன, கல்யாணம் செய்துகொண்டால் போயிற்று' என்றேன்.

'அவள் வந்து...' கோபால் நெருங்கி அமர்ந்து என்னிடம் ரகசியமாக, 'அவள் பெரியவள் ஆகிவிட்டாளா?' என்றான்.

'இப்போதே பெரியவள்தானே?'

'போடா, இது அதில்லை.'

'பின்னே?'

'சடங்காகிவிட்டாளா?'

'இல்லை' என்றேன் புரியாமல். 'அதனால் என்ன?'

'பின்னே எப்படிடா கல்யாணம் செய்துகொள்வது?'

நான் மீண்டும் குழப்பத்துடன், 'ஏன் பண்ணினால் என்ன?' என்றேன்.

'சாந்தி மூகூர்த்தம் பண்ண முடியாதே?'

'ஏன்?' என்றேன். முதலில் சாந்தி முகூர்த்தத்தின் முக்கியத்துவம் என்ன என்றே குழப்பமாக இருந்தது.

'முடியாது, சாஸ்திர விரோதம். அப்பா சென்னார்' என்றான் கோபால்.

நான் கொட்டாங்கச்சியை வீசினேன். உண்மைதான். சடங்கு ஆகாத பெண்கள் யாருமே எங்களூரில் கல்யாணம் செய்து கொள்ளவில்லைதான். எனக்கு கோபாலைப் பற்றி மிகுந்த மரியாதை ஏற்பட்டது. பயல் விஷயமறிந்தவன்தான்.

'சாந்தியின் அப்பா அம்மா இதற்குச் சம்மதிப்பார்களா?' என்றான் கோபால்.

'ஏன்?'

'ராதாகிருஷ்ணன் நல்ல நாயர் இல்லை. அவன் அப்பா தமிழ் கலப்பு.'

இது ஒரு பிரச்னைதான் என்று எனக்குத் தோன்றியது. 'யார் சொன்னது?' என்றேன்.

'அவனுடைய உஷா சித்தியை என் மணி மாமாவுக்குக் கேட்ட போது அம்மா சொன்னாள். நான் ஒட்டுக் கேட்டேன்.'

'உங்கப்பா என்ன சொன்னார்?'

'மார்த்தாண்ட வர்மா மகாராஜா காலத்தில்தான் அவன் தாத்தா பிள்ளைமார் வீட்டுப் பெண்ணைக் கல்யாணம் செய்து கொண்டாராம்.

நான் சுதாரித்தபடி 'அதனால் என்ன? எம்.ஜி.ஆர் மாதிரி இவனும் அவளை தூக்கிக்கொண்டு போய்க் கல்யாணம் செய்துகொள்ள வேண்டியதுதான். நீதான் ராணி சம்யுக்தா பார்த்திருப்பாயே?'

'தூக்கிக்கொண்டா? இவன் ஒடிசலாய் இருக்கிறானே?' கோபால் அதிர்ந்துபோய்க் கேட்டான்.

‘போடா, தூக்குவது என்றால் தூக்கிக்கொண்டா போவார்கள்? காரில்தான்.’

‘யார் கல்யாணம் செய்துவைப்பார்கள்?’

‘பூசாரிதான். நீதான் சினிமாவில் பார்த்திருப்பாயே. குடுமி எல்லாம் வைத்துக்கொண்டு. எனக்கு மந்திரம்கூடத் தெரியும். மாங்கல்யம் தந்துனானேனா மம சீவன கேது...’

‘இரு’ என்றான் கோபால் உற்சாகம் இழந்தவனாக. பிறகு என்னை நெருங்கி அமர்ந்தபடி, தாழ்ந்த குரலில், ‘அந்தப் பெண்ணுக்கு இவன் மேல் இஷ்டம் இல்லை’ என்றான்.

‘எப்படித் தெரியும்?’

‘அவள் என்னைப் பார்க்கிறாள்.’

‘பார்க்கிறாளா?’

‘ஆமாம் சினிமாவில் பார்ப்பது மாதிரியே சிரித்தபடி சாய்த்துச் சாய்த்துப் பார்க்கிறாள்.’

‘போடா, அவள் யாரைப் பார்த்தாலும்தான் சிரிக்கிறாள். என்னைப் பார்த்துக்கூடத்தான் சிரிக்கிறாள்.’

கோபால் முகம் சிறுத்து, ‘உன்னைப் பார்த்து அவள் சிரித்தாளா?’ என்றான்.

‘ஆமாம்.’

கோபால் மௌனமானான். பிறகு, ‘அவள் ஆள் சரியில்லை என்று நினைக்கிறேன்’ என்றான்.

‘என்ன சரியில்லை?’

‘அவளுக்குக் கற்பு இல்லை.’

‘என்னது?’

‘கற்பு.’

நான் கோபாலை ஊடுருவிப் பார்த்தேன். அவன் சங்கடமாகப் பார்வையை விலக்கியபடி, ‘கற்பு உள்ள பெண் இப்படி பார்ப்பவன் இடமெல்லாம் சிரிப்பாளா?’ என்றான்.

‘என் அம்மா கூடத்தான் இப்படிச் சிரிக்கிறாள்’ என்றேன்.

‘பெரியவர்கள் சிரிக்கலாம்.’

அப்போது ராதாகிருஷ்ணன் வந்தான். சோகமாகக் காட்சி யளித்தான்.

‘என்னடா?’ என்றேன்.

ராதாகிருஷ்ணன் சரிந்து என்னருகே மடங்கி அமர்ந்தான்.

‘என்னடா?’ என்று கோபாலும் ஊக்கினான்.

ராதாகிருஷ்ணன் கண்ணீர் ததும்ப, ‘போடா, உன் பேச்சைக் கேட்டுவிட்டுப் போய்...’ என்றான்.

‘என்னடா ஆச்சு? சாந்தி வரவில்லையா?’

‘வந்திருக்கிறாள்.’

‘பின்னே?’

ராதாகிருஷ்ணன் முறையிடும் குரலில் என்னிடம், ‘விமலா மாமி என்னடா பார்க்கிறாய் என்று அதட்டினாள்’ என்றான்.

‘உஷா சித்தியைத் தேடுகிறேன் என்று சொல்ல வேண்டியது தானே?’

‘சொன்னேன். அவள் உடனே உள்ளேயிருந்த உஷா சித்தியை கூப்பிட்டு நான் கூப்பிடுவதாய்ச் சொல்லிவிட்டாள்.’

‘அடப்பாவி. உன் உஷா சித்தி இங்கேதான் இருக்கிறாளா?’

‘ஆமாம். உஷா சித்தி என்னிடம் ‘என்னடா?’ என்று கேட்டாள். நான், ‘ஒன்றுமில்லை, சும்மா’ என்று சொன்னேன்.’

‘நீ முழித்திருப்பாய்’ என்றான் கோபால் குதூகலத்துடன்.

‘அப்புறம்?’ என்றேன்.

‘நான் ஏதோ ரகசியம்தான் சொல்ல வந்திருக்கிறேன் என்று சித்தி என்னை தனியாய்க் கூப்பிட்டுச் சென்றுகேட்டாள்.’

எனக்கு சிரிப்பு பீறிட்டது. கோபால், ‘செம டோஸ் கிடைத்தி ருக்கும். ஆஹா’ என்று அனுபவித்தான்.

ராதாகிருஷ்ணன் நாத்தழுதழுக்க, 'சித்தி என்னை தடிமாடு என்று சொன்னாள்' என்று தெரிவித்தான்.

'அடாடா' என்றான் கோபால். 'உச் உச் உச்.'

'ஏண்டா?' என்றேன்.

''கல்யாணமாகிற வயதாகிறது. இன்னும் பெண்களின் அறைப் பக்கமாய்ச் சுற்றுகிறாயே' என்று சித்தி திட்டினாள். 'கல்யாண வயதாகிறது, அதனால்தான் சுற்றுகிறான்' என்று சாந்தா மாமி சொன்னாள்.'

நானும் கோபாலும் பரிபூரணமாகச் சிரித்தோம்.

'உன் மெதுவடை என்ன செய்கிறாள்?' என்று நான் கேட்டேன்.

'பூ தொடுக்கிறாள்.' ராதாகிருஷ்ணன் பிரகாசம் பெற்றான். 'அவளுக்கு எப்போது லட்டு கொண்டுபோய்க் கொடுப்பது?'

'அதற்குமுன் அவளைச் சோதனை போட்டுப் பார்க்க வேண்டாமா?' கோபால் கேட்டான்.

'போடா, இப்போது சமையலறைப் பக்கம் போனதற்கே இந்தப் பாடு.'

'லட்டு எங்கிருந்து எடுப்பது?'

'ஸ்டோர் ரூம் எனக்குத் தெரியும். முன் ஹாலைக் கடந்து விட்டால் வேறு யாரும் இருக்கமாட்டார்கள்.'

'சரி, நீ போய் எடுத்துக்கொண்டு வா.'

'தனியாகவா?' என்றேன் திகிலுடன்.

'பின்னே? நீ தைரியசாலி, உனக்கெதற்குத் துணை?' கோபால் கேட்டான்.

'துணைக்காக இல்லை. போகிற வழியில் யாராவது சந்தேகப் படக்கூடாது இல்லையா? ராதா கூட வரட்டுமே.'

'டேய், நானும் வருகிறேன்' என்றான் கோபால். 'நான் மட்டும் தனியாக இங்கே நிற்க முடியாது.'

'சரி, மூன்று பேராய்ப் போவோம்.'

‘மூன்றாகவா?’ கோபால் தயங்கினான்.

‘ஏன்?’

‘இல்லை, ஒரு நல்ல காரியத்துக்குப் போகும்போது மூன்று பேர் சேர்ந்து போகக்கூடாது என்று அப்பா சொன்னார்.’

‘திருடுவது நல்ல காரியமா?’ என்றேன்.

கோபால் விழுங்கினான்.

‘யாராவது பார்த்தால் சந்தேகமே வரக்கூடாது. ஏதாவது காரியமாய்ப் போவது மாதிரிதான் இருக்கவேண்டும். கோபால், சிரித்தாய் என்றால் கண்ணை நோண்டிவிடுவேன்.’

ஆனால் அசாதாரணமான விறைப்புடன், சகலருக்கும் சந்தேகம் எழும்படி நாங்கள் ஹாலைக் கடந்தோம். நிறைய வயசாளித் தலைகள் திரும்பிப் பார்த்துவிட்டு அசுவாரஸ்யத்துடன் மறுபடி பேச்சைத் தொடர்ந்தன.

உள் அறைகளில் விளக்குகள் அனாதையாக எரிந்தன.

‘எங்கேடா அறை?’ கோபால் கத்தினான்.

‘சும்மா வாடா, கத்தினால் யாராவது கேட்டுத் தொலைக்கப் போகிறார்கள்.’

‘நாம்தான் காரியமாய்ப் போகிறோமே.’

எனக்கு கோபாலை அறைய ஆசை ஏற்பட்டது.

கோபால், ‘லட்டு இருக்குமோ, என்னவோ’ என்றான்.

‘கோபால், உன்னை கையெடுத்துக் கும்பிடுகிறேன். தயவுசெய்து பேசாமல் வா.’

‘ரொம்பத்தான் அலட்டிக்கொள்கிறான்’ என்று கோபால் முணு முணுத்தான்.

நான் மனம் படபடக்க அவர்களை வழிநடத்திச் சென்றேன். ஸ்டோர் வாசல் சாத்தப்பட்டிருந்தது. ‘டேய் பார்த்து...’ என்றான் கோபால். ‘திவாகர மாமாதான் ஸ்டோர் இன்சார்ஜ். இங்கே எங்காவதுதான் நிற்கும் அது. பெரிய எமன்.’

சுற்றும் முற்றும் உன்னிப்பாகப் பார்த்தேன். யாருமில்லை. சற்று ஆறுதல் ஏற்பட்டது. பிடிபட்டால்? வேண்டாம், நழுவிவிடலாம். ஆனால் அதுவும் முடியாது. கோபால் பிய்த்துத் தின்ன ஆரம்பித்து விடுவான். அதைவிடச் சாகலாம். நான் மெதுவாக நடந்து கதவைத் தொட்டேன். திறந்தபோது கிரீச் என்ற ஒலி எழுந்தது. பயந்து போய்த் திரும்பிப் பார்த்தேன். பின்னால் யாருமில்லை. ஆனால் முன்னால் அறைக்குள் திவாகரன் அண்ணாவும் பாச்சுபிள்ளை மாமாவும் ஒரு பெரிய அண்டாவிலிருந்து மைசூர் பாகை எண்ணி இன்னொரு பாத்திரத்தில் போட்டபடி உட்கார்ந்திருந்தார்கள்.

என் உடம்பு குளிர்ந்துவிட்டது. எச்சில் விழுங்கக்கூடச் சிரமப்பட வேண்டியிருந்தது.

'ஆ... ஜெயனா? என்ன வேண்டும்?'

'லட்டு' என்று என் வாய் உரைத்தது.

'லட்டெல்லாம் கட்டி வைத்துவிட்டோம். மைசூர்பாகு வேண்டுமா?'

'ம்.'

'எடுத்துக்கொள்.'

நான் உள்ளே அமர்ந்தபடி, 'ராதாவும் கோபாலும் வெளியே நிற்கிறார்கள்' என்றேன்.

'கூப்பிடாதே. அவர்களுக்கும் சேர்த்து எடுத்துக்கொள்.'

'எவ்வளவு?'

'இரண்டு வீதம் எடு.'

நான் ஆறு மைசூர் பாகுத் துண்டங்களை எடுத்துக்கொண்டேன். கை நிறைய இருந்தன.

'கதவைச் சாத்திவிட்டுப் போ' என்றார் அண்ணா. நான் கதவைக் கஷ்டப்பட்டுக் காலால் சாத்தினேன்.

அவர்களிடம் வந்தேன். மைசூர்பாகை வினியோகம் செய்தேன்.

கோபால், 'என் பங்கை அவளுக்குத் தர முடியாது. நீ உன் பங்கைக் கொடு, போதும்' என்றான்.

‘எனக்கு?’ என்றான் ராதாகிருஷ்ணன்.

‘நீதானே காதலிக்கிறாய். நாங்களா?’

நான் கோபாலை மட்டம் தட்ட, ‘நீ ஒன்றைச் சாப்பிடு ராதா, நான் ஒன்று தருகிறேன்’ என்றேன்.

உள் அறைக்குள் நடந்த பேச்சுகளை அவர்கள் கேட்டிருப்பார்களோ என்ற சந்தேகம் எனக்கு இருந்தது. எனவே நான் என் சாகஸம் பற்றிப் பேச மிகவும் தயங்கினேன். ஆனால் கோபால் சொன்னான், ‘வா போய்விடலாம். எமன் வந்து தொலைக்கப் போகிறது.’

நான் அலட்சியமாகச் சிரித்தேன். ‘வந்தால் வரட்டுமே, என்ன திருடவா செய்கிறோம்? இவ்வளவு வேலை செய்திருக்கிறோம். இரண்டு மிட்டாய் எடுத்தால் என்ன பெரிய தப்பு?’

ராதாகிருஷ்ணன் அவசரமாக நடந்தான். நான், ‘டேய் நில்லுடா என்ன பயமா? எனக்கு அந்த அறைக்குள் போனதுமே எல்லா பயமும் தீர்ந்துவிட்டது’ என்றேன்.

‘பயமில்லை, சாந்தி எங்காவது போய்விட்டால்?’

நான் சிரித்தேன். ‘உடான்ஸ், பொய். டேய் நில்லுடா.’

கோபால் என்னிடம் ரகசியமாக, ‘டேய் அதோ பாருடா கல்யாணப் பெண்’ என்றான்.

தூரத்து அறைக்குள், ஜன்னல் விளிம்பில் யாரோ உட்கார்ந்திருந்தார்கள். சிவப்பாகச் சேலை தெரிந்தது.

‘போய்ப் பார்க்கலாம் வாடா’ என்றான் கோபால்.

‘டேய், நீ பெண்கள் சேலை கட்டுவதைப் பார்த்திருக்கிறாயா?’ ராதாகிருஷ்ணன் கேட்டான்.

‘இல்லை’ என்றான் கோபால் ஏக்கமாக.

‘நான் உஷா சித்தியைப் பார்த்திருக்கிறேன். அவள் இடும்பில் வட்டமாக ஒரு தழும்பு இருக்கிறது, சிவப்பு நூலைக் கட்டியது போல,’ ராதாகிருஷ்ணன் கூறினான்.

‘பாவாடையை இறுக்கமாகக் கட்டியதனால் ஏற்பட்ட தழும்பாய் இருக்கும்,’ கோபால் விளக்கினான்.

‘இப்போது கல்யாணப் பெண் சேலை கட்டிக்கொண்டிருக் கிறாளா என்ன?’ என்றேன்.

அதற்குள் அந்த அறைக்குள் இருந்து உஷா அக்கா வெளியே வந்தாள்.

‘அய்யோ சித்தி!’ என்று ராதாகிருஷ்ணன் தடுமாறினான்.

‘டேய்’ என்றாள் அவள்.

‘என்ன?’ என்றான் ராதாகிருஷ்ணன் ஈனஸ்வரத்தில்.

‘உன்னை இல்லை. ஜெயனை.’

‘என்ன அக்கா’ என்றபடி போனேன்.

உள் அறை எனக்குச் சொர்க்கமாகத் தெரிந்தது. தரையில் பள பளவென்று நான்கு பட்டுச் சேலைகள் கிடந்தன. கொடியில் சேலைகள், ரவிக்கைகள், மனசை ஜில்லிடச் செய்யும் பிராக்கள். நளினி அக்கா ஜன்னல் படியில் அமர்ந்திருந்தாள். கம்பிகளில் முகம் புதைத்திருந்தாள். கண்களில் இருந்து கண்ணீர். கல்யாணப் பெண் ஏன் அழுகிறாள்? உஷா அக்காவிடம் கேட்கலாமா?

‘டேய் கோயில் முற்றத்தில் கோபி அண்ணா இருக்கிறாரா?’

‘யார்? கோபி அண்ணாவா?’

‘கத்தாதே. இப்படி வா.’ உஷா அக்கா என்னைத் தோளில் கை போட்டு அருகே இழுத்துக்கொண்டாள். தாழ்ந்த குரலில், ‘அவரை நீ எங்காவது பார்த்தாயா?’ என்றாள். அவள் கன்னத்தில் சிவப்பாகப் பருக்கள் இருந்தன.

அவளுடைய மணமும் ஸ்பரிசமும் எனக்கு மயக்கத்தை ஏற்படுத் தின. ‘நான் கண்டுபிடித்து வரவா?’ என்று உளறினேன்.

‘நீ ஒரு உதவி செய்யவேண்டும். யாருக்கும் தெரியாமல் கோயில் பக்கம் போய் கோபி அண்ணாவைத் தேடிப்பிடித்து ஒரு விஷயம் சொல்லவேண்டும்.’ அவள் கழுத்துக்குக் கீழே மிக வெண்மையாக இருந்தது. நரம்புகள் நீலமாகக் கிளைவிட்டுப் பரவியிருந்தன.

‘சொல்கிறேன்.’

‘யாருக்கும் தெரியக்கூடாது.’ அவள் குரல்வளைக் குழி மெல்ல துடித்துக்கொண்டிருந்தது.

‘இல்லை.’

‘இந்தத் தொழுவத்துக்குப் பின்புறம் உள்ள வாழைத் தோப்புக்கு அவரை உடனே வரச் சொல்லவேண்டும். யாருக்கும் தெரியக் கூடாது.’ அவள் சருமத்தின்மீது தங்கச் சங்கிலி புரண்டது. அதில் பிரதிபலித்த ஒளி சன்னமாகக் கோடாக விழுந்துகிடந்தது.

‘சொல்ல மாட்டேன்.’

‘இருட்டில் போவாயா?’ பிராவின் நாடா வெளியே தெரிந்தது, சற்று அழுக்காக.

‘அதெல்லாம் பயமில்லை.’

‘ரொம்ப ரகசியம். நீ மட்டும் போனால் போதும். அவர்கள் இரண்டு பேரிடமும் சொல்லவேண்டாம்.’ மார்புகளின் பிளவு தொடங்கும் இடம் வியர்வையின் ஈரம் மினுங்கத் தென்பட்டது.

‘சரி.’

அவள் எழுந்து சேலையை அள்ளிப் போட்டுக்கொண்டாள். நான் அப்படியே நின்றேன்.

‘ஏண்டா?’ என்றபடி என் கண்களைப் பார்த்தாள். அவள் பார்வை மாறுபட்டது. செயற்கையான இறுக்கத்துடன், ‘சரி நீ போ’ என்றாள்.

நான் மிதந்து வெளியே வந்தான். கோபால் என்னிடம் ‘என்னடா?’ என்றான்.

‘ஒன்றுமில்லை. என் அம்மாவிடம் ஒரு விஷயம் சொல்ல வேண்டும்.’

‘நீ போகிறாயா?’

‘ஆமாம்.’

‘மைசூர்பாகு?’

‘கொடுக்கவேண்டாம். நான் ஓடிப்போய்ச் சொல்லிவிட்டு வந்து விடுகிறேன்.’

இருளில் பாய்ந்தேன். கோயிலில் விளக்குகளை அணைத்து விட்டார்கள். வாசல் சாத்தப்பட்டுவிட்டது. கோயிலைச் சுற்றி எங்குமே கோபி அண்ணா இல்லை.

திரும்பிவிடலாமா என்று யோசிக்கும்போது எனக்கு நினைவு வந்தது. கோபி அண்ணா இரவில் ஆற்று மணலில் போய்ப் படுத்துக்கொள்வதுண்டு.

ஓடினேன். கால் தரையில் படாமல் பறப்பதுபோல் இருந்தது. நிலவு பாதிதான் இருந்தது. மங்கலான ஒளியில் ஆற்றுப் படுகை வெண்மையாகத் தெரிந்தது.

உற்றுப் பார்த்தபடி ஓடினேன். தொலைவில் யாரோ படுத்திருந்தார்கள். கோபி அண்ணாதான்.

கோபி அண்ணா தலைக்குப் பின்புறம் கைகளைக் கோர்த்தபடி மல்லாந்து படுத்திருந்தார். அருகே போனேன். புளித்த வாடை அடித்தது. சாராயத்தின் வாடை.

‘கோபி அண்ணா!’

பதில் இல்லை.

‘கோபி அண்ணா!’

மௌனம் கலைந்தது ‘உம்... உம்’ என்றார்.

‘கோபியண்ணா, இது நான்தான்.’

‘ஜெயனா. என்னடா?’

‘உஷா அக்கா உங்களிடம் ஒரு விஷயம் சொல்லச் சொன்னாள்.’

‘ஒரு தேவடியாளும் என்னிடம் ஒன்றும் சொல்ல வேண்டிய தில்லை. போடா.’

நான் அதிர்ந்துபோனேன்.

‘போடா.’

நான் தயங்கினேன்.

'டேய், இப்படி வா.'

நான் அருகே போனேன்.

'உட்கார்.'

உட்கார்ந்தேன்.

'நீ என்ன படிக்கிறாய்?'

இதுகூடத் தெரியாதா என்று நான் கேட்கவில்லை. 'பத்து' என்றேன்.

'நீதானே கதை எழுதுவது?'

'ஆமாம். ஸ்கூல் மாகஸீனில்' என்றேன் உற்சாகமாக.

'என்ன கதை?'

'ஒரு டீச்சரின் கதை.'

'பெண் டீச்சரா? விக்...' கோபியண்ணாவிடமிருந்து பழவாடை எழுந்தது.

'ஆமாம்' என்றேன்.

'டேய் நீ பெண்களைப் பற்றி எழுதக்கூடாது. விக்...'

'சரி.'

'எழுதுவாயாடா? ஹிக்...ஏக்.'

'மாட்டேன்.'

'ஒரு தேவடியாளைப் பற்றியும் எழுதக்கூடாது.'

'மாட்டேன்.'

'எழுதுவாயா?'

'இல்லை.'

'பெண்களை நம்பக்கூடாது.'

'இல்லை.'

‘பெண்களை நம்பக்கூடாது.’

‘இல்லை.’

‘என்ன இல்லை?’

‘பெண்களை நம்ப மாட்டேன்.’ உஷா அக்காவின் மணம் என் நாசியை அடைத்தது உடனே.

‘சரி உன் உஷா அக்கா என்ன சொன்னாள்?’

‘உங்களைப் பார்க்கவேண்டுமாம். தொழுவத்துக்குப் பின்னால் இருக்கிற வாழைத் தோப்புக்கு வரச் சொன்னாள்.’

கோபி அண்ணா எழுந்து அமர்ந்தார். உரத்த குரலில், ‘எந்த சுடு காட்டுக்கும் நான் வரப்போவதில்லை. அவளைப் போகச் சொல்லு’ என்றார்.

நான் எழுந்தேன்.

‘வரமாட்டேன் என்று போய்ச் சொல்லுடா.’

‘சரி.’

‘போடா.’

நான் நடந்தேன்.

‘டேய்.’ நின்றேன்.

‘நளினி என்ன செய்கிறாள்.’

‘அழுகிறாள்.’

‘அழுகிறாளா, தேவடியாள், பசப்புக்காரி!’

நான் ஏதும் கூறவில்லை.

‘அழுகிறாளா?’ என்றார் கோபி அண்ணா, குரல் மிருதுவாக.

‘ஆமாம்.’

‘ம்...ம்...ம்...டேய்’

‘என்ன அண்ணா?’

‘வருவேன் என்று போய்ச் சொல்லு.’

நான் குழம்பினேன்.

‘வந்துகொண்டே இருக்கிறேன் என்று போய்ச் சொல்லுடா முண்டம்.’

நான் பிறகு நிற்கவில்லை.

நேராக உள்ளே போய் உஷா அக்காவைப் பார்த்தேன். கல்யாணப் பெண் இன்னமும் அதே ஜன்னலில்தான் இருந்தது. உஷா அக்கா என்னருகே வந்தாள். முகம் முன்புபோல அம்மாத்தனமாக இல்லை. சற்று எட்டவே நின்றாள். நான் விஷயத்தைக் கூறினேன்.

‘சரி நீ போ. யாரிடமும் சொல்லாதே’ என்றபடி திரும்பினாள்.

நான் ஏக்கமாக ‘அக்கா’ என்றேன்.

‘ஏண்டா?’ என்றாள் உற்றுப் பார்த்தபடி.

‘அண்ணா உன்னைக் கெட்ட வார்த்தை சொன்னார்.’

‘சொல்லட்டும். நீ போய் ராதாகிருஷ்ணனிடம் சொல்லாதே. என்ன?’

‘சரி’ என்றேன். ஒருமுறை அறையை, அதன் மணத்தை ஆழ்ந்து சுவாசித்தபடி பார்த்தேன். வெளியே வந்தேன்.

‘எங்கேடா போயிருந்தாய்?’ ராதாகிருஷ்ணன் கேட்டான்.

‘சாந்தி எங்கே?’ என்றேன் பதிலுக்கு.

‘கருவேப்பிலை ஆய்கிறாள்.’

‘இப்படிக் கூப்பிடு அவளை.’

‘போடா நான் கூப்பிட்டால் அவள் வரமாட்டாள்.’

‘சரி நானே கூப்பிடுகிறேன்’ என்றேன்.

‘இங்கேயேவா? இங்கே ஆட்கள் இருக்கிறார்கள்.’

‘இருந்தால் என்ன? நாம் என்ன கொலையா செய்யப் போகிறோம். காதல்தானே?’

'எனக்குப் பயமாய் இருக்கிறது.'

நான் அவன் முதுகைப் பிடித்து முன்னால் உந்தினேன். 'இப்போது பின்னால் வந்து என்ன பிரயோசனம்? நான் கூப்பிடவா அவளை?'

'வேண்டாம்' என்றான் ராதாகிருஷ்ணன் அவசரமாய்.

கோபால் அதற்குள் கிச்சுகிச்சு மூட்டப்பட்டவன்போலச் சிரிக்க ஆரம்பித்துவிட்டிருந்தான்.

'சிரிக்காதேடா முண்டம்' என்றேன் கடுப்பாக.

'சரி' என்றபடி அவன் சிரித்தான். ஏனோ எனக்கும் சிரிப்புதான் வந்தது.

'கூப்பிடுடா'என்றேன்.

'கூப்பிட்டபிறகு என்ன சொல்வது?'

''நீ ரொம்ப அழகாய் இருக்கிறாய். அதனால்தான் இந்த மிட்டாயைக் கொண்டுவந்தேன்' என்று சொல்.'

'சரி.'

'கூப்பிடுடா... எத்தனை நேரம்?'

'சாந்தி' என்றான். அவன் குரல் எனக்கே கேட்கவில்லை.

'சத்தமாய்க் கூப்பிடுடா தடியா.'

'சாந்தி' என்றான் உடைந்த குரலில்.

அவள் நிமிர்ந்தாள்.

ராதாகிருஷ்ணன் என்னைப் பார்த்தான்.

'சொல்லுடா' என்றேன். அதற்குள் அவள் மீண்டும் குனிந்து விட்டாள்.

'சாந்தி' என்றேன் நான். 'இப்படி வா...'

அருகில் வந்தாள். கோபால் திடீரென்று வேறெங்கோ பார்த்தபடி நடந்து விலகிவிட்டான். ராதாகிருஷ்ணன் தன் சூடான வியர்வை

கசியும் கையால் என் கையைப் பற்றினான். அவன் நடுக்கம் என் கையையும் நடுங்க வைத்தது.

'என்னண்ணா?' என்றாள் அவள் சிரித்தபடி. எப்போதும் சிரித்தபடிதான் அவளைப் பார்த்திருக்கிறேன்.

'கொடுடா' என்றேன்.

'என்னண்ணா?' என்றாள் என்னிடம்.

'இவன் உனக்கு மிட்டாய் தரப்போகிறான்.'

அவள் மூக்கைச் சுருக்கியபடி, 'என்ன மிட்டாய்?' என்றாள்.

'மைசூர்பாகு.'

'வேண்டாம் அண்ணா.'

'ஐயோ, இதோ பார் சாந்தி, இவனே போய் ஆசையாய் வாங்கி வந்திருக்கிறான். கொடுடா.'

ராதாகிருஷ்ணன் தலையை விநோதமாக வைத்தபடி மைசூர் பாகை நீட்டினான்.

'எங்களுக்கெல்லாம் திவாகரன் அண்ணா தந்துவிட்டார். பயங்கர இனிப்பு. சாப்பிடவே முடியவில்லை. இன்னமும் இரண்டு மிச்சம் இருக்கிறது. இதோ.'

நான் சமாதானமாக, 'இதையும் வைத்துக்கொள். அப்புறமாய்ச் சாப்பிடலாம்' என்றேன்.

'சரி' என்று வாங்கிக்கொண்டாள்.

'சாந்தி' என்றேன்.

'என்ன அண்ணா?'

'இவனுக்கு உன்மேல் இஷ்டமாம்.'

'ம்...ம்?'

'இவன் உன்னை லவ் பண்ணுகிறேன் என்கிறான்.'

'அய்யே' என்றாள். அவளுக்குச் சிரிப்பு பீறிட்டு வந்தது. பயங் கரமாய்ச் சிரிக்க ஆரம்பித்தாள்.

என்னை இழுத்தபடி ராதாகிருஷ்ணன் ஓட முயன்றான். நான் உற்சாகமாய் நின்றேன்.

'சினிமாவில் வருகிறது மாதிரி இவன் உன்னை பயங்கரமாய் லவ் பண்ணுகிறான்டீ.'

'நான் அம்மாவிடம் சொல்லுவேன்.'

என் வயிறே குலுங்கிப் போயிற்று. 'அய்யய்யோ.'

'சொல்லத்தான் போகிறேன். இதற்குமுன் இவன் என்னிடம் நான் ரொம்ப அழகாய் இருக்கிறதாய் சொன்னான். அதை அம்மா விடம் சொன்னேன்.'

'அம்மாவிடமா? அம்மா என்ன சொன்னாள்?'

'இவனிடம் பேசக்கூடாது என்றாள்.'

'இதோ பார் சாந்தி, இது அப்படியில்லை. இதைப்போய் சொன்னாய் என்றால் உனக்குத்தான் அடி விழும்.'

'ஏன்?'

'அதுதான் இவனிடம் பேசாதே என்று உன் அம்மா சொன்னாள் இல்லையா?'

'ஆமாம்' என்றாள் கண்களைச் சுருக்கித் தலையைச் சாய்த்தபடி.

'இவனிடம் பேசாமல் இவன் இப்படியெல்லாம் சொன்னான் என்பது உனக்கு எப்படித் தெரியப்போகிறது? ஏன் மீண்டும் பேசினாய் என்று உன்னைத்தான் அடிப்பாள்.'

அவள் குழம்பிப்போய் நின்றாள்.

'இதோ பார் சாந்தி, நான் உன் அண்ணாதானே?'

'ஆமாம்' என்றாள் தயங்கியபடி.

'உனக்கு நான்தானே பேச்சுப் போட்டிக்குச் சொற்பொழிவு எழுதித் தந்தது?'

‘ஆமாம்.’

‘உனக்கு என்மேல் அன்பு உண்டா?’

யோசித்தபடி ‘ம்’ என்றாள்.

‘இவன் என் நண்பன். இவனிடத்தில் நீ சண்டையா?’

‘இல்லை, அம்மாதான்…’

‘அம்மாவை விடு. இவன்மேல் உனக்கு இஷ்டம்தானே?’

‘ஆமாம்.ஆனால் இவன்தான் என்னை ஆற்றில் வைத்துத் தடுத்து நிறுத்தி சிரிப்பு மூட்டுகிறான்.’

‘எப்படி?’

‘கெட்ட வார்த்தையெல்லாம் சொல்கிறான் அண்ணா.’

நான், ‘பயலே’ என்கிற பாவத்தில் ராதாகிருஷ்ணனைப் பார்த்தேன். அவன் சாதுவாக என்னைப் பார்த்தபடி நின்றான். எனக்குப் பயம் ஏற்பட்டது.

‘சாந்தி, இதை நீ உன் அம்மாவிடம் சொன்னாயா?’ என்று கேட்டேன்.

அவள் தலைகுனிந்தபடி ‘இல்லை’ என்றாள்.

பெரிய கள்ளியாக இருப்பாள் போலிருக்கிறதே என்று எண்ணிக் கொண்டேன்.

‘சாந்தி, உனக்கு இவன்மேல் இஷ்டம்தானே?’

‘ஆமாம்’ என்றாள் ஈனஸ்வரத்தில்.

‘லவ்தானே?’

‘ப்போ’ என்று கழுத்தைச் சொடுக்கிச் சிணுங்கினாள்.

‘சரி போ’ என்றேன்.

அவள் திரும்பி ராதாகிருஷ்ணனைப் பார்த்துப் புன்னகை பூத்தாள். அவனும் நோயாளியைப் போலப் புன்னகை செய்தான். அவள் நடந்து போனாள். அவள் இடுப்பு அசாதாரணமாய்ப்

பெரிதாக உருண்டிருப்பதைப் பார்த்தேன். இதுவரை இதை நான் கவனிக்கவே இல்லை. எனக்கு ஒரு மாதிரி இருந்தது. அவளுடைய அந்தக் கடைசிப் புன்னகைக்கு என்ன அர்த்தம்?

அவள் அகன்றதும் நான் ராதாகிருஷ்ணனை ஓங்கி அறைந்தேன். ‘ராஸ்கல், என்னடா சொன்னாய் அவளிடம்?’

‘இல்லைடா நான்...’

‘சொல்லுடா, இல்லாவிட்டால் நான்...’

‘சொல்லுடா’ என்றபடி கோபாலும் வந்து சேர்ந்துகொண்டான்.

‘நீ எங்கேடா போயிருந்தாய் இத்தனை நேரம்?’ நான் கோபாலைக் கேட்டேன்.

‘ஒன்றுக்கு’ என்றான் அவன்.

‘உடனே ஒன்றுக்கு வந்துவிட்டதாக்கும்? பயந்தாங்குளி. பெரிய சாஸ்திர பண்டிதன் பூவ்...’

‘என்னடா பயம்? உன்னை மாதிரி பெண்களைப் பொறுக்கியபடி அலைகிறவன் என்று நினைத்தாயா என்னை?’

நான் அதை ஒரு புகழுரையாக ஏற்றேன். ‘பின்னே? உன் ஆந்தை மூஞ்சியைப் பார்த்து பெண்கள் இளிக்கவேண்டும் என்கிறாயா? என்னிடம் பெண்கள் இளித்து இளித்துப் பேசுகிறார்கள். உதாரணமாய், இதோ கல்யாணப் பண்ணிக்கொள்கிறாளே இந்த நளினி அக்கா. இவள்கூட என்னிடம் இளித்திருக்கிறாள் தெரியுமா?’

‘போடா டூப் விடாமல்.’

‘சத்தியமாய், அவள் என்னிடம் அவள் காலில் இருந்து முள் எடுத்துத் தரச் சொல்லியிருக்கிறாள் தெரியுமா?’

‘பொய்’ என்றான் கோபால் பொறாமையுடன்.

தன் முக்கியத்துவம் நழுவுவதை ராதாகிருஷ்ணன் உணர்ந்திருக்கக்கூடும். ‘டேய், சாந்தி அந்தக் கெட்ட வார்த்தையை அவள் அம்மாவிடம் சொல்லிவிட மாட்டாளே’ என்றான்.

‘என்ன பெரிய கெட்ட வார்த்தை, போடா’ என்றேன் படு அலட்சியமாக.

'என்னடா சொன்னாய் அவளிடம்?' கோபால் எச்சில் ஊறக் கேட்டான்.

'யாரிடமும் கூறக்கூடாது.'

'இல்லை.'

'சத்தியமாய்?'

'சொல்லுடா.'

'எனக்கு ஒரு மாதிரி இருக்கிறது.'

'நீதானே அவளிடம் சொன்னாய். இப்போது என்ன வெட்கம்?' என்றேன்.

'சொல்லுடா ராஸ்கல்' என்றான் கோபால்.

அவன் என்ன சொல்லியிருக்கக்கூடும் என்று என்னால் சற்றும் ஊகிக்கக்கூட முடியவில்லை.

கோபால் பதற்றமாக இருந்தான். ராதாகிருஷ்ணன் நகத்தைப் பார்த்தபடி, 'அவள் பெரிசாய் வளர்ந்திருக்கிறாள் என்று சொன்னேன்' என்றான். அதற்குள் முகம் சிவந்துவிட்டது.

'இதுதானா கெட்ட வார்த்தை?' என்றேன்.

'இருடா,' கோபால் என்னை அடக்கினான். 'சும்மா அதை மட்டும் சொன்னாயா?' என்று ராதாகிருஷ்ணனை கேட்டேன்.

'இல்லை.'

'பின்னே?'

கோபால் கழுகுப் பார்வையுடன் துழாவினான்.

ராதாகிருஷ்ணன் குரல் கம்ம, மூச்சுத் திணற, விரலைக் காட்டி 'இப்படிச் சுட்டிக் காட்டியபடி' என்றான்.

'எங்கே?' என்றான் கோபால் பதற்றமாய்.

ஆழ்ந்த மௌனம் நிலவியது.

‘சரிதான்’ என்றபடி கோபால் என்னைப் பார்த்தான். பிறகு, ‘அது ஏன் அப்படி இருக்கிறது தெரியுமா?’ என்றான்.

‘ஏன்?’ என்றான் ராதாகிருஷ்ணன்.

‘அவள் பெரியவளாகப் போகிறாள்.’

ராதாகிருஷ்ணன் பயத்துடன் என்னைப் பார்த்தான்.

கோபால் சிந்தனையுடன், ‘பெரியவளாகப் போகிற பெண்கள் தான் அடிக்கடி சிரிப்பார்கள். அதெல்லாம் காதல் இல்லை’ என்றான்.

‘நீ பயப்படாதேடா ராதா. கப்ஸா விடுகிறான்’ என்றேன்.

‘பொய் என்றா சொல்கிறாய்?’ கோபால் பாய்ந்தான்.

‘உங்கப்பாதான் இதையும் சொன்னாரா?’

‘அப்பா என்னிடம் சொல்லவில்லை.’

‘நீ ஒட்டுக் கேட்டிருப்பாய்.’

‘ஆமாம்’ என்றான் கோபால். ‘சடங்கானதற்காக ஒரு லெட்டர் வந்திருந்தது.’

‘அதைப்பற்றி உங்கப்பா எவனாவது மருந்து வாங்க வந்த இளிச்ச வாயனிடம் பேசியிருப்பார். வந்தவன் மருந்தை கவனிக்காமல் இருக்க இது ஒரு வழி.’

‘டேய் அனாவசியமாய்ப் பேசினாய் என்றால்...’

‘போடா பெரிய நம்பியார், முறைக்கிறார்.’

நான் சமாதானமாய் கோபாலை அணைத்தேன். ‘டேய் உண்மை யிலேயே சடங்காவது என்றால் என்ன?’

ராதாகிருஷ்ணன் உடனே கோபாலின் தோளில் கை போட்டு ‘சொல்லுடா’ என்றான்.

‘கையை விடுடா, நீதானே அப்பாவைத் திட்டினாய்’

‘சரி தப்புதான்.’

‘போடா.’

‘அதுதான் மன்னிப்பு கேட்டுவிட்டானே... சொல்லுடா’ என்றேன்.

கோபால் தீவிரமான முகபாவத்துடன், ‘ஒன்றுக்கிருக்கும்போது ரத்தம் வருவதுதான்’ என்றான்.

‘வலிக்குமாடா?’

‘பார்த்தாயல்லவா சுமதி அக்கா அழுவதை?’

‘நான் பார்க்கவில்லை’ என்றேன்.

‘ரொம்ப வலிக்குமோ’ என்றான் ராதாகிருஷ்ணன்.

‘பிரம்மா கொடுத்த சாபம்தான் இதெல்லாம். பெண்கள் எல்லாம் மாயப் பிசாசு தெரியுமோ?’

‘உங்கப்பா உன் அம்மாவிடம் சொன்னாரா?’

‘பாவம்டா சாந்தி. அவளுக்கும் வலிக்கும் இல்லையாடா?’ ராதாகிருஷ்ணன் கேட்டான்.

‘பெரிய காதலர். சோகமாய் இருக்கிறார். போடா.’

‘பாவம்டா’ என்றான் ராதாகிருஷ்ணன்.

அறைக்குள் இருந்து ஜனார்த்தன மாமா வந்தார். என்னைப் பார்த்து, ‘டேய் நீ சாமியப்பன் கடைக்குப் போய் பெட்ரோமாக்ஸ் சொல்லியிருக்கிறேன், வாங்கிக்கொண்டு வா’ என்றார்.

‘நான் போகவா மாமா?’ என்று ராதாகிருஷ்ணன் கேட்டான். பெட்ரோமாக்ஸ் என்ற பெயரே அவனில் கிளர்ச்சியை ஏற்படுத்தி இருக்கக்கூடும்.

‘ஒருத்தர் போனால் போதும்.’

‘நீ போ’ என்றேன் நான்.

கோபால் என்னையும் கூப்பிட்டான்.

‘நீயும் வாயேன்.’

‘எனக்கு கால் வலிக்கிறது’ என்றேன்.

மண்ணெண்ணை வாடை ராதாகிருஷ்ணனுக்குச் சுகந்தம் என்றால் எனக்குக் குமட்டல்.

கோபால் நினைவுகூர்ந்தவனாக, 'அப்போது நீ எங்கேடா அப்பிடி ஓடினாய்?'

'அதுதான் சொன்னேனே, அம்மாவைப் பார்த்து ஒரு விஷயம் சொல்ல வேண்டும் என்று?'

எனக்குச் சட்டென்று கோபி அண்ணாவின் நினைவு வந்தது. அவர் வந்திருப்பாரா?

'ராதாகிருஷ்ணனும் கோபாலும் போனால் போதும். சீக்கிரம் வந்துவிடவேண்டும். வழியில் எங்காவது வாயைப் பிளந்து கொண்டு நிற்கக் கூடாது.'

'இல்லை மாமா' என்றான் கோபால்.

'வாயைப் பிளக்கமாட்டோம் மாமா' என்றான் ராதாகிருஷ்ணன். கோபால் சிரித்தான்.

மாமா தீவிரமாக ஒரு தடவை பார்த்துவிட்டு உள்ளே போனார். அவர்கள் கிளம்பிப் போனார்கள்.

நான் ஜனார்த்தன மாமாவின் பின்னால் நடந்தேன். கோபி அண்ணா வந்திருப்பாரா? போய்ப் பார்த்தால் என்ன? எதற்கு வரச் சொன்னாள் உஷா அக்கா? கோபி அண்ணாவும் உஷா அக்காவும் லவ்வா? இருக்காது. நளினி அக்காதான் கோபி அண்ணாவிடம் சிரித்துப் பேசியபடி நிற்பதைக் கவனித்திருக்கிறேன். 'அதென்ன அப்படிச் சிரிக்கிறீர்கள்? ம்ம்?' என்று கேட்டால் பதிலுக்குச் சிரிப்பு. சற்று நேரம் பார்த்துவிட்டு மீண்டும் சிரிப்பு.

ஜனார்த்தன மாமா என்னவோ கேட்டார்.

'என்னது?' என்றேன்.

'யாருடா?'

'கோபி அண்ணா.'

ஜனார்த்தன மாமா உஷாராகி, 'கோபியா? அவன் எங்கே வந்தான்?' என்றார்.

நானும் சுதாரித்துக்கொண்டேன். 'மாமா, கோபி அண்ணா குடித்திருக்கிறார்' என்றேன்.

'எங்கே அவன்? இங்கே வந்திருக்கிறானா?'

'இல்லை மாமா, கோயில் பக்கம் பார்த்தேன்.'

மாமா நிம்மதியடைந்து பெருமூச்சு விட்டார். 'நல்ல பையன் தான். பாவம் என்ன செய்வது. வக்கு வேண்டாமோ?'

'கோபி அண்ணா குடித்திருக்கிறார் மாமா.'

'குடிப்பான், இல்லாவிட்டால் மனசு விட்டுப் போகாதா?' ஜனார்த்தன மாமா சிரித்தார். 'சின்ன வயசிலேயே ஜோடி ஜோடி என்று பேசி உருவேற்றிவிடுவது பெரியவர்களுக்கு எல்லாம் தமாஷ்தான்.'

'மாமா, கோபி அண்ணா கெட்ட வார்த்தைகூடச் சொன்னார்.'

மாமா சிரித்தார். வெற்றிலைச் சாறு ததும்ப அவர் வாய் ஒரு பெரிய புண்போல இருந்தது. புறங்கையால் வாயைத் துடைத்த படி, 'இதோ பார் மாப்பிள்ளை. இதை மட்டும் ஞாபகத்தில் வைத்துக்கொள். இந்தப் பெண்கள் இருக்கிறார்களே பச்சைக் குழந்தை மாதிரி பசப்புவார்கள். ஆனால் காரியத்தில் கண்ணாக இருப்பார்கள். பணம், காசு, பளபளப்பு இதெல்லாம் அவர் களுக்கு ரொம்ப முக்கியம். அவர்களுக்கு ஒரே சமயம் தருமனும் வேண்டும், அர்ச்சுனனும் வேண்டும், துரியோதனனும் வேண்டும். சில சமயம் சிகண்டி கூட வேண்டும். ஹெ ஹெ ஹெ... என்ன சொன்னேன்? பெண் விஷயத்தில் மட்டும் மாட்டிக்கொள்ளாதே. திண்டாடிப் போய்விடுவாய். தன்னைக் காப்பாற்றிக்கொள்ள யார் தலையையும் கூசாமல் அறுப்பார்கள். உனக்குத்தான் தெரியுமே நமது ராஜத்தின் கேஸ்?'

ராஜம், ராதாகிருஷ்ணனின் அம்மா. என் கண்கள் மின்னியிருக்க வேண்டும்.

'என்னடா, கதையா கேட்கிறாய், போடா' என்று திடீரென்று சீறினார் மாமா. நான் அதிர்ந்துபோனேன்.

'மாமா!'

'போய் தேங்காய் துருவியாயிற்றா என்று பார். போடா.'

அவருடைய கழுத்தைப் பிடித்து நெரிக்கவேண்டும்போல வந்தது எனக்கு. மெதுவாக நடந்து வெளியே வந்தேன். எங்கே போக? திடீரென்று நான் முற்றிலும் தனிமைப்பட்டுவிட்டேன் என்று தோன்றியது, மனசுக்குள் இனம் தெரியாத ஏக்கம் எழுந்தது. அலுப்புடன் நடந்து முகப்பை அடைந்தேன்.

பனி பெய்துகொண்டிருந்தது. வானத்தில் கன்னாபின்னாவென்று நட்சத்திரங்கள் இறைந்துகிடந்தன. வாழைத்தோப்புக்குப் போய் பார்த்தால் என்ன?

அது வாழை மரக்கூட்டம்தான். உண்மையில் தோப்பு இல்லை. ஓரளவு வெளிச்சம் இருந்தது. வீட்டின் விளக்குகள் அங்கு அபார மான நிழல்களை வீழ்த்தியிருந்தன. அப்பகுதி எங்கும் யாரை யுமே காணவில்லை. எனக்கு ஏமாற்றம் ஏதும் ஏற்படவில்லை. அதற்குள் அண்ணா வந்துவிட்டுப் போயிருப்பார் என்று எனக்குள் ஓர் எண்ணம் ஏற்கெனவே இருந்தது.

நான் திரும்பி நடக்க ஆரம்பித்தேன். திடீரென்று விநோதமான ஓர் ஆவல் ஏற்பட்டது. சிறுநீர் கழிப்பிடத்தின் அருகே ஒளிந்திருந் தால் என்ன? அடுத்த நிமிடமே வேண்டாம் என்றும் தோன்றியது. மேற்கு முற்றத்தில் சமையல் பகுதி. அந்தப் பக்கமாக நடந்தேன். அங்கு மிகப் பிரகாசமாக விளக்கு எரிந்துகொண்டிருந்தது. பெரிய பெரிய பாத்திரங்களும் வாளிகளும் சாத்தி வைக்கப்பட்டி ருந்தன. கோபால் பயலைப் பிடித்துப் போட்டு ஒன்றை மேலே கவிழ்த்துவிட்டால் தப்பவே முடியாது அவனால்.

அங்கு சமையல் ஏதும் நடப்பதாகத் தோன்றிவில்லை. விடி காலையில்தான் ஆரம்பிப்பார்கள். ஏனென்றால் பிற்பகலில்தான் இலை போடப்படும். நான் மெல்ல நடந்து, உள் அறையைக் கடந்து, சமையலறையை ஒட்டிய ஹாலை அடைந்தேன். அங்கு யாருமில்லை என்றுதான் முதலில் தோன்றியது. பிறகு சட் டென்று நான் அவர்களைக் கண்டேன்.

சந்திரன் மாமா தரையில் அமர்ந்து இஞ்சியை நுணுக்கமாக நறுக்கிக்கொண்டிருந்தார். அவருடைய விசேஷ கவனம் இல்லா மலேயே இஞ்சி தூள் தூளாக சிதறிக்கொண்டிருந்தது. அவருக்கு எதிராகச் சற்றுத் தள்ளி ராதாகிருஷ்ணனின் அம்மா நின்றிருந்தாள்.

சந்திரன் மாமாதான் எங்களூரின் ஒரே சமையற்காரர். எல்லா விசேஷங்களுக்கும் அவர்தான் வருவார். அவரை ராதாகிருஷ்ணன்

சித்தப்பா என்றுதான் கூப்பிட்டுவந்தான். அவருக்கு ஆற்றுக்கு அக்கரையில் வீடு.

ராதாகிருஷ்ணனின் அம்மாவின் முகம் தீவிரமாகச் சிவந்து காணப்பட்டது. அவள் அழுதுகொண்டிருக்கிறாள். இல்லை, அழுது ஓய்ந்திருந்தாள். அவள் ஏதும் பேசவில்லை. அப்படியே பார்த்தபடி நின்றிருந்தாள். அவர் நிமிரவே இல்லை. கைகள் வேகமாக இயங்கிக்கொண்டிருந்தன. அவர்கள் பேசி முடித் திருக்க வேண்டும்.

யாரோ விரைவாக வரும் சத்தம் கேட்டது. உடனே ராதாகிருஷ் ணனின் அம்மா மற்ற வாசல் வழியே வெளியே போய்விட்டாள். சந்திரன் மாமாவிடம் அவள் விடை பெறக்கூட முடியவில்லை.

இன்னொரு வாசல் வழியாக உள்ளே வந்தவள் என் அம்மா. ஹாலுக்கு வந்ததும் அவள் சுற்றும் முற்றும் பார்த்தாள். அவள் கண்கள் பரபரவென்று அலைவதை அங்கிருந்தே என்னால் பார்க்க முடிந்தது. சந்திரன் மாமாவிடம் அவள், 'சௌக்கியமா அண்ணா' என்றாள்.

மாமா பலவீனமாகப் புன்னகை பூத்தார்.

'இந்தப் பக்கமாய் வருவதேயில்லையே? இந்த ஊர் மறந்து விட்டதா? ஆற்றைக் கடக்கலாகாது என்று சபதமா?'

'சேச்சே, வேலைகள் அதிகம். அதனால்தான்.'

'சௌதாமினி சௌக்கியமா? திருவாதிரைக்குக் கோயிலுக்குக் கூட அவள் வரவில்லையே!' என்றாள் அம்மா. பிறகு, 'இந்த விஜிக் கழுதை இங்கு வந்ததா? அப்போதிருந்தே தேடுகிறேன்' என்றாள்.

விஜி வீட்டில் தூங்குகிறாள் என்று எனக்குப்பட்டது.

'பார்க்கவில்லையே.'

'சரி அண்ணா, வரட்டுமா?' என்றபடி அம்மா ராதாகிருஷ்ணனின் அம்மா போன வாசல் வழியாக நடந்து மறைந்தாள்.

நான் திரும்பி நடந்தேன். முன் பக்கம் வந்தேன். குளிர் அடித்தது. கூட்டத்துடன் போய் அமர்ந்து சிறிது கத்தரிக்காய் நறுக்கினேன்.

பெட்ரோமாக்ஸ் சகிதம் ராதாகிருஷ்ணன் வந்தான். அந்தச் சீறலில் அவன் மெய்மறந்து போயிருந்தான்.

ராதாகிருஷ்ணன் என்னருகே வந்து, 'உனக்குத் தெரியுமா, வசியம் செய்கிற ஆளை கோபாலுக்குத் தெரியுமாம்' என்றான்.

'வசியமா?'

'வசியம்தான். மந்திரம்! உள்ளிருப்பு வீட்டில் பரமேஸ்வரன் நாயர் வசியம் செய்பவனாம். அவன் அப்பா சொல்வதை கோபால் கேட்டிருக்கிறான்.'

எனக்கு இதில் சிறிது நம்பிக்கை ஏற்பட்டது. உள்ளிருப்பு வீட்டில் பரமேஸ்வரனின் மொட்டைத் தலையும் அரிவாள் மீசையும் என் நினைவுக்கு வந்தன.

'அவன் ஒரு மை தயாரித்துத் தருவானாம். அதை நாம் நமது கண் புருவத்தில் பூசிவிட்டு விரும்பும் பெண்ணைப் பார்த்தால் போதுமாம். அவள் நம் காலில் வந்து விழுவாளாம்.'

'டேய் அப்படியானால் இவள் எதற்கு? வேறு யாராவது நல்ல இடமாய்ப் பார்ப்போமே' என்றேன்.

ராதாகிருஷ்ணன் ஆவேசமாக, 'எனக்கு இவள்தான் வேண்டும்' என்றான்.

'ஸ்ரீப்ரியாகூட வேண்டாமா?'

'போடா, எனக்குச் சாந்தியை விட்டால் வேறு எந்தப் பெண்ணும் வேண்டாம்.'

'டேய் அப்படியானால் அவள் உன்னைப் பிடிக்கவில்லை என்று கூறியிருந்தால் என்ன செய்வாய்?'

ராதாகிருஷ்ணன் என் கையைப் பிடித்தான். அவன் கண்கள் கலங்கி யிருந்தன. 'உனக்கு மட்டும் சொல்கிறேன். சத்தியமாய் நான் ஆனைக் குளத்தில் விழுந்து செத்துப் போகத் தீர்மானித்திருந்தேன்.'

'ஆனால் உனக்குத்தான் நீச்சல் தெரியுமே?'

'அதனால் என்ன? இனி நான் சாகவேண்டியதில்லை. அவளுக்கு என்மீது பயங்கரக் காதல்தான்.'

'அப்படி அவள் சொல்லவில்லையே.'

'அதுதான் அவள் சொன்னதற்கு அர்த்தம். அவளுக்கு உன்னைப் பிடிக்கவில்லை. நீ இருந்ததனால்தான் அவள் அப்படிப் பூடக மாய்ப் பேசினாள்.'

எனக்கு திக்பிரமை மாதிரி ஏதோ வந்தது.

'அவளுக்கு உன்மேல் இஷ்டம் இல்லை!' என்றான் ராதா கிருஷ்ணன் மன்றாடும் குரலில்.

'சரி' என்றேன் ஆறுதலாக.

'நீ அவளிடம் பேசக்கூடாது.'

எனக்குப் பாவமாக இருந்தது. 'சரி' என்றேன்.

'ரொம்ப நன்றிடா' என்று அவன் என் கையைப் பிடித்தான். 'எனக்கு இப்போது எத்தனை சந்தோஷமாய் இருக்கிறது தெரியுமா?'

கோபால் வந்தான்.

'டேய், சாந்தி தூங்கப் போய்விட்டாள். அந்தப் பெரிய ஹாலுக்குப் போனாள். இதுதான் சந்தர்ப்பம்' என்றான்.

'என்னடா' என்றேன்.

ராதாகிருஷ்ணன் தயங்கி, 'வசியம் செய்யவேண்டும் என்றால் அந்தப் பெண்ணின் தலைமயிர் ஒரு சுருள் வேண்டுமாம்' என்றான்.

'யார் சொன்னது?'

'என் அப்பா,' கோபால் சொன்னான்.

'தலை மயிரை எப்படிடா எடுப்பது? கொஞ்சம் போதும் என்றால் அவள் சீவி வீசும்போது எடுக்கலாம்.'

'அது போதாது. கொஞ்சம் நிறையவே வேண்டும். அதை சாம்பல் பண்ணி அதிலிருந்துதான் மை செய்கிறார்கள்.'

'உனக்குத் தெரியுமா எப்படி என்று?'

'அப்பா சொன்னார். பரமேஸ்வரனுக்குத் தெரியும்.'

'ரூபாய் கேட்பானே?'

'என்னிடம் நூறு ரூபாய் இருக்கிறது,' ராதாகிருஷ்ணன் சொன்னான்.

'எத்தனை?'

'நூறு. சஞ்சயிகா சிறுசேமிப்புத் திட்டத்தில் இருக்கிறது. அதை எடுத்துவிடலாம்.'

'உன் அம்மா உதைப்பாளே?' என்றான் கோபால். அம்மாவிடம் கோள் சொல்லப்போகிறவன் அவன்தான் என்று எனக்கு ஐயமறப் புரிந்தது.

எனக்கு உடனே ராதாகிருஷ்ணனின் அம்மா சந்திரன் மாமாவிடம் அழுத காட்சி ஞாபகம் வந்தது. சொல்லலாமா, வேண்டாமா? முக்கியமான ஆயுதம் கையிருப்பில் இருப்பது உசிதம் என்றது பொது அறிவு.

'அம்மாவுக்கு அப்புறம்தானே தெரியும்? அடிபட்டால் பரவா யில்லை' என்றான் ராதா.

'சரி, அப்படியானால் போய் தலைமயிர் வெட்டிக்கொண்டு வா' என்றான் கோபால் என்னிடம்.

'நானா?'

'டேய், இதோ பார். நீ சாந்தியின் சொந்தத்தில் ஒரு அண்ணா தானே! நீ அவள் தலைமயிரை வெட்டுவதை யாராவது பார்த்தால் கூட அதிகமாய்த் திட்ட மாட்டார்கள். இவனோ நானோ அகப் பட்டால் அப்படியா?'

'மட்டுமல்ல, உன்னளவு தைரியமும் எங்களுக்கு இல்லை' என்றான் ராதாகிருஷ்ணன்.

'நீதான் சொன்னாயே, உன் கூடப் படிக்கிற ஷீலாவின் தலையில் இருந்து பூவை நடுரோட்டில் வைத்து எடுத்தாய் என்று. இதென்ன பிரமாதம்...'

நான் மறுக்க முடியாத எல்லைக்குத் தள்ளப்பட்டுவிட்டதை உணர்ந்தேன். 'சரி சரி, யாரும் நம்மை கவனிக்கக்கூடாது. ஜாக்கிரதை' என்றேன்.

‘அதெல்லாம் நாங்கள் பார்த்துக்கொள்கிறோம்.’

‘எங்கே கத்திரி?’

‘கத்திரியா, பிளேடுதான் இருக்கிறது.’

‘பிளேடா? முண்டம். பிளேடால் தலைமயிரை அறுக்க முடியுமாடா?’

‘இரு. நான் கத்திரியே கொண்டு வருகிறேன்.’ ராதாகிருஷ்ணன் பறந்தான்.

அவனுக்குக் கத்திரி கிடைக்கக்கூடாது என்று நான் பிரார்த்தனை செய்தேன்.

கத்திரிக்கோலுடன் பாவி திரும்பிவந்தான்.

முன் வைத்த கால். வேறு வழியில்லை. ‘இங்கேயே இருங்கள்’ என்று கூறிவிட்டு நான் நடந்தேன். கத்திரிக்கோலை மறைத்துக் கொண்டேன்.

முன் ஹாலைத் தாண்டி உள் ஹாலை அடைந்தேன். அது சாத்தப் பட்டிருந்தது. வீட்டுக்குள் முன்னிரவில் குரல் ஒலிகள் அடங்கி மெல்லிய சோர்ந்த குரல்கள்தாம் கேட்டன. கதவு மூடியிருந்தது. மெதுவாகத் திறந்தேன். மனம் படபடத்து எகிறியது. உள்ளே வெளிச்சமே இல்லை. வெளியேயிருந்து வீசிய ஒளியில் நிறைய பேர் சகட்டுமேனிக்குப் படுத்துக் கிடப்பது தெரிந்தது. மெதுவாக உள்ளே நுழைந்தேன்.

வயிற்றுக்குள் பனிக்கட்டி உருகியது.

இப்போது திடீரென்று ஒரு எண்ணம் எனக்கு வந்தது. சாந்தியின் தலை மயிரை வெட்ட வந்தது சரி; ஆனால், பிடிபட்டால், அதற்குத்தான் வந்தேன் என்று எப்படி நிரூபிப்பது?

என் தொண்டை உலர்ந்தது. அக்கணங்களில் என்னைச் செலுத்தியது கோபாலின் ஏளனமான முகம்தான்.

காலில் எதுவோ மிதிபட்டது. சதை! விதிர்விதிர்த்துப் போய் காலை எடுத்தேன். அது ஒரு கை. ஒரு தடித்த பெண் கிடந்தாள். இருளில் கூர்ந்து கவனித்தேன். பத்மினி மாமி. அவள் எழவில்லை. திரும்பிப் படுத்துக்கொண்டாள். என் உயிர் திரும்பி

வந்தது. மெதுவாக நடந்து போய் ஒவ்வொரு நிழலாகப் பரிசீலித்தேன். சாந்தி வசமாகக் குப்புறப் படுத்துக்கொண்டிருந்தாள்.

மெதுவாக உட்கார்ந்து அவள் தலைமயிர்ச் சுருளை அள்ளினேன். அது இத்தனை அடர்த்தியாகப் பளபளவென்று இருக்கும் என்று நான் நினைக்கவேயில்லை. ஒரு கூந்தலுக்கு இத்தனை அடர்த்தியும் எழிலும் உண்டு என்பதே எனக்கு அப்போதுதான் புரிந்தது. கூந்தலின் ஒரு கற்றையை வெட்டி எடுத்துக்கொண்டேன். என் கை வெடவெடவென்று நடுங்கியது. கத்திரி தவறி விழுந்து விடுமோ என்று பயந்தேன். வெட்டிய சுருளைப் பைக்குள் வைத்துவிட்டு கத்திரிக்கோலைச் செருகிக்கொண்டேன்.

அப்போது வெளியே குரல் கேட்டது. இங்குதான் வருகிறார்கள் என்று எப்படியோ எனக்கு புரிந்து போயிற்று. என் உடம்பு பரபரத்தது. சட்டென்று படுத்துக்கொண்டேன். அருகே ஒரு போர்வை. போர்த்திக்கொண்டேன்.

குரல்கள் நெருங்கின. கதவு திறக்கப்படும் ஒலி. குழந்தை ஒன்றை அவள் கொண்டு வந்திருக்கக்கூடும். அதைப் படுக்க வைத்துப் போர்த்திவிட அவளுக்கு நிறைய நேரம் தேவைப்பட்டது.

என் படபடப்பு அடங்கியது. அருகே படுத்திருப்பது யார் என்று பார்க்க முயன்றேன். சிறு உணர்வே அது பத்மினி மாமி என்று கூறிவிட்டது. எனக்கு மிக அருகே அவள் படுத்திருந்தாள்.

விடிகாலையில் குளிர். ஆனால் ஒரு நிமிடம் கழித்து வெப்பத்தை உணர்ந்தேன். அவள் உடல் ஒரு சன்னமான ஹீட்டர்போல தகித்தது. என் புலன்கள் அதுவரை நான் அறிந்திராத அளவு கூர்மையுடன் உயிர்கொண்டன. குறிப்பாக நாசி. உப்பு வீச்சத்துடன், சிறிதளவு மல்லிகை தொட்டுக்கொண்டு, சிறிதளவு ரத்தவாடை கலந்து சொல்லமுடியாது அந்த விநோத மணம். என் உடலின் ஒவ்வொரு அணுவிலும் உயிர்ச் சக்தியைத் ததும்பச் செய்யும் அந்த மணம். எனக்கு மிக அருகே அவள். அந்தச் செய்தி என் மூளைக்குள் ஓயாது ஒலித்தது. திரும்பலாமா? தொடலாமா? தொட்டு... என் உடலின் மாற்றங்களைத் திடீரென்று உணர்ந்தேன். அருவருப்பா, பீதியா, குழப்பமா? அய்யோ அதற்கு மேல்... அதற்குமேல் ஒரு பெருமிதம்! ஆமாம் பெருமிதமேதான். இதெல்லாம் எனக்கு நிகழ்கிறது. எனக்கே. நான் வேறு ஒருவனாக மாறிவிட்டிருக்கிறேன். வலிமை குறிகொள்ளும்

தோள்களுடன். ஆண்மையின் உத்வேகத்துடன். ஆண்மை... கடவுளே! என்ன செய்வேன்! இந்த வெறி... பாப உணர்வும் தினவும் கூடிக்கலந்து எரியும் இந்த வெறி.

துண்டுதுண்டாகச் சிதறிய எண்ணங்களுடன், வியர்வை எரிந்த படி வழிந்தோட, அப்படியே படுத்திருந்தேன். நெற்றி வியர்வை புருவத்தில் மோதிச் சரிந்து காதில் சொட்டியது. மெல்ல ஒரு ஸ்பரிசம். அவள் கரம் என்மீது கனமாக, மிக மென்மையாக. வளையல்களின் உறுத்தல். நான் மெல்ல அவள் பக்கமாகச் சரிந்தேன். தூங்குகிறாளா? இல்லை, விழித்திருக்கிறாள். சீண்டுகிறாள். சோதனை செய்து பார்க்கிறாள். என்ன சாகஸம்! இல்லை. முட்டாள்! தூக்கம்தான் இது. விழித்துக்கொள்ளப் போகிறாள். காறி உமிழப் போகிறாள். ஊரைக் கூட்டப் போகிறாள். ஆள் கூட்டத்துக்கு முன் நிர்வாணமாக ஒரு கணம் நின்று மீண்டேன். வேண்டாம், நான் ஓடிவிடப் போகிறேன்.

இப்போதே அபாயம்! எச்சரிக்கை! ஓடு... ஓட முடியவில்லை. மாமிசத்தில் முகம் அமிழ்கிறது. ரோமம் மிகுந்த விலங்கு களுக்கே உரிய தீவிரமான ஒரு நெடி நாசியை தாக்குகிறது. உடல் திசுக்களில் ஆழங்களில் உறைந்திருந்த உப்புகள் கரைகின்றன. பாதரசங்கள் கொதித்து எழுகின்றன. சகல திரவங்களும் தலைக்கு வடிந்து குமுற, அணுக்களில் எஞ்சும் பாஸ்பரஸ் தீப்பற்றிக் கொள்கிறது. மிக அந்தரங்கமாக அந்த அணைப்பின் புழுக்கமும், மணமும், அழுத்தமும் எனக்குப் புதிதல்ல என்ற அறிந்தேன்! ஆயிரம் முறை கனவில், போன ஜென்மத்தில், ஞாபகத்துக்கு எட்டாத எப்போதோ பலமுறை நிகழ்ந்த தனி ஆவர்த்தனம்தான் இது! உன் உள் மனம் அறியும் இம்மாமிச வாடை...

வெளியே ஓசைகள் கேட்டுக்கொண்டிருந்தன. இசைத் தட்டில் குன்னக்குடியின் வயலின், அடைசலான குரல்கள். பாத்திர ஒலிகள். வயலின் ஓசை மட்டும் திடீரென்று கூர்மை பெற்றது. மற்ற ஒலிகள் அனைத்தும் மௌனத்தில் அழுத்தி ஓய்ந்தன. சகலத்தையும் ஆக்ரமித்து நிறைத்துக்கொண்டது வயலின் ஓசை. வயலினின் ஒவ்வொரு வளைவும் எழுச்சியும் குழைவும் என்மீது பொழிந்தது. இசை ஒரு மலையோடைபோல வழிந்தது. அதனுடன் சேர்ந்து நானும் வழிந்து, விழுந்து, சுழன்று, மூழ்கி, மூச்சுத் திணறி, ஆழங்களில் அமிழ்ந்து, அழுத்தம் கவ்வ, காதுச் சவ்வுகளை மௌனம் மோதிக் கிழிக்க, மௌனமே சகலமும்

ஆன ஒரு கணம். ஓசையில்லாமல் வயலின் கம்பி மட்டும் அதிர்கிறது. முதுகுத்தண்டில் பரவி இறுக்கும் அதன் முறுக்கம், முறுகியபடியே உயிரைப் பிழியும் இறுக்கத்துடன், வேண்டாம் வேண்டாம் என்று வேறு மனம் தவிக்கத் தவிக்க இறுகி இறுகி இறுகி.... ஒரு கணத்துக்கு இத்தனை நீளமா? இறுக்கம், இறுக்கம் உச்சியில் ஒரு புள்ளியில், டிய்ங்ங்... என்று நாண் அறுந்து சுருண்டது. இசை துண்டாகியது.

பேரமைதி. ஆழத்திலிருந்து நான் மெதுவாக மேலே வந்தேன். உடல் மேற்பரப்பு குளிர்ந்தது. உடம்பு நடுங்கியது. கைகால்கள் எனதல்லாதவை போல அருகே கிடந்தன.

வெளியே வயலின் ஒலி இன்னமும் கேட்டுக்கொண்டிருந்தது. ஒரு நிமிடம் அப்படியே படுத்திருந்தேன். சட்டென்று அருவருப்பும் குற்ற உணர்வும் எனக்கு ஏற்பட்டது. திரும்பி அவளைப் பார்த்தேன். தூக்கமா? இல்லை வேஷமா? அப்போதும் புரியவில்லை. என்ன ஜாலம்! எத்தனை கள்ளம்?

எனக்குள் பீதியைக் கரைத்தது அந்த முகம். அவள் கையை எடுத்து மெதுவாய் விட்டேன். அருவருப்பு தொண்டையில் கரித்தது. பயங்கரமான ஒரு மயக்கமும் பிரமையும் என்னை ஆட்கொண்டிருந்தன.

மெதுவாக எழுந்து வெளியே வந்தேன். தூய காற்று என்னைத் தழுவிக்கொண்டது. அப்பாடா. என்னதான் நடந்தது உள்ளே? ஒரு அணைப்பு. தூக்கத்தில் நிகழ்ந்த ஒரு ஸ்பரிசம். அவ்வளவுதான். முட்டாள்! உன்னையே ஏமாற்றிக்கொள்ளாதே. தூக்கத்தில் நிகழ்ந்த அணைப்பா அது? யாரிடம் கேட்பது? எப்படி இந்தப் புதிரை அவிழ்ப்பேன்? என்றென்றும் பிறர் பகிர முடியாத அனுபவமாக, விடையற்ற புதிராக எனக்குள் இருக்கப்போகிறது இது.

என் உடம்பை அக்கணம் நான் வெறுத்தேன். பிற உடல்களை, மானுட உடல்களையே வெறுத்தேன்.

ராதாகிருஷ்ணன் ஓடி வந்தான்.

'என்னடா இத்தனை நேரம்?'

'இந்தா' என்று நீட்டினேன்.

ராதாகிருஷ்ணன் மையலுடன் அந்த மயிர்க் கற்றையைத் தடவினான். 'டேய் அவள் தலையில் எங்கிருந்துடா வெட்டி னாய்? வெளியே அசிங்கமாய்த் தெரியாதே?'

தலையசைத்தேன்.

கோபால் முன் வந்து தலைமயிரை வாங்கி தன் சட்டைப் பையில் வைத்துக்கொண்டான்.

'டேய் பத்திரம்' என்றான் ராதா.

'நாளைக்கு பரமேஸ்வரனைப் பார்ப்போம்' என்றான் கோபால்.

மூவருமாக மீண்டும் கறிகாய் வெட்டும் இடத்துக்கு வந்தோம். வேலைகள் கிட்டத்தட்ட முடிந்திருந்தன. உருளிகளை அடுப்பில் ஏற்றி நார்த்தங்காய்க் கறியை சம்பிரதாயப்படி முதலில் சமைக்க ஆரம்பித்துவிட்டனர். கோபால் பெண்களின் கன்னிமை பற்றி அவனுக்குத் தெரிந்தவகையில் கூற ஆரம்பித்தான். ராதா கிருஷ்ணன் உரக்கச் சிரித்தான். என்னால் அவர்களுடைய சிரிப்பில் இணைய முடியவில்லை. பிறகு ஒருபோதும்.

கணையாழி, 1988.

பூமியின் முத்திரைகள்

போஸ்டாபீஸ் முன்னால் வைத்து என்னை எதிரே கண்டு இடது காலைத் தரையில் ஊன்றி, சைக்கிளைச் சற்று சரித்தபடி ஜான் நின்றான். வெள்ளை பாலிஸ்டர் சட்டை வியர்வையில் ஊறி உடலில் ஆங்காங்கே ஒட்டி, தோல் நிறம் பெற்றிருந்தது. கழுத்தும் முகமும் ஈரமாக மினுங்கின. சீப்பின் அடையாளங் களுடன் தார்போல ஒட்டியிருந்த தலை மயிரிலிருந்து எண்ணெய் வழிந்து கன்னம், நெற்றி, மூக்கு எனக் கரிய சருமத்தில் பரவி இறங்கியிருந்தது. சற்று உரக்க மூச்சு விட்டபடி, உதடுகள் மட்டும் விரிய, கண்களில் ஒளி இன்றி என்னிடம் புன்னகை புரிந்தான்.

நான் சைக்கிளின் ஹாண்டில்மீது கையை வைத் தேன். புத்தகம் வைப்பதற்குரிய சிறு ஸ்டீல் கேரியர் அங்கிருந்தது. கை பட்டபோது அதன் ஈரமான குளிர்ந்த வழவழப்பு அருவருப்பூட்டியது. செத்த பாம்பை ஸ்பரிசிப்பதுபோல. கையை விலக்கி மெல்ல நகர்த்தினேன். அவனை ஏறிட்டுப் பார்ப் பதைத் தவிர்த்தேன். சைக்கிளை வருடியபடி தலை குனிந்து நின்றுகொண்டிருந்தேன். கையை மெல்ல முனை மழுங்கின பிளாஸ்டிக்மீது வைத்து அழுத்தி னேன். இறுகப் பற்றியபோது முட்களின் அழுத்தம் இதம் தந்தது. உட்கை வெண்மையில் இலேசான தினவு. பிடியைச் சுழட்டிச் சுழட்டி வருடலை அனுபவித்தேன். அவன்முன் மௌனமாக,

அசந்தர்ப்பமாக நின்றுகொண்டிருக்கிறோம் என்ற உணர்வே எனக்குள் முழுக்க இருந்தது. ஆனால் இந்தச் சிறுசெயல் அந்தச் சங்கட விரிவைப் பின்புலமாக்கி முன்நீண்டு முனை கொண்டிருந்தது. அக்கணம் மிகவும் அர்த்தமுள்ள எதையோ சொல்வது போல, முற்றிலும் அதில் ஆழ்ந்திருப்பதுபோலத்தான் பிரமை கொண்டிருந்தேன்.

ஜான்தான் முதலில் பேசினான். 'எங்கே போறே' என்றான்.

சட்டென்று எளிதான கேள்வி ஒன்று முன் விழுந்துவிட்டதில் ஆசுவாசம் கொண்டேன். 'இதுவரைதான். கடைப்பக்கமா' என்றேன். அந்த அமைதியின்மையின் இறுக்கத்திலிருந்து விலக விலக, அதைப் பார்க்கவும், மதிப்பிடவும், ஓரளவு தயார் நிலையில் எதிர்கொள்ளவும் இயன்றது. அந்தத் தெளிவின்மை கலைதலே ஒருவித விடுதலையுணர்வைத் தந்தது.

'காலேஜுக்கு எப்ப வருவே' என்றேன்.

'வரணும்' என்றான் தலை குனிந்தபடி.

'எப்ப?'

'அடுத்த வாரமாப் பார்க்கலாம்...'

மீண்டும் மௌனம். அதுவரை பேசியதெல்லாம் எவ்வித மனத் தடமும் விட்டுச் செல்லாமல் வெறுமையில் ஒடுங்க, ஏதும் பேசிவில்லை என்ற உணர்வு மட்டும் மிஞ்சியது.

உரையாடல் சாமுவேலைப் பற்றியதாக நகர்த்திக்கொள்ள வேண்டும் என்ற துடிப்பும் வேண்டாம் என்ற தயக்கமும் ஒருசேர என்னைத் தாக்கியது.

'வீட்டுக்கு வந்திருந்தியாம், அம்மா சொன்னா' என்றான் ஜான்.

'ம்' என்றேன். பரிச்சயமுள்ள எந்த வார்த்தையும் உபயோகப் படும்படி என் நினைவை அக்கணம் அண்டவில்லை. அவன் பார்வையைச் சந்திக்கக்கூட என்னால் முடியவில்லை.

'அம்மா படுத்த படுக்கைதான்' என்றான்.

எனக்குள் அவன் அம்மாவின் கரிய வட்ட முகம் மின்னி, அழிந்தது. வயிற்றில் நமநமவென்று வலிபோல, குளிர்போல ஏதோ புரளல்.

மௌனம் எங்களை அழுத்தி மூச்சுத் திணறச் செய்தபடி கவிந்திருந்தது. மேல் பறம்பு வீட்டின் முன்புறமிருந்து வெளியே வளைந்து நீண்ட தென்னை மரத்தின் நிழல், சற்றுத் தள்ளி சாலையில் செம்மண் பரப்பில் விழுந்துகிடந்தது. வானில் மிதக்கும் மிகப் பெரிய, ஏராளமான சிறகுள்ள பறவை ஒன்றின் நிழல்போல அது மெலிதாக அசைந்துகொண்டிருந்தது.

'நீ நாளைக்கு சர்ச்சுக்கு வருவியா?' என்றான் ஜான்.

நான் அந்த நிழலையே இனம் புரியாத மெலிதான பீதியுடன் பார்த்தபடி நின்றேன், அதன் அமைப்பை வைத்துப் பறவையை அனுமானிக்க முயல்பவனைப் போல.

'வருவியா?' என்றான் ஜான்.

'ம்?' என்றேன் திடுக்கிட்டு.

'நாளைக்கு சர்ச்சுக்கு வருவியோ?'

உலுக்கப்பட்டவன்போல உடல் அதிர்ந்தேன். ஒரு கணம் மூச்சு சிக்கிக்கொள்வதுபோல் இருந்தது.

சர்ச்.

கிறிஸ்துமஸ் நாட்களில் நான் சர்ச்சுக்குப் போவதுண்டு. குழைவுகள் அற்ற நேரான ஏற்ற இறக்கங்களின் நிதானத்துடன் கூடிய அந்தப் பாடல்களின் விநோதமான கம்பீரம் எனக்குப் பிடித்தமானது. முகம் தெரியாத பெரும் வெளியிடம் தன் சிறுமை உணர்ந்த பணிவுடன், தன்னிரக்கம் வழிய, எதற்காகவோ மன்றாடும் அந்த வார்த்தைகளின் இயலாமையும் நெகிழ்ச்சியும் கலந்த இனிய சோகம்! ஒளி ஊடுருவும் தவிட்டு நிற இதழ்களைக் கொண்ட, துல்லிய வட்டப் புஷ்பம் போல மிக உயரத்தில், உட்குடைவான சுதை வெண்கூரையிலிருந்து தொங்கும் சுழலும் மின்விசிறிகளும், கவிழ்த்துத் தொங்க விடப்பட்ட ராஜமல்லிப் பூங்குலை போல ஒளிரும் கண்ணாடி முத்துக்கள் அடர்ந்து தொங்கும் அலங்கார விளக்குகளும், பெரிய சன்னல்கள் மீது அரைவட்ட வடிவிலான வெண்டிலேட்டர்களில் பதிக்கப்பட்ட பலநிறக் கண்ணாடிப் பரப்புகளின் மர்மமான மினுக்கமும், பழங்கால கரிய மரப்பெஞ்சுகளும், ஈட்டி மரம் கடைந்து செய்யப்பட்ட, மெலிதான மினுங்கலுடன் ஒளி பிரதிபலித்தது

ஈரம் என்ற கற்பனையை எழுப்பும் கரிய அல்டாரும் எல்லாம் எனக்குள் ஒருவிதப் பணிவையும் அச்சத்தையும் விவரிக்க முடியாத மௌனக் கிளர்ச்சியையும் ஏற்படுத்தும் கவர்ச்சிகள். இரவில் அலங்கார விளக்குகள் உயிர்பெற்று, சிறு கண்ணாடிக் கோளங்கள் முழுக்க பெரிய ஒளிச் சொட்டுகளாக மாறிவிடும் போது, மின் விசிறிகள் சுழலும் வட்டங்களின் உள்ளே அங்கு மிங்கும் அனேகத் தங்க வாட்கள் மின்னுவதைக் காணலாம். கண்ணுக்குத் தெரியாத தேவதைகளின் விளையாட்டுச் சண்டை. அல்டாரின் வழவழப்பான வளைவுகளில் மின்விசிறியால் உடைத்து விசிறப்பட்ட ஒளி பிரதிபலித்து, அது உருகி நெளிந்து கொண்டிருப்பதுபோலப் பிரமை எழும். வாசல் முகப்பின் மிகப் பிரம்மாண்டமான உருண்ட சுதைத் தூண்களின் வெண்ணிற வழ வழப்பில் முதுகைச் சாயத்து நிற்பது மூத்த தாத்தாவின் கால்களில் முதுகுசேர்த்து நிற்பதுபோல. என் அன்னியத்தன்மையினால் கவரப்படும் கண்களின் கவனிப்புதான் அசௌகரியமான ஒரே விஷயம். தங்கள் அந்தரங்க உலகில் புக வந்த அன்னியனைப் போலப் பார்க்கும் - விலகும் கண்கள். அல்லது நட்பும் சிறு வியப் பும் வரவேற்பும் தெரியும் கண்கள். இரண்டுமே தாங்க இயலா தவைதான். உள்ளே நிற்கும் நேரம் எல்லாம் ஓடிவிடவேண்டும் என்ற தவிப்பும் புறங்கழுத்தில் இனம் புரியாத ஸ்பரிச உணர்வும் ஓயாது. வெளியே வந்த மறுகணம் ஓர் இனிய அனுபவம் முடிந்த மீட்டல். பிறகு ஒருவித வேட்கையுடன் மட்டுமே அதை நினைவு கூர இயலும்.

முதன்முதலாக அங்கு கூட்டிச் சென்றவன் சாமுவேல். அப்போது நாங்கள் எட்டாவதில் படித்துக்கொண்டிருந்தோம். தயங்கித் தயங்கி ஆவலின் படபடப்புடன் நான் விசாலமான கற்படிகளில் வெற்றுக்கால் ஸ்பரிசித்து இதமான வெப்பம் உணர, உச்சந்தலை பாதுகாப்பின்மையில் அதிர, படியேறினேன். பெரும் நுழைவு வாசலையும் இருபுறமும் உயர்ந்தோங்கி நின்ற சுதைத் தூண் களையும் பார்த்தபடி வியந்து நின்றேன். 'வா பயப்படாதே' என்றான் சாமுவேல். உள்ளே நுழைந்த மறுகணம், நான் மிகச் சிறிய உருவாக ஆகிவிட்டதுபோல உணர்ந்தேன். ஒரு எறும்பு போல. சட்டென்று, முன்னும் பின்னும், பக்கங்களிலும், காற்றை நிரப்பியிருந்த மரங்களும் வீடுகளும் மனிதர்களும் குரல்களும் நிழல்களும் அசைவுகளும் அனைத்தும் அகன்று திறந்தவெளிக்கு - முடிவற்ற வானப் பரப்புக்கு - வந்துவிட்டவன்போல உணர்ந்தேன். ஒருவித விடுதலையுணர்வு என்மீது கவிந்தது.

கிறீச்சிட்டுக் கத்தவேண்டும் போன்றதொரு மன உந்துதலில் என் புலன்கள் விறைப்படைந்தன. ஒரு கணம்தான். மறுகணம் என்னைப் பயம் கவ்வியது. பெரும் அறை விரிவன் ஆழ்ந்த மௌனம் நாற்புறமும் சூழ்ந்து என்னை இறுக்குவதுபோல இருந்தது. தலைமயிரைக் கலைத்த ஜன்னல் காற்றும் கண்ணாடி களின் நிறங்கள் தரையில் விழுந்துகிடந்த மர்ம மினுங்கலும், உயிருள்ளதுபோலத் தோல் வழவழப்புடன் நெளிவதாகப் பிரமை தந்த அல்டாரும் என்னைத் திகில் கொள்ள வைத்தன. காலியான, எண்ணற்ற இருக்கைகள்! அவற்றில், என் கண் களுக்குத் தட்டுப்படாத ஏதேதோ ஆட்கள் இருப்பதுபோலவும் அவர்கள் வார்த்தைகளற்ற சங்கீதம் ஒன்றால் பிணைக்கப்பட்டி ருப்பதுபோலவும் தோன்றியது. உண்மையில் எங்கோ காற்றுப் பீறிடும் ஒலி, தொலைதூர சங்கீதம்போல மிக மெலிதாக இரைந்துகொண்டிருந்தது. என் மனம் தவிக்க ஆரம்பித்தது. பீதியுடன் திரும்பி சாமுவேலைப் பார்த்தேன். அவன் முழந் தாளிட்டு ஜெபித்துக்கொண்டிருந்தான். என்ன செய்வதென்று அறியாமல் நகத்தைக் கடித்தபடி நின்றேன். அப்போது கிறீச் என்ற கூர்மையான மெல்லிய ஒலி கேட்டது. அதிர்ந்துபோய், திரும்பிப் பார்த்தேன். அங்கு ஃபாதர் இமானுவேல் மத்தாயி நின்றுகொண்டிருந்தார். தெளிவற்ற விநோத அமைதி நிரம்பிய அந்த அறைவெளியில், இனிய தெளிவின் சிறு குவிப்புபோலக் கண்களை மோதி நிறைக்கும் தூய வெண்ணிற அங்கியுடன்.

சாமுவேல் எனக்கு அவரைச் சொன்னான். பின் என்னை அவ ருக்கு அடையாளம் செய்வித்தான். நட்பாகப் புன்னகை பூத்தார். 'கர்த்தர் எல்லாருக்கும் மீட்பர்தான் குழந்தை. அவர் யாரையும் கைவிடமாட்டார்' என்றார். அவர் பேச்சில் மலையாள உச்சரிப்பு விநோத இனிமை சேர்த்திருந்தது. மிகவும் சிவந்த முகம். பெரிய இமைகள். அவை மூடும்போது சிறு பறவை ஒன்று இளவெயில் ஏற்கும் பொருட்டு சிறகுகளை மெல்லத் தழைப்பதுபோல் இருந் தது. மீசை இல்லாததனால் பெரிதாகப் புடைத்துத் தோற்றமளித்த மூக்கு. முன் வழுக்கை தாமிர நிறமாக மின்னியது. காதுகளில் நீளமான இறகுகள்போலப் பிசிறான ரோமங்கள். பச்சை நிறக் கன்னம். தலைமயிர் காதோரம் வெண்மை கலந்து படிந்திருந்தது. அவரது மிகவும் தூய்மையான வெண்ணிற அங்கி எத்தனை கவர்ச்சியை எனக்கு அளித்தது என்று கூறுவது சிரமம். அதன் மெல்லிய சிலுசிலுப்பைத் தொட்டுப் பார்க்கவேண்டும் என்று எனக்குள் எழுந்த உந்தலைக் கட்டுப்படுத்தப் பார்வையைத்

திருப்பிக்கொள்ள வேண்டியிருந்தது. நாவைச் சற்று நீட்டிக் கீழ்வரிசைப் பற்களை மூடியபடி, வாய் சிவப்பாக வரிந்து இழுபட, கண் கீழ்த்தசைகள் லேசாகச் சுருங்க, பெயர் நினைவில் சிக்காத ஏதோ பறவையின் பரிச்சயமான குரல்போல ஒலி எழுப்பி, அவர் சிரித்தது அந்தப் பின்னணியின் பிரமைத் தளத்தில் ஒன்றி ஒரு புன்னகை என்பதற்குமேல் அர்த்தங்கள் பெற்று மனசைத் தாக்குவதாக இருந்தது.

ஃபாதர் இறந்துபோய் ஏழு வருடமாகிறது. ஒரு நாள், நான் பள்ளியிலிருந்து சாயங்காலம் வீடு திரும்பியபோது கடைத்தெருவில் வைத்தே அந்தச் செய்தியைக் கேள்விப்பட்டேன். மாரடைப்பு. கோட்டயத்தில் விகாரியாக இருந்த அவர் அண்ணாவுக்குத் தந்தி தருவதற்காக ஒரு பெரிய கும்பலே போஸ்டாபீஸ்முன் நின்றிருந்தது. குழம்பிப் போனவர்களாக உரத்த குரலில் பேசிக்கொண்டு நின்றார்கள். சில கரிய முதுகுகள் பதற்ற வேகத்துடன் அவசரமாக சர்ச் திசையில் நுனிக்காலில் தாவி ஓடிக்கொண்டிருந்தன. மீன்காரக் கிழவிகளின் குழு ஒன்று மோவாய்மீது கைகளுடன் பதற்றமாகப் பேசிக்கொண்டு பாதையோரமாக நின்றிருந்தது. மறுநாள் காலையில்தான் விகாரி வந்து சேர்ந்தார். பிறகுதான் சவ அடக்கம். நான் போக ஆசைப்பட்டேன். ஆனால் அப்பா மிகவும் மூர்க்கமாக என்னைத் தடுத்துவிட்டார். அன்றைக்கு ஃபாதரின் அண்ணா மட்டும்தான் அழவில்லை என்று சாமுவேல் என்னிடம் பிறகு சொன்னான். ஊரின் கிறிஸ்தவர்கள் பெரும்பாலும் அங்கு கூடியிருந்தார்களாம். அனைவருமே உரக்க அழுதுவிட்டார்களாம்.

ஃபாதரின் ஆத்மாவுக்காக நடந்த ஆராதனையில் பங்கு பெற நானும் சாமுவேலுடன் போயிருந்தேன். சர்ச்சுக்கு வெளியே முற்றத்திலும் வராந்தாவிலும் கூட ஆட்கள் முழந்தாள் இட்டிருந்தார்கள். பெரிய ஹால் நிறையத் திணறத் திணறக் கூட்டம். கடும் அமைதி நிலவியது. உள்ளே போகும்படி எங்களிடம் கூறிய கோயில்குட்டிகூட ரகசியக் குரலில்தான் பேசினார். முகங்கள் முழுக்க இறுக்கம். ஆனால் அது சோகம்போலத் தெரியவில்லை. ஒருவிதப் பதற்றம், கிளர்ச்சி. ஃபாதருக்கு ஒரு நினைவுச்சின்னம் கட்டுவதாகத் தீர்மானம் ஆகியிருப்பதாக சாமுவேல் சொன்னான். அது என்ன என்று எனக்கு அப்போது புரியவில்லை.

ஆராதனையின்போதுகூட பெண்கள் அழுதனர். முதலில் கடும் நிசப்தத்தில், திற்பரப்பிலிருந்து வந்திருந்த புதிய பாஸ்டரின் குரல்

நிதானமாகக் கேட்டுக்கொண்டிருந்தது. பிறகு ஜெபச் சொற் றொடர்களைமீறி ஒரு விசும்பல் கேட்டது. சரேலென்று அது பனிக்கத்திபோல என் வயிற்றில் பாய்ந்தது. தொடர்ந்து பெண்கள் பகுதியிலிருந்து விசும்பல்கள் கேட்க ஆரம்பித்தன. சற்று நேரத்தில் ரன்னமான அரற்றல்களும் அழுகை ஒலிகளும் பெரும் ஹாலை நிறைத்தன. எனக்குப் பின்னால் இருந்த வர்களைத் திரும்பிப் பார்த்தேன். இருவர், இமைகள் மூடி அழுந்திய விளிம்பில் ஈரம் கசிய உதடுகளை இறுக்கியபடி மூக்கு அசைய அமர்ந்திருந்தனர். என்முன் முழந்தாளிட்டிருந்தவன் புறங்கழுத்தில் மயிர் புள்ளி புள்ளியாகக் குத்திட்டு எழுந்து நிற்பதைக் கண்டேன். சாமுவேல் 'ஊஉற் ஊஉற்' என்று ஒலி எழுப்பியபடி அழுதுகொண்டிருந்தான். எனக்கும் வயிற்றைப் பிசைந்தது. உப்பு நீர் பருகியதுபோலத் தொண்டை கரகரப் படைந்தது. அது அந்தச் சூழ்நிலையின் பாதிப்பினாலா என்று சொல்லத் தெரியவில்லை.

பிற்பாடு ஒரு வருடம் கழித்துத்தான் ஃபாதரின் கல்லறை பால் காய்ச்சும் விழா. சிமித்தேரியிலேயே பெரிய கல்லறை ஃபாதருக் காகக் கட்டப்பட்டதுதான். சிவப்பு, ஊதா, மஞ்சள் நிறங்களில் அதன் புதிய தோற்றம், கல்லறைத் தோட்டத்தின் மங்கலான மண் நிறம், அழுக்குப் பாசிப் பசுமை, பழைமை ஆகிய பொதுக் குணங்களோடு ஒன்றாமல் கண்களில் பளீரிட்டது. அன்றும் பெரிய கூட்டம். பிஷப் சாமி, இருபது கார்கள் புடைசூழ வந்தி ருந்தார். தெருவில், போஸ்டாபீஸ் முனைவரை, போஸ்டர் களும், கொடிகளும், தோரணங்களும் எங்கள் தலைக்குமேல் கொட்டின. சிவன் கோயில் திருப்பத்தில், பெருவட்டரின் ரப்பர் தோட்டத்து உயர்ந்த கிளை ஒன்றில் ஓர் ஒலிபெருக்கி கண் ணுக்குத் தெரியாதபடி இலைகளில் மறைந்திருந்தது. நடராஜ முதலியாரின் கனமான குரல் ஜங்ஷனில் ஏழெட்டு இடங்களில் மோதி எதிரொலி செய்தது. அதன் அதிர்வு ஜங்ஷனில் வழக்க மான வெறிச்சோடலைத் துடைத்து ஒருவித கிளர்ச்சியை நிரப்பியது.

பெண்கள் சலவை மணத்துடன், உடைகள் சரசரக்க, பவுடரும் வியர்வையும் மணக்க, ஏக அலங்காரங்களுடன் வந்து குழுமி யிருந்தார்கள். யாருமே துயரமாகக் காணப்படவில்லை. கரிய கன்னங்களில் பவுடர் பூச்சின்மீது படிந்த நீராவிபோல, ஓயாது நெளிந்து உருமாறும் கரிய உதடுகளும், தாவும் விழிகளும்,

மேலுதட்டின் ஈர முத்துக்களும் மனசைப் பிசைந்தன. திரும்பித் திரும்பி பார்த்தபடி, வேறு யாரும் என்னைக் கவனிக்கிறார்களா என்று பயந்தபடி நின்றேன். கண்ணாடித் துண்டுகள் தரையில் விழுந்து சிதறுவதுபோலச் சிரிப்புகள். சருகில் காற்று தவழும் உடை உரசல்கள். கிளுகிளுப்புகள். நான் அர்த்தபுஷ்டியுடன் சாமுவேலைப் பார்த்தேன். என் பார்வையை ஏற்றுப் புன்னகை பகிரும் நிலைமையில்தான் அவனும் காணப்பட்டான். அந்தச் சூழலில் சோகம் இருக்கத்தான் செய்தது. ஆனால் அனைவருமே மூடுபனிபோலப் போர்த்திய அந்த இளம் சோகத்தின் இனிமையை ரசித்துக்கொண்டிருந்தார்கள் என்று எனக்குப் பட்டது. சாமுவேல் என்னிடம் ஜென்சியைக் கண்ணால் சுட்டிச் சிரித்தான்.

ஆனால் பிற்பாடு மெல்ல மெல்ல மனோநிலைகள் மாறுபடத் தொடங்கின. ஃபாதரை நினைவுகூர்ந்த உருக்கமான சொற் பொழிவுகளும் சோகத்துடன் நிராதராவாக வான் நோக்கி நீண்ட இருகரம்போல உயர்ந்து அந்தரத்தில் துழாவி அலைந்த பாடலும் அனைவரையும் இளகச் செய்துவிட்டது. பிறகு ஆழ்ந்த மௌனம்தான் நிலவியது. சீக்கிரம் முடிந்தால் போதும் என மனசைப் பொறுமை இழக்கச் செய்யும் மௌனம். பிறகு, அரை இருளில் முகங்கள் கண் மினுமினுப்பாகவும் வாயசைவில் மின்னி மறையும் பற்களின் வெண் புள்ளிகளாகவும் மாறிவிட்டபிறகு, கூட்டம் முடிந்தபோதுகூட, பேச்சொலிகளைவிட உடைகளின் உரசல்களே பிரதானமாகக் கேட்டன. வானம் கடும் சிவப்பாக, சர்ச்சின் கூம்புக் கோபுரத்தின் பின்னால் பதிந்திருந்தது. கோபுர நுனியில் சிலுவை. தனிமையின் திட உருக்குவிப்பு போல; மேகங்களை அளைய பூமி நீட்டிய ஒற்றை விரல்போல. வெகு வேகமாக சாம்பல் நிறமான சன்னமான திரை சர்ச்சின்மீது கவிழத் தொடங்கியது. சட்டென்று கோபுரத்தின் வயற்றில் கண்டா மணியின் மீதாக மெர்க்குரி விளக்கு கண் திறந்தது. விளக்கின் கீழ்ப்புறம் கற்சுவர்ப் பரப்பின் கரடுமுரடுகள் மீது ஒளி பரவி அவை தங்கப்பூச்சு பெற்றன. மஞ்சள் மினுமினுப்பும் நிழலும் துணுக்குகளாகச் சிதறிக் கலந்து உருவான அற்புதக் கோலம். மெர்க்குரி நிலவை மொய்த்து வட்டமிட்ட ஈக்களின் நிழல்கள் அதன்மீது ஊர்ந்தன. குரல்கள் சிதிலமாகி இறந்துகொண்டி ருந்தன. சிமித்தேரியின் மரங்களை வந்து மொய்க்கத் தொடங்கிய பறவைகளின் ஒலி மிகவும் உரக்கக் கேட்டது. மெதுவாக நடந்ததனால் நாங்கள் வெகுவாகப் பின்தங்கிவிட்டிருந்தோம்.

சாமுவேல் அதுவரை மிகுந்த இறுக்கத்துடன் இருந்தவன், சட்டென்று நின்றான். என் கையை இறுகப் பற்றினான். முன்பனிக் காலம் ஆனதனாலோ என்னமோ அவன் கை மிகவும் சூடாக இருந்தது. சாமுவேல் மிகவும் சுருதி மாறுபட்ட குரலில், 'டேய், நான் பெரியவனான பிறகு பாஸ்டர் ஆகப்போகிறேன்' என்றான்.

அந்தக் கல்லறையைப் பிறகு ரொம்ப வருடம் கழித்துத்தான் மீண்டும் நான் காண நேர்ந்தது. அமைதியான பின் மதியத்தில் சிமித்தேரி, உண்ட மயக்கத்தில் படுத்திருப்பதுபோலக் காணப் பட்டது. காய்ந்த புற்கள் மண்டிய கல்லறைகள் வெயிலில் வெறிச்சிட்டுக் கிடந்தன. பெயர்ப் பலகைகள் மங்கிவிட்டிருந்தன. சில கல்லறைகள்மீது உலர்ந்த பூக்கள். மெழுகுவர்த்திகள் பல நிறங்களில் உருகி வழிந்த தடங்கள். பறவைகளின் எச்சம் வெண்ணிறத் தழும்புகளாக மரங்களின் அடியில் இருந்த சில கல்லறைகள்மீது பரவியிருந்தது. மழையில் தெறித்த சேறு உலர்ந்து செம்மண் பூச்சாக எல்லாக் கல்லறைகளும் மண் நிறம் பெற்றுவிட்டிருந்தன. சற்று காலத்துக்கு முன்புதான் புதுப்பூச்சு பெற்றிருந்த சில கல்லறைகள் வித்தியாசமாகத் தெரிய முயன்றாலும்கூட மண் நிறம் அவற்றையும் தாக்கி அமிழ்த்த முயன்று கொண்டிருந்தது. ஆக்ரமிப்பை முழு வலிமையுடன் எதிர்த்து அவை தாக்குப்பிடிக்க முயல்வதாகத் தோன்றியது. தூரத்து கார் ஹாரன் ஒலிகளும் பறவைகளின் ஒற்றைக் குரல்களும் அமைதியைக் கலைக்க முடியாமல் மழுங்கிப்போய் அந்த அடியற்ற ஆழத்தில் விழுந்து உருவிழந்து மறைந்துகொண்டிருந்தன.

நான் எதிர்பாராமல் ஃபாதரின் கல்லறையைக் கண்டேன். அது அங்கிருப்பதைக்கூட எதிர்பாராதவன்போல சிறு அதிர்ச்சியுடன் பார்த்தேன். துடைப்பப் புல் இடுப்பளவு உயரத்துக்கு மண்டி மற்றக் கல்லறைகளைவிட மிகவும் பாழடைந்து காணப்பட்டது. பெயர்ப் பலகையைக்கூட மிகவும் சிரமப்பட்டுத்தான் படிக்க வேண்டியிருந்தது. ஃபாதரின் பெயர் என்னை அமைதி இழக்கச் செய்தது. நானும் சாமுவேலும் கல்லறைகளின் இடையே தலை அவற்றின் மட்டத்துக்கு மேல் உயர்ந்து தெரிகிறதா என்று பரிசோதித்தபின் அமர்ந்து வசதியாகக் காலை நீட்டிக்கொண்டோம். சுற்றும் முற்றும் பார்த்தபிறகு சாமுவேல் தன் சட்டையைத் தூக்கிப் புட்டியை வெளியே எடுத்தான். அதில் கால்வாசி தேநீர் நிறமான திரவம். நான் கண்ணாடிப் புட்டியில் நீரும் பிளாஸ்டிக் டம்ளரும் கொண்டுவந்திருந்தேன். அவற்றைப் பிரித்துப் பரப்பி

வைத்தோம். ஊறுகாய்ப் பொட்டலம் லேசாக நசுங்கிப் போயிருந்தது. அதைத் தரையில் வைத்தபிறகு விரலைச் சப்பினேன். வெடிமருந்தைக் கையாள்வது போன்ற கவனத்துடன் சாமுவேல் புட்டியைக் கையில் வைத்திருந்தான். 'இதுக்கு முன்னாடி சாப்டிருக்கியா' என்று என்னிடம் கேட்டான்.

'இல்லை' என்றேன். 'ஹிண்டூஸ் எல்லாம் ரொம்ப சாஃப்ட்' என்றான். காலேஜில் சேர்ந்தபிறகு அவன் மிகவும் மாறிவிட்டிருந்தான். அவனைப் பின்தொடர நான் மிகவும் மூச்சிறைக்க வேண்டியிருந்தது. காலேஜில் பணக்காரப் பையன்களின் ஊடே சற்று அமுங்கியவனாக நிற்பான். கண்கள் ஆர்வமாக மினுமினுத்தபடி இருக்கும். எனக்கு அந்தக் கும்பலில் பிரவேசனம் இல்லை. சாமுவேலும் என்னை ஒதுக்குவதில் வருத்தமும் கோபமும் இல்லாமல் இல்லை. ஆனால் அந்தப் புறக்கணிப்புக்கு உகந்தவன் நான் என்ற எண்ணமும் உள்ளூர உண்டு. ஊருக்கு வந்துவிட்டான் என்றால் சாமுவேலுக்குக் குற்ற உணர்வு மேலோங்கும். என் வீடு தேடி வருவான். மனைவி மாதிரி ஊடல் தீர்ந்து கூடப் போவேன். சாமுவேல் மாதிரி ஆகிவிடும் வேகமே என்னை மாமிச பட்சிணியும் புகை பிடிப்பவனுமாக மாற்றியது. அவனைவிட அசகாயசூரர்களைக் கல்லூரியில் பார்த்திருக்கிறேன். ஆனால் அவர்களெல்லாம் விநோத ஜென்மங்கள். என் உலகை விட்டு வெளியே வாழும் தேவகுமாரர்கள். இதுவோ நான் காணும் நிதர்சனமான பிம்பம். அதை எட்டித் தொட்டுவிட ஓயாது ஓடிக்கொண்டிருந்தேன். சாமுவேல் என் ஆதர்ச புருஷனாகத்தான் இருந்தான். அவனுடைய கட்டுமஸ்தான உடலும் வேகமும் பேச்சின் அலட்சிய பாணியும் என்னைக் கவர்ந்தன. குறிப்பாக அவன் பெண்களை அணுகும் விதம். அவர்கள் கண்களை உற்றுப் பார்த்தபடி தாழ்ந்த குரலில் இளம் சிரிப்பாக உதடுகள் நெளியப் பேசுவான். அவனுடன் பேசும் பெண் எந்த வயதினளாக இருந்தாலும் அவளால் சாதாரணமாகப் பேச இயலாது. பதற்றமும் படபடப்புடனும் இளம் பெண்கள், செல்லக் கோபமும் உரிமையுமாக முதிர்ந்த பெண்கள், சிரிப்பும் கூரிய பார்வையுமாக நடுத்தர வயதுப் பெண்கள். நான் காது மடல்களில் ரத்தம் சூடாகப் பரவி விரிய, வேறெங்கோ பார்த்தபடி, மிகவும் கடுமையான முகபாவம் காட்டியபடி, வேண்டுமென்றால் சற்று அலுப்பையும் காட்டிக்கொண்டபடி, நிற்கவேண்டியிருக்கும். அவன் ஜென்சியிடம் பேசினான் என்றால் என் உடல் பழைய மோட்டார் புறப்படத் தவிப்பதுபோல உதறத் தொடங்கிவிடும்.

தண்ணீரை டம்ளரில் நிறைத்தபிறகு கொஞ்சம் கொஞ்சமாக அதில் திரவத்தை விட ஆரம்பித்தான். எரியும் மணல். திரவம் நீரில் விழுந்து களைகளாகப் பரவி, கரைந்து, அடிமட்டம் நோக்கி அமிழ்ந்து, கலந்துகொண்டிருந்தது. மழைநீர்போல அது ஆனபிறகு சாமுவேல் என்னிடம் 'குடி' என்றான். என் வாயில் ருசியற்ற நீர் ஊறி நிறைத்தது. எனினும் குடலைப் புரட்டியது. வாந்தி வருவதுபோலத் தொண்டை கரித்தது. நாவால் உதட்டை நனைத்தபடி தயங்கி அவனைப் பார்த்தேன். 'குடிடா வாயைப் பொளக்காம' என்றான் பதற்றத்துடன். அவன் நெற்றியில் நரம்புகளின் பின்னல் தெரிந்தது. முகம் வியர்த்திருந்தது.

நான் திரும்பி ஃபாதரின் கல்லறையைப் பார்த்தேன். ஒரு குற்ற உணர்வு ஏற்பட்டது. 'ஏண்டா?' என்றான் சாமுவேல். 'ஃபாதர்' என்று தயங்கியபடி சொல்லி மோவாயைத் தூக்கிக் காட்டினேன். சாமுவேல் சற்று அமுங்கிப் போனான். பிறகு 'அதுக்கென்ன?' என்றான். 'வேற எங்காவது போகலாம்' என்றேன்.

'ஏண்டா?'

'ஒண்ணுமில்லை.'

'ஃபாதர் கல்லறைன்னு பாக்கிறியா? அது ஒண்ணுமில்லை. கிறிஸ்டியன்ஸ் குடிக்கலாம் தப்பில்லை' என்றான் சாமுவேல்.

நான் கை நடுங்க டம்ளரைத் தூக்கி ஒரு துளி உறிஞ்சினேன். அடி வயிற்றிலிருந்து ஓர் ஆவி பொங்கி எழுந்துவந்து தொண்டையை அடைத்துக்கொண்டது. கசப்பான, உணவுக்குச் சம்பந்தமற்ற ஏதோ அமில நெடி.

திடீரென்று சாமுவேல், 'வாடா அந்தப் பக்கமாய்ப் போலாம்' என்றான். நாங்கள் முழங்காலில் ஊர்ந்து விலகிச் சென்றோம். சாமுவேல் திரும்பிப் பார்த்து 'பாவம் ஃபாதர். அவர் கல்லறைல மட்டும் யாரும் மெழுகுத்திரியே வைக்கறதில்லை' என்றான்.

'அப்ப, வாரேன் மக்கா' என்றான் ஜான்.

சட்டென்று போஸ்டாபீஸ் ஜங்ஷனுக்கு வந்து விழுந்தேன். அந்நிய மனநிலையில் தடுமாறினேன்.

அந்நிய மனநிலையில் குழம்பிய முகபாவத்துடன் 'ம்?' என்றேன்.

‘சர்ச்சுக்கு வருவே இல்லியா?’ ஜான் கேட்டான்.

‘நாளைக்கா?’

‘ம்.’

‘வருவேன்’ என்றேன்.

ஆனால் சர்ச் என்ற பெயரே எனக்குள் ஒருவித பீதியைத்தான் கிளப்பியது. நான் வாழும் உலகுடன் சம்பந்தமற்ற அமானுஷ்ய சக்திகள் நிறைந்திருக்கும் இடம் அது என்ற பிரமை. அந்த சூனியம் என்னைப் பொதிந்துகொள்வதைச் சகித்துக்கொள்ள இயலுமா என்னால்? ஜன்னல் காற்றின் குளிர் விரல்கள் அந்நிய ஸ்பரிசம் போலப் பிடரியைத் தொடும். எங்கோ கேட்கும் ஒரு குரல் சட்டென்று சாமுவேலின் குரலாக மாறி பிரக்ஞையைப் பதறி எழச்செய்யும். வெள்ளை அங்கியின் தூரத்துச் சலனம் ‘ஃபாதர்’ என வாயசையச் செய்யும். அங்குள்ள காற்று மிகவும் கெட்டியானது. சலனமே இல்லாது தேங்கிக் கிடப்பது. உண்மையில் அது மூச்சுக் காற்றுகளின் தொகுப்பு. சாமுவேலின், ஃபாதரின் இன்னும் முகமறியாத எத்தனையோ பேரின் சுவாசங்களின் குவிப்பு.

‘நாளைக்குத்தான் அவனுக்கு ஆராதனை’ என்றான் ஜான். அதற்குள் அவன் குரல் கம்மி முகம் சுருங்கி கண்கள் இடுங்கிப் போய் விட்டது. மூக்கு விரிந்து சுருங்கியது. உதட்டைக் கடித்தபடி வேறுபுறமாகத் திரும்பிக்கொண்டான். அவன் குரல்வளை ஏறி இறங்கியது.

என் மார்பில் எலும்புக்குள் ஒரு வலி. அது சோகமல்ல. மூளையில் துயரின் மூடல் இல்லை. தெளிவாக, திரித்திரியாக, நினைவுகள் பிரிந்து முறுக்கித் துண்டுபட்டு இணைந்து வடிவங்கள் செய்து கொண்டுதான் இருந்தன. எங்கோ சம்பந்தமேயற்ற ஓர் உளைச்சல். விண்விண் என்று நரம்பு மண்டலத்தில் தெறிக்கும் ஒரு வலி.

நான் ஜானின் கையைத் தொட்டேன். மெல்ல அழுத்தினேன். ஸ்பரிசம் மூலம் என் நெகிழ்வை அவனில் கொட்ட விழைபவன் போல அவன் முகத்தைப் பார்க்காமல் இமைகளைப் படபட வென்று கொட்டி வெளிக் கசிந்த நீரை உலரச் செய்தேன். மார்புக் குள் நிறைந்து அழுத்திய கடும் குளிர்காற்று விம்மிப் பொங்கி தொண்டையை அழுத்தியது.

ஜான் சமநிலைக்கு வந்தான்.

'நீதான் ரொம்ப ஆடிப் போயிட்டேன்னு உங்கப்பா சொன்னார்' என்றான்.

நான் அவன் பார்வையைத் தவிர்த்தேன். ஒரு குற்ற உணர்வு நெருடியது. நான் அப்படித் தன்னிலை மறந்த சோகம் எதையும் அடையவில்லை. முதலில் ஒரு அதிர்ச்சி. பிறகு வெறிச்சோடல். இரண்டு நாள் தூங்காதது போல ஒருவித மந்தம். அவ்வளவுதான். அவன் மரணம் என்பது எனக்கு ஒரு செய்தியல்ல. ஓர் உணர்ச்சி. அதற்கு முகமோ அடையாளமோ இல்லை. அதை மூளையால் பின்தொடர இயலாது. அது பறந்து, எட்டாத தொடுவானில் மறைய, மூளை அடிபட்டு ரத்தம் கசியத் தரையில் குப்புறச் சரியும். இரவின் தனிமையில் மனம் சலிக்கும். எண்ணங்கள் என் பிடி விட்டு ஓடிப்போகும். பீதி என்னைக் கவ்வி அழுத்தத் திரும்பிப் படுத்து வலுக்கட்டாயமாக இனிய புள்ளி ஒன்றில் மனசை நிலைக்கச் செய்ய முயல்வேன். அந்த முயற்சியின் களைப்பில் ஒரு வினாடி கை சலிக்க, மீண்டும் பழைய உருவுடன், தொடர்ந்து உருமாறும் உருண்ட மேகம்போல, அந்த எண்ணம் முன் வந்து நிற்கும். மலைச் சிகரத்தைத் தழுவுவதுபோல என் பிரக்ஞையில் படர்ந்து உருமறைக்கும் சாமுவேல், என் தடாகத்தில் ஓயாது அலையெழுப்பி, தூங்கவிடாது அடிக்கும் ஒரு குளிர்ந்த காற்று.

சாமுவேலின் சவ அடக்கத்துக்கு நான் போகவில்லை. போயிருந்தால் உடைந்து அழுதிருப்பேனோ என்று தெரியாது. புலன்களுக்குச் சிக்கும் தெளிவான சோகமாகக்கூட அவன் இழப்பை நான் உணர்வது இப்போது ஜானைப் பார்க்கும் இக்கணங்களில் மட்டும்தான்.

நீண்ட பெருமூச்சுடன் நான் கால் மாற்றி நின்றேன். மெல்ல கவனத்தை பின்புறக் கேரியர் நோக்கித் திருப்பினேன், பனிக்குளத்திலிருந்து உறைந்துபோன என் உணர்வுகளை மீட்கும் நோக்கத்துடன். 'இது என்னது' என்றேன், அந்த ஃபைலைச் சுட்டி.

'சர்டிபிகேட்ஸ்' என்றான், 'அவன் சர்டிபிகேட்ஸ் போலீஸ்ல குடுத்தாங்க. வாங்கிட்டு வாரேன் இப்பத்தான்.'

'டிரைவரை விட்டுட்டாங்களா?'

‘அவம்மேல தப்பில்லை மக்கா, இவந்தான் ராங் சைட்ல வந்து ஏறியிருக்கான்.’

நஷ்ட ஈடு பற்றிக் கேட்க வாயெடுத்தேன். ஆனால் அசந்தர்ப்ப மாகப்பட்டது.

மெல்ல ஃபைலை உருவி எடுத்தேன். கையின் வியர்வை பட்டுப்பட்டு பிசுக்கு படிந்த ஃபைல். அவன் வியர்வையை முகர வேண்டும்போல் மனம் உந்தியது. பிளாஸ்டிக் அட்டை போட்ட எஸ்.எஸ்.எல்.சி. புஸ்தகம். அதன்மீது அவன் விலாசம் எழுதி ஒட்டப்பட்டிருந்தது. சற்று இடப்புறமாய்ச் சாய்ந்த அவன் கையெழுத்துக்கள் சட்டென்று இடது இடுப்பில் கையூன்றி அவன் தலைசரித்துப் பார்க்கும் பிரமையைத் தந்தன. சாமுவேல் இண்டர்வியூக்குச் சென்றுகொண்டிருந்தான் அப்போது.

எஸ்.எஸ்.எல்.சி. புஸ்தகத்தின் தாள்கள் மங்கி பழுப்பு நிறமாக இருந்தன. பெயர் சாமுவேல் ஜான்சன் ஆர்.எச். தன் பெயர் போதுமான அளவு எண்களைக் கவருவதாக இல்லை என்ற அதிருப்தி சாமுவேலுக்கு இருந்துவந்தது. பிறந்த தேதி, ஜாதி, தகப்பனார் பெயர். நிரந்தரமான விலாசம். கீழே முகம்கூட மறந்து போய்விட்ட பழைய தலைமையாசிரியரின் மங்கிய பச்சை நிறமான கையொப்பம். மச்சங்கள், உடல் அடையாளங் கள் பற்றிய குறிப்புகள். அவன் கீழ்த்தோளில் கரிய புள்ளி இருந் ததா என்ன? புகுமுக வகுப்பு, பட்டப்படிப்புச் சான்றிதழ்கள். மதிப்பெண் பட்டியல்கள். எல்லாமே முதல் வகுப்பு. பத்திருபது விளையாட்டுப் பரிசுச் சான்றிதழ்கள். ஒய்.எம்.சி.ஏ., இறை யியல் கழகம் ஆகியவை தந்த பேச்சுப் போட்டி பரிசுச் சான்றிதழ் கள். எல்லாமே மங்கிப்போனவை. பழைய அலங்கார அச்சும் புதிய கம்ப்யூட்டர் அச்சுமாக, பல நிறங்களில்... கடைசி அட்டை மீது ஜீசஸ் படம். ‘என்னில் இளைப்பாறுக.’ நான் ஒரு உந்துத லுடன் எஸ்.எஸ்.எல்.சி மதிப்பெண் பட்டியலைப் புரட்டிப் பார்த்தேன். ஐநூற்றுக்கு நானூற்று இருபது மார்க். ‘முதலிடத் துக்காக அன்று எனக்கும் அவனுக்கும் கடும் போட்டி இருந்தது. வென்றது அவன்.

கணையாழி, டிசம்பர், 1989.

படம்

1

சமாதிக்குக் கிட்டத்தட்ட ஒரு மணி நேரம் முன்புதான் இடையன்விளை பெரிய குருசாமிக்கும் வேதாந்த ரத்னாகரம் பிரம்மஸ்ரீ வைதீஸ்வரன் கோயில் சப்தரிஷி கனபாடிகளுக்கும் இடையேயான கடைசி உரையாடல் நடைபெற்றது. கனபாடிகள் சாமியின் கடைசிப் படுக்கையை அறிந்து ஊரிலிருந்து வந்திருந்தார். சீடப் பட்டாளங்களும், உறவுமுறைகளும், பக்தர்களும் குழுமியிருந்த பெரிய ஆசிரம வளைப்புக்குள், மையமான ஓலை வேயப்பட்ட கட்டடத்தின் உள்ளே, மரக் கட்டிலில் சாமியின் வற்றிய தேகம் கிடந்தது. நோய் கடுமையானதுதான். உடம்பு தகித்துக்கொண்டிருந்தது. உதடுகள் கருகி வெடித்துவிட்டன. ஆயினும் முகத்தில் ஒருவிதமான தூய்மை இருந்தது. அக்னி என்பார் கனபாடிகள். எப்போதுமே அனைத்துக்கும் அப்பால் நின்றபடி அனைத்தையும் பார்க்கும் அனைத்தையும் கடந்த ஒரு பாவனை சாமியில் உண்டு. கடந்த நாற்பதாண்டுகளாக அவருடன் அல்லும் பகலும் நெருங்கிப் பழகிய எவரும் ஒரு முறைகூட அவரை எதிலும் கோபமோ ஆத்திரமோ வருத்தமோ உத்வேகமோ கொண்டு பார்த்ததில்லை. குறைவான உரையாடலில் பாமரத்தன்மையுடன் கூடிய ஹாஸ்யம் அது. அப்போதுகூட

அப்படித்தான் இருந்தது. வாயைத் திறந்தார் என்றால் இள நகையுடன் அந்தச் சூழலின் உருக்கத்தையெல்லாம் அபத்தமாக ஆக்கிவிடக்கூடிய எதையாவது சொல்லிவிடுவார் என்றுதான் பட்டது. உடம்பு மோசமாக முறுக்கிக்கொண்டிருந்தபோதும்கூட சாமியின் முகத்தில் இம்சையின் ரேகைகள் ஏதும் காணப் படவில்லை.

வேதாந்த ரத்னாகரம் வந்தபோது அதிகாலை. குளித்துவிட்டே தரிசனம் என அவர் கண்டிப்பாகக் கூறிவிட்டார். ஆசிரம ஊருணி யில் நீராடி, சூரிய வணக்கம், ஹரிநாம ஜபம் முதலானவற்றை முடித்துவிட்டு, பஞ்சக்கச்சமும் பூணூலும் தொப்பையும் குடுமி யுமாக அவர் வந்தபோது எங்கும் பேரமைதி ஏற்பட்டது. கன பாடிகள் பணிவுடன் உள்ளே நுழைந்ததும் ஓரிரு சீடர்கள் தவிர பிறர் அகற்றப்பட்டனர். அவர் சாமியின் அருகே முக்காலியில் அமர்ந்தார். கூர்ந்து பார்த்தபடி அப்படியே உட்கார்ந்திருந்தார். ஒரு மணி நேரம் அந்த இறுக்கமான நிசப்தம் நிலவியது. சீடர் களுக்குக் கரண்டைக் கால்களில் வலி ஏற்பட்டது. ஓரிருவர் நெளிந்தபடி அசௌகரியம் காட்டினர். பிறகு சாமியின் இமைகள் மெல்லத் திறந்தன. சீடர்கள் உயிர்ச் சலனம் பெற்று முண்டி யடித்தனர். கனபாடிகள் மெல்ல சாமியின் முகத்தருகே குனிந் தார். இமைகள் நன்கு விலகியபோது உக்கிலுப் பறவையின் கண்கள் போலச் செக்கச் சிவந்த விழிகள் தெரிந்தன. பார்வை மெல்லத் திரும்பி கனபாடிகள்மீது படிந்தது. சாமியின் உதடுகள் இளநகையில் விரிந்தன. கனபாடிகள் கை கூப்பினார்.

‘அப்பம் இன்னி யாத்திரதான்’ என்றது சாமி.

கனபாடிகள் பக்தியும் பிரமிப்பும் தெரிந்த முகத்துடன், சற்று ஒடுங்கி, ‘இவ்வளவு நாள் எங்களுக்கெல்லாம் பெரியவா கடாக்ஷம் கிடைக்கிற பாக்யம் லபிச்சது’ என்றார்.

சாமி மெல்லச் சிரித்தார்.

‘பிள்ளைங்கள்லாம் காத்திண்டிருக்கா,’ கனபாடிகள் சொன்னார். ‘பெரியவாளோட ஜீவிதமே எங்களுக்கெல்லாம் பெரிய பாடம். மத்தபடி உபதேசம்னு ஏதும் கிடைச்சதுமில்லை.’

திரும்பி சீடர்களைப் பார்த்தார். ஒவ்வொருவராக நெருங்கி வந்து நின்றனர். ‘பிள்ளைங்களுக்கு வழிகாட்றாப்பல ஏதாவது சொல்லணும்.’

'என்னத்த செல்லுயதுக்கு? செல்லி அறியுத காரியங்க என்னத்த இருக்கு பூலோகத்ல?' சாமியின் அந்த விசேஷமான சிரிப்பு பூரணமாக மலர்ந்தது. மலர் கண்ட குழந்தை போலவும் கிண்டல் போலவும் ஒரே சமயம் தோன்றும் சிரிப்பு.

'எங்க சின்ன மனசுகளுக்கு உபதேசம் இல்லாம முடியாது. பெரியவா மாதிரி சுயம்புவான ஞானம் எங்களுக்கு விதிக்கப் படலே.'

சாமியின் முகம் மாறியது. இமைகள் சரிந்தன. அமைதியான குரலில் 'சொயம்புவான ஞானம் எண்ணு ஒண்ணு இல்லை. நான் அறிஞ்சது ஒரு காரியந்தேன். படிச்சணும். எண்ணும் படிச் சணும். படிச்சியதுதான் ஒற்ற மார்க்கம்; அம்மிடுதான்' என்றார்.

பண்டித கனபாடிகள் முகம் மலர்ந்தார். அவருக்குச் சாதகமான ஒரு கோல் விழுந்துவிட்டது.

'ஞானமே முக்தி மார்க்கம்னு பெரியவா சொல்றாப்ல...' என்று கேட்டார் கனபாடிகள்.

சாமி அதைக் கவனிக்கவில்லை. 'மயமா[1] படிச்சப்பிடாது' என்று மெல்லச் சொன்னார். 'அதில பிரயோசனம் இல்ல. ஒற்ற ஒரு புஸ்தகம் படிச்சா மதி[2]. அதில் ஒரு வரி மதி. வரி என்னத்துக்கு? ஒரு வாக்கு படிச்சா அம்பிடு மதி' என்றார். மிக நீண்டதாகப் பிரமை தந்த மௌன இடைவெளிக்குப் பிறகு சாமி சொன்னது. 'ஒற்ற ஒரு எளுத்து படிச்சா மதி. அதச் செம்மே படிச்சணும்.'

'ஆனா ஸ்வாமி, பிரணவம் ஒரு எழுத்துதான்னாலும் அதுக்கு அனேக வியாக்கியானங்கள் உண்டே?'

திடுக்கிட்டு சாமி கண்விழித்தபோது கனபாடிகளையும் மற்றவர் களையும் மாறிமாறிப் பார்த்தது. அடையாளம் தெரியாது தேடுவதுபோல. பிறகு பளீரென்ற கண்களும் தாடியும் பற்களும் மின்ன அந்தப் புன்னகை அவர் முகத்தில் நிறைந்தது. ஐம்பது வருடத்தில் முதல் முறையாக அப்புன்னகை விரிவடைந்தது. மெல்லிய கேவல் போல ஒலி எழுப்பி சாமி சிரித்தது. உடல் குலுங்கச் சிரித்தது. சிரிப்பு வலுத்து அறையை நிறைத்தது. சீடர்கள் பரஸ்பரம் பார்த்தனர். கனபாடிகளுக்கு என்ன ஏது என்றே புரியவில்லை. ஆயினும் அவர் நிதானமிழந்ததாகக் காட்டிக்கொள்ளவில்லை. ஜன்னல்கள் வழியாகத் தலைகள்

எட்டிப் பார்த்தன. ஒரு சில நிமிடங்களில் தேனடையில் தேனீக்கள் போல ஆசிரமத்தின் மொத்த ஜனத்தொகையும் கட்டடத்தை மொய்த்தது. எல்லோரும் பதைப்புடன் நிற்க, ஆழ்ந்த மௌனத்தில் சாமியின் உரத்த சிரிப்பு அலையலையாக ஒலித்தது. கூட்டத்தின் வியப்பும் பயமும் மெல்ல ஓய்ந்து, பக்தியும் ஒடுக்கமும் உருவாயின. மூச்சு விடுவதுகூட அபச்சாரம் என்று கருதியவர்கள்போல ஸ்தம்பித்து நின்றனர். சில நிமிடங்களுக்குப் பிறகு ஒலி ஓய்ந்தது. சாமி நீண்ட பெருமூச்சு விட்டார். ஓரிரு முறை வாயைத் திறந்து மூச்சுத் திணறினார். மீண்டும் பெருமூச்சு விட்டார். 'ஊர்த்துவ சுவாசம்!' என்றார் கனபாடிகள். மெல்ல சாமியின்மீது ஒரு விதமான சிலைத்தன்மை ஏற்பட்டது. கனபாடிகள் மூக்கைத் தொட்டுப் பார்த்தார். பிறகு மெல்ல இரு கைகளாலும் சாமியின் பாதங்களைத் தொட்டுக் கண்ணில் ஒத்திக்கொண்டார். திரும்பி, தன்மீது படிந்திருந்த பீதி படர்ந்த கண்களைப் பார்த்து, 'ஒரு பஞ்சாங்கம் வேணும். சாமி சமாதியாயிட்டது. திவ்ய முகூர்த்தம் ஏதுன்னு பார்க்கணும்' என்றார்.

2

ஆத்மகுரு குஞ்சு சுவாமிகளின் சமாதி ஒரு பெரிய விழாவாகவே மாவட்டம் எங்கும் கொண்டாடப்பட்டது. விபரமறிந்த உடனே நாலாதிசைகளில் இருந்தும் ஜனங்கள் வந்து குழுமத் தொடங்கி விட்டார்கள். மந்திரியும் கலெக்டரும் வந்தனர். சாமியின் உடலை கடைசியாகத் தரிசிக்க வந்த கூட்டம் தொடர்ந்து இரண்டு நாள் அலை மோதியது. மூன்றாம் நாள்தான் எரியூட்டல். சாமியின் கடைசி விருப்பத்தின்படி மௌனப் பண்டாரம் கொள்ளி போட்டார். உணர்ச்சி ததும்பிய அச்சூழலில் எவ்விதச் சலனமும் இல்லாமல் காணப்பட்டவர் பண்டாரம் மட்டுமே. ஆரம்பத்தில் இருந்த சோகம் கப்பிய சூழலும் சரி, பிறகு ஏற்பட்ட விழா மனோபாவமும் சரி, பண்டாரத்தைத் தொடவில்லை. அவர் எப்போதும்போல சிக்கு பிடித்த நீண்ட தலைமயிரை விரல்களால் அளைந்தபடி, மினுங்கும் கண்களுடன் ஒடுங்கிய மார்புடன் வழக்கமான அரசமரத்தடிச் சுமைதாங்கிமீது அமர்ந்திருந்தார். ஜனங்கள் அடுத்த குருசாமி என்ற முறையில் அவரைத் தரிசனம் பண்ண வந்தபோது அவர் அவர்களை அந்நியமாகப் பார்த்தபடி எழுந்துபோனார். குறிப்பாக குலவணிகர்புரம் சுந்தரலிங்க நாடார், ஆசிரமத்தின் மற்ற டிரஸ்டிகள் புடைசூழ,

தரிசனம் பண்ண வந்தபோது மௌனப் பண்டாரம் இடுப்புத் துண்டை நன்கு விலக்கி பிருஷ்டத்தைச் சொறியும் காட்சியே காணக்கிடைத்தது. அவர் தன்னை அறிந்து இன்புறும் நிலை வேண்டித் தனக்குள் ஆழ்ந்திருப்பதாக மேக்காமண்டபம் அப்பு வைத்தியர் சொன்னார். 'இருக்கட்டும் வைத்தியரே, எம்பிடு வேணுமெங்கிலும் உள்ள போட்டு, ஆரிப்பம் வேண்டாம்ண்ணு சொன்னது? எளவு. ஆசிரம டிரஸ்டியில்லா வாறது, ஒரு இதுக் காட்டெங்கிலம் வாருங்க எண்ணு செல்லுத ஒரு மரியாதி வேண்டாமா ஏங்?' என்றார் சுந்தரலிங்கம். 'மொயலாளி செல்லு யது கரெட்டாக்கும்' என்றார் அவரது கணக்குப்பிள்ளை.

பண்டாரம் எதைப்பற்றியும் கவலைப்படாமல் தன் செடிகளைத் தண்ணீர் ஊற்றிப் பராமரிப்பதிலேயே ஆழ்ந்திருந்தது. தூரத்தில் கூடி நின்ற பார்வையாளர்கள் ஏதோ பூஜையைத் தரிசிக்கும் பாவனையுடன் அதைப் பார்த்து நின்றார்கள். மௌனப் பண்டாரம் செடிகளுடன் பேசுவதைக் கண்ட சிலருக்கு அவருடைய மனநிலை பற்றிச் சந்தேகம் ஏற்படாமல் இல்லை. எனினும் அதைச் சொல்லும் துணிவு யாருக்கும் வரவில்லை. ஆத்மகுரு சாமிகளுக்கு மிகவும் பிரியமானவர் பண்டாரம். பண்டாரமாகவே ஆசிரமத்திற்கு வந்தவர். ஊர் பேர் ஏதும் தெரியாது. மௌனப் பண்டாரம் என்று கூப்பிட ஆரம்பித்து, அப்பெயரே நிலைத்துவிட்டது. பெரிய சாமியின் இறுதி நிமிடங் களின்போது பண்டாரம் வருவார், சில உரையாடல்களும் உபதேசமும் நிகழும் என்று பொதுவாக எதிர்பார்க்கப்பட்டது. பிற்பாடு இதையெல்லாம் நினைவுகளாக எழுதப் போகிற ஆசாமிகள் காத்திருந்தனர். ஏதும் நிகழவில்லை. பண்டாரம் வழக்கம் போலத் தோட்டத்தைக் கவனித்துக்கொண்டிருந்தது. சமாதிச் செய்தி கேட்ட உடன் பேசாமல் சிறிது நேரம் வானத்தைப் பார்த்தது. புரியாத எதையோ பார்ப்பதுபோலக் கூட்டத்தின் ரகளைகளைப் பார்த்தது. மண்குடத்தைத் தூக்கியபடி மீண்டும் நீர் கொண்டுவரப் போய்விட்டது. 'சவம் என்னத்துக்கு இப்படி முளியே முளியேன்னு பாக்குது? சாமிக்கு கொள்ளி வச்ச நல்ல ஆளத்தான் கண்டினும்' என்று பிற சீடர்கள் கறுவினார்கள். ஆனால் பெரியசாமி திட்டவட்டமாகக் கூறிவிட்டிருந்தார். சாமியின் பூர்வாசிரமத்துப் பெண்களும் பையன் ராமசாமியும் வந்தபோது கனபாடிகள் அதைச் சொன்னார். யோகிக்கு யோகிதான் எரியூட்ட வேண்டும். எல்லாருக்கும் உள்ளூரக் கடுப்புதான். 'அப்பம் இன்னி ஆசிரமும் பெரயிடமும் ஒக்கெ

இந்தப் பண்டாரப் பயலுக்குத்தானோ?' என்றார் சுந்தரலிங்கம். மரச்சட்டி ஒன்றைத் தவிர வேறு உடைமைகளே இல்லாமல் இருபதாண்டுகளாக ஆசிரமத்தின் பகுதியாக வாழும் பண்டாரம் எப்படி இவ்வளவு சொத்துகளையும் கட்டியாள முடியும்? சடங்குகள் முடிந்து மீண்டும் வழக்கமான வெறிச்சிடல் ஆசிரம வளைப்புக்குள் தேங்க ஆரம்பித்தபோது இந்தக் கேள்வி பெரிதாக எழுந்தது. சீடர்களும் குடும்ப உறுப்பினர்களும் இதுபற்றி விவாதிக்க விரும்பினர். மகாபண்டிதரும் லௌகீக ஞானியுமான கனபாடிகள் தலையிட்டு ஏதாவது வழி செய்ய வேண்டும் என விரும்பினர். ஆனால் கனபாடிகள் இன்னொரு பிரச்னையில் ஆழ்ந்திருந்தார்.

சமாதியின் பரபரப்பும் சடங்கு சம்பிரதாயங்களின் ஆரவாரங் களும் ஓய்ந்தபிறகுதான் கனபாடிகளைக் கேள்விகள் குடைய ஆரம்பித்தன. முதல் புதிர், பெரிய சாமி படிப்பைப் பற்றிச் சொன்னது. அந்த நிமிடம்வரை பெரியவரை சுயம்புவான ஞானி என்றும், ஆத்மகுரு என்றும்தான் அவரும் நம்பி வந்தார். அவருக்குப் படிக்கத் தெரியும் என்பதை அந்தக் கடைசி உரையாடலின்போதுதான் அவர் அறிந்தார். அவருடைய சீடராக ஆனபிறகு இந்த இருபது வருடங்களில் ஒருமுறைகூடப் பெரிய சாமி புஸ்தங்களையோ, சாஸ்திரங்களையோ, பெயர்கூடக் குறிப்பிட்டதில்லை. தருக்கமோ போதனையோ செய்ததில்லை. ஒரு கையால் விரைந்து செயலாற்றி, மறுகையால் அச்செயலின் சூனியத்தன்மையைச் சுட்டிக்காட்டும் துவைத வடிவம் என்று கனபாடிகள் அவரைக் குறிப்பிடுவதுண்டு.

ஆனால் அந்த மனப்படங்களையெல்லாம் ஒடித்து வீசிவிட்டது அவருடைய கடைசி உரையாடல். அவர் பற்றின்றி சேவை செய்யவோ, தியானம் பழகவோதான் சொல்லுவார் என கன பாடிகள் எதிர்பார்த்தார். படிக்கச் சொன்னது அதிர்ச்சியாக இருந்தது. ஆனால் அது கனபாடிகளுக்குச் சாதகமான ஒரு விஷயம்தான். சமீபகாலமாக ஆசிரமத்தில் தன் பிடி தளர்ந்து வருவதைக் கனபாடிகள் காணாமல் இல்லை. பிராமணரும் வேத விற்பன்னருமான அவர் இடையன் சாமியின் சிஷ்யராக ஆனது பலவருடம் முன்பு தெற்குத் திருவிதாங்கூரின் பெரிய பரபரப்பாக இருந்தது. அவரைக் கள்ளப்பூணூல்காரன் என வைதார்கள். வைதிகர்களை மேடை மேடையாக கனபாடிகள் அறைகூவினார். அவருடன் வேதாந்த தர்க்கம் செய்ய யாரும் முன் வரவில்லை.

நம்பூதிரிகளுக்கு நாயர் ஸ்திரீகளை சம்பந்தம் பண்ணி ஒழிந்தால்தானே? அவர் ஒரு வெற்றிக் குறியீடாகக் கருதப் பட்டார். ஆசிரமத்திலும் அதைப் போஷித்து வந்த பிரம்மாண்ட மான மூன்று சாதி சமூகத்திலும் அவர் அசைக்க முடியாத செல்வாக்கு பெற்றார். சமீபகாலமாகத்தான் இளைய தலை முறை, சாமியைப் புதிய கோணத்தில் விளக்க ஆரம்பித்தது. 'மெய்க்குரல்' ஆசிரியர் செல்வராஜ் ஆரம்பித்து வைத்தது இது. சாமியை சனாதன தருமத்துக்கு எதிராக எழுந்த கலகக்காரர் ஆகவும், வேத ஆரிய மரபின் பரம எதிரியாகவும், திராவிட சித்தர் மரபின் வாரிசாகவும் சித்திரிக்க ஆரம்பித்தனர். சாமியை இழக் காமலேயே சாதி சமூக ஆதவுடன், திராவிட இயக்கங்களுடன் சேர்ந்து செயல்படுவதற்கும், பதவிகளை அடைவதற்கும் இது துணைபுரிகிறது என்றும்; இதன் செல்வாக்குக்குக் காரணம் வேறல்ல என்றும் கனபாடிகள் அறிந்திருந்தார். சாமியை ஆரியமாயையில் மூழ்கடிக்கும் கைபர் கணவாய்ச் சதியின் ஒரு பகுதியாக கனபாடிகளின் அண்மை பிரசாரம் செய்யப்பட்டது. ஆனால் சாமிகளுக்கு கனபாடிகள்மீது விசேஷமான பிரியம் இருந்தமையினால் எதிர்ப்புகள் ஆசிரமம் வரை எட்ட இயல வில்லை. சாமியின் மரணத்துக்குப் பிறகு என்ன ஆகும் என்பதைக் கனபாடிகள் கணித்துவைத்திருந்தார்.

சமாதிநாள் பிரார்த்தனையின்போது கனபாடிகள் திட்டவட்டமாக கீழ்க்கண்ட கருத்துக்களை முன் வைத்தார். சாமி, பரவலாகக் கருதப்படுவது போல, தியான மார்க்கத்தையோ யோக மார்க்கத்தையோ கடைபிடித்தவரல்லர். அல்லது சுயம்புவான ஞானியும் அல்லர். சுயம்பு ஞானம் என்பதையே அவர் மறுத்தார். அவருடைய கடைசி உரையாடலின்போது தன்னை ஒரு ஞான வாதி என்றே அவர் குறிப்பிட்டார். எனவே ஊக்கத்துடன் கற்கு மாறும் இடைவிடாது ஞானத்தைத் தேடுமாறும் அவர் உபதேசித் தார். அதேசமயம் அறிவை அடைய ஒரே ஒரு நூல் மட்டும் போதும் என்றார். அது வேதம் என்ற பசுவின் உபநிடதம் எனும் பாலை, யாகம் என்ற மத்தால் கடைந்து எடுத்த நெய்யாகிய பகவத் கீதையேதான் என்பது உள்ளங்கை நெல்லிக்கனி. கீதையைக்கூட முழுவதும் படிக்க வேண்டியதில்லை என்றும், அதன் ஒரே ஒரு வரி மட்டுமே போதும் என்றும், ஒரு வரிகூட வேண்டியதில்லை ஒரு வார்த்தை மட்டுமே போதும் என்றும், ஒரு வார்த்தைகூட வேண்டாம் ஒரே ஒரு எழுத்து மட்டுமே போதும் என்றும் அவர் கூறினார். அதே வார்த்தை பிரணவம்

அன்றி வேறென்ன? ஓம் எனும் எழுத்தே முக்திக்குச் சாவி. அதை சரிவரப் பயிலவேண்டும், அவ்வளவே. சரிவரப் பயிலுதல் என்றால் தியானம், யோகம், வேதாந்த ஞானப் பயிற்சி முதலானவை மூலம் மூச்சை மந்திரமயமாக ஆக்குதல். இவ்வாறு கனபாடிகள் விரித்துரைத்தார்.

திராவிடக் கட்சிக்கு இது பெரிய அடிதான். விசாரித்ததில் ஒற்றை எழுத்து பற்றி சாமி குறிப்பிட்டது உண்மையே என்று தெரிய வந்தது. ‘மெய்க்குரல்’ குழு தளர்ந்து போயிற்று. காலமெல்லாம் வாயே திறக்காத சாமி இப்படி கடைசிக் காலத்திலா ஒரு குண்டைத் தூக்கிப் போடவேண்டும்! அந்த ஒற்றை எழுத்து ஓம் அல்ல என்று நிறுவினாலே போதும். திராவிட மரபில் அப்படி ஓர் ஒற்றை எழுத்து உண்டா? துருவித் துருவி யோசித்தும் பதில் கிடைக்கவில்லை. சைவச் சொல்லரசு ஆவுடையப்பப் பிள்ளை ஓம் என்பது தூய தமிழ்ச் சொல்லே என்றும் ஆரியன் அதைக் கவர்ந்து கொண்டான் என்றும், உண்மையில் அது ஆதிசைவ மதத்தின் சொத்து என்றும் ஒரு போடு போட்டுப் பார்த்தார். ‘மெயக்குரல்’ அதற்குச் சிறப்பிதழே போட்டது. எடுபடவில்லை.

கனபாடிகள் முதல் வெற்றியை உறுதி செய்துகொள்ள கோதாவில் தீவிரமாக இறங்கினார். எதிர்க்குழு சாமான்யம் ஆனதல்ல. மேலும் அரசியல் அதிகாரமும் அவர்களுடையது. மறு கேள்விக்கு இடமின்றி சாமியை ஒரு குறியீட்டுக்குள் அடக்கி, அக்குறியீட்டைத் தமது முந்தியில் இறுக முடிந்துகொள்வதே உசிதமான வழி. அக்குறியீடு பிரணவம்தான். திராவிடக் கும்பலை எதிர்க்க சுந்தரலிங்கம் தலைமையிலான காங்கிரஸ் கும்பலைத் தந்திரமாகத் தன்னுடன் சேர்ந்துக்கொண்டார். ஒரே அடியில் மெய்க்குரலை வெளியே தள்ளிவிடத் திட்டமிடப் பட்டது. நாகர்கோயிலிலும் குழித்துறையிலும் ரகசியக் கூட்டங் கள் நடத்தப்பட்டன. அவற்றில் கனபாடிகள் கலந்துகொண்டார். அவர்களுடைய தார்மீக உபதேசகராகவும் வழிகாட்டியாகவும் தம்மை அவர் எளிதில் ஸ்தாபித்துக்கொண்டார். அடுத்த ஆண்டு சாமியின் சமாதி விழாவின்போது ஓம் வடிவில் சமாதி மேடை ஒன்றை அமைப்பது, அங்கு பிரணவ ஜோதி ஒன்றை நிறுவுவது, பிரணவசபை என்ற பெயரில் ஒரு தர்மகர்த்தாக் குழுவை அமைத்து, பிரணவத்தை சாமியின் செய்தியாக பிரம்மாண்டமான முறையில் பிரசாரம் செய்வது என்று முடிவெடுக்கப்பட்டது. அதற்குமுன் இத்தனைக்கும் அடிப்படை அமைத்துத் தரும்

வகையில் சாமியின் ஞானமார்க்கம் பற்றி விரிவானதோர் ஆராய்ச்சி நூலை எழுதிவிடவேண்டும் என கனபாடிகள் முடிவு செய்தார்.

3

எழுதுவது என்று தொடங்கியபிறகுதான் பிரச்னைகள் ஒவ் வொன்றாக முளைத்தன. முதலில் சாமிக்கு எழுதப் படிக்கத் தெரிந்திருந்தது என்பதற்கான ஆதாரம் தேவை. இதற்குச் சாட்சியாக எவ்விதத் தகவலும் இல்லை. பூர்வீக மனைவியான கொச்சுநீலி அப்போதும் உயிருடன்தான் இருந்தாள். சாமியைக் கும்பிட ஆரம்பித்த பொதுஜனம் அவளையும் கும்பிட்டு ஒரு மாதிரி காய்கறி நிலைக்குக் கொண்டுவந்துவிட்டிருந்தது. காலை யில் கிழம் குளிப்பாட்டப்பட்டு, விபூதி பூசப்பட்டு, காவிச் சேலையும் விரித்த தலைமயிருமாக, திண்ணையில் சாமியின் திருவுருவப் படத்துக்குக் கீழே மடித்து வைக்கப்படும். வருபவர் களுக்கு விபூதி, ஆசி முதலானவற்றை வழங்கும். வீடு ஆசிரமத் துக்கு வெளியே சற்றுத் தள்ளி இருந்தது. பெரிய கட்டடம். அங்குதான் சாமியின் மகன் ராமசாமி குடியிருந்தான்.

'காரியமொக்கெ செரிதான். எங்கிலும் ஒடுக்கம்[3] கொள்ளி போடப்படாதுன்னு மூப்பில்[4] என்னை வெலக்கிப் போட்டுது. தலகாட்டப் பளுதில்ல. இல்ல, நீங்க என்ன நெனைச்சிருக்கிய மனசில? அந்தப் பண்டாரப்பயலெ என்ன நெனச்சுகிட்டாக்கும் கொள்ளியக் குடுத்து கேற்றி விட்டிய?' ராமசாமி கொதித்தான். 'எனக்க அப்பனுக்க மண்ணாக்கும் ஆசிரமம். விட்டுப் போயிடு வேன் எண்ணு நெனப்பிருந்தா அது அங்க, பள்ளியில செண்ணு செல்லுங்க...'

'சீச்சி என்ன இது ராமசாமி, ஒரு வார்த்தைலே இப்படி தள்ளிப் பேசிட்டீர்? உம்ம நல்லதுக்குத்தானே எல்லாமே. உம்ம நியாய மிருக்கே, அது சிரேஷ்டம். இல்லேங்கலே. ஆனா கொள்ளி போடற விஷயமிருக்கே, அதில் ஒரு பொறி இருக்குங்கறேன்...'

'என்ன எளவு பொறி?'

'நாளைக்கு மத்தக் கட்சிகள் சாமியைப் பத்தி என்ன சொல்லும்? எடையன் சாமி சொத்து சேத்தது. பிள்ளியளுக்கு எழுதி வச்சிண்டு

போய் சேர்ந்தது. சொல்லுமா இல்லியா? நீர் பட்டும் படாமலும் இரும். எங்க போயிடப்போறது? பண்டாரத்த நாம பார்த்துக் கலாம். பரப்பிரம்மம் அது. நாங்கள்ளாம் இல்லியா?'

ராமசாமி குழப்பத்துடன் 'உம்ம பேச்ச நம்புதேன். நீரு பாத்துக் கிட்டா மதி' என்றான்.

'அதாவது இப்போ பிரச்னை என்னான்னா...' கனபாடிகள் அந்தரங்கமாகக் கேட்டார். 'சாமிக்கு எழுதப் படிக்கத் தெரியுமா?'

'மாட்டு வைத்யம் அறியிலாம். அது குல வித்தியெ. அச்சரம் படிச்சதா நானறிஞ்சு இல்ல.'

'சாமி படிக்கச் சொல்லி உபதேசம் பண்ணாரே, அப்ப அதுக்கு என்ன அர்த்தம்?'

'ஆரு கண்டது? எல்லாருமா சேர்ந்துக்கிட்டு கௌவனைத் தூக்கி சாமியாக்கினிய. அது மிஞ்சியது பண்டாரப் பயலுக்கு குடுத்திட்டு செண்ணு சேந்தது. காரியம் செல்லியாச்சு, எனக்கதை மண்ணுல ஒரு இஞ்சு விட்டு குடுக்க மாட்டேன்; ஓர்மயில[5] வச்சிக்கிடும்.'

'உமக்குத்தான் ஓய், நீர் வாயைத் திறக்காம அமுக்கமா இருந்தாப் போரும்.'

சாமியின் பெண்களுக்கும் வேறு ஏதும் தெரிந்திருக்கவில்லை. சாமிக்கு குருநாதர்கள் என்று யாருமே இருந்ததாகவும் தெரிய வில்லை. அவர் ஆடு மேய்க்கும் காலத்திலேயே முற்றிலும் தனியாள் என்றும், மற்றவர்களிடம் பேசுவது மிகவும் அபூர்வம் என்றும், அவருடைய பழைய தோழர் மூப்பன் சொன்னார். அக்காலத்தில் முழுக் கலயம் கள்ளை வைத்த வாய் வாங்காமல் குடிப்பாராம். 'மனியன் குடிச்சான்னு சொன்னா இம்பிடு ஆடணுமே. உக்கும். கல்லுமாதிரி நடந்து யேம் போவான். வெட்டிரும்பு சாதமில்லா அவன்!' என்றார் மூப்பன், பழைய நினைவுகளில் ஆழ்ந்தவராக. 'ஒரி சிரி உண்டா, களி உண்டா? வருவான். ஆடு மேய்ப்பான். போவான். தலைக்கு குறெசெ வட்டு உண்டுமிண்ணு எங்கிளுக்கொக்கெ வலிய சம்சயம். ஓம், அப்பிடி இருந்தான். ஒற்றையில இருக்கும்பம் பய தலய ஆட்டுவான். பினாத்துவான். இப்பம் ஆசிரமம் இருக்குதே அங்க அண்ணு வலிய காட்டுப் பொற்றயாக்கும். மனியங்க அந்தப் பாதையில போறதில்ல. அங்க செண்ணு மானத்தப் பாத்துக்கிட்டு

சடஞ்சு குத்தியிருப்பான். அவன் மனசுக்குள்ள என்ன எளவோ, ஆரு கண்டது, ஏது?'

'அப்பல்லாம் சாமிக்குப் படிக்கத் தெரியுமோ?'

மூப்பன் பரவச நிலையிலிருந்து மீளாமல், 'அண்ணெக்கெ கொச்சுநீலியக் காணணும், வட்டுக் கருப்பட்டியில்லா, அது? ஹிஹிஹி. எளநுங்கு மாதிரியேம் இருப்பா. இந்த பெயலுக்கத் தடியும் பொக்கமும் கண்டு இவன்தேன் வேணுமின்னு கெட்டினா. அவ கெதி அதோ கெதி. ஏது? எப்பிடித்தேன் ரெண்டு மூணு பெத்தாளோ ஹெ ஹெ ஹெ...' மூப்பன் சிரிப்பில் திணறினார். 'அதுக்கென்ன, சோறு தின்னும்பம் பேசவா செய்யுதான் இங்குதீய? அதூம் செரிதேன். ஹெ ஹெ...'

'சாமி அப்போது எழுத்தெல்லாம் படிப்பாரோ?'

'அந்தப் பய தலையிலே கல்லத் தூக்கி இடாத்தது இவளுக்க சுகிர்தமா[6]க்கும் பாத்துக்கிடுங்க. அப்பிடியாக்கும் ரெண்டு பேரும் குடும்பம் நடத்தின சீரு. ஒரு தேதில காட்டுப் பொற்றயில, செண்ணு குடிலு கெட்டிக் கெடந்தான். வீட்டுக்கும் போறதில்ல, வேலைக்கும் போறதில்ல. செல்லி உபதேசிக்காத ஆள் உண்டுமா? கேக்கணுமே. மண்ணு மாதிரி இருந்தான். கிளங்கும் மத்ததும் சுட்டுத் திண்ணுகிட்டு அங்க கெடந்தான். ஒண்ணு ரெண்டல்ல ஏமானே, ஒம்பது வரியமாக்கும். வா தெறந்து ஒரச்சரம் மிண்டினானில்லை. எல்லாரும் மறந்தும் போட்டாவ பெயலெ. தாடியும் செடையுமாட்டு அங்கன கெடந்தான். கொறெசெ சனங்க வரத் தொடங்கினாவ. சாமி சாமி எண்ணு கும்பிட்டாணுவ. இப்பம் கண்டா. சத்தியமாட்டு சொல்லுதேன் ஏமானே, என்னத்துக்கு இந்தப் பயல கும்பிடு தானுவ எண்ணு எனக்கு இண்ணு வரெ மனசிலாவேல்ல.'[7]

ஆரிய ஞானக்கடலின் ஒரு தேக்கரண்டியாவது சாமிக்குப் புகட்டப்பட்டிருக்கும் என்பதில் சந்தேகமில்லை. ஆனால் ருசு? சாதகமான ஒரு தகவல்? ஒரு சாட்சி போதும். தூள் கிளப்பி விடலாம். கனபாடிகள் அலையாத இடம் இல்லை. சாமியின் மனைவி மட்டுமே மீதி. கனபாடிகள் அவளை அணுகியதும் அவள் இயக்கம் பெற்றுக் கைதூக்கி ஆசி அளித்து திருநீறு அள்ளி நீட்டினாள். வாங்கியதும் ஆஃப் ஆகி மீண்டும் உறைந்தாள். பொக்கை வாய் மட்டும் ஆடியது. கனபாடிகள் அருகே

அமர்ந்தார். கிழவி ஒரு கைப்பிடியளவு பயிறு மணிகளை வைத்திருந்தது. அதில் ஒன்றை வாயில் போட்டது. உடனடியாக அவள் முகம் மேலிருந்து கீழாகச் சப்பி உருமாறியது. மிகுந்த பிரயாசையுடன் நாவால் துழாவி அதைத் தன் இரு மொண்ணை ஈறுகளுக்கு நடுவே வைத்து இறுக்கிக்கொண்டாள். ஒரு கலவி உச்சத்தின் பரவசம் அவள் முகத்தில் தெரிந்தது. நிஷ்டை கூடிவிட்டது.

அவளால் பிரயோசனம் ஏதுமில்லை என்று கனபாடிகளுக்குத் தெரிந்துவிட்டது. இருந்தாலும் முயன்று பார்த்தார். 'மாதா, சாமியைப்பத்தி சில காரியங்கள் உங்ககிட்ட விசாரித்தா தேவலை' என்றார் கிழவி கண்விழித்தது.

'மாதா ஒக்கெ செரியாய்ப் போயிடும் மக்கா' என்ற வாசகத்தைச் சொல்லி, விபூதி அள்ளி நீட்டியது.

சோர்ந்து போனார் கனபாடிகள். ராத்தூக்கம் இல்லை. உடான்ஸ் அடித்து புஸ்தகத்தை நிரப்பிவிடலாம்தான். ஆனால் மெய்க்குரல் குதறிவிடும். ஆதாரமின்றி எதையாவது சொன்னால் அவ்வளவுதான்.

வெள்ளையன் உதவிக்கு வந்தான். ஆசிரமத் தோட்டக்காரன். ஐம்பது ரூபாய் செலவு சொன்னான். ஒரு பின்னிரவில் கனபாடி களை வீட்டின் பின்புறத் தோப்புக்கு இட்டுச் சென்றான். கிழவியை கொண்டுவந்து சேர்த்தான்.

'ஆத்தா, மூத்தது வந்திருக்கு, வலியுங்க' என்றான் வெள்ளை, பையிலிருந்து பெரியதோர் புட்டியை எடுத்தபடி.

கிழம் கண்களை விழித்துப் பார்த்தபடி பேசாமல் இருந்தது. 'மூத்தது உள்ள செண்ணாத்தேன் ஆத்தாளுக்கு சீவன்' என்றான் வெள்ளை.

கிழவியின் வாயிலிருந்து ஜொள்ளு ஒழுகி மார்பில் சொட்டியது. வெள்ளையன் புட்டியை திறந்தான். புளிப்பு வீச்சம் எழுந்தது.

'என்னது?' என்றார் கனபாடிகள் பீதியுடன். 'சாராயமில்லியோ?'

'மூத்த சரக்கு. கத்திச்சா கத்துத சாதியாக்கும்.'

'அய்யோ' என்றார் கனபாடிகள்.

வெள்ளையன் சோஷலிச நிலையை அடைந்து, 'நீரு பயராதியும் அய்யிரே. ஆரும் கண்டெங்கித்தேன் பாவம். ஒரு ரண்டிஞ்சு விடுதீரா?' என்றான்.

'அய்யோ வேணாம்' என்றார் கனபாடிகள் சுற்றும் முற்றும் பார்த்தபடி. 'மாதா குடிப்பாளா?'

'குளிப்பா. இந்தாப் பாத்துக்கிடும். சரக்கு போற போக்க. வாய வச்சாள்னு சென்னா ஒற்ற வலிதேன். துள்ளி மிச்சம் காணாது. இப்பவே சொல்லிப்போடும் வேணுமெங்கி...'

ஆத்தாவின் சகல புலன்களும் புட்டியில் கேந்திரம் கொண்டிருந்தன. வெள்ளையன் பொட்டலத்தைத் திறந்து எண்ணெய் கசிந்த வறுத்த மீனை எடுத்தான். கனபாடிகளுக்கு அடிவயிறு கூசியது. உரித்து ஒரு துணுக்கை கிழவியின் வாயில் வைத்தான். கிழவி இருமுறை அதை நாவால் புரட்டிவிட்டு விழுங்கியது. பிறகு புட்டியை அதன் வாயில் வைத்தான். கிழவி இரு கைகளையும் பின்புறமாக ஊன்றி மல்லாந்து அமர்ந்து மடக் மடக் என்று விழுங்கியது. கால் புட்டி மிஞ்சியபோது வெள்ளை நிறுத்தினான். மிச்சத்தைத் தன் வாயில் விட்டுக்கொண்டான். கிழவி வாயைச் சப்பினாள். உஹ்ஹ் என்று விநோத ஒலி எழுப்பினாள்.

'இப்பம் கேளும் அய்யிரே. பிச்சுப் பிச்சு வைப்பா. கிளவி அந்தக் கால செயமாலினியாக்கும். ஏனாத்தா ஒரு பாட்டு பாடியது?'

'ஹிஹ்ஹி' என்றாள் கிழவி. கனபாடிகளைச் சுட்டிக் காட்டியபடி 'ஞ்ஞ்ச பாரு அய்யிரு. ஹிஹிஹி, சேப்பு அய்யிரு! ஹிஹிஹி.'

'ஆத்தா அந்த மளெப்பாட்டெ அய்யிருக்குப் பாடிக்காட்டு பாப்பம். ஏன் அய்யிரே ஒனக்குப் பலான பாட்டு இஷ்டம்தானே?'

'வெள்ளையா லேய் மக்கா,' கிழவி சோகமானாள். கண்களில் ஜலம் வழிந்தது. 'நான் இன்னி என்னத்துக்குலேய் ஜீவிச்சணும்?'

'ஆத்தா' என்றான் வெள்ளை. 'அப்படியெல்லாம் பேயாதே. நீ எனக்கு அம்மையில்லா. ஒனக்கு என்னாத்தா கொறெ.' அவன் குரலும் தழுதழுத்தது.

'கூதறத் தேவிடியாளுவ காணிக்கப் பைதாவ எடுத்துக்கிட்டு கிளவிய திண்ணையில விடுதாளுவலேய்...' கிழவி சர்ர் என்று விசும்பி அழ ஆரம்பித்தாள்.

வெள்ளை கிழவியின் கண்களைத் துடைத்தான். அவளை சமாதானப்படுத்தினான். 'ஆத்தா இப்பம் நீ ஒரு பலான பாட்டு எடு. மத்தத பிறவு பாக்கிலாம்.'

கிழவி மூக்கைச் சிந்தினாள்.

'ஆத்தா பாடுவியாம்.'

கிழவி கோசடித்த குரலில்,

'சிலுசிலுத்த மழையும் வேணும் - ஏங்
சீனிக் கெளங்கும் வேணும் - ஏங்
நீரும் நானும் வேணும்
பிள்ளையளொக்கெ செத்தும் போணும்.'

என்று பாடினாள்.

'அஹ்ஹ்ஹ்நூ!' என்றான் வெள்ளை. 'பலே சோர். டகரு டப்பா டய்யா. யாத்தா ஒப்பாரி ஒண்ணு எடு பாப்பம்.'

'வெள்ளை' என்றார் கனாபடிகள் தயங்கி. 'எனக்கு வேற சில விஷயங்கள் கேட்கணுமே.'

'அதுக்கென்ன அய்யிரே. தைரியமாட்டு கேளும். இப்பம் ஓமக்கு என்ன அறியணும்? பவபன சங்கதிதானே? இந்தா பாரும், நீரு ஒரு மேதிரி கிறங்கி வந்தப்பளே எனக்குக் காரியம் பிடிகிட்டிப் போச்சு பாத்துக்கிடும். கொளம் கொறெ கண்ட குண்டியாக்கும் இது. ஹெ ஹெ... சாமி ஏன் காவி கட்டிச்சு, பலான சங்கதிகளில வல்ல டொங்கும் உண்டுமா. இம்பிடுதானே ஏங்? இரும் கேக்குதேன். இஞ்சபாரு ஆத்தா, நம்ம சாமியிருக்கே செத்துப் போன சாமி...'

'அவன் போறான் போக்கத்த பய. நீ ஊத்து மக்கா' என்றது கிழவி.

'இஞ்ச பாராத்தா. முக்காக் குப்பி வலிச்சேயில்லியா? கேக்கத கொஸ்டினுக்கு ஆன்சர் சொல்லு. வலிய மனியன் கேக்கியாருல்ல?'

'என்னத்தலெய் மக்கா?' என்றாள் கிழவி, சரியும் இமைகளைத் தாக்கியபடி.

‘சாமி பலான விசயத்தில் எப்படி, டொங்கு தானோவ்?’

கிழவி ‘ஹிஹிஹி...’ என்றாள். ‘பேசப்பிடாது; எமன் லா? இந்தக் காலப் பெயவ மேதிரி சோறு திண்ணாத ஆளா? இருந்த இருப்பில இருநாளிச் சோறு தின்னுத மனியன்லா? என்ன ஓடம்பூ... என்னா கையீ... என்னா காலு... எனக்க தம்புராணேய், என்னிய விட்டுட்டு போனீயேய்... நானும் வாறேன் எனக்கு ராசாவேய்ய்... மக்கா இப்படி ஊத்து பாக்கட்டு...’

‘ஏன் சுருதி ஏறேல்லியோ? அப்பம் பலானதில ஒரு கொறயும் இல்லேங்குதே?’

‘மூத்தத எடு. பாடிக் காட்டுதேன்.’

‘செரி விடு. அய்யிரே கேட்டுதீரா, ஆளு மத்த சங்கதிகளில எமனாக்கும். அப்பம் இன்னா என்ன பாக்கியது?’

‘சாமிக்கு படிக்கத் தெரியுமான்னு கேளு...’

‘என்னது?’

‘படிக்கிறதுக்கு.’

‘சீருதேன்... இக் கேக்கியதுக்கா இம்பிடு பாடு? யாத்தா இஞ்ச பாராத்தா, ஒனக்க கெட்டினவன் படிப்பானா?’

‘ஆடு மேக்கிறதுதானே, பின்னே? காராம் பசுவிருக்க கன்னி நானிருக்க...’

‘ஆத்தா இஞ்ச பாரு. எளவு இப்பம் சரியும். மூத்தது ஒரு குப்பியில்லா உள்ள செண்ணிருக்கு யாத்தா ஒனக்க ஆளுக்கு... படிச்ச அறியிலாமாண்ணு.’

‘ஏங்க்?’

‘புஸ்தகமே... புஸ்தகம் படிப்பானோவ்?’

‘படிச்சுத்தானே மண்ணாப் போனான். பாவி மவென் அடி வயித்தில தீயவாரி இட்டான். எனக்க அப்போவ், நான் சீரளிஞ்சே போனேனே... சீந்தவோரு நாதியில்லே... நான் போக்களிஞ்சே போனேனே... போனவனெ காணேலியே.’

கனபாடிகள் சுறுசுறுப்படைந்து, 'என்ன படிப்பார்னு கேள்' என்றார். வெள்ளை, 'ஆத்தா கண்ணாத்தா, பொன்னாத்தா, செல்லிப்போடாத்தா; என்னத்த படிப்பான் ஒனக்க கெட்டி னவன்?' என்றான்.

'என்னத்தயின்னு சொல்லுவேன் எனக்க மக்கா. வடசேரிச் சந்தைக்குப் போன மவென், பாவி மவென், கட்டேயில போற மவன், கையில புஸ்தகத்தோட வந்தானே சண்டாளப் பாவி மகன். புஸ்தகத்தோட வந்தானே. நாசமாப் போறவன், எளவாப் போறவன், நீக்கம்புல போறவன்.'

'இராத்தா, அந்த புஸ்தகம் என்னவாக்கும்?'

'என்னெளவோ, நானென்ன கண்டேன் மக்கா? படிச்சான் படிச் சான் ராத்திரியும் பகலும் அந்த எளவயில்லா படிச்சு சீரளிஞ்சான். ஒரு வரியம் படிச்சானா, ரெண்டு வரியம் படிச்சானா, எம் மக்கா பாவி மவென் பத்து வரியம் படிச்சான். என்னெத்த படிச்சானோ எந்த அம்மெதாலி அறுத்தானோ...'

'வேற புஸ்தகம் படிக்கவே இல்லியா? ஒரே ஒரு புஸ்தகம் தானா' என்றார் கனபாடிகள் ஆவலுடன்.

'வேற எளவு என்னத்துக்கு ஏம்மக்கா? இந்த ஒரு மாரண[8]த்த படிச்சே பாவி இந்தக் கெதி ஆனானே...' கிழவி காலை நீட்டி னாள். 'மக்கா ஒரு துள்ளி மூத்தது இருந்தா ஊத்துலேய். கும்பி எரியுதே.'

'ஒனக்கின்னி வாய்க்கரிசிக்க கொறவுதேன்' என்றான் வெள்ளை.

'வேற புஸ்தகம் படிக்கவேயில்லியா?'

'இல்ல மக்கா அய்யிரே, ஒரு துள்ளி மூத்தத கெளவி வாயில ஊத்தச் சொல்லுலேய். நல்லாயிருப்பே.'

'ஆத்தா அந்த புஸ்தகம் எப்படி இருந்தது?'

கிழவி கண்மூடித் தலையாட்டி, 'சுட்ட கருவாடும் ய்யாங்... சீரகச் சம்பா சோறும் ஏங்...' என்று பாடினாள்.

'ய்யாத்தா.'

'ஏம்பில?' கிழவி திடுக்கிட்டு விழித்தாள்.

‘அந்த புஸ்தகம் என்ன நெறம்?’

‘சேப்பு.’

‘சிவப்பு அட்டையா?’ என்றார் கனபாடிகள்.

‘சிரிக்கச் சேந்த மவராசா என்னெயிப்போ சீரளியே விட்டீரே.’

‘அம்பிடுதேன் அய்யிரே. கிளவி மேல கேறியாச்’ என்றான் வெள்ளை. அவன் தலையும் ஆட ஆரம்பித்தது.

கிழவி கொட்டாவி விட்டாள். கண்களை அழுந்த மூடிக் கொண்டாள். கால்களை நன்கு பரப்பி, கூரையிலிருந்து விழுந்த பல்லி போல, மல்லாந்து படுத்தாள். ‘ஏம்லெய் வெள்ளையா.’

‘ஏனாத்தா?’ என்று தழுதழுத்தான் வெள்ளை.

‘அய்யிருக்கிட்ட அந்த மீனை எடுத்து கிளவி வாயில வச்சச் சொல்லு லேய் மக்கா.’

‘சீருதேன். கண்டுதீரா அய்யிரே? சட்டுனு ஸ்தலம் காலி பண்ணும். இன்னி இஞ்சி மரியாதி கிட்டிக்கொள்ளாது. வேற வல்லதும் கேக்கணுமெங்கி நாளைக்கு வாரும்.’

கனபாடிகள் எழுந்தார். கிழவி, துணி கிழிபடும் ஒலியில் குரட்டை விட ஆரம்பித்தாள்.

4

நாலுநாள் ஆசிரமம் நிர்தூளிப்பட்டது. இரண்டு இடுக்கு பாக்கியில்லை. ஆனால் புஸ்தகம் சிக்கவில்லை. கனபாடிகளின் உற்சாகமே வடிந்துகொண்டிருந்தது. ஆயினும் உள்ளூர ஒரு நம்பிக்கை. அப்பேர்ப்பட்ட ஒரு புத்தகம் கைத்தவறுதலாக அழிய வாய்ப்பில்லை. சிக்கிவிடும். சாமி ஞானத்தை அடைந்தவிதம் கனபாடிகளுக்குப் புரிந்தது. அணு அணுவாக ஒரே ஆதார நூலைப் பாராயணம் செய்தல். பயிலப் பயில அதன் ஒவ்வொரு பக்கத்திலும் வரியிலும் பிரபஞ்சத்தின் முகங்கள் தென்படும் அளவு புஸ்தகம் விரிந்துகொண்டே செல்லும். மனம் நெக்குருகி, உறைந்து, கொதித்து, அமைதிகொண்டு, வியந்து, அடங்கி, அத்தனை வாழ்வனுபங்களையும் அதிலிருந்து பெறும். அணு அணுவாகக்

கடந்து செல்லுதல். இறுதியில் அடிப்படை ஞானத்தை ஒற்றை வரியில் மந்திர வடிவமாக்குதல். நாமத்தை ஜபித்து ஜபித்து சப்த வடிவமாக்குதல். சப்த வடிவம் அர்த்தமற்றது. அர்த்தத்தைத் தாண்டி வந்து அர்த்தமின்மையை அடையும் நிலை அது. ஆனால் அங்கும் மூர்த்திகரமுண்டு. சப்தவடிவம் எனும் ஸ்தூலம். அதை இடைவிடாது தியானித்து தன்னை அறியாமலேயே தனக்குள் ஓடுவதாக, மூச்சுபோல இயல்பான சலனமாக ஆக்க வேண்டும். அப்போது சப்தம் மௌனமாகிறது. எல்லையற்ற சூனியப் பெருவெளியுடன் மனித மனம் தன் ஆதாரமான தொடர்பை மீண்டும் புதுப்பித்துக்கொள்கிறது. உருவ வழிபாட்டின் ஒரு வடிவம்தான் இதுவும். ஞானமூர்த்தி சப்தமூர்த்தியாக மாறி, பின் பிரம்மத்தை அடைகிறது. கனபாடிகள் கசடறக் கற்றறிந்த எத் தனையோ மார்க்கங்களுள் ஒன்றுதான் இதுவும். தேஜஸ் மிளிரும் சூனியத்துடன் இடைவிடாது மனத் தொடர்பு கொண்டிருந்த தானால்தான் சாமி பிரபஞ்சத்தின் சகல சலனங்களுடனும் தீவிர உறவு கொண்டிருந்தும், எதிலும் சிக்காமல் தம்மைக் காத்துக் கொண்டது போலும்.

அந்த ஆதார நூல் எது? ஞானமே பாஷையாக மாறிய நூல் எது. மந்திர - நாம - சப்த வடிவாக மாறி, மௌன வடிவம் பெற வல்லது. வேதமா? உபநிஷதமா? இருக்க வாய்ப்பில்லை. அது ஆதாரமான, சுருக்கமாகிய கீதையேதான். வைத்தியநாத சாமி! உனக்கு வெள்ளிக் கவசம் சார்த்துகிறேன். அது கீதையாகவே இருக்கவேண்டும். அது கீதைதான் என்றால் மந்திரம் ‘ஓம் நாராயணாய நம’ என்பதுதான். நாமம் நாராயணா என்றால் சப்தம் பிரணவமன்றி வேறொன்றாக இருக்க நியாயமே இல்லை. கனபாடிகளின் காதில் ஒரு ஆப்செட் யந்திரம் தடதடவென்று ஓடியது. மைமணம் மாறாத புஸ்தகங்கள் வரிசையாக வெளி வந்து அடுக்கப்படுகின்றன. சிவகாசி அச்சில் வண்ண அட்டை பகவான் ஸ்ரீ ஆத்ம குருநாத குஞ்சு சுவாமிகள் அருளிய பிரணவஞான விளக்கம் அல்லது முக்தி மார்க்க போதினி. கிரந்த கர்த்தா; பிரம்மஸ்ரீ, வேதாந்த ரத்னாகரம், தருக்க ஞான சாகரம், வைதீஸ்வரன் கோயில் சப்தரிஷி கனபாடிகள். தூள்! ஆனால் அந்த ஆதாரநூல் சிக்கவேண்டுமே!

இத்தனை கஷ்டம் எதற்கு? பேசாமல் புஸ்தகத்தை எழுதி விட்டால் என்ன என்று தோன்றியது. மறுகணம் அவருக்கு ஒன்று தெரிந்தது. நிரூபணம் தேவைப்பட்டது எதிரிகளுக்கு மட்டு

மல்ல, அவருக்கும்தான். பத்து வயதில் தொடங்கிய அல்லல் அவருடையது. ரிக் யஜுர் சாம அதர்வ வேதாப்பியாசம். பிறகு தருக்கமும் வேதாந்தமும். இடைவிடாத ஞானப்பயிற்சி. கண்ணீ ரும் ரத்தமும் சிந்தி அடைந்த கல்வி. பின் அதன் பாரத்துடன் ஊர் ஊராகப் பண்டித சபைகளைத் தேடிச் சென்று நிகழ்த்திய அநேகாயிரம் தருக்கங்கள். தங்கத் தோடாக்கள். பட்டுச் சால்வைகள். பட்டங்கள். முதல் மரியாதைகள். நாற்பது வயது வரை உடம்பில் பிரம்ம தேஜஸ் வீசுவதாக நம்பி உலவினார். அருள் வழங்குவதும் உண்டு. நாற்பத்தொன்றாம் வயதில் விழுந்தது பொறி பறக்க ஓர் அறை. மூத்த பையன் வாகன விபத்தில் காலமானான். கனபாடிகள் அப்போதுதான், தான் வெறும் ஒரு பாமரன் என்பதை அறிந்தார். பகல் முழுக்கப் புனிதன் வேஷம், தேஜஸ் வினியோகம். ராத்திரியெல்லாம் தலையணை நனைய நனையக் கண்ணீர். இம்சை தாங்க முடியாது போனபோது அனைத்தையும் உதறிவிடுவதாக மனப்பால் குடித்தவாறு ரயில் ஏறினார். கன்னியாகுமரிக்கு வந்தவர் நாகர்கோவில் பஸ் நிலையத்தில் அறிமுகமான சகபயணியால் அழைக்கப்பட்டு இடையன்விளை ஆசிரமத்துக்கு வந்தார். சாமியை தரிசித்த உடனே அவருக்கு ஒன்று தெரிந்தது. பசு நெய் விட்டு மூன்று வேளை சாப்பிடுவதன் மூலம் உடம்பில் ஏற்படு வதற்குப் பெயர் தேஜஸ் அல்ல.

சாமியைச் சந்திக்க விரும்பி அங்கேயே தங்கினார் கனபாடிகள். சந்தித்தபோது சகலத்தையும் கொட்டினார். சாமி சொன்னது. 'உள்ளதுதேன், வேதாந்தம் படிச்சிருக்கேரு. எமன் உம்மகிட்ட கேக்காம வந்தது தப்புத்தேன்.' கனபாடிகள் அடிபட்டதுபோல கூசிக் குறுகிப் போனார். தன் இம்சை, இழப்புக்காக அல்ல என்றும், அகங்காரம் அடிபட்டதனால்தான் என்றும் ஒரு கணத் தில் தெரிந்தது. ஏறிட்டுப் பார்த்தார். சாமியின் சிரிப்பு அவர் உடலைச் சிலிர்க்கச் செய்தது. அவர் மணம் மண்டியிட்டது. ஒரு கணம்தான். மறுகணம் அகங்காரம் நிமிர்ந்தது. கோபம் வந்தது. சாமி அவர் கண்களைப் பார்த்தார். 'வீட்டுக்கு போவும். உம்மால ஒண்ணையும் விட ஒக்காது.' கோபம் முகத்தில் பீறிட எழுந்தார். 'உபவாசம் ரொம்ப நல்லதாக்கும்' என்றது சாமி. மேலும் இரண்டு நாள் அலைந்தார். குமரியின் பாறைகளோ, திருவனந்த புரம் கோயிலோ அவரைக் கவரவில்லை. முதல் நாள் இருந்த சுதந்தரம் மெல்ல வழிந்தது. புறப்பட்ட பத்தாவது நாள் வீடு திரும்பினார். துறக்கவும் முடியவில்லை, சுமக்கவும் முடிய

வில்லை எனத் தன்னைச் சபித்து அழுதார். மனசின் இம்சைகள் நாள் செல்லச் செல்லக் கூர்மையை அடைந்தன. மனம் அதிலிருந்து தப்பும் பொருட்டு திரும்பத் திரும்ப சாமியையே நினைவு கூர்ந்தது. கனபாடிகள் கடைசி வழியாக சாமி சொன்னபடி உண்ணா நோன்பை ஆரம்பித்தார். அது தன்னைக் குறுக வைப்பதை உணர்ந்தார். ஓயாது மூளை ஒன்றையே மையம் கொண்டு சுழன்றபடி இருந்ததே அவருடைய மகத்தான இம்சையாக இருந்தது. வயிற்றில் எரிந்த அக்னி அதைச் சிதறடித்தது. பசி உக்கிரம் தன்னையும் ஒரு எளிய ஜீவனாக மாற்றுவதை உணர்ந்தார். சுயம் குன்றிக் குறுகக் குறுக அவருடைய வலி குறைந்தது. ஆறாவது மாதம் புது மனிதனாக வந்து சாமியை தரிசித்தார்.

மெய்ஞானம் என்றால் என்ன என்ற கேள்விக்கு கனபாடிகளுக்குப் பதில் கிடைத்துவிட்டது. இந்த ஜென்மத்தில் அதற்கும் தனக்கும் சம்பந்தமில்லை என்று புரிந்துவிட்டது. எச்சில் துப்புவது பற்றியானாலும் சுபக்கம் பரபக்கம் பிரித்துத் தருக்கம் செய்கிற மூளை. அத்தனை அனுபவங்களையும் கோட்பாடுகளாக, சூத்திரங்களாக, வார்த்தைகளாக சதா மாற்றியபடி இருக்கும் மூளை. கண்மூடி அமர்ந்தால் அப்திக்குப் பதிலாக ரத்த அழுத்தத்தின் நிறச் சுழிப்புகள். ஆயினும் படித்ததெல்லாம் பாழ் என ஆவதை கனபாடிகளால் ஏற்கவே இயலவில்லை. அது அவர் வாழ்ந்ததே வீண் என ஆவதற்குச் சமம். மூழ்கிக் கொண்டிருப்பவனின் கைத் துழாவலில் சிக்கிய மரக்கிளை, சாமியின் கடைசி உபதேசம். அதை ஆரிய ஞானத்துடன் பிணைக்க முடிந்தால் தன் வாழ்நாள் அத்தனையும் பாழல்ல என்று ஆகிவிடும். ஞானமென்ன சுத்தமாகப் பாடையில் எரிந்தா போய்விடும்? மிச்ச சொச்சம் அடுத்த ஜென்மத்தில் கூட வராதா என்ன?

5

அடுத்த வாரம் காட்சி மேலும் சிக்கலாக ஆகியது. 'சித்தர் மரபின் சீர்மிகு வாரிசு' என்ற தலைப்புடன் மெய்க்குரல் சிறப்பிதழ் ஒன்று வெளியாகியது. ஆப்செட் வண்ண அட்டை. ஏதோ செடியைத் தடவி விட்டுக்கொண்டிருந்த மௌனப் பண்டாரத்தை வண்ணப் படம் எடுத்து, செடியை வெட்டி அகற்றிவிட்டு, கையை அருள் புரியும் பாவனைக்குக் கொண்டுவந்து, அட்டையில் போட்டிருந்தார்கள். உள்ளே நாஸ்திக சித்த மரபின் உதாரணமாகத் திகழ்ந்த ஞானிகளைப் பற்றிய கட்டுரை. தேரையரில் தொடங்கிய

பட்டியலில் கடைசியாக சாமியின் பெயர். அவர்களுடைய வாரிசாகப் பண்டாரத்தைக் குறிப்பிட்டிருந்தார்கள். மௌனப் பண்டாரம் ஆசிரமத்துக்கு வந்த தினத்தை அவருடைய பிறந்த தினமாகக் கணித்து அதை விரிவாகக் கொண்டாடப் போவதாக வும், அதற்கு செல்வராஜ் தலைமையில் குழு ஒன்று அமைக்கப் பட்டிருந்ததாகவும், நன்கொடை அளிக்கும்படியும் கோரப்பட்டி ருந்தது.

'கண்டுதீரா அய்யருசாமி. நீரு பொஸ்தவத்தத் தேடிக்கிட்டிரும். மத்த பயவ ஆசிரமத்தயும் சமாதியையும் சூண்டிக்கிட்டு பெய் யிடுவானுவ' என்று சுந்தரலிங்கம் கொதித்தார்.

'நான் அப்பளே சென்னேன், இந்த பண்டாரப்பயல கேற்றி வச்சப்பிடாதுண்ணு. கேட்டியளா?' என்றான் ராமசாமி.

'இல்லை கோனாரே, இந்தப் பெயல்களோட கூத்துக்கு பண்டாரம் எப்படிச் சம்மதிச்சார்?'

'ஆ, அது கெடக்கு பயித்தார சாமி. இரியும் எண்ணு சென்னா கெடக்குத சென்மம். இப்பம் என்னத்த செய்யியது?'

'வழி இருக்கு' என்றார் கனபாடிகள்.

மறுவாரம் ஆசிரம நிர்வாக சபையில் கனபாடிகள் உரையாற்றும் போது, புராதன காலம் தொட்டு உலகெங்கும் இருந்துவந்த அன்னை வழிபாட்டு முறை பற்றி விரிவாக எடுத்துச் சொன்னார். அன்னையே சற்குண வழிபாட்டு முறையின் ஆதிவடிவம். மேலும் நாஞ்சில் நாடு சமீபகாலம் வரைகூட அன்னை வழிச் சொத்துரிமையைப் பேணி வந்த நாடு. ஆத்மகுரு சாமிகளின் மறைவினால் ஏற்பட்ட வெற்றிடத்தை நிரப்ப மாதா தவிர வேறு யாரும் இல்லாத நிலை ஏற்பட்டிருக்கிறது என்று சொல்லி நாற்காலிமீது வைக்கப்பட்டிருந்த மாதா பக்கம் திரும்பிக் கும் பிட்டார். அவளை ஞானம் தேடிவரும் பக்தர்கள் ஏற்கெனவே சாமியின் வாரிசாக ஏற்றாகிவிட்டது என்றார்.

செல்வராஜ் ஆக்ரோஷமாக எழுந்து மௌன குருசாமியை பெரிய சாமி தன் வாரிசாக நியமித்தது முதன்முதலாக கனபாடிகளால் தான் வெளியிடப்பட்டது என்றான். இப்போது மௌனப் பண்டாரம் அகற்றப்படுவதன் பின்னால் ஏதோ சூது இருக்கிறது என்றபோது, 'வெட்கம்! வெட்கம்!' என்று குரல்கள் எழுந்தன.

இளவழகன் எழுந்து, 'கைபர் கணவாய் ஒழிக' என்று கூவினான். மேஜைகள் தட்டப்பட்டன. 'செந்தமிழ் முனிவர், திராவிட மரபின் தூய வாரிசு, மௌன குருசாமிச் சித்தரவர்களே இந்த மடாலயத்தின் அடுத்த பொறுப்பினை ஏற்றிட வேண்டும் என நாங்கள் விரும்புகின்றோம். ஆசைப்படுகின்றோம். வேண்டு கின்றோம். விண்ணப்பிக்கின்றோம்' என்று அவன் கூறி முடித்த போது இந்தப் பக்கத்து மந்தையில் சிலவும் சேர்ந்து கைதட்டின.

கனபாடிகள் சித்தயோக மரபு, தமிழ் வழிபாட்டு மரபு பற்றி ஓரிரு புராதனச் செய்யுட்களை முடிந்தவரை கரடுமுரடாகக் கூறிய போது கப் சிப் என்று மௌனம் பரவியது. பண்டாரம், தொல் காப்பியச் சூத்திரத்தின் அடிப்படையிலும், யோக மரபின் அடிப் படையிலும் சொல்லப்போனால் யாக்கை நெருப்பிடுவோன் ஆகவே நியமிக்கப்பட்டார் என்றும் வாரிசாக அல்ல என்றும் கனபாடிகள் கூறி, தொடர்ந்து விளக்க முற்பட்டபோது செல்வ ராஜ் பீதியுடன் இளவழகனைப் பார்த்தான். அவன் குரலைத் தாழ்த்தி, 'தாயோளி' என்றான். கனபாடிகள், மாதாவே கொள்ளி போட சம்பிரதாயம் அனுமதிக்காத காரணத்தால்தான் பண்டாரம் பணிக்கப்பட்டது என்றார். மேலும் பண்டாரம் யோகம் பயின்று படிகளின் மீது ஏறிக்கொண்டிருப்பவரே ஒழிய மாதா போல நிர்குண, நிர்விசார, நிர்மல, நிர்விகல்ப ஞானவடிவம் கொண்டு சூனியத்தின் சிம்மாசனம் மீது ஏறியமர்ந்தவர் அல்ல என்றார். மாதாவைப் பார்த்த ஜனம் 'ஆகா'ரம் போட்டது.

கைமீறிக் காரியங்கள் செல்வதை உணர்ந்த செல்வராஜ் கைகாட்ட, ஞானப்பிரகாசம் எழுந்து 'பார்ப்பன ஆதிக்கம் ஒழிக' என்று கோஷ மிட்டான். அதை ஏற்று அனேக தொண்டைகள் செயல்பட்டன.

சுந்தரலிங்கம் எழுந்து. 'எலெய் மரியாதியா பேசுலேய்' என்றார். 'சீவிப் போடுவேன் பட்டிப்பயவளே.'

'சீவியதுக்கு இஞ்ச என்ன பனம்பாளையா இருக்கு?' தன் அப்பா பனையேறி என்பது சுட்டிக்காட்டப்பட்டதனால் சுந்தரலிங்கம் வீராவேசம் பெற்றார்.

'எவம்பில அவன், கூதறத் தேவிடியா மகன்?' என்று அவர் கூவ, அதற்காகவே காத்திருந்த அவருடைய அடியாட்கள் புகுந்து விளையாட ஆரம்பித்தார்கள். செல்வராஜ் வரிபோட்ட அண்டர் வேருடன் மேஜைமீது ஏறி நின்று. 'உடன் பிறப்புகளே, கழகக்

கண்மணிகளே, சீறி எழும் கடலலை போலப் பொங்கி எழும் காளை போல...' என்று ஏதோ பேச முற்பட, செருப்புகள் பறந்து வந்தன. நாற்காலிகள் சரிந்தன. வேட்டிகள் மிதிபட்டன. 'கரெண்டு... மைக்கு... ஒயர்' என்று யாரோ கூவினார்கள். செங்குட்டுவன் குப்பையாக மாதா காலடியில் விழ, அது கண் விழித்து விபூதி அள்ளி நீட்டி, ஆசி அளித்தது. கனபாடிகள் ஏற் கெனவே கண்டு வைத்திருந்த இடுக்கு வழியாகத் தப்பித்து விட்டிருந்தார். தினத்தந்தி நிருபர் வெளியே பிதுங்கி விழுந்து, எழுந்து ஓடினார். 'கட்டிப் புரண்டு சண்டை' என்ற கொட்டை எழுத்துத் தலைப்பு நாலு ஆச்சரியக் குறிகளுடன் அவருள் ஏற்கனவே அச்சு கோர்க்கப்பட்டுவிட்டிருந்தது.

மாதா ஆசிரமத்தின் மையக் கட்டடத்துக்குக் கொண்டுவரப்பட்டு வைக்கப்பட்டது. இரண்டு கட்சியினரும் போட்டி போட்டு தரிசனத்துக்கு வந்தனர். சில்லறைக் கைகலப்புகளும் கெட்ட வார்த்தைப் பரிமாற்றமும் நடந்தன. மாதா கட்சிக்காரர்களால் பண்டாரமும், பண்டாரக் கட்சியினரால் மாதாவும் சரமாரியாகத் திட்டப்பட்டனர். மௌனப் பண்டாரத்துக்கு மட்டுமே சங்கதிகள் தெரியாமல் இருந்தது. அவருக்குப் புத்தாடை அணிவிக்கும் முயற்சிகள் தோல்வி அடைந்தன. மலர் மாலைகள் சூட்டுவ தற்கும் அவர் இணங்கவில்லை. 'சவம் மத்தது மாதிரி வல்ல கையோ காலோ வெளங்காம இருந்ததிண்ணு சொன்னா பிடிச்சி ருத்திப் போடலாம். எளவு, பிடிச்சப்படியில நிக்க மாட்டேங் குதே' என வயிறெரிந்தான் செல்வராஜ்.

ஜனங்கள் பொதுவாக மாதா பக்கமே இருந்தனர். பண்டாரம் ஆசி யளிக்க மறுத்தது ரொம்பப் பேரைக் கடுப்பேற்றியது. காணிக்கை களை அது தொடுவதுமில்லை. 'அதச் செண்ணு கும்பிடுயதக் காட்டியும் வல்ல கல்லயோ மரத்தையே கும்பிடுயது சொயம்பு காரியமாக்கும். நாலு நாள் கெட்டும் கெட்டி இஞ்ச வாறது இதுக்க சூம்பக் குண்டியக் காணுயதுக்கா?' என்றனர் ஜனங்கள். மௌனப் பண்டாரத்தைத் தூக்கி பிடிக்க அவருடைய அருமை பெருமைகளைப் பற்றி மெய்க்குரல் கட்டுரை, துணுக்குகள் முதலானவற்றைப் பிரசுரித்தது. அப்போதுதான் அந்த அதிசயம் நிகழ்ந்தது. மாதா ஒரு பெண்ணுக்கு சூனியத்திலிருந்து தங்க மோதிரம் வரவழைத்து அளித்தது. ஆறுமாசத்துக்குள் மெய்க் குரல் கடையைப் பூட்ட வேண்டிவந்தது. மௌனப் பண்டாரம் மீண்டும் பரம நிம்மதியில் ஆழ்ந்தார். மாதா பிள்ளை வரம்,

மாப்பிள்ளை வரம், வேலைவாய்ப்பு, பிரமோஷன் முதலான அனுக்கிரகங்களை அளித்தது. மாதாவின் கரங்கள் தொடர்ந்து சூனியத்திலிருந்து பூக்கள், பழங்கள், சிவலிங்கம் முதலானவற்றை சப்ளை செய்தன. அவளுடைய அணுக்கத் தொண்டன் வெள்ளை எசகுபிசகான நிலையில் கூறிய ஒரு வரியிலிருந்து அது தண்ணீரில் நடக்கும் என்றும் நெருப்பை விழுங்கும் என்றும் வதந்தி உண்டு பண்ணப்பட்டது. வெள்ளையே விபூதி வழங்கினான். பக்தர் கூட்டத்தை ஒழுங்குபடுத்தினான். மாதாவின் கைகளை அவன்தான் தூக்கி பக்தர் தலைமீது வைப்பது. சமயங்களில் அவனே ஆசியளிப்பதும் உண்டு. காணிக்கை மட்டும் பிரதான சீடன் ராமசாமியினால் வசூல் செய்யப்பட்டது. இன்ப துன்ப நிலைகளுக்கு அப்பாற்பட்ட பரப்பிரம்ம ரூபிணியான மாதா எல்லாம் சரியாகிவிடும் என்று சொல்லிவிட்டால் விதி பயந்து ஒதுங்கிவிடும் என்று பலமாக நம்பப்பட்டது. ஆசிரம நிர்வாக சபைக்குப் புதிய உறுப்பினர்கள் தேர்ந்தெடுக்கப்பட்டனர். சுந்தரலிங்கம் தலைவராகவும், ராமசாமி செயலாளராகவும் கனபாடிகள் கௌரவ உபதேசகராகவும் தேர்வு செய்யப்பட்டனர்.

6

கனபாடிகளின் புத்தகம்தான் எழுதப்படவேயில்லை. அவருள் குறுகுறுப்பு சாகவில்லை. சமாதி வருட நிறைவும் பிரணவ ஜோதித் திருவிழாவும் அணுகிக்கொண்டிருந்தன. கனபாடிகள் வைத்தியநாத சாமிக்கு வெள்ளித்தேர் ஊர்கோலம் நடத்துவதாக வேண்டிக்கொண்டார். ரிஷிகேசம், பத்ரிநாத் போய் வருவதாகவும் பிரார்த்தனை. நெக்குருகி உருகி ஆளே உருமாறிவிட்டார். விளைவாக இந்திர சிம்மாசனம் சற்று அசைந்திருக்கலாம். அவருக்கு முதல் திறப்பு கிடைத்தது. தன் அறையில் மிகுந்த விசனத்துடன் பத்மாசனத்தில் அமர்ந்து புலம்பிக்கொண்டிருந்த அவரை கூட்டிப் பெருக்கும் கெம்பியம்மாள் கண்டு, வியப்பு பெற்று, வாசலில் நின்றவளாக மொகவாயில் கை வைத்து, 'என்ன சாமியேய் தேக சொகம் இல்லியா?' என்று கேட்டாள். கனபாடிகள் சோகமாக 'ஒண்ணுமில்லியே' என்றார்.

'அப்பம் நீங்களும் தொடங்கியாச்சாக்கும் காக்கா, காகசக செபம்' என்றாள் கெம்பியம்மாள், கூட்டியபடி.

'என்ன காக்கா?'

'வலியசாமி செல்லுமே, காக்கா, காக்கா.'

'சொய்ங்' என்றது கனபாடிகளின் ரத்த அழுத்தம். பதற்றத்துடன் 'என்னது பெரிய சாமியா? என்ன சொல்வார்னு சொன்னே?' என்றார்.

கெம்பி நாலு பக்கமும் கவனித்தபிறகு 'வலிய சாமிநாதன். ஒரு நாளைக்கு காலம்பற பலபலா வெளுக்கும்பம் அடிச்சு வாரு யதுக்கு வந்தேன். காலம்பற ஆசுபத்திரிக்கு போகணும்னு மூத்தவ சொன்னா. அவளுக்கு ஒரு வாயுப்பிடிப்பு. ஏஞ்சாமி, வாயுக்குளிகெ திங்கப்பிடாதா? லாக்கிட்டரு சொல்லுதாரே...'

'பெரிய சாமி என்ன சொன்னார்?'

'வெளுக்கன வந்தனா? அப்பம் வலிய சாமி இப்படி குத்தி மடக்கி இருந்துகிட்டு. காக்கா காக்கான்னு மொனங்கியதக் கண்டேன்.'

'காக்கான்னா சொன்னார்?'

'பின்ன நான் என்ன கள்ளமா செல்லுதேன்?'

'காக்கான்னு சொன்னாரா இல்ல காவன்னாங்கிற எழுத்தச் சொன்னாரா?'

'அப்படித்தேன்.'

'எப்பிடி?'

'கா'ன்னுதேன்.'

கனபாடிகள் மூச்சை புஸ்ஸ் என்று வெளியேற்றி சமநிலை பெற்று, 'நல்லா யோசிச்சு சொல்லு கெம்பி. சாமி ஓம் ஓம்ன சொல்லி அது உங்காதில அப்படி கேட்டிருக்குமோ?'

'ஹிஹி... சாமி சிரிப்பு செல்லுது. ஓமிணு சொன்னா காக்கான் னுட்டு கேக்குமாக்கும்? ஏஞ்சாமி பொகெல வாங்க ஒரு எட்டணா குடுக்கியது...'

கனபாடிகளுக்கு ஜ்வரமே வந்துவிட்டது. இதென்ன விந்தை! காவன்னாவா?அதுவா சாமியின் சப்தம்? அப்படியானால் நாமம் என்ன? மந்திரம் என்ன? அந்தக் கிரந்தம் எது?

பெரியதோர் நூலகம் ஒன்று புத்தகச் சிறகுகளைப் படபடவென்று அடித்தபடி கன்பாடிகளைப் பார்த்துச் சிரித்தது. ஆரிய ஞானக் கடலில் எங்கே வருகிறது காவன்னா? கிரந்தக் குவியலில் குப்புறப் பாய்ந்தார். துழாவினார். மூச்சடக்கி முக்குளியிட்டார். வேதம், உபநிஷதம், சாங்கியம், யோகம், வேதாந்தம். குடல் உப்பி மேலே வந்தார். வாழ்க்கையே வெறுத்துவிட்டது.

அப்படியானால் ஒருவேளை ஆரிய ஞானமே இல்லையோ? மெயக்குரல் பயல்கள் சொல்வதுபோலச் சித்த மரபோ? சைவமோ? அழகிய பாண்டிபுரம் சைவசித்தாந்த மணி திருவடி சரவணப் பிள்ளையைச் சந்தித்துத் தீர விசாரித்தார். சித்த மரபு பற்றிய சந்தேகங்களை தோவாளை சொக்கிமுத்துப் பிள்ளை யிடம் கேட்டார். எங்கும் காவன்னா எனும் சப்த வடிவமே இல்லை என்று தெரிந்தது.

மேலும் ஏழெட்டுச் சுவர்களில் முட்டிவிட்டு கனபாடிகள் மீண்டும் முத்தன் மூப்பனையே அணுகினார். குஞ்சுசாமி அந்த நாட்களில் பினாத்துவது உண்டு என்று அவர் அப்போது சொன்னபோது கவனிக்கவில்லை.

‘அந்தப் பெய பினாத்துயதெயொக்கெ நீரு இப்பம் கணக்கெடுக்கு தீராக்கும்? கூத்துதேன். எனக்கொண்ணும் இப்பம் ஓர்மயில்ல ஏமானே.’[9]

‘ரொம்ப முக்கியம் மூப்பரே. கொஞ்சம் நல்ல யோசிச்சு சொல்லணும்.’

‘இந்த அய்யருமாருக்க ஓரோ ரோகங்க. பய அப்பிடி பலதும் செல்லுவான். என்னத்தயிண்ணு செல்லுது?’

‘எதையாவது மந்திரம் மாதிரி திரும்பத் திரும்ப ஜெபிக்கிறதக் கேட்டிருக்கீங்களா?’

‘கொள்ளாம், அவனுக்கு நாலு சாமமும் அதுதானே வேல. நல்லா கேட்டீரு.’

‘என்ன ஜபிப்பார்? மந்திரம் மாதிரி ஏதாவது?’

‘ஓலக்க மந்திரம். எடையப் பயலுக்கு என்னத்த மந்திரமும் தந்திரமும்? இல்ல அய்யிரே. இப்பம் உங்க மந்திரத்தயொக்க நீரு விட்டாச்சு?’

'மூப்பரே' என்றார் கனபாடிகள் பரிதாபமாக. 'பெரிய சாமி 'கா'வில் ஆரம்பிக்கிற எதையாவது திரும்பத் திரும்பச் சொல்லுமா?'

'ஓம் இப்பம் ஓர்ம வருது. பயலுக்கு மாட்டு வைத்தியம் அறியிலாம். அதைத்தேன் பினாத்துவான்.'

'என்னதுன்னு?'

'என்னெளவு, காமதேனு காமதேனூண்ணு. இல்ல அறிஞ்சூடாமத்தேன் கேக்குதேன். என்னத்துக்காக்கும் இதொக்க?'

கனபாடிகள் வேட்டியைக் கிழிக்காத குறை. அதே சமயம் ஒரு இடுக்கு கிடைத்தது போலவும் இருந்தது. காமதேனு என்றால் சமஸ்கிருத வார்த்தைதான். இதை வைத்தே ஒரு பிடி பிடித்து விடலாம். ஆனால் காமதேனு எப்படி நாமமாக ஆயிற்று? அது சைவமா? வைணவமா? சாக்தேயமா? பௌத்தமா? ஜைனமா? இல்லை தாந்திரிகமா? ஒருவேளை ஏதாவது உபாசனையாக இருக்குமோ? அப்படியானால் அது ஞான மார்க்கம் இல்லை. காமதேனுவைப் பற்றி கீதையில் ஏதாவது சொல்லியிருக்கிறதா? 'மிருகங்களில் நான் காமதேனு?' 'பகவானின் ஐந்து ரூபமும் ஆகமக் கூற்றுப்படி அன்னையின் ஸ்தனம் உடையதுமான காமதேனுவாகிய பசுவே பகவான் குஞ்சு சாமிகளின் உபாசனை மூர்த்தியாகவும் ஆதார நாம வடிவமாகவும் இருந்ததென்பது...' சமாளிக்கலாம்தான். ஆனால் காமதேனு ஞானமார்க்கத்தில் எங்கே வருகிறது? புராணங்களைத் துழாவலாம். ஆனால் புராணங்கள் பக்தி மார்க்கத்தைக் கூறுபவை. அப்பா வைத்திய நாதப்பா, கடைசியில் நான் படித்ததே எனக்கு மறந்து போய் விடும்போல் இருக்கிறதே. இப்போதே பிரம்ம சூத்திர பாஷ்யமும் வாகட விளக்கமும் கலந்து வருகிறதே.

'அப்பம் இன்னி எப்பளாக்கும் அய்யருசாமி ஓம்ம புஸ்தக மெளுத்து? இல்ல அறிஞ்சூடாமத்தேன் கேக்குதேன். சமாதி பூசெய்க்கு இன்னி ரண்டு மாசம்தேன், ஓர்மயுண்டா? சுந்தர லிங்கம் கேட்டார்.

கனபாடிகள் நம்பிக்கை நொய்ந்த குரலில் 'அந்தச் சிவப்புப் புஸ்தகம். அது மட்டும் கிடைச்சா...' என்றார்.

'அத விடும் வேய் அய்யிரு சாமி. வலிய சாமி அதைப் பாடையிலே கொண்டு பொய்யாச்சுண்ணு நெனையும். பின்ன ஒரு காரியம் மத்த

பயலுவ இப்பம் பண்டாரத்த விட்டுப் போட்டானுவ. அப்பம் பின்ன என்னெளவுக்கு நம்ம இத இஞ்ச வச்சு தீற்றிப் போற்றுயது?'

கனபாடிகள் திடுக்கிட்டார். 'ஆரு பண்டாரமா? அது இருந்துட்டு போட்டுமே. சாது ஜென்மம்.'

'இஞ்ச பாரும், அது நீரு நெனைச்சியது மாதிரி இல்லை. வலிய ஆபத்தாக்கும். எண்ணைக்கிருந்தாலும் விட்டு வச்சியது நல்ல தில்லை, பாத்துக்கிடும்.'

'பண்டாரத்தத் துரத்திவிடறது பெரிய பாவம்னு நேக்கு படறது' என்றார் கனபாடிகள்.

'கள்ளப் பயலாக்கும். அப்பிடி இருக்குததப் பாக்கண்டாம். கண்ணைக் கண்ட அறியிலாம் பயலுக்க லெச்சணம்' என்றான் ராமசாமி. 'அப்பனுக்கு ரசவாதம் அறியிலாம். தங்கம் காச்சி எடுத்தினும் எண்ணு வெள்ளையன் செல்லுதான். இப்பம் எனக்கு சம்சயம் என்னதுண்ணு சென்னா இந்தப் பெய இஞ்ச வந்து அப்பனுக்க கிட்ட ஒட்டிக்கிட்டது ரசவாதம் படிச்சியதுக்குதானோ என்னமோ எண்ணாக்கும்.'

'அண்ணோவ், இப்பம் ஒரு காரியம் ஓர்ம வருது' என்றான் இளம் சாமி அப்பு.

'என்ன சாமி?'

'சாவியத்துக்கு ரண்டு நாள் மிந்தி வலிய சாமி பண்டாரத்த விளிச்சுப் பேசிச்சு. பிறவு ஒரு பொதியும் கொண்டு பண்டாரம் போறதப் பாத்தேன்.'

கனபாடிகள் குதித்தெழுந்தார். 'பொட்டலமா? என்ன பொட்டலம்?'

'நூஸ் பேப்பர்ல பொதிஞ்சது. சதுரமாட்டு.'

'அப்பம் கத அதாக்கும்' என்றான் ராமசாமி. 'இப்பம் மனசிலாவுதா? கிளவனுக்க தேக சொகம் இல்லாத இருந்தப்பம் இந்தப் பய நைசாட்டு எடபட்டு என்னமோ சூண்டிப் போட்டான்.'

நாற்காலி கிரீச்சிட சுந்தரலிங்கம் முன்னால் சரிந்தார். 'அய்யிரு சாமி, அது வல்ல உயிலோ மற்றோ ஆயிருக்குமோ? மத்த பயவ மிண்டாத இருக்கியதக் கண்டா சம்சயம் வருது...'

'இல்லை நாடாரே... அது என்னதுன்னு நேக்குப் புரிஞ்சுப் போச்சு. ஏங்கிட்ட விடும் மிச்சத்த.'

'என்னவாக்கும்?' என்றார் சுந்தரலிங்கம் சட்டென்று முளைத்த சந்தேகத்துடன்.

'அந்தப் புஸ்தகம்தான் அது. அது கெடைச்சா என் வேட்டை முடிச்சாப்லதான். பண்டாரம் இப்போ குடிசையில் இருக்கும். விடிஞ்சதுக்கு பிறகு அதை நைசா எடுத்துருவோம்.'

'செய்யுங்க' என்றார். சுந்தரலிங்கம் உதாசீனமாக. 'செரி காணிலாம்' என்றபடி எழுந்தார்.

கனபாடிகளுக்குத் தூக்கம் வரவில்லை. அந்தப் புத்தகத்தைப் பார்க்கக் காலைவரை காத்திருப்பது அவரால் தாங்க முடியாத தாக இருந்தது. மேலும் சுந்தரலிங்கத்தையும் முற்றிலும் நம்ப முடியாது. நாளை காங்கிரசும் திமுகவும் சேர்ந்துகொண்டால் தாயும் இப்படி மறிந்துவிடும். தன்னைத் தூக்கி வெளியே போட அந்தப் புஸ்தகமே காரணமாக அமையலாம். அது ஆரிய நூல் இல்லை என்றால் என்ன செய்வது? யோசிக்க கனபாடிகளின் நம்பிக்கை குறைந்தபடியே வந்தது. நிலைகொள்ளாதவராக எழுந்து வெளியே வந்தார்.

இரவு நிசப்தமாக இருந்தது. நல்ல நிலா. நிழல்கள் பிரமைபோல அசைந்தன. இளம் குளிர், மௌனப் பண்டாரத்தின் குடிசை தனியாகத் தள்ளி தோட்டத்தின் உள்ளே இருந்தது. கனபாடிகள் அதைப் பார்த்து நடந்தார். அதை அணுகாமல் சற்றுத் தள்ளி மகிழ மரத்தடியில் நின்றார். தூரத்தில் ஏதோ வெண்ணிற அசைவு தெரிந்தது. நிழலில் பதுங்கிக்கொண்டார். உற்றுக் கவனித்தார். அது சுந்தரலிங்கம்! கனபாடிகள், 'அடப்பாவி' என்றார்.

மௌனப் பண்டாரத்தின் குடிசையில் ஒரே சமயம் ஒருவர் மட்டுமே இருக்க முடியும். அவ்வளவு சிறியது. பண்டாரம் அந்தியானால் அதற்குள் புகுந்து படுத்துக்கொள்ளும். இப்போது அதற்குள் போய்த் தேடுவது அசாத்தியம். விடியும்வரை காத்தி ருப்பது தவிர வேறு வழியே இல்லைதான். ஆனால் மனம் நிலை கொள்ளாமல் தவித்தது. கனபாடிகள் அங்கே நீண்ட நேரம் நின்றார். சற்று நேரத்தில் சுந்தரலிங்கம் திரும்பிப் போவது தெரிந்தது. கனபாடிகளின் பொறுமையும் போயிற்று. போய்விட வேண்டியதுதான் என அவர் தீர்மானித்த கணம், பண்டாரம்

வெளியே வந்தது. மண்குடத்தைத் தூக்கியபடி தண்ணீர் மொண்டு வரக்கிளம்பிவிட்டது.

கனபாடிகளின் உடல் பரபரத்தது. கால்கள் குழைந்து தொய்யும் அளவு உத்வேகம். மார்பைப் பற்றியபடி நடந்து குடிசைக்குள் நுழைந்தார். துப்புரவான குடிசை, பாய்கூட இல்லை. வெறுந் தரையில் பண்டாரத்தின் மரச்சட்டி கிடந்தது. கூரையிடுக்கில் அந்தப் புஸ்தகப் பொட்டலம் பிரிக்கப்படாமல் அப்படியே இருந்தது. எடுத்தார். விடுவிடுவென நடந்து தன் அறைக்கு வந்து விட்டார்.

விரல்கள் பதற அதைப் பிரித்தார். உள்ள சிவப்பு நிற காலிக்கோ அட்டையுடன் கூடிய சிறிய புத்தகம் ஒன்று இருந்தது. மிகப் பழையது. நிறம் நரைத்து மக்கிய அட்டை. கனபாடிகள் மூச்சுத் திணற ஒரு கணம் அப்படியே நின்றார். அதைத் திறக்க அவரால் இயலவில்லை. மனம் தயங்கி சண்டித்தனம் பண்ணியது. திறந் தால் எட்டுமாத இம்சை முடிந்துவிடும். தேடித் தவித்தடைந்த அக்கணத்தில் அது முடியலாகாது என்று அவருக்குப் பட்டது. அவருடைய உள்ளுணர்வு விடுத்த எச்சரிக்கையா அது என்று கேட்டுக்கொண்டார். முடிந்தவரை அதைப் பிரிப்பதை ஒத்திப்போட விரும்புகிறவர்போல அப்படியே நின்றிருந்தார். மெல்ல படபடப்பு குறைந்தது. அதைப் பிரிக்காமலேயே தூக்கி வீசிவிட்டால் என்ன என்ற எண்ணம் எழுந்த உடனேயே, அது முடியாத காரியம் என்றும் தெரிந்தது. திறக்க முடியாதபடி கைகள் சறுக்கின. மனம் அறைந்தது.

திறந்தார். முதல் பக்கத்தின் எழுத்துகளை அவர் கண்கள் அர்த்த மின்றிப் பார்த்தன. ஒரு கணம் கழிந்து அதன் பொருள் அவர் மண்டையைத் தாக்கியது. உடல் குலுங்க குப்பென்று முகத்தில் ரத்தம் குழம்பியது. கண்களை மூடித்திறந்து, நம்ப முடியாதவர் போல, அதை மீண்டும் மீண்டும் படித்தார்.

'சம்பூரண மாட்டு வைத்திய சாஸ்திரம்' என்ற தலைப்பு. அரும நல்லூர் ஆசான் பொன்னுச்சாமிக் கோனார் மகனும் பிரதம சிஷ்யனுமாகிய பண்டித நாராயணச்சாமிக் கோனாரவர்கள் எழுதியுண்டாக்கிய பொஸ்தகம். வெளியீடு ரத்தினநாயகர் அன்டு சன்ஸ், திருவல்லிக்கேணி, மதராஸ். 1942 -இல் வெளியானது. விலை எட்டு அனாக்கள். திருவிதாங்கூரில் தனி விலை.

கனபாடிகள் வாழ்விலேயே முதன் முறையாகத் தன்னை ஒரு பரம முட்டாள் என உணர்ந்தார். அவருள் ஆங்காரம் பொங்கியது. ஓங்கி மார்பில் அறைந்து வீரிடவேண்டும்போல வந்தது. கண்களை மூடினார். ரத்தம் பல நிறங்களில் இமைக்குள் கொப்பளித்துச் சுழித்தது. தலை சுற்றியது. மேஜைமீது கவிழ்ந்து கொண்டார்.

கண் விழித்தபோது உடம்பு வேர்த்துவிட்டிருப்பதை உணர்ந்தார். அந்தப் புஸ்தகத்தைக் கடைக்கண்ணால் பார்த்தார். அது அங்கிருக்காது என நம்ப விரும்புகிறவர்போல சற்று நேரம் அதை வெறித்துப் பார்த்தார். பிறகு நீண்ட பெருமூச்சுடன் அதை மெல்லத் திறந்து அந்தத் தலைப்பை மீண்டும் படித்தார். மனம் மெல்ல அடங்கியது. அதைப் புரட்ட ஆரம்பித்தார். நூற்று இருபது பக்கம். மாட்டுச் செல்வமும் தெய்வீக அருளும், மாடுகளின் சரீர சாஸ்திரம், பால் விளக்கம், சில ஸ்வபாவ விசேஷங்கள்... அத்தியாயங்களைப் புரட்டப் புரட்ட கனபாடிகள் பிரமையில் ஆழ்ந்தார். அந்தப் பக்கங்களில் வருடக்கணக்காக தினம் புரட்டப்பட்டதன் அழுக்கும் பிசுக்கும் படிந்திருந்தது. எழுத்துகளும் மங்கிவிட்டிருந்தன. புஸ்தகம் கிட்டத்தட்டக் கந்தல். நாற்பது வருடம் பெரிய சாமி அலசி அலசி தினம் பயின்ற புஸ்தகம் அதுதான்.

கனபாடிகள் தலையைப் பிடித்துக்கொண்டார். இதுதான் ஆதார நூலா? பிதுங்கிய கண்களுடன் கடைசிப் பக்கத்தைப் பார்த்தார். 'காமதேனுவே கண்கண்ட தெய்வமாகும்' என்ற வரி அடிக்கோடிடப்பட்டிருந்தது. காமதேனு! அதிலிருந்து கா. சட்டென்று ஒரு மின்னல்போல ஏதோ புலப்படுவதை கனபாடிகள் உணர்ந்தார். தருமம் மூலம் விடுதலை. கீதை சொல்வதே அதுதானே? மறுகணம் அதெப்படி என்று கூவியது அவர் மனம். பைத்தியக்காரத்தனம். வடிகட்டிய மடத்தனம். மாட்டு வைத்தியம் பயின்று ஞானமா?

அவருடைய தலைக்குள் பற்சக்கரங்கள் கிரீச்சிட்டபடி இயங்க ஆரம்பித்தன. இந்தப் புஸ்தகத்தை எல்லாரும் பார்த்தால் என்ன ஆகும்? இடையன் சாமி என்று தூற்றுபவர்களுக்கு எவ்வளவு பெரிய ஆயுதம்! கனபாடிகள் கட்டி எழுப்பிய அத்தனையும் நொறுங்கி விழும். பிரணவ சபைக்கான நிதிவசூல் பூர்த்தி ஆகிவிட்டது. பிரணவ வடிவ சமாதிக்கு வடிவமைப்பு நடந்து விட்டது. தனது சொற்பொழிவுகள், விளக்கங்கள், தருக்கங்கள்

அனைத்தும் அவர் நினைவில் மின்னின. அவ்வளவையும் ஒரு நொடியில் மறுதலிப்பது சாவதற்குச் சமம்தான். மேலும் நாஸ்திகர்களின் கையில் ஆசிரமம் போகவே அது வழி வகுக்கும். அதற்கு ஒரு நாளும் விடக்கூடாது.

கனபாடிகள் அனிச்சையாகத் திரும்பி நாற்புறமும் பார்த்தார். பிறகு தன் பெட்டியைத் திறந்து துழாவி தனது பழைய பகவத் கீதையை எடுத்தார். அதன் அட்டையைக் கிழித்துவிட்டு மாட்டு வைத்திய நூலின் அட்டையை கிழித்து அதில் பொருத்தி, சரியாக ஒட்டினார். வருடம் பற்றிய தகவல்கள் ஏதும் அதில் இல்லை என்பதை உறுதிப்படுத்திக்கொண்டார். அதே தாளில் நன்கு பொதிந்து முன்போலவே பொட்டலமாக்கினார்.

மெதுவாக வெளிவந்தார். வியர்த்த உடம்புமீது காற்று பட்ட போது குளிரடித்தது. யாரோ எங்கிருந்தோ தன்னை உற்றுப் பார்ப்பதாகத் தோன்றியது அவருக்கு. அந்தப் பிரமை அவரை அமைதியிழக்கச் செய்தது. கூர்மையானதோர் குற்ற உணர்வு தன்னைக் குடைய ஆரம்பிப்பதை அவர் உணர்ந்தார். அது இனி எக்காலமும் தொடரப்போவது என அறிந்தார்.

சில செடிகளின் அடியில் தண்ணீர் நிலவில் பளபளத்தது. பண்டாரம் தண்ணீர் மொண்டு முடிக்கவில்லை. இரவு பகலற்ற உழைப்பு. தோட்டமெங்கும் அணு அணுவாக நிரம்பியிருக்கும் கவனம். பூச்செடிகள், முட்செடிகள், மூலிகைகள், களைகள் அனைத்துக்கும் ஒரே பராமரிப்பு. இதென்ன ரகமான பைத்தியம் என்று கனபாடிகள் எண்ணுவதுண்டு. ஆனால் அன்று அந்த மனநிலையில் அதற்கும் தானறியாத ஏதாவது பொருள் இருக்குமோ என்று அவருக்குத் தோன்றியது. பொட்டலத்தில் புத்தகம் மாறியிருப்பதைப் பண்டாரம் கண்டுபிடித்துவிடுமோ? ஆனால் சாமி கொடுத்த பொட்டலத்தை அது பிரித்துக்கூடப் பார்க்கவில்லை. பண்டாரம் அதில் துளிகூட ஆர்வமின்றி இருந்தது வியப்பாகவும் இருக்கவில்லை.

குடிசைக்குள் யாருமே இல்லை. புத்தகத்தைப் பழைய இடத்தில் செருகும்போது கனபாடிகள் தன்மீது ஒரு பார்வை படிந்திருக்கும் உள்ளுணர்வை அடைந்தார். பிடரி சிலிர்க்கத் திரும்பினார். வெளியே பண்டாரம் நின்றியிருந்தது. அவர் கண்களை ஒரு கணம் சந்தித்த கனபாடிகள் பதறி விலகினார். அவர் உடம்பு ஸ்தம்பித்துவிட்டது.

பண்டாரம் புன்னகைத்தது. சட்டென்று ஹெக் ஹெக் என்று சிரிக்க ஆரம்பித்தது. இடுப்பில் கையூன்றி அண்ணாந்து உரக்கச் சிரித்தது.

கனபாடிகள் ஒரே ஓட்டமாக ஓடித் தன் அறைக்கு வந்து விட்டார். பண்டாரத்தின் சிரிப்பை அவர் முதல் முறையாக அப்போதுதான் கேட்கிறார். அலையலையாக அது பீறிட்டெழுந்தது. காற்றெங்கும் அதிர்ந்தது. அறைக்குள் ததும்பியது. சட்டென்று கனபாடிகளின் மூளைக்குள் ஒரு ஜில்லிப்பு ஏற்பட்டது. அது கடைசிப் படுக்கையில் பெரியசாமி எழுப்பிய அதே சிரிப்பு.

மார்பைப் பற்றியபடி கனபாடிகள் சன்னல் வழியாகப் பார்த்தார். பண்டாரம் உடல் அதிரக் கைவீசி சிரித்தபடி நடப்பதைக் கண்டார். ஆசிரமத்தை விட்டு வெளியேறும் பாதையில் அது நடந்து கொண்டிருந்தது. நிலவொளியில் அதன் சடை முடிகள் மினுங்கின. அது பாதையின் நுனியில் மறைந்தது கனவுபோல் இருந்தது.

1990

1. நிறைய, 2. போதும், 3. இறுதி, 4. கிழவர், 5. நினைவு
6. புண்ணியம், 7. புரியவில்லை, 8. சனியன், 9. எஜமான்

பரிணாமம்

1

எங்களூரில் அத்தனை பேரும் கேட்டு வளர்கிற கதைதான். ஆனால் எனக்குள் மட்டும் அது ஆழமான ஒரு நம்பிக்கையாக ஊடுருவிவிட்டிருந்தது. காரணம் அதைச் சொன்னவர் சிங்கி. அந்த நாட்களில் கங்காருவும் குட்டியும் போலத்தான் இருப்போம் நாங்கள். சிங்கி உண்மையில் கதை சொல்வதில்லை. அவருடைய நிஜ உலகமே அதுதான். வெறும் எடுபிடிக் கிழவராக அவரைக் குறுக்கும் பகல் வெளிச்சத்திலிருந்து தன்னை விடுவித்துக்கொள்ள மாலையில் கள் தேவைப் பட்டது அவருக்கு. உடும்புத் தோல் உடுக்கையை ஒற்றை விரலால் மீட்டியபடி, பாட்டும் உரையும் கலக்க, அவர் கதை சொல்வார். அப்போது கட்டுகளுக்கு அப்பாற்பட்டதோர் வனவிலங்கின் வலிமையும் தூய்மையும் அவரில் வந்து கவியும். குரல் ஓங்காரமாகப் பொங்கியெழும்.

நீலிமலைக்கு அப்பால் இருக்கிறது மலையம்மையின் சன்னிதானம் என்பார் சிங்கி. நீலிமலையின் வடவிளிம்பு வரைதான் மனிதர்களின் எல்லை. அங்கிருந்து பார்த்தால் கீழே ஆழத்தில் மரங்களின் மண்டைகள் பின்னிப் பிணைந்து பசுமையான படுகை தெரியும். அதுதான் மலையம்மையின் மடி.

அதற்கப்பால் மானுட ஸ்பரிசமே படாத ஆதிமலை. அதன் உச்சிமீது வழவழவென்ற ஒரு பிரம்மாண்டமான உளுந்துபோல ஆதிப்பாறை. அதுதான் மலையம்மையின் முகம். மழை பெய்து நீர் அதன்மீது வழியும்போது அதில் மலையம்மையின் கண்கள் தெரியும். மலையம்மை காக்கும் தெய்வம். நாட்டுக்கு அதிபதி அனந்த பத்மநாபசாமி, காட்டுக்கு மலையம்மை என்பார் சிங்கி.

மலையம்மையின் மடியிலே வளரும் அத்தனை மரங்களும் ஆதிமலை நோக்கித் தெண்டனிட்ட நிலையில்தான் இருக்கும். மூன்று இலை விட்டு மேலெழும் கன்றுகூட கும்பிட்டபடியே தான் வெளிவரும். அங்கு கருங்காணிகள் வசிக்கிறார்கள். அம்மையின் முலையைக் கவ்வி உறிஞ்சும் அருமைப் பிள்ளைகள். கருங்காணிகளுக்கு வீடு இல்லை. உடையணியும் பழக்கமும் இல்லை. வளைந்த மரக்கிளை அடிப்பாகமே அவர்களுக்கு கூரை. கருங்காணிகள் பத்து யானை பலம் கொண்ட வர்கள். பெரிய பாறைகளைக்கூட அனாயாசமாகத் தூக்கிப் போடும் ராட்சதர்கள். அங்கு மிருகங்களே இல்லை. நீலி மலைமேல் நின்றபடி அவர்கள் வாழும் ஆனந்த வாழ்க்கையைக் காண முடியும். அவர்கள் எல்லோருமே அழகானவர்கள். ஆண்கள் எல்லாம் கரும்பாறையில் கொத்தி உண்டாக்கப் பட்டவர்கள்போல் இருப்பார்கள். பெண்கள் கருவீட்டி மரத்தால் கடைந்ததுபோல மினுமினுப்பார்கள். கருங்காணிகளுக்கு நோய் கிடையாது. துக்கம் கிடையாது. பயம் இல்லை. பொறாமை இல்லை. கோபமோ, வெறுப்போ, பேராசையோ அந்த மண்ணிலேயே இல்லை. அங்கு பெரியவன் சின்னவன் என்று பாகுபாடு கிடையாது. எல்லாருமே அம்மையின் மக்கள். அவர்கள் அம்மைக்கு விசுவாசமாக இருந்தார்கள். அவள் அவர்களைத் தன் மடியின் வெதுவெதுப்பில் வைத்துக் கொண்டாள். முன்பொரு காலத்தில் அத்தனைபேரும் அம்மை யின் அருமைப் பிள்ளைகளாக இருந்தவர்கள் என்பார் சிங்கி. ஆனால் அம்மையின் பிள்ளைகளில் சிலருக்கு நாட்டுக்குப் போய்ப் பார்க்கவேண்டும் என்ற ஆசை வந்தது. கோயில் பார்க்க வேண்டும், கொட்டாரம் பார்க்கவேண்டும் என்ற ஆசை வந்தது. அம்மை சொன்னாள்: 'நாட்டுக்குப் போக வேண்டாம் மக்களே; நாட்டுநீலி மகா மாயாவி. அவள் பார்வை பட்டால் கதி மோட்சம் இல்லை. அவளிடம் சிக்குபவர்களுக்குப் பேராசையும் பொறாமையும் ஏற்படும். அவர்கள் பரஸ்பரம் வெறுப்பார்கள். திருடுவார்கள். சண்டையிடுவார்கள். பழம் பழுத்த மரத்தின் வேர்

தோண்டிப் பார்க்க நினைப்பார்கள். மீள வழியின்றி நாட்டி லேயே சுற்றி வருவார்கள். பிச்சை எடுத்தாலும் விட்டு வர மட்டும் மனம் வராது. நாட்டு நீலியின் மோகவலையில் சிக்க வேண்டாம் பிள்ளைகளே, அம்மை இருக்கிறேன், அடங்கியிருங்கள்.' பிள்ளைகளின் ஆசை அடங்கவில்லை. ஒரு சாரார் அம்மை அறியாமலேயே நாட்டைப் பார்க்க வந்தார்கள். வீடாச்சு, வயலாச்சு, தோப்பாச்சு, குடியாச்சு என்று ஊரிலேயே தங்கி விட்டார்கள். குசும்பும் குண்டாமண்டியும் செய்தார்கள். கொலை களவு பாவங்கள் பண்ணினார்கள். அவர்கள் பாவங்கள் எல்லாம் சந்ததிகளுக்கு வந்து சேர்ந்தது. சிங்கி தன்னை அப்படி வந்தவர் களின் பரம்பரையில் சேர்ந்தவன் என்பார். அப்போது அவர் கண்கள் நிறையும். முகச் சுருக்கங்களிலும் நரைத்துத் தொங்கும் மீசையிலும் வழியும் போதையும் சோகமும் குளறச் செய்த குரலில், 'மாயநீலி வலையிலே சேந்தோமே! பெத்த அம்மையை மறந்தோமே! எக்க அம்மோ, மலையம்மை ஆத்தாளே!' என்று புலம்பி அழுவார். இறுதி ஒடுங்கிய உடல் குலுங்கும். எனக்கும் அழுகை வந்து தொண்டையை முட்டும். அவர் விலாப் பக்கம் ஒண்டியவனாக நானும் அழுவேன். சிங்கி சொல்வார், 'ஆனா ஒண்ணுண்டு ஏமானே, இந்தக் கும்பிக்குள்ள ஒரு தீயுண்டு. இண்ணல்லங்கி நாளை அம்மை மடியில செண்ணு சேராம இருக்கப் போறதில்லை பாத்துக்கிடுங்க. ஏழு தலமொற செய்த சகல பாவத்தையும் மறந்து பொறுக்கணும் மலையம்மோ எண்ணு அம்மைக்க காலில் விளுந்து கரையணும்.[1] அம்மை மறக்காம இருக்கமாட்டாள்.'

'நானும் வாறன் சிங்கி' என்பேன் ஆவலாக.

'சீச்சி. ஏமான் என்னத்துக்கு. ஏமான் நாட்டு ராசாவாக்கும், பாத்திக்கிடுங்க.'

'மலையம்மையை நான் பாக்கணும்' என்று சிணுங்குவேன்.

'என்னத்துக்கு? ஏமானுக்க தெய்வம் அனந்த பப்பனாவ சாமி யாக்கும். திருவந்திரத்தில சங்கு சக்கரம் வச்சுக்கிட்டு மலந்து கெடக்குதே அதாக்கும். மலையம்மை எங்களுக்க தெய்வம்' என்பார் சிங்கி.

மலையம்மையை விட்டுவிட்டு வந்து, பாதி வழியிலேயே குற்ற உணர்வு கொண்டு, மனம் கலங்கி நின்றுவிட்டவர்களை மலை

யம்மை திரும்ப ஏற்றாள். அவர்களைக் காட்டில் வைத்து காப்பாற்றுவதாகச் சொன்னாள். அவர்கள்தாம் காணிக்காரர்கள். ஆனால் மலையம்மையை மனசால்கூட விட்டுவர எண்ணாதவர்களை மட்டும் தன் மடியில் வைத்துச் சீராட்டினாள். காணிகள் மலையம்மையின் பாதங்களிலும் புஜங்களிலும் மட்டுமே வசிக்க முடியும். மலையம்மையின் செல்லப் பிள்ளைகளான கருங் காணிகள் வசிக்கும் படுகைக்கு அவர்களும் போக இயலாது.

'போனா என்ன?' என்பேன்.

'போவாம இருப்பானுவளா? அம்மெ மடிக்குப் போகணும் எண்ணு நெனைக்காத பிள்ளை உண்டுமா?' என்று தலையாட்டு வார் சிங்கி. ஆனால் நீலிமலைச் சரிவில் இறங்கிப் படுகைக்குப் போய், அம்மையின் எல்லையை மீறிக் கால்வைத்த கணமே அம்மையின் கண்ணுக்குத் தெரியாத கை அப்படியே அள்ளி எடுத்து வீசிவிடும். சிங்கியின் பாட்டாவும் அவர் தகப்பனும் முன்பு விரதமிருந்து, மலையேறி, மலையம்மையின் மடிக்குப் போனார்களாம். எல்லையை முதலில் தாண்டிய தன் தகப்பன் அப்படியே அந்தரத்தில் எம்பிப் பறந்து, அருகே இருந்த பாறை மீது அறையப்பட்டு, சிதறியதை சிங்கியின் தந்தை கண்ணால் பார்த்தாராம். மலையம்மோ என்று கூவியபடி திரும்பி ஓடிவிட்டாராம். 'அதாக்கும் மலையம்மைக்க சட்டம்' என்பார் சிங்கி. 'அவளுக்கு ஈரம் உண்டு. இரக்கம் உண்டு. சோறும் தண்ணியும் தந்து காப்பாற்றும் அம்மையாக்கும். ஆனா எல்லை தாண்டிப் போனா மட்டும் விடமாட்டா!' வழி தவறிப் போனவர் களானாலும் அம்மை காணிக்காரர்களை சீராட்டி வளர்த்தாள். நாட்டுக்கும் மனமிரங்கி மழை பொழிய வைத்தாள். சிங்கி கண்ணீர் மல்கக் கை கூப்பிக் கும்பிடுவார். 'நாட்டு நீலிக்க மறிமாயத்திலிலேந்து ஏழைகளைக் காத்து லெட்சிக்கணும் மலை மூத்தம்மோ' என்று கூவுவார்.

2

நான் அருமனை உயர்நிலைப் பள்ளியிலும் பின்பு மார்த்தாண்டம் கிறிஸ்தவக் கல்லூரியிலும் பயின்ற நாட்களில் நண்பர்கள் மத்தியில் கதைசொல்லி என்று பிரபலமாக இருந் தேன். சிங்கி மறைந்து வருடங்கள் தாண்டியபிறகும் அவர் உடுக்கையின் ஒலி எனக்குள் ஒலித்துக்கொண்டே இருந்தது.

மலையம்மையின் படுகைமீது அவர் கொண்டிருந்த நம்பிக்கை எனக்குள்ளும் அதே வேகத்துடன் இருந்தது. அதைப் பற்றித் திரும்பத் திரும்பச் சொல்வேன். வாய் திறந்து கண் பிதுங்க ஆவலாகக் கேட்கும் பையன்கள் பிற்பாடு எனக்கு கப்ஸாமோகன் என்று பெயர் சூட்டினார்கள். நான் கவலைப்படவில்லை. உள்ளூர எப்படியோ என் நம்பிக்கைகளை மேலும் வலுப்படுத்தும் தகவல்கள் கிடைக்கப்போகின்றன என்று நம்பினேன். சிங்கியைப் போன்ற ஒரு மனிதரோ அல்லது அவர் தந்தையோ பொய் சொல்லமாட்டார்கள் என்ற நம்பிக்கைதான் இதற்குக் காரணம்.

ஒரு விஷயத்துக்காக நம் உள் மனம் விழிப்புடன் தேடியபடி இருக்குமெனில் தேடி வருவதுபோல அதுபற்றிய தகவல்கள் நம்மை அடைவதைக் காணலாம். முழுக்கோடு ஓய்.எம்.சி.ஏ. மிகப் பழைய ஸ்தாபனம். அங்கிருந்த புராதன நூலகத்தை பழைய புத்தகக் கிடங்கு என்று மேலும் பொருத்தமாகக் குறிப் பிடலாம். அந்தக் குவியலில் துழாவியபடி இருந்தபோது, தற் செயலாக ராபர்ட் செய்லர் கிரீன்ஹவுஸ் எழுதிய தென்னிந்தியப் பயணக் குறிப்புகள் என்ற புராதன புஸ்தகம் எனக்குக் கிடைத்தது. (M. Robert Sailor Greenhouse, South Indian Travel Notes, Published by Pilgrim Books, Piccadilli Circle, London, 1617) கிட்டத்தட்டக் கந்தல். பக்கங்கள் அப்பளம்போல உடைந்தன. எழுத்துக்கள் நினைத்திருக்க முடியாத இடங்களில் எல்லாம் வளைவு நெளிவுகள் கொண்டு, படிப்பது பரிதவிப்பாக இருந்தது. மற்ற பயணிகளைப் போலவே செய்லரும் தான் பயணம் செய்த சிறு நிலப்பகுதிதான் இந்தியா என்று நம்பியிருந்தார். கொச்சியில் கப்பலிறங்கி, தீபகற்ப முனையில் கிட்டத்தட்ட 400 மைல் பயணம் செய்து, மீண்டும் கொச்சியை அடைந்து, அங்கிருந்து பர்மாவுக்குக் கிளம்பியிருந்தார். கேரளக் கடற்கரையில் சில சிரியன் கத்தோலிக்கக் குடும்பங்களில் விருந்தினராகவும், நாகர்கோவிலில் ஒரு வெள்ளை பிளான்ட்டரின் விருந்தின ராகவும் தங்கி உள்ளூர்ப் பகுதிகளை விரிவாகவும் நுட்பமாகவும் ஆராய்ந்திருந்தார் செய்லர். ஆனால் செய்லரின் நூலை நாம் எதற்கும் ஆதாரம் காட்டமுடியாது. எதையும் நம்பத் தயாரான ஒரு கீழைதேச மனமும் எதற்கும் விஞ்ஞான ஆதாரம் தேடும் மேலைதேச மனமும் கலந்து ஒரு விநோதமான மனம் அவரு டையது. மேலும் அவருக்கு எதையும் சுவாரஸியமாகச் சொல்ல வும் தெரியாது. எதற்கும் முதலிலிருந்து அப்பகுதியின் நில அமைப்பு, பலவிதமான பூமி சாஸ்திரத் தகவல்கள் இவற்றை

குறிப்பிட்டுவிட்டே ஆரம்பிக்கிறார். அவர் லண்டனில் சர்வேய ராக இருந்திருக்கக்கூடும். அசல் பகுதிக்கு வரும்போது உணர்ச்சி யற்ற ஏழெட்டு வாக்கியங்கள்; அவ்வளவுதான். எரிச்சலூட்டும் புஸ்தகம் அது. அதைப் படித்த ஒரே இந்தியன் நான்தானோ என்ற சந்தேகம் அதன் கை படாத பக்கங்களைப் புரட்டிப் பார்க்கப் பார்க்க எனக்குள் எழுந்தது. மலையம்மையின் படுகைபற்றிச் சிறு குறிப்பொன்று அந்த நூலில் இருந்தது. ஆனால் அங்கிங்காகச் சிதறிக் கிடந்தது. சுருக்கமான தொகுப்பை இப்படி மொழி பெயர்க்கலாம் *(பக்கங்கள் 200-210):*

‘திற்பரப்பு என்று அழைக்கப்படும் ஒரு பெரிய கோயில் ஒரு சிறு நீர்வீழ்ச்சியின் அருகே உள்ளது. அக்கிராமத்தில் உள்ள ஒன்பது உயர்சாதி வீடுகளிலும் என்னை உள்ளே அனுமதிக்கவில்லை. தாழ்ந்த சாதியினரின் குடிசைகள் தாங்க முடியாத அளவு அசுத்தம். எனவே மர நிழலிலேயே தங்க நேர்ந்தது. இந்தக் கோயிலுக்குக் கிழக்கு மற்றும் வடக்கு திசைகளில் மிக அடர்த்தியான காடுகள் உள்ளன. உள்ளே போகப் போகக் காடு அடர்த்தி மிகுந்து, நிலமும் வானமும் தெரியாதபடி ஆகிறது. கோடை காலத்தில் மட்டும் இப்பகுதியில் உருவாகும் ஒற்றையடிப் பாதையில், சகல விதமான முன்னேற்பாடுகளுடனும் நாலு நாள் பயணம் செய்தால் காணிகள் எனப்படும் ஆதிவாசிகள் (கேன்ஸ் - Kanes என்கிறார் செய்லர்) வசிக்கும் சிறு சிறு ஊர்களை அடையலாம். பரஸ்பரம் எவ்விதமான தொடர்புகளுக்கும் இடம் தராமல், ஆனால் விரோதமின்றி, தனித்தனி ஊர்களாக இவர்கள் வசிக் கிறார்கள். விருந்தாளிகளுக்கு தேன் தந்து உபசரிக்கிறார்கள். மற்ற ஆதிவாசிகளைப்போல இவர்கள் அதிகம் மாமிசம் உண்பதில்லை.’

இப்படிப் போகிறது செய்லரின் குறிப்பு. காணிகளிடம் இருந்து மலையம்மையின் படுகை பற்றிக் கேட்டறிந்து அங்கு செல்லப் புறப்படுகிறார் செய்லர். இருபது நாள் நடந்து படுகை முனையை அடைகிறார். பிறகு கண்ட காட்சிகளை செய்லர் கீழ்க்காணும்படி குறிப்பிடுகிறார் *(பக்கங்கள் 216-219)*. செய்லரின் விவரணையைச் சுருக்கியிருக்கிறேன்.

‘இந்தப் படுகை மலைவிளிம்பில் இருந்து நானூறு அடி ஆழத்தில் இருக்கிறது. இது நீளமான ஒரு பச்சை ரிப்பன் போன்றது. இங்கு கருங்காணிகள் (கிராங்கைன்ஸ் - Crankines என்று செய்லர் சொல்கிறார்) எனும் ஆதிவாசிகள் வாழ்கிறார்கள். இந்தப்

படுகையின் மிக விசேஷமான அமைப்பு, இங்கு வீசும் காற்றாகும். சராசரிப் புயல் ஒன்றின் வேகத்தில், இடைவெளியே இல்லாமல் சீராக, ஒரு திசை நோக்கிச் சென்றபடியே இருக்கிறது காற்று. கண்காணாத நதி ஒன்று பீறிட்டோடுவதுபோல். நதி போலவே இதற்கும் விளிம்பு உண்டு. காற்றாலான நதி; அவ்வளவுதான்! நதியின் விளிம்பை நாம் தாண்டினால், ஓட்டம் நம்மைத் தூக்கி விசிறிவிடும். நதிக்குள் வளரும் நாணல்களைப் போல் சகல தாவரங்களும் ஒரு திசை நோக்கி வளைந்து காணப்படுகின்றன. சீப்பால் வாரப்பட்ட தலை மயிர் போலத் தெரிகிறது இது. இங்குதான் கருங்காணிகள் பல தலைமுறைளாக வாழ்ந்துவருகிறார்கள். அவர்கள் இப்படிக் காற்று வீசுவதையே அறிவதில்லை. அவர்கள் அதற்கு மாறானதும் இயல்பானதுமான காற்று நிலையை அறிந்ததே இல்லை. பற்பல தலைமுறைகள் வழியாக அவர்கள் காற்றை எதிர்த்து வாழும் உடலமைப்பை அடைந்திருக்கலாம். அவர்களுடைய உடலின் தசைகள், எலும்புகள் அனைத்துமே இதற்கேற்ப உருவாகியிருக்கலாம். வெளியுலகத் தொடர்பே அவர்களுக்கு இல்லை. இயல்பான மானட ஜீவன் ஒன்று இந்த நதிக்கு உள்ளே இறங்குவது சாத்தியமே அல்ல. இவர்களை ஓடும் நதியில் ஒரே இடத்தில் நிலைத்து நின்று வாழும் மீன்களுடன் ஒப்பிடலாம். அசாதாரணமான பலசாலிகள் இவர்கள். சர்வ சகஜமாகப் பெரிய பாறைகளைத் தூக்குகிறார்கள். ஒருவேளை காற்றின் வேகம் எவ்வகையிலாவது இதற்கு இவர்களுக்குப் பயன்படுகிறதோ? தரையிலிருந்து குதித்து மரங்களின் உச்சிகளை அடைவது நிச்சயமாக காற்றோட்டத்தின் வலிமையினால்தான். தாங்கள் கவனிக்கப் படுவது அவர்களுக்குத் தெரியாது. அத்தனை அடர்த்தியான காற்றை ஊடுருவி அவர்களால் மேலே பார்க்க இயலாது.'

செய்லர் தொடர்ந்து இந்த விசித்திரமான காற்றமைப்பு எப்படி ஏற்பட்டது என்பது பற்றி ஊகிக்கிறார். 'மேற்குத் தொடர்ச்சி மலையின் பிரம்மாண்டமான சுவர் இதற்குச் சற்று அப்பால் ஒரு கிண்ணம்போல வளைகிறது. அந்தச் சுவருக்கு அப்பால் இருக்கிறது அரபிக்கடல். இந்தச் சுவர்தான் கடலில் இருந்து பொங்கி வரும் பருவக் காற்றைத் தடுத்து, பலவிதமாகச் சிதறடித்து வருகிறது. இப்பகுதியில் பருவமழையின் பல்வேறு தனித் தன்மைகளை முழுக்கத் தீர்மானிப்பது இந்தச் சுவரே ஆகும். கேரளக் கடலோரம் இந்தச் சுவரில் ஏற்படும் கிண்ணமானது காற்று அங்கு மோதி அதிக அழுத்தத்தில் குவிய ஏதுவாகிறது.

அந்தக் கிண்ணத்தின் நடுவில் விழுந்த சிறு ஓட்டை என்று நீலிமலைக்கும் ஆதிமலைக்கும் இடையேயான சிறு இடைவெளியைக் குறிப்பிடலாம் (நைலே மலை - Mountain Naile, ஏடி முனை - Peak Adie என்கிறார் செய்லர்). அணையின் மதகு வழியாகத் தண்ணீர் பீறிடுவதுபோல கிண்ணத்தில் தேங்கும் காற்று இவ்வழியாகப் பீறிட்டு வருகிறது என்று செய்லர் விளக்குகிறார்.

3

செய்லரின் புத்தகத்துடனும் என் கதைகளுடனும் நான் அணுகிய பேராசிரியர்கள் குழம்பினார்கள். ஒருவர் என்னிடம் வெளிப்படையாகவே, நானா செய்லரா, யார் பெரிய பைத்தியம் என்று சந்தேகமாக இருக்கிறது என்று சொல்லிவிட்டார். இதன் பிறகு என் ஆராய்ச்சி பற்றி அதிகம் பேசுவதைத் தவிர்க்க ஆரம்பித்தேன். செய்லர் கூறிய காரணங்கள் உண்மை என்றால் அந்தக் கிண்ணப்பகுதியும் காற்று நதியும் இன்றும் இருக்கவேண்டும். எனவே எனது கவனம் நில அமைப்பியலுக்குத் திரும்பியது. எனக்குக் கிடைத்த தகவல்கள் வியப்பூட்டும் அளவு சாதகமாகவும் பித்துப் பிடிக்கும் அளவு குழப்படியாகவும் இருந்தன. முதலில் மேற்கு மலைத்தொடரின் சுவர் சரியாக தடிக்காரன் கோணம் - நெடுமங்காடு பகுதியில் கிண்ணம்போல வளைவது தெரிய வந்தது. இது எனக்கு உத்வேகத்தை ஏற்படுத்தியது. ஆனால் வனத்துறைத் தகவல் ஒன்று இரு மலைகளுக்கும் இடையே இடைவெளி ஏதும் இல்லை என்று தெரிவித்தது. இதை வைத்துக்கொண்டு நான் ஆறு மாதம் குழம்பினேன். பிறகுதான் அந்தத் தகவல் 1920-ம் வருடத்திய சர்வேயை அடிப்படையாகக் கொண்டது என்றும் 1923-ம் வருடத்திய சர்வேயின்படி, எவ்வகையிலும் போக்குவரத்துக்கோ மற்ற வியாபார நோக்கங்களுக்கோ பயன்படாததான மிகச்சிறிய இடைவெளி ஒன்று அந்த மலைகளுக்கு இடையே உண்டு என்றும் உறுதியாகத் தெரியவந்தது. அதை என் வரைபடத்தில் துல்லியமாகக் குறித்தேன். பிறகு அங்கிருந்து திற்பரப்பு, களியல், ஆலஞ்சோலை முதலிய ஊர்களுக்கான தூரங்களைக் கணக்கிட்டபோது சிங்கி சொன்ன இடம் அதுதான் என்று உறுதிப்பட்டது.

ஆனால் காற்று பற்றிய தகவல்தான் என்னைக் குப்புற வீழ்த்தியது. அரசாங்கக் குறிப்புகளையும் அறிக்கைகளையும் பெற நான் பட்ட கஷ்டங்கள் இவ்வளவு அவ்வளவு அல்ல.

அவற்றைப் புரிந்துகொள்வதும் பெரிய சிக்கல். திருவனந்தபுரம், நாகர்கோயில் கலெக்டர் ஆபீஸ்களிலும் வானிலை மையங் களிலும் நண்பர்களை உண்டுபண்ணி, புகுந்து புறப்பட்டேன். பதிவு செய்யப்பட்ட தகவல்களின்படி எங்குமே அசாதாரணமான காற்று வேகம் ஏதும் இல்லை. அளவு மீறிய மழையும் இல்லை. அதே சமயம் அவற்றைப் பூரணமாக நம்பவும் முடியவில்லை. அதாவது காற்று வேகம், திசை மற்றும் மழைக்கனம் பற்றிய தகவல்கள் பரஸ்பரம் பெரிதும் முரண்பட்டவையாக இருந்தன. 1820-ம் வருடத்திய அறிக்கையில் கடும் காற்று வீசிய பகுதியில் 1834-ல் காற்றுக்கு மிதமான வேகம்தான் இருந்தது. 1828-ல் கன மழை பெய்த பகுதியில் 1840-ல் மழையே இல்லை. ஒவ்வொரு அறிக்கையும் மற்றவற்றை மறுத்தது. இவை அனைத்துமே தண்டச் சம்பளம் பெறும் அதிகாரிகள் அரசாங்கத்தின் தலையின் மிளகாய் அரைக்கப் பண்ணிய விகடங்கள் என்ற எண்ணம் எனக்கு ஏற்பட்டது.

ஆதிமலையின் மிக அருகே திருத்துவவிளை என்று கூறப்பட்ட கிராமம் ஒன்று இருந்தது. ஏழெட்டுப் பெரிய எஸ்டேட்டுகளும், அவற்றின் கூலிகளும், ஒரு பெரிய சர்ச்சும், மற்றும் அதைச் சார்ந்த சில நிறுவனங்களும் அங்கிருந்தன. வாரச் சந்தைக்கு ஆலஞ்சோலை வரவேண்டும். சினிமா பார்க்க அருமனைக்குத் தான் வரவேண்டும். அந்தக் கிறிஸ்தவ நிறுவனம் ஆதிவாசிக ளுக்குக் கணிசமான அளவு சேவை செய்திருப்பதாகக் கூறினார் கள். நண்பன் ஒருவனின் அண்ணனான ஜோசப் தினகரன் அங்கு போதகராக இருழ்பதாக அறிந்தேன். ஒருநாள் அங்கு சென்று அவரைச் சந்தித்தேன். சர்ச் செய்யும் சமூகசேவைகளைப் பற்றி விரிவாகச் சொன்னார். ஆதிவாசிகளுக்கான பிரம்மாண்டமான ஆஸ்பத்திரி ஒன்று அங்கிருந்தது. அது மேலும் விஸ்தரிக்கப் பட்டு, மருத்துவ ஆராய்ச்சி மையமாக மாற்றப்பட இருப்ப தாகவும், ஸ்வீடன் தேசத்துக் கிறிஸ்தவ சேவை நிறுவனம் ஒன்று மூன்று கோடி ரூபாய்வரை நிதியுதவி செய்ய இசைந்துள்ளதாக வும் கூறினார். எதற்கு அத்தனை பெரிய தொகை என்று விசாரித் தேன். அவர் சொன்ன தகவல்கள் மனத்தைப் பிசைபவையாக இருந்தன.

ஆதிவாசிகளின் வெளியுலகு சாராத வாழ்வு அவர்களுள் கடுமை யான பாரம்பரிய நோய்களை உண்டுபண்ணியிருந்தது. பரம்பரை நோய்களில் பலவற்றுக்கு எவ்வித சிகிச்சை முறைகளும்

இல்லை. ஆஸ்பத்திரியில் பலவிதமான உடற்குறைகளும் வக்கிரத் தோற்றங்களும் கொண்ட நோயாளிகளைப் பார்த்தேன். அநேகமாக ஒவ்வொரு ஆதிவாசிக்கும் குணப்படுத்த முடியாத ஏதாவது ஒரு நோய் இருப்பதாக ஜோசப் தினகரன் கூறினார். உண்மையில் அங்கு ஆராய்ச்சிதான் முக்கியமாகச் செய்யப்படு கிறதாம். பராமரிப்பும் ஆறுதலும் தவிர வேறெதையும் செய்யும் நிலையில் ஆஸ்பத்திரி இல்லையாம். அவர்களுக்குக் கிறிஸ்து தான் விடிமோட்சம் என்றார். அப்பகுதி பற்றி அவரிடம் விரிவாக விசாரித்தேன். அசாதாரணமாகக் காற்று வீசும் இடங்களோ, அதீத பலசாலிகளான பழங்குடியினரோ இல்லை என்று திட்ட வட்டமாகத் தெரிவித்தார்.

ஏமாற்றத்துடனும் குழப்பத்துடனும் திரும்பினேன். திருத்துவ விளையை ஸ்தாபித்த ரெவரெண்ட் ஃபாதர் ஃபிரான்சிஸ் கல்லன் அவர்களின் வரலாறு, மற்றும் அவர் எழுதிய கடிதங்களின் தொகுப்பாகிய ‘சிலுவையுடன் கிழக்கு நோக்கி’ என்ற நூலையும் தினகரன் தந்திருந்தார் (Rev. Francis Kallan, Eastward with a Cross, Letters by a Missionary, Compiled and Edited by Tom Frank). நாகர்கோயில் எவாஞ்சலிகல் பப்ளிஷர்ஸ் மறுபிரசுரம் செய்த இந்தப் புஸ்தகம் மிக அபூர்வமான ஒரு மானுட சாசனம் என்று எனக்குத் தோன்றியது. ரெவரெண்ட் ஃபாதர் கல்லன் 1790-களில் முதன்முறையாக குமரி மாவட்டத்துக்கு வந்தார். குலசேகரம் மிஷன் ஆஸ்பத்திரியில் சில காலம் வேலை செய்தார். அங்கு வந்த சில அபூர்வ நோயாளிகள் அவருடைய கவனத்தை ஈர்த்தனர். பலருக்குக் கடுமையான தொழுநோய் என்று சிகிச்சை தரப்பட்டது. ஆனால் அது தொழுநோய் அல்ல என்று கல்லன் துரை கண்டார். அது பரம்பரை உடல் ஊனம் என்று கண்ட துரை அவர்களைப் பற்றி மேலும் விசாரித்தார். காணிக்காரர்களான அவர்களுடன் அவர் கொண்ட நெருக்கம் அவரைக் காட்டுக்கு இட்டு வந்தது. அடர்ந்த வனங்களில் கடும் உடற்கோளாறு களினால் புழுக்கள் போல நெளிந்து செத்துக்கொண்டிருந்த பழங்குடிகளின் பயங்கர இம்சையை அவர் கண்டார். கிறிஸ்து தனக்கிடும் கட்டளையாகவே அவர் அதைக் கண்டார். அங் கிருந்த சிறு செம்மண் குன்றின்மீது குடிசை ஒன்றைத் தன் கையா லேயே கட்டி, அதில் மரச்சிலுவை ஒன்றை நாட்டி, முதல் சர்ச்சை நிறுவினார். அதற்கு டிரினிடிக் குன்று என்று அவர் பெயரிட் டாலும் அதை ஜனங்கள் திரித்துவக் குன்று என்று ஆக்கி விட்டார்கள்.

மனிதாபிமானத்தினாலும் தியாகத்தினாலும் சரித்திரத்தில் ஒளிரும் அபூர்வப் பெயர்களுள் ஒன்று கல்லன் துரையுடையது. அவருடைய ஈடு இணையற்ற உழைப்பும், ஆதிவாசிகளை அழிவிலிருந்து மீட்டு, தொகுத்து, மருந்தளித்து, பராமரித்து இம்சையிலிருந்தும் மரணத்திலிருந்தும் காப்பாற்ற அவர் பட்ட கஷ்டமும் எளிய மனிதர்களாகிய நம்மால் நினைத்துக்கூடப் பார்க்க இயலாதவை. துரையின் கடிதங்களின் உருக்கமான சொற்களில் அவருடைய அசையாத பக்தியும், யாருக்கு எழுதுகிறாரோ அவரைத் தன் லட்சியங்களுக்குப் பயன்படுத்திக்கொள்ளும் உத்வேகமும் தெரிந்தது. ஆதிவாசிகளின் துயரங்களை எளிய சொற்களில் அவர் எழுதியது மனசை உலுக்குவதாக இருந்தது. துரையின் கடிதங்கள் ஒன்றில் என் தேடலுக்கு ஒரு புதுப் பரிமாணம் தரும் தகவல்கள் இருந்தன.

மேரி ஃப்ளாரெண்ட் கிரேவுட்ஸ் (Mary Florrend Greywoods) எனும் லண்டன் சீமாட்டிக்கு ரெவரெண்ட் கல்லன் எழுதியிருந்த கடிதத்திலிருந்து சில பகுதிகள் (பக்கம் 127-129): *'...கர்த்தருக்குப் பிரியமான சீமாட்டியே, அந்தக் காட்சியின் அளவு தீவிரமான ஒன்றை எப்படி நான் வார்த்தைகளால் கூறமுடியும்? அந்தப் படுகை இரு மலைகளுக்கு இடையே இருந்தது. அங்கு சென்றடைவது சுலபமல்ல. அங்கு மரங்களே இல்லை. பெரியதோர் சதுப்புக் குழி அது. சதுப்புத் தாவரங்கள் அடர்ந்து மண்டியது. அங்கு செல்ல நான் முயன்றபோது என் பிள்ளைகள் தடுத்தார்கள். சாத்தான் ஆளும் இடம் அது என்றார்கள். என் அன்பான சீமாட்டியே, நான் என்ன சொல்வேன்? என் கையில் இருக்கும் சிலுவையுடன் நான் நரகத்துக்கும் போகத் தயார் என்று சொன்னேன். அந்தப் படுகையில் இறங்கிய பிறகுதான், அந்தச் சதுப்பில் ஏராளமான பெரிய மரங்களின் அடித்தண்டுகள் மட்கிக்கொண்டிருப்பதைக் கண்டேன். அந்தச் சதுப்பு பெரிய காடாக இருந்திருக்கவேண்டும். எப்படியோ அது அழிந்து விட்டது. ஆனால் அங்கு வாழ்ந்த அந்தப் பழங்குடிகள் வேறு எங்கும் போகாமல் அங்கேயே தங்கிவிட்டார்கள். சாத்தானின் மாயை மிகவும் வல்லமை வாய்ந்தது, என் இனிய சீமாட்டியே. கர்த்தரில் மீட்பு பெற்ற நம்மையே அது ஆட்டிப் படைக்கிறது எனும்போது அஞ்ஞானிகளைப் பற்றி என்ன சொல்ல? அப்பழங்குடியினருக்கு கருங்காணிகள் (கிராங்கைன்கள் -* Crankines - என்றே இவரும் குறிப்பிடுகிறார். உச்சரிப்பு விஷயத்தில் வெள்ளை நாவுகளுக்குள் இருக்கும் ஒற்றுமை வியப்புக்

குரியது) என்று பெயர். உருவமோ அதி பயங்கரம். அவர்களால் நிமிர இயலாது. மிருகங்கள்போலக் கைகளையும் தரையில் ஊன்றியபடி தவழ்கிறார்கள். அவர்களுடைய முதுகெலும்பு அப்படி வளைந்து இறுகிப் போயிருக்கிறது. அவர்கள் ஆடுகள் போல இலைகள், தளிர்களை உண்டு வாழ்கிறார்கள். பிசாசு பாஷையில் உரையாடுகிறார்கள். உடை அணிவதில்லை என்று சொல்லத் தேவையில்லை அல்லவா? பிறக்கும் குழந்தைகளின் முதுகே அப்படித்தான் உள்ளது. அது சாத்தானின் விளையாட் டன்றி வேறென்ன? அவர்கள் என்னைத் தாக்க வரவில்லை. ஆனால் என்னைக் கண்டு மிகவும் பயந்துவிட்டார்கள். விளையாட்டுப் பொருட்கள் தந்தும், ஜெபம் செய்தும் அவர் களுடன் நான் சினேகமானேன். சீமாட்டியே, கிறிஸ்துவின் நாமம் மனித மனங்களில் உண்டு பண்ணும் பிரகாசம் அற்புதகரமான தல்லவா? அவர்களுக்குப் பிரியமானவனாக நான் ஆனேன். அவர்கள் பாஷையைக் கற்று அவர்களிடம் பேசினேன். அவர்கள் பக்கத்தில் இருந்த மலையின் உருண்டையான முகட்டைக் கடவுள் என்கிறார்கள். அவர்களை அது சபித்துவிட்டதாம். அதற்குமுன் அவர்கள் மகா பலவான்களாகவும், நிமிர்ந்த உடம்பு உடையவர்களாகவும் இருந்தனராம். அவர்கள் நம்பிக்கைகளை மாற்றுவது எளிதல்ல...' (16.7.1823 தேதியிடப்பட்ட கடிதம்.)

என்னுடைய தேடல் கிட்டத்தட்ட இறுதிக் கட்டத்தை நெருங் கியது. படுகையின் காற்றுநதியில் கடும் வேகத்தை எதிர்த்துத் தலைமுறைகளாக வாழ்ந்து வந்த கருங்காணிகள், அது திடீ ரென்று நின்று விட்டமையினால் பரிணாமச் சமநிலை குலைந்து, எலும்பு அமைப்புகள் சீர்குலைந்து, குறைவடிவங்கள் ஆகிவிட்டி ருக்கிறார்கள். அந்தக் காற்றுநதி எப்படி நின்றது?

தட்பவெப்ப நிலை விஞ்ஞானியான பிரபாகர மேனோனை திருவனந்தபுரத்தில் சந்திக்கும் வாய்ப்பு கிடைத்தபோது பழைய காற்று வேகப் பதிவுகளில் தெரியும் பெரிய முரண்களைப் பற்றி விசாரித்தேன். அவை தவறான தகவல்கள் அல்ல என்றும், நேர்மையான பிரிட்டிஷ் அதிகாரிகளால் முடிந்தவரை கச்சிதமாகப் பதிவு செய்யப்பட்டவையே என்றும் கூறினார். அந்தப் பெரும் திருப்பங்கள் உண்மையிலேயே ஏற்பட்டவை தாம்; அதற்குக் காரணம் கேரளக் கடற்கரையிலும் தமிழ் நாட்டிலும் காடுகள் விரிவான அளவில் நாசம் பண்ணப் பட்டமைதான் என்றார். குறிப்பாக திருவனந்தபுரம் நகரின்

வளர்ச்சிதான் காரணம் என்றார். முதலில் அரச குடும்பமும் நாயர் குடும்பங்களும் வசித்த சிறு ஊராகவே அது இருந்து வந்தது. திடீரென்று அது நகரமாக ஆயிற்று. மார்த்தாண்டவர்மா மகா ராஜா அனந்த பத்மநாபசாமியின் கோயிலை பெரிதாகக் கட்டியதும்தான் இது தொடங்கியது. பலவிதமான வியாபார சமூகங்கள் குடியேற்றப்பட்டன. தொழில்கள் பெருகின. வியாபார மையமாக அது விரைவிலேயே ஆயிற்று.

அப்பேர்ப்பட்ட ஒரு நகரை நிர்மாணிக்கவும் அதைத் தொடர்ந்து வளர்க்கவும் அதைச் சுற்றி விசாலமான ஒரு கிராமங்களின் வளையம் தேவையாக ஆனது. எனவே புதுப் புது கிராமங்கள் சகட்டுமேனிக்கு முளைத்தன. நூறு வருஷத்தில் மூவாயிரத் துக்கும் மேற்பட்ட கிராமங்கள். பல கிராமங்கள், காட்டில் சிறுகோயில் ஒன்றை நிர்மாணித்து, பிராமண சமூகத்தையும் அடியாளர்களையும் குடியேற்றுவதன் மூலம் மகாராஜா வாலேயே உருவாக்கப்பட்டவை. பற்பல கிராமங்கள் தன் னிச்சையாக உருவானவை. விவசாயத்துக்கும் மேய்ச்சலுக்கு மாகக் காடுகள் அழிக்கப்பட்டன. விளைவாக மேற்குத் தொடர்ச்சி மலையின் அமைப்பு தொடர்ந்து மாறியது. காற்றின் திசைகளும் வேகமும் பலவிதமாக மாறின. 'அனந்த பத்மநாபன் படுத்திருந்தபடியே காலை சற்று நீட்டி வைத்தார். அவ்வளவுதான்' என்று சிரித்தார் மேனோன்.

4

கல்லன் துரை குறிப்பிட்டது போன்ற ஆதிவாசிகள் யாராவது காட்டில் இருக்கிறார்களா என்று கேட்டு தினகரனுக்கு எழுதி னேன். அவருடைய பதிலில் அந்த ஆதிவாசி வம்சம் இப்போதும் இருப்பதாகவும், 16 குடும்பங்களாகக் கிட்டத்தட்ட 81 பேர் இருக்கிறார்கள் என்றும் சொல்லியிருந்தார். அனைவருமே மிக விசித்திரமான உடலமைப்பு உடையவர்களாம். அடுத்தவாரம் ஆதிவாசி மேம்பாட்டுத் துறையின் பெரியதொரு கண்காட்சியும் கலாசார விழாவும் ஆலஞ்சோலையில் நடக்கவிருப்பதாகவும், அதற்கு கலெக்டர் வருவதாகவும், அப்போது சென்றால் அவர் களைப் பார்க்கலாம் என்றும் எழுதியிருந்தார்.

ஆலஞ்சோலை சந்தை மைதானத்தில்தான் விழா நடந்தது. காகிதத் தோரணங்கள், தென்னை ஓலையினால் ஆன ஸ்டால்

கள், சிறு வியாபாரிகள், பிச்சைக்காரர்கள் என்று வழக்கமான கிராமியப் பொருட்காட்சிச்சாலையின் களை இருந்தது. ஆனால் நகர்ப்புறத்திலிருந்தும் கணிசமான அளவு பார்வையாளர்கள் வந்திருந்தார்கள். கேமராவைத் தொங்கவிட்டபடி சில வெள்ளையர்களும் தென்பட்டனர்.

மதிய வெயில். ஆனால் வெப்பம் உறைக்காத மலைக் குளிர்காற்று. மைதானத்தின் மையத்தில் தாற்காலிகக் கொடிக் கம்பத்தில் கலெக்டர் காலையில் எற்றிய தேசியக் கொடி சோம்பியபடி படபடத்தது. சாயங்காலம் ஆதிவாசிகளின் கலை நிகழ்ச்சிகளுக்கு எற்பாடாகியிருப்பதாக நோட்டீஸில் இருந்தது.

ஸ்டால்களில் ஆதிவாசிகளின் கைவினைப் பொருட்கள் விற்பனைக்கு வைக்கப்பட்டிருந்தன. களங்கமற்ற ஆதிக் கற்பனைகளும், தீவிரமும், தேர்ச்சியற்ற கைவிரல்களும் இணையும்போது பிறக்கும் விநோதமான வடிவங்கள். லோ ஹிப் பெண்களும், பாண்ட் மடிப்பு கலையாத ஆண்களும் பரிசோதித்து விலை பேசிக்கொண்டிருந்தனர்.

ஒரு வெள்ளை மாது பிரம்மாண்டமான குறியுடன் கூடிய பெரிய மரச்சிற்பம் ஒன்றைச் சுமந்து செல்வதைப் பார்த்தேன். அதி நவீன வரவேற்பறையை அது சட்டென்று மாற்றியமைத்துவிடும். பழமையின் ஒரு துளி போதும், புதுமையின் மாற்று பல மடங்கு அதிகரிக்கும் என்பார்கள் அறையலங்கார நிபுணர்கள்.

தினகரன் ஒரு நண்பருடன் வந்து கை குலுக்கினார். ‘இவர் குமாரசாமி. கருங்காணிகளைப் பற்றி நிறையத் தெரிந்தவர்’ என்றார்.

குமாரசாமி வியர்வையில் குளிர்ந்த, மெலிந்த கரத்தால் என் கைகளைப் பலவீனமாகப் பற்றிக் குலுக்கினான். மெலிந்த முகத்தில் தாடி, மூக்குக் கண்ணாடி. ஜிப்பா ஹாங்கரில் மாட்டப்பட்டிருப்பது போலிருந்தது உடம்பு.

‘நீங்கள் ஆத்ரபாலஜியில் ரிசர்ச் செய்கிறீர்களா?’ என்றேன்.

‘எப்படித் தெரியும்?’ என்றான்.

‘யூனிவர்சிடி மணம் வீசுகிறது’ என்றேன். தினகரன் உரக்கச் சிரித்தார்.

கருங்காணிகள்தான் பொருட்காட்சியின் முக்கியமான கவர்ச்சி என்று பட்டது. பெரிய பலகையில் 'கிரங்கைன்ஸ்' என்றது கொட்டை எழுத்து. உலகின் மிக அபூர்வமான மானுட இனம். அதைப் பாதுகாக்க அரசு தீவிர நடவடிக்கை எடுத்து வருகிறது.

உள்ளே நுழைய முடியாதபடி ஏகக்கூட்டம். முகங்களில் பர பரப்பும் அதிர்ச்சியும் கலந்த விநோதமான உத்வேகம். நிச்சய மாக அது ஒருவகை சந்தோஷமே.

ஜோசஃப் உள்ளே இட்டுச் சென்றார். அந்த உருவங்கள் என்னை ஒரு கணம் நடுங்க வைத்தன.

மனித ஆமைகள். முதுகு செதில்கள் அடர்ந்து குவிந்து எழுந்து நின்றது. நாலு திசைகளிலாக வளைந்து நின்றிருந்த ஒரே அளவிலான கை கால்கள். ஆமையைப் போலத் தலையைத் தூக்கிய ஒருவன் தினகரிடம் 'ஸ்தோத்திரம் பாஷ்டர்' என்றான்.

'ஸ்தோத்திரம் இமானுவேல்' என்றார் சிலுவை போட்ட தினகரன். என்னிடம், 'இமானுவேல் மரத்தில் நன்றாகச் சிற்பங்கள் செய்வார்' என்றார். 'எங்கே சாருக்கு ஒண்ணு காட்டு பார்ப்போம்.'

அப்போதுதான் செதுக்கி முடித்த, மாமரத்தின் அரக்கு வீச்சம் எழுந்த சிற்பம் ஒன்றை இமானுவேல் என்னிடம் தந்தான். அவன் முகத்தில் வெட்கமும் எதிர்பார்ப்பும் கலந்த புன்னகை.

பெரிய பாறை ஒன்றைத் தலைமீது தூக்கி நிற்கும் ஒரு மனித வடிவம். அதன் கைகளும் கால்களும் மட்டும் சற்றும் பொருத்த மின்றி மிகவும் பெரியவையாக இருந்தன.

'ரொம்பப் பிரமாதமா இருக்கு இமானுவேல்' என்றேன். 'எவ்வளவு ரூபா இதுக்கு?'

'இம்மானுவேல் முகம் மலர்ந்தான். 'ரூபா வேண்டாம்.'

நான் இருபது ரூபாயை அவன் கையில் திணித்தேன். அவன் தயங்கி தினகரனைப் பார்த்தான். 'வாங்கு' என்றார். அவன் வாங்கிவிட்டு மற்றவர்களை சந்தோஷமாகப் பார்த்தான்.

அதுவரை மௌனமாகக் குறுகுறுப்புடன் பார்த்திருந்த அனைவரும் சிரித்தனர். அந்தச் சிரிப்பு ஒரு சில நொடிகளில்

அவர்களையும் மானுடப் பிறவிகளாக ஆக்கிவிட்ட விந்தையை வியந்தேன் உள்ளூர.

திரும்பும்போது குமாரசாமி என் கையிலிருந்த சிற்பத்தை வாங்கிப் பார்த்தான். ஆங்கிலத்தில் 'விந்தைதான் இல்லை?' என்றான். 'கருங்காலிகள் தங்கள் மூதாதையர்கள் மகா பலசாலிகளாக இருந்ததாக நம்புகிறார்கள். இம்மானுவேல் தன் மூதாதையரைத்தான் சிற்பமாக வடித்திருக்கிறான்.'

நான் தலையசைத்தேன்.

'உலகெங்கும் ஆதிவாசிகள் தங்கள் மூதாதையர்களைப் பற்றி இப்படித்தான் சொல்கிறார்கள். அவர்கள் தங்களைவிட மேலான கலாசாரம் மிகுந்த வாழ்வு வாழ்ந்தார்கள் என்றும், அமானுட மான வலிமைகள் உள்ளவர்களாக இருந்தார்கள் என்றும் நம்புகிறார்கள். உண்மையில் அது அவர்கள் ஆக விரும்புகிற, ஆக முடியாத, ஒரு நிலைதான். இந்த லட்சிய வடிவை அவர்கள் ஏன் எதிர்காலத்தில் காணாமல், இறந்த காலத்தில் காண்கிறார்கள் என்பது பெரிய புதிர்தான். குளோட் லெவிஸ்ட்ராஸ் இதுபற்றிச் சொல்லியிருக்கிறார்...'

'ஆனால் அவர்கள் ஒரு காலத்தில் ஆரோக்கியமாக இருந்திருக்கத் தானே வேண்டும்.'

'இருக்கலாம். இவர்கள் வாழ்ந்த படுகையின் அன்றைய காலநிலை அதற்குக் காரணமாக இருந்திருக்கலாம். மனிதன் இன்றுள்ள நிமிர்ந்த முதுகுள்ள வடிவத்தை அடைவதற்கு முன்பு, பரிணாமத்தின் முந்தைய கட்டத்தில் இப்படி இருந்திருக்கலாம். மாற்றமற்ற காலநிலை, வெளியுலகத் தொடர்பற்ற நிலை முதலியவை காரணமாக இவர்கள் மட்டும் மாறாமல் அப்படியே நின்றுவிட்டிருக்கலாம். உங்களுக்குத் தெரியுமே, இயற்கையின் சவால்களைத் தொடர்ந்து சந்தித்தபடியே இருப்பதன் மூலமே பரிணாம வளர்ச்சி சாத்தியமாகிறது. இவர்கள் வாழ்ந்த படுகையில் அத்தகைய சவால்களே இல்லாமல் இருக்கலாம். அந்தப் படுகை பெரிய காடாக இருந்திருக்கிறது. முன்பு அங்கு பூமியின் ஆதிகாலத்தில் வீசிய அளவு அதிக வேகம் கொண்ட காற்று அடித்திருக்கிறது. அதாவது சமீப காலம்வரை அங்கு லட்சம் வருடங்களுக்கு முன்பு நிலவிய பருவநிலை நிலவி யிருக்கிறது. இவர்கள் இப்படியே பரிணாம மாற்றமின்றித் தங்கி

விட்டதற்கு அதுதான் காரணமாக இருக்கலாம். இதை நான் விரிவாக ஆராய்ச்சி செய்து வருகிறேன்.' குமாரசாமி சிகரெட் பற்ற வைத்தான். 'ஆராய்ச்சியின் மிக முக்கியமான தடயங்கள் இவர்கள். மனித உடலின் முந்தைய பரிணாம கட்டத்தின் உயிருள்ள உதாரணங்கள். எனவே முடிந்தவரை இவர்கள் வாழ்வை நீடிக்கச் செய்ய அரசாங்கம் முயல்கிறது. கலெக்டர் ரொம்ப ஆர்வமாக இருக்கிறார். ஏன் சிரிக்கிறீர்கள்?'

'இல்லை, ரொம்ப சுவாரஸியமாக இருக்கிறது' என்றேன். என்னுடைய தேடல் எனக்குக் கற்பித்தது ஒன்றுதான். உண்மை என்பது காலத்தின் தேவைக்கேற்பத் தகவல்கள் போடும் வேஷம் மட்டுமே. நான் என்ன சொல்ல முடியும்? இன்று என் கையில் இருப்பவை எல்லாமே பொய்கள்.

புதிய நம்பிக்கை, 1992.

(1. அழுதல்)

லங்கா தகனம்

1

கடப்பைக்கல் தரையில் சதுரவடிவில் ரத்தம் சிந்தி உலர்ந்தது போலத் தென்பட்டு ஒரு கணம் துணுக் குறச் செய்தது. அல்லது குங்குமமோ என்று சற்று நிம்மதி ஏற்பட்டது பின்பு. காலை நீட்டி அதைத் தொட்டேன். கால் சிவப்பாக மாறியது. வியப்புடன் எதிர்ச்சுவரில் திறந்திருந்த ஜன்னலைப் பார்த்தேன். அதன் வழியாக இளஞ் சிவப்பொளி சரிந்து வந்தது. அது மேற்கு அறப்புரை.[1] பிரம்மாண்டமான அச்சன் மடத்தின் பத்துக்கும் மேற்பட்ட துணைக் கட்ட டங்களில் ஒன்று. இங்கு வந்து ஒரு மாதமாகியும் இன்னமும் நான் பாதிக் கட்டடங்களைக்கூடப் பார்த்ததில்லை. வராந்தாவில் ஏறி, ஜன்னல் வழியாக உள்ளே பார்த்தேன். என் பார்வையே சிவப்பாகிவிட்டது போலிருந்தது. அந்த அறை முழுக்கக் கதகளி அணிகள் சிதறிக் கிடந்தன. புஜகீர்த்திகள், சரிகைச் சட்டைகள், கவசங்கள், நகைகள். சுவரில் நிறைய கிரீடங்கள் தொங்கின. மறுபக்கம் கொடியில் செந்நிறமான வீராளிப்பட்டுத் துணிகள் குவிந்து தொங்கின. அங்கிருந்து ஒரு ஜன்னல் வழியாகக் காலையொளி அவற்றின்மீது விழுந்து பிரதிபலித்து, அறையே செம்மையில் ததும்பிக்கொண்டிருந்தது. கிரீடங்களில் பதித் திருந்த பொய்க் கற்களும், நகைகளின் வெள்ளிப்

பரப்புகளும் எல்லாம் உதிரம் போல ஜ்வலித்தன. பல்வேறு வகையிலான கிரீடங்களை அவற்றுக்குத் தகுந்த மரத்தாலான பொம்மைகளின் தலைமீது பொருந்தியிருந்தார்கள். பச்சையும், சிவப்பும், நீலமும், கருமையுமாக கதகளி வேஷ முகங்கள். எல்லாமே சிவப்பின் வீச்சுக்குள் அடங்கியிருந்தன. சிவப்பாக விரிந்த பெரிய உதடுகளில் பல்வேறு உத்வேக நிலைகளில் உறைந்த சிரிப்புகள். விழித்து நிற்கும் பெரிய கண்கள். சட்டென்று அதிர்ச்சியுடன் மூச்சை இழுத்துக்கொண்டேன். அவற்றுள் ஒரு முகம் கண்களைத் திருப்பி என்னைப் பார்த்தது. செக்கச் சிவந்த கண்கள்.

தலையில் இருந்த கிரீடத்தைக் கழட்டிக் கையிலெடுத்தபடி அந்த மனிதர் என்னைப் பார்த்துச் சிரித்தார். அறிமுகம் தெரியும் சிரிப்பு. பிறகு 'ராமன் குட்டிதானே?' என்றார்.

'ஆமாம்' என்றேன்.

'அப்படி வா' என்று கைவீசி வழிகாட்டினார்.

அறைவாசலில் செம்படுதா தொங்கவிடப்பட்டு அதனூடே காட்சி தெரிவதுபோலப் பிரமை ஏற்பட்டது. கனமான சிவப்பொளியைக் கிழித்தபடி உள்ளே நுழைவதுபோல் இருந்தது. நுழைந்த மறுகணம் நானும் சிவப்பாக ஆனேன். கைகளைத் தூக்கிப் பார்த்தேன். ரத்தச் சிவப்பு. சிவப்பின் பல்வேறு அழுத்தங்களில்தான் காட்சிகளே. திடீரென்று எனக்கு ஒரு பயம் ஏற்பட்டது, காரணமற்றது என்ற நினைப்புடன் இணைந்தே. வெளியே போனால்கூட, இனி இப்படித்தான் எல்லாம் தெரியுமோ? உடனே அங்கிருந்து விலகிவிட வேண்டும் என்ற தவிப்பு ஆரம்பித்தது.

அவர் இடுப்பில் வேட்டி மட்டும் அணிந்து, திறந்த மயிரடர்ந்த கட்டுக்கோபாப்பான விரிந்த மார்புடன், அழகான நீண்ட கரங்களுடன் இருந்தார். அவர் நடந்து வந்த ஒரு சில அடிகளிலேயே அவர் நடனமாடக்கூடியவர் என்று எப்படியோ தெரிந்து விட்டது. அவர் தரையில் விரிக்கப்பட்டிருந்த பாயில் அமர்ந்தபடி, என்னை அமரும்படி கைகாட்டினார். நான் அமர்ந்ததும் என் தோளை ஓங்கித் தட்டியபடி, உரக்கச் சிரித்தார். 'ஏனிப்படி பந்தம் கண்ட பெருச்சாளி மாதிரி விழிக்கிறாய்? பயந்துவிட்டாயா?'

'இல்லை.'

‘என்னைத் தெரிகிறதா?’

‘தெரிகிறது’ என்றேன்.

‘யார்?’

சங்கடமாக நான் நெளிவதைப் பார்த்தபடி ஓங்கிச் சிரித்தார். ‘எப்படித் தெரியும்? நான்தான் இங்கிருந்து வெளியே போவது இல்லையே.’

கூச்சத்துடன் சிரித்தேன்.

‘பயப்படாதே. பொய் சொல்வது ஒன்றும் அவ்வளவு பெரிய தப்பு இல்லை. என் பெயர் அனந்தன். பத்து முப்பது வருஷமாக இங்கே கதகளி ஆசானாக இருக்கிறேன். முன்னால் கொட்டாரம்[2] கதகளி யோகத்தில் இருந்திருக்கிறேன்.’

அவர் வெற்றிலைச் செல்லத்தை எடுத்துப் பிரித்துத் தாம்பூலம் கூட்ட ஆரம்பித்தார். காம்பைக் கிள்ளுவது, சுண்ணாம்பு தேய்ப்பது, பாக்கு நறுக்குவது எல்லாமே ஒருவிதமான தாள லயத்துடன் நடனம்போல் இருந்தன. வாய்க்குள் அதக்கியபடி, ‘நீ பாகுலேயன் பிள்ளை பையன்தானே. காளி வளாகத்து விசாலாட்சியம்மா...’

‘ஆமாம்.’

‘இங்கே என்ன?’

‘இங்கே காலேஜில் சேர்த்திருக்கிறேன்.’

‘என்ன படிக்கிறாய்?’

‘பி.ஏ.’

‘படி. படித்து எப்படியாவது நல்ல வேலைக்குப் போ. சுதந்தரமாக நாலு காசு சம்பாதி. அதுதான் பெரிசு.’ அவர் குரலைத் தாழ்த்தி, ‘நாயர் பிழைப்பு நாய்ப் பிழைப்பு. வேண்டாம். இந்தக் காரியஸ்தன் வேலையே கூட்டிக் கொடுக்கும் வேலைதான். நன்றாகப் படி. என்ன’ என்றார். அந்தக் கிரீடத்தைப் பார்த்தேன். ‘இது என்ன?’

‘கத்தி வேஷ[3]த்துக்கான கிரீடம். இது நரகாசுரனுக்கு உரியது. அதிகமும் சிவப்புக்கல்லும் செங்கழுகு இறகுகளும்தான் இதில் இருக்கும். நரகாசுரன் உக்கிர வேஷம் இல்லையா?’

'நான் அதிகம் கதகளி பார்த்ததில்லை.'

'பார்க்கவேண்டாம். இப்போதெல்லாம் கதகளியும் இல்லை, ஒரு இழவும் இல்லை. உதர நிமித்தம் பலவித வேஷம். உனக்குக் காரியஸ்தன் வேஷம். அவனுக்கு ஜோசியன் வேஷம். எனக்கு இது.' அவர் கிரீடத்தை ஓங்கி அடித்தார். பிறகு சட்டென்று என்னைத் துணுக்குறச் செய்வதராக உரத்த குரலில் சிரித்தார். குலுங்கி அதிர்ந்து, கையால் தரையை ஓங்கி அறைந்து, ராட்சசத்தனமாகச் சிரித்தார். கண்களிலிருந்து கண்ணீர் வழிந்தது. பயந்து எழுந்துவிட்டேன். அவர் என்னை உற்றுப் பார்த்தார். முகம் தீ போலச் சிவந்து கொழுந்துவிட்டது.

'எங்கே போகிறாய்?' என்றார்.

'நான்... அவசரமாக...'

'உட்கார்.'

வாசலைப் பார்த்தேன்.

'உட்காருடா' என்றார். அவர் வாய் திறந்தபோது செந்நிற ஆவி தீச்சுடர்போல வெளிவந்து பறந்தது. உட்கார்ந்துகொண்டேன். நடுங்கும் கரங்களைக் கோர்த்துக்கொண்டேன். 'பயப்படாதே' என்றார்.

'சரி' என்றேன்.

'எனக்குப் பைத்தியம் இல்லை, தெரிகிறதா?'

'தெரிகிறது.' என் குரல் கிசுகிசுப்பாக இருந்தது.

'கேனப்பயல்கள். இவர்களையும், இவர்கள் வேஷங்களையும் நான் நன்றாகத் தெரிந்துவைத்திருக்கிறேன். அதனால்தான் என்னைப் பைத்தியம் என்கிறார்கள். உன்னிடம்கூட சாம்ப சிவன்தான் சொல்லியிருப்பான்.'

'இல்லை' என்றேன்.

'பொய் சொல்கிறாயா? சாம்பசிவன் என்னடா சொன்னான் உன்னிடம்?' என்றார். அவருடைய குரலின் வெறி என்னைக் குலை நடுங்க வைத்தது.

'அதாவது...' என்று குழறினேன்.

'என்னடா சொன்னான்?' என்று அவர் கூவினார்.

'நீங்கள் சொல்வது மாதிரித்தான்...'

'அவனை நம்பாதே' என்றார் சட்டென்று தணிந்து.

'சரி' என்றேன் ஆசுவாசமாக.

'பயப்படாதே' என்றார் அவர். எழுந்துபோய் ஜன்னல் வழியாக வெற்றிலையைத் துப்பிவிட்டு வந்தார். 'நான் இதற்குள் இருக்கும்போது கொஞ்சம் அதிகப்படியாகச் சிரிப்பேன். எனக்கு இப்படிச் சிரிப்பது ரொம்பப் பிடித்திருக்கிறது. தப்பாக எடுத்துக்கொள்ளாதே.'

நான் நிதானமடைந்து, 'நீங்கள் சிரிப்பதுகூட நன்றாகத்தான் இருக்கிறது' என்றேன்.

அவர் மகிழ்ந்தவராக, 'என்னைச் சின்ன வயசில் பார்க்க வேண்டும் நீ. இருபது வயதுவரை பாறசாலை அச்சுதன் குட்டி ஆசானிடம் சிஷ்யத்துவம். பிறகு கொட்டாரம் கதகளி யோகத்தில் சேர்ந்தேன். ஆறுமுறை மகாராஜா கையிலிருந்து மோதிரமும் பட்டும் வாங்கியிருக்கிறேன். அது ஒரு காலம். அப்போது கதகளி இருந்தது. பெரிய ஆட்டக்காரர்கள் இருந்தார்கள். கரமனை பார்கவன் நாயர், மாவேலிக்கர சேகரப்பிள்ளை, ராவணன் சந்திசேகரன் நாயர் எல்லோரும் அப்போது என்கூட யோகத்தில் இருந்தவர்கள்தான். எல்லாரும் அதிர்ஷ்டசாலிகள். வித்தையை விற்று வயிற்றை நிரப்புகிற கேவலம் அவர்களுக்கு வரவில்லை. நான்தான் இருக்கிறேன், கண்டவனுக்கெல்லாம் வாலாட்டிக் காண்பித்தபடி...'

அவரைச் சமாதானம் செய்யும்பொருட்டு, 'இப்போது நீங்கள் ஆடுவதில்லையா?' என்றேன்.

'ஆடுகிறேன். கோயில் சடங்கு இருக்கிறதே. ஆனால் மனசு நிறைந்து ஆடி, வருஷம் இருபதாகிறது. பாறசாலை கோவிலில் அப்பன் திருமேனி முன்னால் ஒரு இரண்டு மணி நேரம் லங்காதகனம் ஆடிக் காண்பித்தேன். லங்காதகனம்தான் என்னுடைய இடம், தெரியுமோ?'

'லங்காதகனம் கதையா?'

‘இல்லை. அனுமன் தூதில் லங்காதகனக் காட்சி. அதை ஒரு நாள் ஆடுவேன். அந்தக் காலத்திலே லங்காதகனம் அனந்தன் நாயர் என்றே என்னைச் சொல்வார்கள். நினைவு தெரிந்த நாள் முதலே நான் அனுமான் பித்து. அனுமான் வேஷத்தைக் குடும்பஸ்தன் போடமுடியாது என்று சாஸ்திரம். நைஷ்டிக பிரம்மச்சாரி இல்லையோ அவன்? நானும் அதே விரதம்தான். நெல்மணி யிடை தவறாமல் இந்த ஜென்மம் முழுக்க பிரம்மச்சரியத்தைக் கடைப்பிடித்திருக்கிறேன். இந்த உடலும் உயிரும் அவனுக் குரியது. தெற்கு திருவிதாங்கூரில் நான் அனுமானாக ஆடாத களியரங்கே கிடையாது. எவ்வளவு முறை... நினைவு வைத்துக் கொள்ள முடியாத அளவு...’ அவர் சட்டென்று என் கைகளைப் பற்றிக்கொண்டார். ‘என் மனசு ஆறவில்லை குழந்தை. இந்த மார்புக்குள் ஒரு காலியிடம் இருந்து அழுத்திக்கொண்டே இருக்கிறது. ஆட்டம் முடிந்து வேஷம் களையும்போது என் மனசை சூனியம் வந்து நிறைக்கிறது. எதையோ இழந்து விட்டவன்மாதிரி பதைப்பாக இருக்கிறது. அனுமானை நான் அடையவில்லை என்று தோன்றுகிறது. தொட்டுவிட்டுத் திரும்பி விட்டது போலிருக்கிறது. ஆடும் நேரத்தில் முழுக்க நான் நானேதான் என்று தோன்றியபடி இருக்கும். ஒரு நிமிடம், சில சமயம் ஒரு பாய்ச்சலுக்கு மட்டும், நான் அனுமன் ஆகிவிட்டு மீண்டும் திரும்பிவிடுகிறேன். என் மூர்த்தி என்னை இன்னும் அனுக்ரகம் பண்ணவில்லை. என்னை அவர் ஆட்கொள்ள வில்லை. என் வாழ்க்கையோ தீர்ந்துகொண்டிருக்கிறது. நான் காத்துக்கொண்டிருக்கிறேன். வாழ்நாள் முழுக்க இப்படியே போய்விடுமோ என்ற பயம் எனக்கு இருக்கிறது. இப்போ தெல்லாம் மனம் முன்னைப் போல நம்பிக்கையுடன் இல்லை. எனக்குப் பயமாக இருக்கிறது. ரொம்பப் பயமாக இருக்கிறது...’ அவர் என் கைகளை இறுகப் பற்றிக் குலுக்கினார். அவர் குரல் தழுதழுத்தது. கண்களிலிருந்து சிவப்பாக உதிரம்போலக் கண்ணீர் வழிந்தது.

இதெல்லாம் என்ன? எனக்குப் புரியவில்லை. வழி தவறி எங்கோ வந்துவிட்டவன்போலக் குழம்பினேன். ஏதோ கனவு இது என்று தோன்றியது.

பெருமூச்சுடன் அவர் என் கையைவிட்டார். கண்களைத் துடைத்தபடி பரிதாபமாகச் சிரித்தார். ‘உன்னை ரொம்பக் குழப்பிவிட்டேனா?’

‘இல்லை’ என்றேன்.

'இன்று என்னமோ காலையிலிருந்தே மனம் நிற்கவில்லை. சில சமயம் இப்படி இருக்கும்' என்றார். 'நீ பார்க்கும்போதுகூட வெறுமே கிரீடம் வைத்து ஆடிக்கொண்டிருந்தேன்.'

'அனுமானுக்கு இவ்வளவு பெரிய கிரீடம் உண்டா?'

'இல்லை. கதகளியில் அனுமான் பல சமயம் கரிவேஷம்தான். கோமாளியாகவும் பக்தனாகவும்தான் அனுமான் வருவது வழக்கம். ஆனால் நான் உக்கிர ரூபியான அனுமானைத்தான் வணங்குகிறேன். அனுமானை எல்லாருமாகச் சேர்ந்து கோமாளி ஆக்கிவிட்டார்கள். ராமனுடைய காரியஸ்தன் ஆக்கி விட்டார்கள். வால்மீகியும், எழுத்தச்சனும், கம்பனும் ஆட்டக் கதையாசிரியர்களும், அரங்க கர்த்தாக்களும் எல்லோருமாகச் சேர்ந்துதான் அப்படிப் பண்ணிவிட்டார்கள். அனுமான் யார்? குரங்கு! காட்டில் மரங்களில், தாவித்தாவிக் காற்றும் வானமுமாக இருக்கிற மகா சக்திமான்! அவனுக்கு தாசவேலை தெரியாது. சுதந்தரத்தை நீ கோமாளித்தனம் என்கிறாய். அனுமான் சாந்தமூர்த்திதான். ஆனால் அவனுக்குள் உக்கிரமூர்த்தியும் உண்டு. திரிபுரம் எரித்த சிவனையே எரித்துச் சாம்பலாக்கக்கூடிய சம்ஹார அக்னி அவன் வாலில் உண்டு. அதை அவன் ஒருமுறை தான் காட்டினான். இலங்கையை எரித்துச் சுடுகாடாக்கினான். அப்போது மட்டும் அவன் உக்கிரரூபி ஆனான். பைசாசிக மூர்த்தி ஆனான். அந்த அனுமான்தான் என் இஷ்டதெய்வம். அவனுக்குக் கரிவேஷமும், இறகுக் கிரீடமும், வாலும் இல்லை. வானம் முட்டும் செந்தழல் கிரீடமும், பூமாதேவி போல ஒளிரும் பட்டுடையும், மின்னல்போல ஜ்வலிக்கும் கவசமும் உண்டு. சூரிய சந்திரர்கள்போலக் குண்டலங்களும் நட்சத்திர வைரங் களும் உண்டு. அவன் வால் நுனியில் தகதகவென்று தாமரை போல இதழ் விரித்து எரிகிறது பிரளயாக்கினி. அனுமான் அக்கினி நிறமானவன். கை வீசி, தாவித்தாவி எழுகிறதே அக்கினிச் சுவாலை, அதுதான் அனுமான் திருவுருவம். ஆஹா!'

அவர் கரங்கள் நெளிந்து நெளிந்து சுடர்போல முத்திரை காட்டின. அவர் உடம்பு தீக்கொழுந்துபோல மெல்ல அசைந்தது. ஒரு கணம் அவ்வறையே நெருப்பாக எரிந்துகொண்டிருப்பது போலத் தோன்றியது.

அவர் திடுக்கிட்டவர்போல உடம்பு குலுங்க அண்ணாந்து பார்த்தார். அங்கு நிற்கும் பிரம்மாண்டமான ஏதோ உருவத்தை

உத்வேகமும், பிரமிப்பும், பரவசமும் கலந்த முகத்துடன் பார்ப்பவர்போல ஒருகணம் தோன்றினார். பின்பு பெருமூச்சுடன் தலை குனிந்தார். என் உள்பீதி அதிகரித்தது. உண்மையிலேயே ஒரு மூன்றாவது பேரிருப்பு அவ்வறைக்குள் நிறைந்திருப்பதுபோல எனக்குத் தோன்றியது. அவ்வறையின் பிரமைகளிலிருந்து மீளும் பொருட்டு வாசல் வழியாக வெளியே பார்த்தேன். என்மீது எதுவோ வீசப்பட்டது போல நேரப்பிரக்ஞை வந்தது. பதறியடித்தபடி எழுந்தேன். 'ஏன் என்ன?' என்றார் அவர், 'ஆனைக்காரன் பார்கவனைக் கூட்டிவரும்படி அச்சு காரியஸ்தன் அனுப்பினார்' என்றேன்.

அவர் அதை உணராதவர்போல் இருந்தார். நான் விரைந்து வெளியே வந்தேன். பகல் ஒளியின் அபத்தமான வெறுமையை அப்போதுதான் முதன் முறையாக உணர்ந்தேன். மனமும் கண்களும் கூசின.

2

'ராமன் குட்டீ' என்று அச்சு காரியஸ்தன் கூவினார். பூமுகத்தி[2]லிருந்து பாய்ந்து இறங்கி, நறுக்கிக்கொண்டிருந்த வாழையிலையைக் கைமறதியாக எடுத்தபடி பதறியோடினேன்.

'என்ன அங்கே இழவெடுக்கிறாய்? கிண்டியை எங்கே? கூப்பிட்டால் கூப்பிட்ட குரலுக்கு வராமல் எங்கே ஒழிகிறாய்?

அச்சு காரியஸ்தனுக்கு ஆஸ்துமா. அந்தியில் ஒரு மாதிரி, காலையில் வேறு மாதிரி. தம்புரானுக்குமுன் ஒரு முகம், அடியாளர்களிடம் இன்னொரு முகம். நுணுக்கமாக இரண்டு தாள்களை ஒட்டவைத்து உருவாக்கப்படும் அட்டைக் காகிதம் போல ஓர் இரட்டை மனிதர் அவர். என் கையில் வாழையிலையைப் பார்த்துவிட்டு, 'நூறு வாழையிலை நறுக்க இவ்வளவு நேரமா? உருப்பட்டது போலத்தான்' என்று முணுமுணுத்தார். மூச்சிளைப்பில் கழுத்து ஒடுங்க, முதுகை வளைத்தபடி நின்றார். தொந்திமீது வேட்டி நழுவியதை ஒரு கையால் பிடித்திருந்தார். 'அதிதிகள் வந்திருப்பது தெரியுமில்லையா? சும்மா பம்பரம்போல இருக்கவேண்டும் தெரியுமா?'

நான் ஏதும் கூறவில்லை. அச்சு காரியஸ்தனுக்குப் பிறர் பதில் சொல்வது பிடிக்காது.

‘ஓடிப்போய் கிண்டிகளை எடுத்துத் தண்ணீர் ரொப்பி ஸ்ரீமுற்றத்தில் வை. போத்தி வந்துவிட்டாரா?’

‘குளிக்கிறார்.’

‘குளித்து இழவெடுத்தார். நேரமாகிறது என்று போய்ச் சொல்லு. நாராயணி எங்கே? பூஜை சாமான்கள் எல்லாம் தயாரா?’

கிண்டிகளில் தண்ணீர் நிரப்பிவிட்டு, குளத்துக்குப் போனேன். போத்தி கோவணத்துடன் ஈரமாக நின்று நாராயணியம்மாவிடம் வழிய வழியச் சிரித்துக்கொண்டிருந்தார்.

தயங்கியபடி, ‘நேரமாயிற்று என்று அச்சு மூத்தார் திட்டுகிறார்’ என்றேன்.

‘ஊத்தை நாயரைப் பொத்திக்கொண்டு பேசாமல் இருக்கச் சொல்லு. ரொம்பத்தான் அலட்டுகிறான், சொறி’ என்றார் காரியஸ்தன்முன் வில்லாக நிற்கும் போத்தி. நாராயணியம்மா ‘களுக்’ என்று சிரித்தார்.

‘பூஜை சாமான்கள் எல்லாம்...’

‘எங்களுக்குத் தெரியும் போடா.’

நான் மீண்டும் துர்க்கையம்மன் கோயில் பக்கம் வந்தபோது அப்பு மாரார் சட்டையைக் கழட்டிவிட்டு செண்டையைக் கொட்டிப் பார்த்துக்கொண்டிருந்தார். அதை அணுகி நானும் ‘டொட்டாய்ங்’ என்று தட்டினேன். வெற்றிலையை அதக்கியபடி சிரித்தார். துணைச் செண்டையும் வந்தது. ‘குஞ்ஞிராமா, ஆரம்பிக்கலாமா?’

குஞ்ஞிராமன் ஒடிசலான குள்ளமான ஆள். என்னளவுதான் இருந்தான். செண்டைக்குப் பின்புறம் ஓணான்போலத் தலை ஆடியது. இருவரும் நின்று சுதிகூட்டித் தாளம் எழுப்ப, சட்டென்று சூழலில் விழாக்களை வந்தது.

காரியஸ்தன் மார்பகங்கள் குலுங்க ஓடி வந்து, ‘ஆச்சா, ஆச்சா?’ என்று பறந்தார்.

போத்தி குடத்து நீருடன் வந்து, வாசல் மணியை ஒருமுறை அடித்துவிட்டு, கதவைத் திறந்தார். உள்ளே எட்டிப் பார்த்தேன், குறுகுறுப்புடன். அரை இருட்டில் அம்மணம் பளபளக்க கரிய

துர்க்கை நின்றிருந்தாள். 'அம்மே பகவதீ' என்று காரியஸ்தன் கூவியபடி கும்பிட்டார். நாராயணி வரவே, திரும்பி, 'எங்கே இழவெடுத்தாய் பீடை?' என்றார். 'எங்கே பூவும் கதிரும்?'

நாராயணி பூக்கூடையை மௌனமாக நீட்டினாள். கமுகக் கதிர்கள் நிரம்பிய பொதியை காரியஸ்தன் எடுத்து மண்டபத்தில் வைத்தார். 'அப்படி வைடி அசுத்தமே. நீட்டியபடி ஏன் நிற்கிறாய்?'

போத்தி பூக்களை அள்ளிச் சென்று தேவியை அலங்கரித்தார். செக்கச்சிவந்த பட்டு உடுத்தப்பட்டு, தலைக்குப் பின் கமுகப் பூக்குலை விரிக்கப்பட்டு, செவ்வரளி மாலை சாத்தி, குங்கும செந்தூரம் பூசிய பிற்பாடு துர்க்கையில் புதிதாக உக்கிரம் வந்திருந்தது.

காரியஸ்தன் விளக்குகளை ஏற்ற ஆரம்பித்தார். உதவினேன். வெளியே தூரத்தில் மணியோசை கேட்க, காரியஸ்தன் பாய்ந்தோடினார். சிறிது நேரத்தில் கையால் வாய்பொத்தி உடல் வளைத்து, அவர் முன்னால் வர பின்னால் தம்புரானும் விருந்தினர்களும் வந்தனர். தம்புரான் கோதுமை நிறம். நெற்றியில் ஓரமாகச் சரிந்த முன்குடுமி. புத்தம்புது முப்புரிநூல். பட்டு வேட்டியைக் கச்சையாக அணிந்து, சந்தனக் குறடு அணிந்திருந்தார். வந்து இத்தனை நாளில் இரண்டாவது முறையாகத் தம்புரானைப் பார்க்கிறேன்.

முதல்முறை அரை இருட்டில், அவர் அந்தப்புரம் போகும்போது, சமையற்கட்டில் ஒதுங்கி நின்றபடி பார்த்தேன். அப்போது எத்தனையோ நம்பூதிரிகளில் ஒருவராகவே தோன்றினார். இப்போது அவருடைய எடுப்பான மூக்கும் பச்சைநிறக் கன்னங்களும், மீசையற்ற மேலுதுடும், செக்கச் சிவந்த வாயும், வைரக் கடுக்கன்களும், கழுத்தின் நீண்ட தங்க வடமும், வெள்ளிப்பூண் இட்ட பிரம்பும் எல்லாம் அப்படியே பதிந்தன. பயத்தையும் அவமரியாதையையும் ஒருங்கே எழுப்பும் தோற்றம். என்னால் அவர் பார்வையில் நிற்க முடியாதுபோல உணர்ந்தேன். தூண்மறைவில் ஒண்டினேன்.

தம்புரானின் விருந்தினர்கள் வேட்டி அணிவதற்குப் பழக்கமற்றவர்கள் என்று தெரிந்தது. இருவர் வாட்ச் கட்டியிருந்தார்கள். தோல் செருப்பு அணிந்திருந்தார்கள். மார்புகள் வெளிறியிருந்தன. கழுத்துகள் மட்டும் கருகி நிறம் மாறுபட்டிருந்தன. காரியஸ்தன் அவர்களை இட்டு வந்து தேவி முன் நிறுத்திவிட்டு, வாய்கொள்ளாத வினயச் சிரிப்புடன் காத்து நின்றார்.

'என்ன பிரதிஷ்டை?' என்றார் ஒருவர்.

காரியஸ்தன் ஆனந்தப் பரவசமாகி, புருவம் விரிய, 'வன துர்க்கை. வரதாயினி. பூர்ணகாய சில்பம்' என்றார்.

'ஓ' என்று தலையாட்டினார். 'மார்வலஸ்.'

தம்புரான் ஏதோ ஆங்கிலத்தில் கூற இருவரும் சிரித்தனர்.

யாரோ விரைந்து வருவது தெரிந்தது. அனந்தன் ஆசான். பகல் ஒளியில் அவர் முற்றிலும் வேறு மாதிரி இருந்தார். உடம்பில் முதுமையின் தளர்வும், முகத்தில் சுருக்கங்களும் இருந்தன. கண்கள் பழுத்துவிட்டிருந்தன. அவருடைய வேட்டி அச்சூழ லுக்குப் பொருந்தாமல் அழுக்காக இருந்தது. அவர் புதியவர் களைக் கண்டதும் தயங்கினார். அதற்குள் தம்புரான் திரும்பிப் பார்த்து, 'ஆசானே வா வா, என்ன பதுங்குகிறாய்?' என்று கூறி விட்டு விருந்தினர்களிடம் 'ரொம்ப வேடிக்கையான ஆள்' என்றார். அவர்கள் கண்களில் விஷமத்துடன் ஆசானைப் பார்த்தார்கள்.

ஆசானும் சிரிப்பு ஏற்படுத்துபவராகவே இருந்தார். பொதுவாக மைதானத்தில் விடப்பட்ட எலிபோல ஒரு தத்தளிப்பு அவரிடம் இருந்தது. கைகளைக் கட்டியபடி, முகம் கலங்கியிருக்க, உதடுகள் சிரிக்க அவர்களை அணுகினார்.

'யார் இவர்?' என்றார் ஒல்லியான வழுக்கைத்தலை ஆள்.

'நடிகன்' என்றார் தம்புரான். 'நன்றாகக் கதகளி ஆடுவான். நம்முடைய மடத்தைச் சார்ந்து இருக்கிறான். அவனை உற்றுப் பாருங்கள். அவனுடைய வேடிக்கையான உடல் அசைவுகளை. டேய் ஆசானே, எங்கே, போய் அந்தச் செம்பை எடுத்துவா பார்ப்போம்...'

ஆசான் சட்டென்று என்னைப் பார்த்தார். பிறகு சங்கடமாக நடந்துபோனார். அவருடைய நளினமான காலசைவும் தோள் களின் சங்கடமான ஒடுக்கமும் இணைந்து விபரீதமான ஒரு விளைவு ஏற்பட்டது. குண்டான கண்ணாடிக்காரர் 'பர்ர்ர்' என்று சிரித்துவிட்டார். ஆசான் செம்பைக் கையில் தாமரை போலவோ, நெருப்புக் குண்டம் போலவோ, ஏந்தியபடி வந்து நின்று தயங்கினார். தம்புரானும் மற்றவர்களும் சிரிக்க, காரியஸ்தனும் சிரிப்பை அடக்கியபடி, 'போய் திரும்ப அங்கேயே வையும்

அதை ஆசானே' என்றார். ஆசான் அதைத் திரும்ப வைத்த பின்பு வந்து, தூணோரமாக ஒதுங்கி நின்றார். சட்டென்று திரும்பியவர் என்னைப் பார்த்தார். சிரிக்க முயன்றார். நான் தலைகுனிந்து கொண்டேன்.

'அப்போ தீபாராதனை...?' என்றார் காரியஸ்தன்.

'ஆகட்டும்' என்றார் தம்புரான்.

போத்தி மணியோசையுடன் தீபாராதனை காட்டினார். தூப ஆரத்திக்குப் பிறகு சூட்டுத் தட்டைக் கொண்டுவந்து வணங்கிய படி தம்புரானிடம் காட்டினார்.

'என்ன போத்தி, பூணூலிலே சாணி தடவியிருக்கிறீரா?' என்றார் தம்புரான். ஆனால் விருந்தினர்கள் சிரிக்கவில்லை.

'ஹிஹி, ஒரே வேலை. ஒழியறதே இல்லை. மாத்தணும்.'

குண்டான ஆள் தட்டில் சில்லறை போட்டார். போத்தி சிரித்த படி, 'சார் திருவனந்தபுரமா?' என்றார்.

'ஆமாம்.'

'வக்கீலா?'

'இல்லை பிசினஸ்' என்றார் அவர்.

'பார்த்தால் வக்கீல் மாதிரி ஒரு களை. ஹிஹி...' அது அவருடைய நிரந்தர ஆயுதம். காவி நிறத்தில் இளித்தபடி, 'அம்பை வன துர்க்கை. ஈஸ்வரனைச் சபித்துவிட்டு வந்து உலகைக் காக்க நின்றவள். சர்வானுக்ரக சன்னத்தை...' என்றார்.

அவர் தலையாட்டினார்.

அவர்கள் திரும்பி நடக்கும்போது குண்டானவர், 'நான் உங்கள் விதூஷகனின் நடனத்தைப் பார்க்கவேண்டுமே' என்றார்.

'அதற்கென்ன, ஏற்பாடு செய்துவிடலாம். அனந்தா!' ஆசான் சற்று முன்னால் வந்தார்.

'சாயந்தரம் களியம்பலத்துக்கு[4] வந்துவிடு. அனுமான் கரி வேஷம் போட்டுவா. நல்ல அசல் அடவு இரண்டை எடுத்துவிடு. இவர்கள் அசந்துவிடவேண்டும். என்ன?'

ஆசான் ஒன்றும் கூறவில்லை.

'அனுமான் வேஷம் போட்டால் அசல் குரங்குதான் போங்கள். பின்னிவிடுவான். சிரித்து வயிறு புண்ணாகிவிடும். கேட்டாயா அனந்தா, காட்டாளன் வேஷத்துக்கு சிவனையும் சேர்த்துக் கொள்...'

'ராமன்குட்டி, அங்கே என்ன பார்வை? பாத்திரங்களை எடு' என்றார் காரியஸ்தன். நான் பூஜா பாத்திரங்களை அறைசேர்த்து, நறுக்கிய வாழையிலைகளை மடைப்பள்ளிக்குக் கொண்டு சென்று தந்துவிட்டு, அந்தப்புரத்துக்கு லாந்தர் சிமினியைத் துடைத்து சீமெண்ணெய் ஊற்றி ஏற்றிக்கொண்டு சென்று தந்துவிட்டு, படிக்க உட்கார்ந்தேன். பொருளாதாரம் எனக்கு ஏற வில்லை. கண்ணை மூடி உருப்போடுவது வழக்கம். நடுநடுவே குற்றேவல்கள் வேறு. ஹாஸ்டல் ஃபீஸ் கட்டும் வசதி மட்டும் என் அப்பாவுக்கு இருந்திருந்தால் இந்நேரம் டேபிள் விளக் கடியில் அமர்ந்து படித்துக்கொண்டிருப்பேன். பொருளாதாரம் அப்போது சரியாக ஏறுமோ என்னவோ.

'ராமன்குட்டி, நாய்களுக்குச் சோறு தந்தாயா?'

'இல்லை.'

'பின்னே அங்கே என்ன இழவெடுக்கிறாய் பரதேசி.' நான் 'விலை என்பது தேவைக்கும் இருப்புக்கும் இடையேயான சமன் பாடாகும். விலை என்பது...' என்று சன்னமாகச் சொல்லிக் கொண்டபடி நடந்து மடைப்பள்ளிக்குப் போனேன். திண்ணை யில் கையில் வாழையிலையுடன் ஆசான் நின்றிருந்தார். நான் அவரிடம் தயங்கி, 'சாப்பாடா?' என்றேன்.

'ஆமாம். இன்று சற்று முன்னதாகவே வந்துவிட்டேன். ஆட்டம் இருக்கிறது. வேஷம் கட்டவேண்டும்.'

'நான் சொல்லுகிறேன்' என்றபடி உள்ளே போனேன். சுந்தரய்யர் வார்ப்பிலிருந்து அகப்பைச் சாம்பாரை எடுத்து அண்ணாந்து நாவில் விட்டபடி, 'உப்பு இன்னும் இரண்டு கை போடுடா சாம்பு. வாடா. என்னடா அது, அப்போதிருந்தே எதையோ உருப்போட்டுக்கொண்டிருக்கிறாய்?' என்றார்.

'எகனாமிக்ஸ் சுவாமி.'

‘நாசமாகப் போக. உனக்கெதுக்கடா அதெல்லாம், வெள்ளக் காரன் படிப்பு? படிச்சு என்னத்தைக் கிழிக்கப் போகிறாய் அப்படி?’

புன்னகைத்தேன். வெளியே ஆசான் நிற்பதைச் சொன்னேன்.

‘பார்த்தேன். என்ன அவசரம்? முதல் ஆளாகச் சாப்பிடணுமோ தண்டச் சோற்றுத் துரைக்கு! நிற்கட்டும்.’

‘ஆட்டம் இருக்கிறதாம். வேஷம் போடவேண்டுமாம்.’

‘வெறும் வயிற்றோடு ஆடட்டும். இன்னும் நன்றாக வரும் கொனஷ்டைகள்.’

‘நாய்களுக்கு சோறு தயாராகிவிட்டதா?’ என்றேன்.

‘அப்பவே. சாம்பு அதை எடுத்துக் குடு. கேட்டியா ராமன் குட்டி, இப்படிப் பருப்புச் சாதத்தால் நாய் வளர்ப்பது எனக்கு சரியாகப் படவில்லை. மிலேச்சப் பிராணி. அதற்கு மாமிசம்தான் வேண்டும். நம்பூதிரி மடத்திலே நாய் எதற்கு? நாயர் இருக்க நாய் எதுக்குங்கறேன்…’

சாம்பசிவய்யர் அப்படியே பெஞ்சில் உட்கார்ந்து சிரிக்க ஆரம் பித்தார்.

நான் வாளியில் நாய்ச் சோறுடன் வெளியே வர ஆசான் இலையை நீட்டினார். சற்றுக் கூசிப்போய், ‘ஆசானே இது நாய்ச்சோறு…’ என்றேன்.

ஆசான் சிரித்தபடி ‘ஓகோ’ என்றார்.

நான் அவரைத் தாண்டிச் சென்ற பிறகு திரும்பிப் பார்த்தேன். எட்டி எட்டி உள்ளே பார்த்துக்கொண்டிருந்தார்.

இரண்டு பெரிய அல்சேஷன் நாய்கள். கடூரமான குரலில் குரைக் கும். ஆனால் ஓட முடியாது, தொப்பை. தம்புரான் போடும் நெய் பருப்பு சாதத்தின் விளைவு. அதிகபட்சம் படுத்த இடத்திலிருந்து எழுந்து, இரண்டுமுறை தரை பிராண்டி குதிக்கும். தம்புரான் பகலில் ரொம்ப நேரம் அவற்றுடன் செலவிடுவார். பருப்பு சாதத்தை அள்ளி அள்ளி விழுங்கின. நான்கு ஆள் சாப்பிட வேண்டிய அளவு சாதம். ஒருமுறை சோம்பல் முறித்து உடம்பை

நெளித்தபிறகு போய் மீண்டும் படுத்துக்கொண்டன. அசைவு களைப் பார்த்தால் அவற்றை எவரும் நாய் என்று கூறிவிட இயலாது.

வாளியைத் திரும்பக் கொண்டு வைக்கும்போதும் ஆசான் நின்றுகொண்டிருந்தார். பொருளாதாரத்தை முடித்துவிட்டு நான் சாப்பிட வந்தபோதும் ஆசான் இலையுடன் நின்றுகொண்டி ருந்தார். எனக்கு வாழையிலையில் கட்டிச் சோறும், துவைய லும், ஒரு அப்பளமும், ஊறுகாயும் தரப்பட்டது. ஆசான் நிற்பதை மீண்டும் கூறினேன். சுந்தரய்யர் ஒரு கட்டிச் சோற்றின்மீது துவையலை ஒட்டி, 'சாம்பு, இதைக் கொண்டுபோய்ப் போடு' என்றார்.

நான் எட்டிப் பார்த்தேன். சாம்பு சோற்றை ஆசானிடம் தருமுன் இருமுறை ஏமாற்றினான். ஆசான் நடன பாணியில் கைநீட்டி ஏமாறுவது விசித்திரமாக இருந்தது. சாம்பு உடல் அதிரச் சிரித்தபடி உள்ளே வந்து, 'ஓய் எனக்கொரு ஆசை, இந்த ஆசான் கொல்லைக்கு போகிற அழகைப் பார்க்கவேண்டும்' என்றான். சுந்தரய்யர், 'நீசப்பயலே, பிராமணனாடா நீ?' என்றபடி சிரித்தார்.

சாப்பாடு ஆனபிறகு நான் அறப்புரைப் பக்கம் போனேன். திண்ணையில் ஆசான் படுத்திருந்தார். ஒரு வற்றலான கிழவர் அவர் முகத்தில் சிவப்புச் சாயத்தைப் பூசிக்கொண்டிருந்தார். சிவப்பும் கறுப்பும் கலந்து ஆசான் முகம் விகாரமாக இருந்தது. இளித்த சிவந்த வாயும் கரிய முகமும் காக்கையிறகுத் தொப்பி யுமாக ஒரு ஆள் உட்கார்ந்திருந்தான். கிழவர் என்னிடம் 'சின்னக் காரியஸ்தன் ரொம்பத்தான் சுறுசுறுப்பு. நாயர் ரத்தமா, சும்மாவா?' என்றான்.

'அவருக்கென்ன, பி.ஏ. பாஸ் ஆனால் ஆபீசர்' என்றார் கிழவர். 'அதுவரைக்கும்தான் இந்தக் கோமணம் தூக்கும் வேலை.'

'நீங்கள்தான் காட்டாளனா?' என்றேன்.

'ஆமாம். நானேதான்' என்றார் அவர். 'காட்டாளன் ஆவதற்கு இருபது வருஷம் படித்தேன். இவர் குரங்கு ஆவதற்காக இருபது வருஷம் படித்தவர்.'

'கலையைச் சபிக்காதே சிவராமா...' என்றார் கிழவர்.

'பெரிய மயிர் பிடுங்கும் கலை. என்ன ஆடவேண்டும் தெரியுமோ இப்போதெல்லாம்? கைமுத்திரையும் அடவும் எல்லாம் வேண் டாம்டா சிவா, சும்மா நீ பாட்டுக்கு ரசிக்கிறது மாதிரி எதையாவது செய் என்கிறார் உங்கள் பெரிய தம்புரான்.'

'பணக்காரன் சந்தனத்தைக் குண்டியிலும் பூசலாம்' என்றார் கிழவர்.

'நம்ம தலையெழுத்து. அந்தக் காலத்தில் ஆறாம் கிளாஸ் படித்தால் வாத்தியார். மூன்றாம் கிளாஸ் பாஸானால் போலீஸ். பேசாமல் அதற்குப் போயிருந்தால் மானமாக வேலை செய்து கஞ்சி குடித்திருக்கலாம் இந்நேரம். அதெப்படி, தலையில் இப்படி எழுதியிருக்கே...'

'இதில் இருக்கிற சந்தோஷம் அதில் வருமா? என்ன இருந்தாலும் கதகளி தெய்வீகக் கலை.' கிழவர் தயங்கியபடிதான் சொன்னார்.

'உலக்கை மூடு! போனதடவை ஆடி ஆடிப் பார்த்தேன். காரியஸ் தன் வந்து வந்து தம்புரானுக்கு ரசிக்கவில்லை என்று குடைகிறார். இவரானால் குட்டிக்கரணமாக அடிக்கிறார். பிரயோசனமில்லை. பார்த்தேன். சும்மா வேட்டியைத் தூக்கிக் காட்டுவதுபோல சைகை காட்டி காலைப்பரப்பி வைத்து ஓடினேன். கூட்டச் சிரிப்பு. கோலாகலம். இல்லை வைத்யரே, எதற்காக இந்த ஆட்டம் இவர்களுக்கு? தெரியாமல் கேட்கிறேன்...'

'வேறு எதற்காக? கறுத்த காட்டாளனைக் கோமாளியாக்கிப் பார்ப்பதில் வெளுத்தவனுக்கு ஒரு சந்தோஷம்.'

'நாண்டு [5] கொண்டு சாக முடியவில்லையே, மகாதேவா.'

ஆசான் முகவேடம் முடிந்து எழுந்தார். உடைகளை அணிந்து கொண்டார். வாலைக் கட்டிக்கொண்டு எழுந்து வைத்தியரை விழுந்து கும்பிட்டார். காட்டாள வேடதாரியும் கும்பிட்டார். இருவரும் நடந்தனர். தூரத்தில் களியரங்கில் செண்டையும் சேங்கிலைத் தாளமும் ஒலிப்பது கேட்டது. நான் அவர்களைத் தொடர்ந்தேன். ஆசான் தயங்கினார். என்னை நெருங்கியதும், 'ராமன்குட்டி, எனக்கு ஒரு உபகாரம் செய்யவேண்டும்' என்றார் தணிந்த குரலில்.

'என்ன செய்ய வேண்டும் ஆசானே?'

'நீ ஆட்டம் காண வரக்கூடாது...'

'ஏன்?' என்றேன் வியப்புடன்.

'தயவுசெய்து... தயவுசெய்து வரக்கூடாது. நீ வரவேண்டும் என்கிறபோது நானே சொல்கிறேன். நீ வரக்கூடாது. ஒளிந் திருந்துகூட பார்க்கக்கூடாது.'

'சரி.'

'சத்தியம் பண்ணு.' ஆசான் கையை நீட்டினார்.

கையிலடித்துச் சத்தியம் செய்தேன். 'ஆசானே' என்று சிவராமன் கூப்பிட ஓடிப்போய் இணைந்துகொண்டார். நான் இருட்டில் தனித்து விடப்பட்டேன்.

3

வானத்திலிருந்து பார்க்கும்போது அச்சன்மடம் ஒரு தாய் யானையைச் சுற்றிப் பத்துப் பதினைந்து குட்டிகள் சூழ்ந்து நிற்பதன் முதுகுப்புறக் காட்சியைப் போலிருக்கக்கூடும். மையத் தின் எட்டுக்கட்டு [6] தேக்குமரத்தால் ஆன விசாலமான எடுப்பு. அறப்புரைகள்[7] மண்தான். கூரைகள் முழுக்கத் தென்னை ஓலை வேயப்பட்டவை. கருகிய ஆழ்ந்த சாம்பல் நிறத்தில் திரும்பிய பக்கமெல்லாம் அவை தெரியும் காட்சியை முதலில் பார்த்த போது, எனக்கேற்பட்ட உடனடி எண்ணம் நெருப்புதான். பூமியையும் வானையும் இணைக்கும் கோபுரம்போல எழுந்து நின்று கூத்தாடும் சுவாலை. ஒரு தீக்குச்சியைக் கிழித்து எறிந்து விடவேண்டும் என்று பொங்கிய உத்வேகத்தையும் அதன் அச்சமும் கிளுகிளுப்பும் கலந்த உணர்வுகளையும் மறக்க முடியாது. ஆனால் சில நாட்களுக்குள் கூரை நினைவிலிருந்து கழன்றுவிட்டது. மடத்துக்குள் வாழும் என்னை நான் கற்பனை செய்யும்போதெல்லாம் ஏகப்பட்ட மரச்சாமான்களின் ஊடே நெளிந்து வளைந்து சுறுசுறுப்பாக ஓடும் வெள்ளெலி போலத் தான் உணர்வேன். மடத்தில் தொட்டதெல்லாம் தேக்கு. சுவர் கள், அலங்கார உத்தரங்கள், கதவுகள், எதிலும் அக்கடாவென்று சாய்ந்துவிட முடியாது. உறுத்துவது போல முள்ளும் கொத்து மாகச் சிற்ப வேலைகள். யட்சிகளின் தொப்புள்களில் வேட்டு வாளிக் கூடுகள். முலைகளை யாரும் தொட்டு நான் பார்த்ததே

இல்லை. மிக அந்தரங்கமான சமயங்களில் நான்தான் திருட்டுத் தனமாக விழித்தபடி வருடிப் பார்ப்பேன். ஆனால் அவை அனைத்திலுமே அந்த இடங்கள் வியர்வைப் பிசுக்கேறிக் கறுப்பாக இருந்தன. சர லாந்தர்களும் சிமினி இடப்பட்ட விளக்குகளும் மட்டுமே பயன்படுத்தப்பட வேண்டும் என்று சட்டம். விதிவிலக்கு தம்புரானின் பூஜையறை. உயர்ந்த கூரையிலிருந்து, லாந்தர்களில் மேலே தொங்கும் கூம்பு வடிவக் குடை வரைக்கும் எந்நேரமும் இருட்டுதான். இருட்டைப் பற்றி நினைக்காமல் மடத்தைக் கற்பனை செய்ய முடியாது.

எனவேதான் மகாதேவர் கோவில் திருவாதிரை விழா எனக்குப் பரபரப்பூட்டியது. வாண வேடிக்கையும் தகதகக்கும் பந்தங்களும் தூக்கத்தில் என் கண்களுக்குத் தெரிந்தன. திருவாதிரை நெருங்க நெருங்க மடத்தின் மாற்றமற்ற நிதானமான சலனம் விரைவு பெற ஆரம்பித்தது. ஒரு கட்டத்தில் மடமே ஒரு நாலுகால் பிராணி போல மூச்சிரைக்க ஓடிக்கொண்டிருப்பதாகப் பிரமை ஏற் பட்டது. காரியஸ்தன் என்னைக் கல்லூரிக்குப் போகவேண்டாம் என்று சொல்லிவிட்டார். காலைக்கு முன்பே தொடங்கி இரவு கழிவதுவரை வேலை. எனவே ஆசானை நான் பார்க்கவே முடியவில்லை. ஏதோ இடைவெளியில் அவரை நினைத்துக் கொண்டபோது, சுந்தரய்யரிடம், 'திருவாதிரைக்குக் கதகளி உண்டல்லவா?' என்று விசாரித்தேன். வழக்கம்போல வற் கலையில் இருந்தும், சேர்த்தலை, கொல்லம், திருவனந்தபுரம் ஆகிய ஊர்களில் இருந்தும் மேஜர் செட்டுகள் வந்து ஆடப் போவதாகக் கூறினார். முதல்நாள் கிராதார்ஜுனீயம். அடுத்த மூன்று நாளும் நளசரிதம். பிறகு நரகாசுவரவதம். இராவணோத் பவம்... நான் இடைமறித்து, 'லங்காதகனம் இல்லையோ?' என்றேன். 'லங்காதகனமா? அப்படி ஒரு கதகளியா? நான் கேள்விப்பட்டதே இல்லையே' என்றார் சுந்தரய்யர். 'ஆசான் சொன்னாரே' என்றேன்.

சுந்தரய்யர் உரக்கச் சிரித்தார். 'அதுவா? அது அனுமன் தூது ஆட்டத்தில் ஒரு நாளைய அங்கம். ஆசான் வழக்கம்போல அதில்தான் ஆடுவார். சும்மா சொல்லக்கூடாது, குரங்கு என்றால் ஆசான் குரங்கேதான். மேடை ஏறினார் என்றால் குரங்கு இருபது வருஷம் கதகளி பயின்று வந்து ஆடினது மாதிரிதான் இருக்கும்.'

பலசரக்கு அறையிலிருந்து வந்த சாம்புவய்யர் 'நிஜமாகவே அந்தக் கதைதானோ என்னவோ' என்று சொல்லிச் சிரித்தார்.

'ஆசாமியின் அசல் ஜாடை எது என்றே சந்தேகமாக இருக்கிறது. ஒருபுறம் பார்த்தால் குரங்கு. மறுபுறம் பார்த்தால் ஆசான்! ஹெஹெ...'

மறுநாள் தொழுவுப் பக்கமாகப் போனபோது வைக்கோற்போர் அருகே ஆசானைப் பார்த்தேன். மல்லாந்து வானத்தைப் பார்த்துக் கொண்டிருந்தார்.

'ஆசானே...'

ஆசான் திடுக்கிட்டு எழுந்தார். நான் ஒரு சிறு மன அசைவை அடைந்தேன்.

குரங்கு ஒன்று எழுந்து திரும்புவதுபோலவே இருந்தது அது.

'யார் ராமன்குட்டியா? பார்க்கவே முடியவில்லையே?'

'திருவிழா அவசரம் ஆசானே.'

'எனக்கும் அவசரம்தான். அணிகளையெல்லாம் பழுது பார்த்தேன். சாயங்கள் வாங்கப் போகவேண்டும். வைத்தியரைக் காணோம்.'

'ஆசானே, லங்காதகனம் என்றைக்கு?'

'பச்!' என்றார் ஆசான். 'என்ன... ஆடி என்ன... இனி நான் ஆடவே போவதில்லை.'

'ஏன்?'

'எத்தனை ஆடியாயிற்று! எல்லாம் வீண். வெறும் இம்சை. தூக்கமில்லாமல் எத்தனை ராத்திரிகள்! காத்திருந்து, தவித்து... கடைசியில் என்ன பிரயோசனம்? என்னால் முடியவில்லை. ஒரு அடிகூட புதிதாக எடுத்துவைக்க முடியவில்லை. என் ஆட்டம் இவ்வளவுதான். இதற்குமேல் என்னால் முடியாது. போதும், ஆடியதெல்லாம் போதும்...'

'நீங்கள் ஆடப்போவதை எல்லாரும் ரொம்ப எதிர்பார்க் கிறார்கள்...'

'ஒரு எல்லைக்குப் பிறகு எவரும் பிறருக்காக ஆடுவதில்லை குழந்தை.'

ஏமாற்றமாக இருந்தது எனக்கு. ஆசானிடம் எப்படிப் பேசுவது என்று தெரியவில்லை. அவர் கூறிய எதுவும் எனக்குப் புரிய வில்லை.

'நீங்கள் ஆடவேண்டும் ஆசானே.'

ஆசான் சிரித்தபடி என் தோளைத் தட்டினார். பிறகு நினைத்துக் கொண்டு உரக்கச் சிரித்தார். 'அனுமன் வேஷத்தை மண்ணில் காலூன்றி நின்றுபோடுகிற முட்டாள்! வாயுபுத்திரனைப் புழுதி யில் கட்டிப்போட நினைக்கிற மூடன்...' கண்கள் வெறிக்க, களிப்பில்லாத முகத்துடன், தொண்டை புடைக்கச் சிரித்தார். தரையை ஓங்கி அறைந்தார்.

பிறகு தணிந்து, வானை நோக்கிப் பெருமூச்சு விட்டார். நான் எழுந்துகொண்டேன். தூரத்திலிருந்து பார்த்தபோது ஆசான் வைக்கோலைக் கிள்ளிப் பிய்த்து எறிவதும், சொறிந்து கொள் வதும் தெரிந்தது. இப்போது அவ்வசைவுகளில் உள்ள குரங்குத் தனம் எனக்குத் தெளிவாக தெரிந்தது. லாகவம் மிக்கவையும் மிக நளினமாக ஒழுங்குப்படுத்தப்பட்டவையுமான நடன அசைவு கள், ஆனால் குரங்குக்கே உரியவை.

பயமாக இருந்தது. யாரிடமாவது இதைப்பற்றிப் பேச மிகவும் விரும்பினேன். நான் சுந்தரய்யரிடமும் சாம்புவிடமும்தான் இயல்பாகப் பேசமுடியும். ஆனால் இருவருமே நக்கலைத் தவிர்த்துப் பேசியறியாதவர்கள்.

மூன்றாம் நாள் ஆசானே என்னைத் தேடிவந்தார். உக்ராண அறை யில் அரிசி அளவையைக் குறித்துக்கொண்டிருந்தேன். 'ராமன் குட்டியேய்' என்று கூவியபடி பாய்ந்துவந்து கட்டிக்கொண்டார். ஆனந்தமாகச் சிரித்தார். 'தெரியுமா? நான் ஆடப்போகிறேன்...'

எனக்கு அது உள்ளூரத் தெரிந்திருந்தது என அப்போது அறிந்தேன்.

'நான் ஆடப்போகிறேன். அனுமன் வேஷம் போட்டு ஆடப்போகிறேன்...'

'என்ன திடீரென்று?'

'நான் விரதம் இருந்தேன். நேற்று ஏனோ திருவுளச்சீட்டு போட்டுப் பார்க்கத் தோன்றியது. ஆடு என்று வந்தது. அதற்கு என்ன அர்த்தம்?'

‘என்ன அர்த்தம்?’

‘இந்த முறை பூரணமாக ஆடப்போகிறேன். என் மூர்த்தி என்னிடம் கனிவு கொண்டுவிட்டார்.’ ஆசான் விலகிச் சென்று, திடீரென்று உடலசைவுகள் மாறுபட்டு, ராஜஸம் ததும்பும் நடன நடையில் என்னை நோக்கி வந்து, ஓயிலாகத் திரும்பி, தருக்கி நிமிர்ந்து நின்று, பின்பு சட்டென்று கலைந்து, சிரித்தபடி ‘...அப்படி வரப்போகிறேன். என் மூர்த்தியாக வரப்போகிறேன். இந்தக் கேடுகெட்ட பிண்டம், மலமூத்திரப் பாண்டம் அப்போது மறைந்துவிடும். என் மூர்த்தி மட்டும் இருப்பார். வாயுபுத்திரன் வந்துவிடுவார். பிரபஞ்சத்தைச் சுற்றும் வால் நிமிர்ந்து நிற்க, செந்தழல் நிறத்தில் ஒளிச் சிதறும் கிரீடமும், புஜங்களும், கதாயுதமும், அபய ஹஸ்தமும், அருள் விழிகளுமாக... என் மூர்த்தி வருவார்! மண்ணில் தாளமிட்ட இந்தக் கால் அப்போது விண்ணுக்குத் தாவும். காற்றுவெளியில் பாய்ந்து எழும். ஆகா... ஆஹஹஹஹா...’

ஆசான் கை முத்திரையும், அடவும், அபிநயமும் இயல்பாக உடம்பில் வந்து சேர, பாடியபடி ஆடினார்.

‘காந்தள் மெல்விரல், காந்தியெழும் கண்ணிணை, காந்தன் தொழும் கற்பின் கனல், காஞ்சனப் பூமெய்...’

‘ஆசானே அங்கே என்ன கலாட்டா?’ என்றார் அச்சு காரியஸ்தன் உக்ராண உள்ளில் இருந்து.

ஆசான் சுருங்கி, ‘ஒன்றுமில்லை’ என்றார்.

‘போமய்யா வேலையைப் பார்த்துக்கொண்டு. தண்டச் சோறு தின்பதுமல்லாமல் வேலை செய்பவர்களையும் கெடுக்கிறீரோ?’

ஆசானை அது பாதிக்கவில்லை. குரலைத் தாழ்த்தி, ‘நீ நேரம் கிடைக்கும்போது வா. நான் வேஷத்துக்கான ஏற்பாடெல்லாம் செய்து முடித்துவிட்டேன். இனி சாதகம்தான். எள்-மயிர் இடை கூட அடியும் எடுப்பும் தவறக்கூடாது. ஒரு சலனம் பிழைத்தாற் கூட என் மூர்த்தி வரமாட்டார். பூரணம் கெட்டுப் போனால் அவ்வளவுதான்.’

கிட்டத்தட்டக் குதித்தபடி அவர் போவதைக் கண்டபோது எனக்கு அந்தப் பீதி வயிற்றைப் பிசைந்தது.

4

மகாதேவர் கோவில் முகமண்டபத்திற்கு வெளியே, ஆல மரத்தடியில் கதகளி மேடை எழுப்பப்பட்டது. மண்ணாலான மூன்றடி உயரத் திண்டு. அதில் களிமண் போட்டு இறுக்கப்பட்டு, சாணி மெழுகப்பட்டது. முன்பக்கம் தம்புரானும், விசேஷ விருந் தாளிகளும் அமரும் அலங்காரப் பந்தல். தொடர்ந்து ரசிகர்கள் அமர விரிவான தட்டுப்பந்தல். வலது பக்கம் குலப்பெண் களுக்காக விசேஷமான திரைப்பந்தல். அது நீண்டு சென்று மடத்தின் வைக்கோற்போர்களின் நீண்ட வரிசையை அடைந்தது. அந்தப் பிராந்தியமே திடீரென்று இருண்டுவிட்டது. அங்கு நின்றபோது வானத்துக்காக உச்சந்தலை ஏங்கியது.

கணபதி ஹோமத்துடன் ரங்கபூஜை தொடங்கியது. ஆசானும் வைத்தியரும் வந்து, கணபதி முத்திரை காட்டி ஒரு அடவு ஆடி வணங்கியபின், அரங்க மூலையில் பூஜை வைத்து, தூங்கா விளக்கு ஏற்றப்பட்டது. அதன்பிறகு அதன்மீது வேறு மானுடக் கால் படக்கூடாது. குட்டிப்பட்டார் காவலுக்குப் போடப் பட்டார். அந்த மேடையைப் பார்க்கும்போதே செண்டையின் நாதம் கேட்க ஆரம்பித்தது. ஆசானுக்கு வெறி ஏறிவிட்டது என்றார்கள். நான் பார்த்தபோதெல்லாம் அவர் என்னை முற்றிலும் கவனிக்காமல் நடந்துபோனார். அவர் முகத்தில் ஒரு திரை விழுந்து மூடிக்கொண்டதுபோல் இருந்தது. அவர் எவரையும் எதையும் பார்க்கவில்லை. பார்வை முகத்தின் உட்புறமாகத் திரும்பியிருப்பது போலிருந்தது. அவரிடம் பேச ஆசைப்பட்ட நான் அந்தக் கண்களைப் பார்த்ததும் தயங்கினேன். அவர் இரவில் குளக்கரையில் மணிக்கணக்காக ஆடுவதாக சிவராமன் சொன்னார். 'அது கொஞ்சம் கழண்ட கேஸ். திருத்தவே முடியாது. இழவெடுத்த இந்த ஆட்டத்தை ஆடின எவனுக்கு மண்டை உருப்படியாக இருந்தது?' ஆசானை ஒருமுறை யானைக்கொட்டில் பக்கம் பார்த்தேன். அவர் தாவித்தாவிச் செல்வதுபோல் இருந்தது. தாவல்களுக்கு அமானுடமான உயரமும் நீளமும் இருப்பதாகப் பட்டது. என் மனப் பிரமையோ என்றும் தோன்றியது. சட்டென்று ஆசான் யானைக் கொட்டிலின் பின்புற மதிற்சுவரை அடைந்து, ஒரே தாவலில் மேலேறி, மறுபுறம் செல்வதைப் பார்த்தேன். இறங்கி ஓடி மதிலை அணுகினேன். மதில் என் கைக்கு எட்டாத உயரம். குறைந்தது பன்னிரண்டடி.

யாரிடம் சொல்வது? பைத்தியக்காரன் என்பார்கள். உள்ளூர நான் ஆடிப்போய் விட்டிருந்தேன். நிம்மதியாகத் தூங்க முடியவில்லை. உடல் களைத்துக் கெஞ்சும்போதுதான் படுக்க முடியும். ஆனாலும் ஊடே ஆசானின் ரத்தச் சிவப்பாக எரியும் முகம் வந்தது. அவர் மரக்கிளைகளில் அனாயாசமாகத் தாவி காற்றில் மிதப்பது தெரிந்தது. மீண்டும் மீண்டும் இதே புள்ளியில் நினைவுகள் வந்து சேர்ந்தபடியே இருக்கும் இம்சை தாளாமல் என்னை எங்காவது புதைத்துக்கொள்ள விரும்பி அலைமோதினேன்.

கதகளிக் குழுக்கள் வர ஆரம்பித்தபோது எனக்கு விடுதலை கிடைத்தது. புதியதொரு காற்று மடத்துக்குள் வந்து நிரம்பியது. கட்டடங்கள் சுத்தம் செய்யப்பட்டு, அவர்கள் தங்கவைக்கப் பட்டனர். பல வர்ண டிரங்குப் பெட்டிகள். அவற்றிலிருந்து நீலமும், சிவப்பும், பச்சையும், மஞ்சளுமாகப் பளபளத்த வீராளிப் பட்டுகளும், ஜரிகை ஆடைகளும், அங்கவஸ்திரங் களும் நாப்தலீன் - தாழம்பூ வாடையுடன் வெளிவந்தன. துணிகளுக்கிடையே செல்லமாகப் புதைத்து வைக்கப்பட்டிருந்த செண்டுக் குப்பிகளும், விசித்திர வர்ணங்களிலான மதுக் குப்பி களும் வெளிவந்தன. வெற்றிலைச் செல்லங்களே எத்தனையோ தினுசு. ஒருவர் அசல் ஆமையோட்டையே மூடியாகப் போட்ட செல்லம் ஒன்று வைத்திருந்தார். அவர்கள் களமுற்றத்தில் புல் பாய்களை விரித்து, கூட்டம் கூட்டமாக அமர்ந்து சீட்டாடி னார்கள். சிலசமயம் விவாதம் புரிந்தார்கள். சிலசமயம் சிலர் எழுந்து, அடவு வைத்து, அபிநயம் காட்டி ஆட, பிறர் சிரித்து ஊக்கினார்கள். வயோதிகர்கள் ஓரமாக அமர்ந்து வெற்றிலை இடிக்கும் தாளம் ஊடே கேட்க, வெடிச்சிரிப்புகள், சிலசமயம் சண்டைகள். சிலர் யாரும் பார்க்காமல் போய்க் குடித்துவிட்டு, கண்கள் சிவக்க அரை ஏப்பம் விட்டுத் தள்ளாடி நடந்தனர். ஏதாவது ஒரு நுட்பத்தைச் சொல்லிய விவாதத்தில் கொதித் தெழுந்து சவால் விட்டு சண்டை போட்டனர். நீளக் கிராப்பு களும், குடுமிகளும், கூந்தல் முடிச்சுகளும் என்று தலைகள் நிரம்பிய களமுற்றம் வேறு ஏதோ இடம்போல் இருந்தது. அறை வராந்தாக்கள் வழியாக நடக்கும்போது கைபட்டோ சுதி கூட்டலினாலோ திடீரென அதிரும் மிருதங்கமும் செண்டையும் புல்லரிக்க வைத்தன. ஆசான் என் ஞாபகத்தைவிட்டே கழன்று விட்டார். ஒருமுறை பாறசாலை பத்மநாபன் நாயர் பேச்சினூடே ஆசானைப்பற்றிக் குறிப்பிட்டபோது நான் சட்டென்று ஒரு மன அதிர்வை அடைந்தேன்.

'மனுஷனை நேற்றுக் குளக்கரையில் பார்த்தேன். பார்த்த பாவமே இல்லை. மடத்துச் சோறு நன்றாக எலும்புகளுக்கு இடையே செருகிக் கொண்டுவிட்டதுபோல் இருக்கிறது.'

சற்றுத் தள்ளிப் படுத்திருந்த குடுமிக்காரர் ஒருக்களித்து, 'அவன் சித்து எடுக்கிறானய்யா. அனுமன் சித்து. அனுமனை அப்படியே ஆவாகனம் பண்ணி உடம்பில் ஆக்கிக்கொண்டு ஆடப் போகிறான்...'

நாலைந்து பேர் சிரித்தார்கள்.

'சிரிக்கிற விஷயமில்லை' என்றார் ஒரு தாத்தா. 'கதகளி தெய்வீகமான ஆட்டம். ஆடி ஆடி மனித உடம்பிலேயே பஞ்ச பூதங்களின் அத்தனை அசைவுகளையும் கொண்டு வந்திருக் கிறார்கள். நீரின் சுழிப்பு, நதியின் வேகம், கடலலைகளின் எழுச்சி, தீயின் தகதகப்பு, இடி மின்னல் உக்கிரம், மரங்களின் அசைவு, மிருகங்களின் பாய்ச்சல்... சலன வடிவான அன்னமய லோகத்தின் அடிப்படைச் சாரம் முழுக்க மனிதனின் உடம்பின் அசைவால் உருவாக்கப்படுகிறது. பிரபஞ்ச சக்திகளின் மீட்ட லுக்கு மனித உடம்பு விட்டுத்தரப்படுகிறது. ஒவ்வொரு சக்திக்கும் ஒவ்வொரு மூர்த்தி உண்டு. ஒவ்வொரு உணர்ச்சிக்கும் அதற்குரிய மூர்த்தி உண்டு. நாம் அந்த மூர்த்திகளின் வேடம் போட்டு ஆடுகிறோம். அப்போது அம்மூர்த்தியின் சான்னியத் தியம் மேடையில் வருகிறது. மனம் தொட்டு ஆடினவர்களுக்குத் தெரியும் நான் சொல்வது...'

'உண்மை' என்றார் ஒருவர். 'நானே பலமுறை அந்த மாதிரி உணர்ந்திருக்கிறேன்.'

'ஆனால் மேடையில் கண்காணாதபடி நம்முடன் இருக்கும் மூர்த்திக்கும் நமக்கும் இடையே ஒரு சிறு தூரம் இருக்கிறது. அதுதான் நமது சுய ஞாபகம். நான் யார், நான் பாலேடத்துக் குட்டப்பன் பிள்ளை, ஆலூர் அச்சன் மடத்தில் ராவண வேஷம் போட்டு ஆடுகிறேன் என்கிற ஒரு உள் ஞாபகம். இது நடிப்பு இது நடிப்பு என்று நம் உள்மனம் சொல்லியபடியே இருக்கும் நிலை. எத்தனை ரௌத்திரமாக ஆடினாலும், கருணைரசத்தில் மெய் மறந்து உருகினாலும், இந்த சுய உணர்வின் ஒரு சொட்டு நமக்குள் எப்போதும் இருக்கிறது. அது ஏன்?'

'ஆட்டக்குறை' என்றார் ராமன்பிள்ளை.

'அதேதான். ஒருபோதும் நம் ஆட்டம் பூரண வடிவம் பெறுவது இல்லை. அடவுகளில் மயிரிழை அளவு தாளம் தவறுகிறது. முத்திரையில் ஒரு தளிரின், ஒரு ரோமத்தின் அசைவளவிற்கும் லயம் தவறுகிறது. உடல் சொல்வதைக் கண் சொல்ல ஒரு வினாடி பிந்திவிடுகிறது. கண்ணும் உடலும் சொல்வதுடன் மனம் ஒன்ற ஒரு சிறு ஞாபகம் தடையாக இருந்துவிடுகிறது. ஆட்டக்குறை தீர்ந்த ஆட்டம் அனேகமாக எவருக்கும் சாத்திய மாவதில்லை. ஆயிரத்தில் ஒருவருக்கு, லட்சத்தில் ஒருவருக்கு அது சாத்தியமாகிறது. அது ஒரு வரம். ஒரு பெரிய சாபமும்கூட. காரணம், பூரணம் என்றால் முக்தி என்று பொருள்; முற்றுப்புள்ளி என்று பொருள். பிறகு பின்திரும்புதல் இல்லை...'

'அது ஒரு சங்கல்பம்தான்' என்றார் பத்மநாபன் நாயர். 'பூரண நிலை என்பது எந்த ஆட்டத்துக்கும் இல்லை.'

'அப்படிச் சொல்லாதே பத்மநாபா. முன்னோர்கள் மூடர்கள் இல்லை...' என்றார் கிழவர்.

'முன்னோர்களின் ஒரு கனவு அது. அவ்வளவுதான். அக்னி வேஷம் போட்டு மேடையில் பூரணம் அடைந்தவன் எரிந்து போய்விடுவானா என்ன?'

'எரிவான், எரிந்திருக்கிறான்.'

பத்மநாபன் நாயர் சிரிப்புடன் தலையசைத்தார்.

'உன்னாலும் என்னாலும் முடியாது பத்மநாபா. அதற்குக் கலையைத் தவமாக்கவேண்டும். இடைவெளியின்றி சாதகம் செய்யவேண்டும். உடல் யோகத்தில் காயபூரணம் அடைந்து அப்பழுக்கற்றறதாக மாறவேண்டும். நாமெல்லாம் தொழில் முறை நடிகர்கள். பலவித வேடங்களை மாற்றி மாற்றிப் போடு கிறோம். வேடம் போட்டபிறகு சிறிது மூர்த்தி சாந்நித்தியம் வருகிறது. இது அப்படியல்ல, ஒரு மூர்த்தியை அல்லும் பகலும் தியானித்து, உடலுக்குள் ஆவாகனம் பண்ணி, நிறைத்துக் கொள்ளவேண்டும். அடவும் முத்திரையும் சாதகமும் செய்து செய்து, ஆட்டக்குறை தீர்த்து, பூரணத்தை நோக்கிப் போய்க் கொண்டே இருக்கவேண்டும். உண்மைதான், பூருண நிலை எளிதில் வருவதல்ல. சில நொடி நேரம் ஒரு ஸ்பரிசம் வந்து போகும். ஆனால் அந்த க்ஷணம் வாய்த்துவிடுகிறது. அது எப்படி, எப்போது என்று யாரும் சொல்லமுடியாது. ஆனால் அதன்பிறகு

மேடையில் ஆடுவது நடிகனல்ல. அந்த மூர்த்திதான். அந்த உடலில் உள்ள ஆத்மனல்ல. அகண்ட சச்சிதானந்தப் பிரம்மத்தின் ஒரு துளியாகிய அம்மூர்த்திதான். அதன்பிறகு நடிகன் திரும்பி வருவது இல்லை...'

பத்மநாபன் நாயர், 'ஆசானே, இது ஒரு பிரமாதமான கற்பனை தான். ஆனால் சற்று அதீதமானது' என்றார்.

கிழவர் சட்டென்று முகம் சுருங்கி, 'உன் தலைமுறைக்கு இது புரியாது பத்மநாபா' என்றார். அவருக்கு அதிகம் பேசியதனால் மூச்சிரைத்தது.

'அப்படியானால் அவருக்கும் அதே கதி வந்துவிடும் என்கிறீர் களா?' என்றார் குடுமிக்காரர்.

'யார் கண்டது. அவன் நடையும் முகமும் ஏதோ வித்தியாசமாக இருப்பதைத்தானே காட்டுகின்றன? நாற்பது வருடங்களாக அனுமனை உபாசனை செய்கிறவன் அவன். ஏதாவது ஒன்று கிடக்க ஒன்று ஆகிவிட்டால்?'

'வேஷக்குறை வைத்தால் போயிற்று' என்றார் தூரத்திலிருந்து ஒருவர்.

'அதுதான் வைக்கிறோமே, கற்றுக்குட்டிக்குக்கூட ஒரு சம்பிர தாயமாக...' என்றார் வைத்தியர்.

'பூரணத்துக்கான வெறியில் இவர்கள் அதை அழித்துவிடு வார்கள். இந்த மாதிரிப் பிறவிகளை நம்பவே முடியாது. அவனுக்குத் தெரியாமல் இன்னொரு குறையை எங்காவது மறைவாக வைத்துவிடு வைத்தியரே' என்றார் கிழவர்.

'எல்லாம் வெட்டிப்பேச்சு' என்றார் பத்மநாபன் நாயர்.

'அப்படிச் சொல்லிட முடியாது பத்மநாபன் நாயரே, மூர்த்தி இருக்கிறதோ இல்லையோ, பரிபூரணத்தை அடைந்துவிட வேண்டும் என்ற வெறி நிச்சயம் இருக்கிறது. மேடையில் உயிர்விடவேண்டும் என்று ஒருவன் முயற்சி செய்தால் நாம் என்ன செய்ய முடியும்?'

'அதற்கு வேஷக்குறை என்ன செய்யும்?'

'ஒரு நம்பிக்கைதான்...'

அன்றிரவு நான் தூக்கம் வராமல் தவித்தேன். அடிக்கடி உடம்பு தூக்கிவாரிப்போட்டது. நிலவு சன்னலை நிழல் சட்டமாக என் படுக்கைமீது சரித்திருந்தது. வெளியேயிருந்து வந்த குளிர்காற்று என்னை அழைப்பதுபோல் இருந்தது. சிறிது நேரத்துக்குள் அந்தப் பிரமை பெருகி உண்மையிலேயே யாரோ அழைப்பது போல் இருந்தது. எழுந்து வெளியே பார்த்தேன். தூரத்தில் கோயில் முற்றத்து ஆலமரத்தின் கிளைகள் காற்றில் ஆடுவது தெரிந்தது. எனக்குள் பீதி குளிர்போலப் பரவியது. கண்களை மூடிக்கொண்டவனாக உள்ளே ஓடிவிட்டேன்.

5

மாலை வெயில் இருக்கும்போதே கேளிகொட்டு[8] ஆரம்பித்து விட்டது. நான் அப்போதுதான் தூங்கி எழுந்து திண்ணையில் உட்கார்ந்திருந்தேன். செண்டையின் அதிர்வு மிக உரக்கக் கேட்பதுபோல் இருந்தது. சோம்பலுடன் எழுந்து, முற்றத்தில் நின்று, கோயிலைப் பார்த்தேன். எந்தத் திசையிலும் மனித அசைவே தென்படவில்லை. மாலையின் மயக்கம் இன்னும் அசதியைத் தருவதாக இருந்தது. நிழல்கள் நீளமாக விழுந்து கிடந்தன. அவற்றின்மீது காற்றின் அசைவு சோம்பலாக நகர்ந்து சென்றது. மடமே ஓர் ஆழ்ந்த தூக்கத்தில் இருழ்பதுபோல இருந்தது. முதல்நாள், முதல் கேளிகொட்டு கேட்ட கணங்களை நினைவுபடுத்திக்கொண்டேன். ஒரு மணி நேரம் முன்பே எல்லாரும் புத்தாடைகளை அணிந்து வளைய வந்துகொண்டி ருந்தார்கள். சுந்தரய்யர்கூட வெள்ளை வேட்டி கட்டியிருந்தார். இடைவெளியின்றி வேர்க்குரு நிரம்பிய அவருடைய உடல் ஏதோ நீர்வாழ் பிராணியின் தோலை நினைவுபடுத்தியது. ‘கேளி கொட்டு கேட்கிறதா?’ என்று எவரோ என்னிடம் கேட்டார்கள். ‘இன்னும் இல்லை’ என்றேன். மெல்ல மெல்லப் பரபரப்பு உச்சமடைந்தது. எதிர்பாராத ஒரு தருணத்தில் டய்ங் என்று செண்டை அதிர, மடம் ஒரு மிருகம் சிலிர்த்துக்கொள்வதுபோல உயிர் பெற்றது. கும்பல் கும்பலாகக் கோயிலுக்கு நகர ஆரம்பித் தார்கள். கேளிகொட்டு முடிந்து, ரங்க பூஜை நடந்து, கதகளி தொடங்குவதற்குக் குறைந்தது மூன்று மணிநேரமாவது பிடிக்கும் என்பது எல்லாருக்கும் தெரிந்திருந்தது. துண்டையும் ஈஞ்சைப்பட்டை ஒரு சுருளையும் எடுத்துக்கொண்டு குளிக்கக் கிளம்பினேன். யானைப்புரை திண்ணையில் ஏழெட்டுப்பேர் வாய்வழியத் தூங்குவது தெரிந்தது. துர்க்கை கோயில் முகப்பில்

போத்தியும் நாராயணியம்மையும் சுவாரஸ்யமாகப் பேச்சில் ஆழ்ந்திருந்தார்கள். என்னைப் பார்த்ததும் போத்தி, 'வாடா நாயரே, என்ன ஆயிற்று உன் ஆசானுக்கு?' என்றார்.

'ஏன்?'

'முத்திப்போய்விட்டதாமே. ராத்திரி பகலாக ஆடுகிறாராமே. பாவம் நல்ல மனுஷன்.'

நான் திரும்பிப் போய் ஆசானைப் பார்ப்பதா என்று எண்ணி னேன். பிறகு அதைத் தவிர்த்தேன். குளத்தில் யாரும் இல்லை. கல்லில் சிறிது நேரம் சோம்பி அமர்ந்திருந்தேன். எதிர்ப்பக்கம் ஒரு புளியமரமும் என்னைப் போலச் சோம்பி நின்றிருந்தது. நான் தண்ணீரில் ஒரு முக்குளியிடவும், ஓட்டைவாய் பார்கவன் வந்தான். 'நாயரே, என்ன கதகளியில் அமிழ்ந்து விட்டீரா? பத்து நாளும் குஷாலா? என்னதான் அப்படி விழுந்து விழுந்து பார்க்கிறீர்களா? அந்த ஆசானுக்கு வேறு கழண்டுவிட்டதாம்.' பார்கவனின் பேச்சிலிருந்து ஆசான் ஒரு முக்கியப் பேச்சுத் தலைப்பாக ஆகியிருப்பது தெரியவந்தது.

'இன்றைக்குத்தானே அனுமன் தூது?' என்றேன்.

'ஆமாம். ஆசான் இந்த நிலையில் இருக்கிறார். ஆட்டப் பிரகாரம் தப்பாமல் ஆட முடியுமோ என்னவோ. பரவாயில்லை. இன் றைக்கு யார் கதகளி பார்க்கப் போகிறார்கள்? அதுதான் பதினோரு நாள் பார்த்துத் தீர்த்தாகிவிட்டதே. ஊரே தூங்குகிறது. நாலைந்து கிழங்கள் வரும். அதுவும் திரைநோட்டம்[9] முடிந்த உடனே கிளம்பிவிடும்.'

'வாணவேடிக்கை இல்லையோ?'

'இல்லை. தம்புரான் வேண்டாம் என்று சொல்லிவிட்டார். காற்று பயங்கரமாக அடிக்கிறது. ஏதாவது கொள்ளி இந்தப் பக்கமாக வந்துவிட்டால்...'

என் முகத்தில் தெரிந்த பீதியைப் பார்த்தவனாக பார்கவன் சிரித்தான். 'என்ன பயம் நாயரே? இதெல்லாம் சாதாரணம். இந்த மடம் எரிந்துபோனால்தான் என்ன? இழவு, போய்த் தொலை யட்டுமே... தொண்ணூற்றெட்டில் ஒருமுறை இது எரிந்து சாம்பலானதாகச் சொல்வார்கள். அது முகலாயன் படையெடுத்து

வந்த காலம். நாயர் படைகள் பின் வாங்கித் திருவனந்தபுரம் போய்விட்டன. சேரி ஜனங்கள் கூட்டமாக வந்து மடத்தைக் கொளுத்திவிட்டார்கள். பத்துநாள் நின்று எரிந்ததாம். நூற்றாண்டு கால விறகல்லவா? அஹ்ஹஹா...'

குளிர் ஜ்வரம் கண்டவன் பேல நடுங்கினேன். 'ஈஞ்சப் பட்டையை இப்படி எடும்' என்று கேட்டு பார்கவன் வாங்கி நீரில் முக்கி உடம்பு தேய்க்க ஆரம்பிக்க, நான் பாதி துவட்டிய தலையுடன் திரும்பி விரைந்தேன்.

நேராகப் போய் உக்ராண அறையின் பானைகளுக்கு இடையே இருட்டில், என் வழக்கமான பதுங்கிடத்தில், என்னை ஒளித்துக் கொள்ளவேண்டும் என்று தோன்றியது. ஆனால் இன்று நான் கதகளிக்குப் போகாமல் இருக்க முடியாது. இன்று...

விபரீதமான கற்பனைகளை அகற்ற நான் கதகளி நடிகர்கள் தங்கியிருந்த அறைகளை நோக்கிச் சென்றன. பெரும்பாலானவை காலியாகிவிட்டிருந்தன. திருவிழா முடிந்த களம்போலக் கிடந்தது முற்றம். சோர்வும் பயமும் கனத்த மனத்துடன் சுற்றியலைந்தேன். சாம்பசிவ அய்யர் எனக்கு மத்தியானச் சாதமும் புளித்த துவையலும் தந்தார். சாப்பிட்டபோது லேசாகக் குமட்டியது. தூக்கமில்லாத பத்து நாட்களின் விளைவாக எனக்குத் தலை சுழன்றது. காதில் கிர்ர் என்று ஒரு சத்தம் தொடர்ந்து கேட்டது. கேளி கொட்டின் ஒவ்வொரு அடியும் மண்டைக்குள் எதிரொலித்தது.

இருட்டிக்கொண்டு வந்தது. நிஜமாகவே காற்று சற்று வேகமாக அடிக்கிறது என்பதை உணர்ந்தேன். காற்றில் ஈரமில்லை. ஆனால் குளிர் இருந்தது. உடலை நடுங்க வைத்ததுடன் ஏதோ ஒரு வகையான அச்ச உணர்வையும் அது தந்தது. கோயிலை அணுகினேன். கதகளி மேடையில் ரங்கபூஜை நடந்துகொண்டிருந்தது. தீபாராதனைத் தட்டின் சுடர்க்கொத்து சுழல்வதும் அருகே அப்புமாராரும் சீடனும் நிற்பதும் தெரிந்தது. தீடீரென்று என் தலைக்குமேல் அந்த விநோத ஒலி கேட்டது, தாங்க முடியாத வலியில் எவரோ முனகுவதுபோல. என் உடம்பு பரபரப்படைந்தது. சில நிமிடத் திகைப்புக்குப் பிறகு அண்ணாந்து பார்த்தேன். உரசி முறுகி ஒலித்தபடி, ஆலமரத்தின் கிளைகள் சுழன்றாடிக்கொண்டிருந்தன. அங்கு நிற்க என்னால் முடியவில்லை. விரைந்தோடி, மேடையருகே சென்று நின்றுகொண்டேன். மேடைமீது ஆளுயரக் குத்துவிளக்கில் ஏழு திரிகளில் சுடர்

எரிந்துகொண்டிருந்தது. காற்றில் அது குறுகியும், திடீரெனக் கொழுந்துவிட்டுப் படபடத்தது.

கோயிலுக்குள் பூஜை முடிந்ததும் சில வயோதிகர்களும் இரு பெண் குழந்தைகளும் இறங்கிவந்தனர். தட்டுப் பந்தலில் அவர்கள் அமர்ந்துகொண்டனர். பந்தல், காற்றில் எழுந்து அடங்கி, அலைமோதிக் கொண்டிருந்தது. பாட்டி தன் பேரக் குழந்தையை முந்தானையால் மூடிக்கொண்டாள். கோயில் உள்ளிருந்து தம்புரானும் காரியஸ்தனும் இறங்கிவந்தனர். நான் ஒளிந்துகொண்டேன். தம்புரான் அமர்ந்ததும் காரியஸ்தன் கை காட்ட பாகவதர் ஸ்துதிகளைப் பாட ஆரம்பித்தார்.

குத்துவிளக்கின் இரு சுடர்கள் அணைந்தன. உடனே குட்டிப்பட்டர் ஓடி வந்து, திரியைத் தூண்டி, அவற்றைக் கொளுத்தினார். காரியஸ்தன் எழுந்து வந்து, ‘பட்டரே, காற்று இப்படி அடிக்கிறது. குத்து விளக்கு வேண்டுமா? லாந்தர் போதாது?’ என்றார்.

‘குத்துவிளக்கு சம்பிரதாயம்...’

‘ஆட்டத்தில் பாவாடை நுனியிலோ வேறு எங்கோ தீ பற்றிக் கொண்டால் என்ன ஆகிறது? ஆடுகிறவர்களுக்குக் கண் மண் தெரிவதில்லை. சுற்றி அவ்வளவும் தட்டுப் பந்தல் வைக்கோல் போர் என்று இருக்கிறது.’

‘சம்பிரதாயத்தை மீற முடியுமோ?’

‘நான் என்ன சொல்கிறேன் என்றால், மடம் கூட இங்கிருந்து தூரத்தில் இல்லை. தொடர்ச்சியாகப் பந்தல் இருக்கிறது. ஒன்று கிடக்க ஒன்று ஆகிவிட்டால்...’

மூத்த ஆசான் நெருங்கி வந்து விசாரித்தார். ‘குத்து விளக்கு இருந்தே ஆகவேண்டும். வேறு வழியே இல்லை. ஜாக்ரதையாக இருக்க எல்லாரிடமும் சொல்லிவிடுகிறேன்...’ என்றார்.

முணுமுணுத்தபடி காரியஸ்தர் திரும்பிப்போனார்.

தம்புரான் அங்கவஸ்திரத்தால் மூடிக்கொண்டபடி, பொறுமை யின்றி எங்கோ திரும்பித் திரும்பிப் பார்த்தபடி அமர்ந்திருந்தார். இருவர் திரை ஒன்றைக் கொண்டுவந்து பிடித்துக்கொள்ள பாகவதர் தொடர்ந்து ஆரம்பித்தார்.

நான் அணியறையை நோக்கிச் சென்றேன். இருட்டில் பாதை முழுக்கச் சருகுக் குவியலாக இருந்தது. கோயில் வளாகத்து வாகை மரத்தில் இலைகளின் ஓலம் உரக்கக் கேட்டுக்கொண்டிருந்தது.

அணியறையில் சிறிய சிமினி விளக்கு மட்டும் எரிந்து கொண்டிருந்தது. பச்சை வேஷதாரி தலையில் மல்லாந்து படுத்திருந்தார். வைத்தியர் அவர் முகத்தில் உதடுகளை வரைந்து கொண்டிருந்தார்.

‘வைத்தியரே, ஆசான் எங்கே?’

வைத்தியர் ‘பேசாதே’ என்று ஜாடை காட்டி உட்புறமாகச் சுட்டிக் காட்டினார். மூலையில் இருளுக்குள் நிழலாக அசைவேயின்றி ஆசான் உட்கார்ந்திருப்பது தெரிந்தது.

‘மத்தியானமே வேஷத்தைப் போட்டுவிடு என்று அடம்பிடித்துப் போட்டாகிவிட்டது. எனக்கு ஒன்றும் சரியாகப்படவில்லை...’ வைத்தியர் கிசுகிசுத்தார்.

‘வைத்தியரே, இதுதான் அந்தப் பூரணவேஷமா’ என்றேன் ஆசானைக் காட்டி.

பச்சை வேடதாரி கண்களைத் திறக்காமலேயே சிரித்தார்.

‘இல்லை. இரண்டு வேஷக்குறை வைத்திருக்கிறேன். ஒன்று வழக்கம்போலக் கன்னச்சுட்டிக்கு அருகில். ஒன்று நெற்றியில். அவருக்குக் கண்ணாடி கிடைக்காமல் பார்த்துக்கொள்ள வேண்டும். பார்த்துப் பார்த்து வேஷபூரணம் பண்ணிக்கொள் கிறார். என்னதான் எண்ணமோ தெரியவில்லை.’

‘வேறு வேலை இல்லை’ என்றபடி பச்சை வேடதாரி எழுந்தார். அவர் பத்மநாபன் நாயர் என்பதை அறிந்தேன். ‘சின்னப் பையனைப் பயமுறுத்தாதீர்கள் வைத்தியரே.’

பத்மநாபன் நாயர் வேஷம் போட ஆரம்பித்தார். இடுப்பைச்சுற்றி வட்டமாகக் குடை எழுப்பி, பாவாடையும் சரிகைச் சட்டையும் அணிந்து தோளணிகளும், ஆரங்களும், சூரியபட மார்பணியும் கீர்த்திகளும், கடகங்களும், மோதிரங்களும் அணிந்து, பிரம் மாண்டமான கிரீடமும், செங்கதிர்ச் சுடரும் தலையில் வைத்து, கையில் வெள்ளி நகங்கள் செருகி... என் கண்முன்னே பத்ம நாபன் நாயர் மறைந்துபோனார். அமானுடமான ஒரு பேருருவம் நின்றுகொண்டிருந்தது.

‘இன்றைக்குத் திரைநோட்டம் மட்டும்தான். பிறகு ஆசானின் லங்காதகனம். அதைப் பார்க்க நீயும் நானும்தான் இருப்போம்’ என்றார் வைத்தியர். வெண்சாமரங்களைக் கையில் எடுத்தபடி என்னை அழைத்து, ‘நீ எங்கேயும் போகாதே. பார்த்துக்கொள்’ என்றார்.

இருட்டில் தனித்து விடப்பட்டேன். தனிமை சிறிது நேரத்தில் பழகி, பின்பு மனதை அழுத்த ஆரம்பித்தது. மெல்ல ‘ஆசானே’ என்றேன்.

ஆசான் அங்கு இல்லை என்று பட்டது. மனம் துணுக்குற்றது. வெறும் நிழலா அது? விளக்கைத் தூக்கிப் பார்த்தேன். மனம் அடங்கியது. ஆசான்தான்.

‘ஆசானே!’

ஆசான் அசைவும் உயிர்ப்புமின்றி அமர்ந்திருந்தார். தூரத்தில் செண்டை அதிர்ந்தது. திரைக்குள் ராவணன் வந்து ஆடுகிறார் போலும். செண்டையின் தாள மாற்றமே திரை விலகுவதும், மூர்த்தி முகம் காட்டுவதும் மனக்கண்ணில் வரச் செய்தது. மங்கலக் குரவை ஒலியும், சங்கொலியும், மணியோசையும் எழுந்தன.

ஆசானின் குரல் எனக்கு மிக அருகே கேட்டது. தாடை இறுகி இருப்பதுபோல ஒரு விநோத உச்சரிப்பு. ‘கண்ணாடி எங்கே?’

நான் ஒரு வினாடி பிரமித்தேன். பிறகு ‘கண்ணாடி இல்லை. வைத்தியர் கொண்டுபோய்விட்டார்’ என்றேன்.

ஆசான் சில நிமிடம் யோசித்தார். பிறகு அதே இறுகிய குரலில் என்னிடம், ‘என் முகத்தில் ஏதாவது கரும்பொட்டு இருக்கிறதா?’ என்றார்.

கன்னச்சுட்டியில் கரும்பொட்டு அழிக்கப்பட்டிருந்தது. நெற்றியில் கரும்புள்ளி இருந்தது. ‘இல்லை’ என்றேன்.

‘எனக்கு ஒரு கண்ணாடி வேண்டும். அவசியமாக வேண்டும்,’ ஆசான் பரபரத்தார். விளக்கை எடுத்துக்கொண்டு அறையைத் துழாவினார். மூலையில் இருந்த தண்ணீர்ப் பானையை ஒரு கணம் பார்த்தார். பாய்ந்து அதை எடுத்தார். நான் என்ன ஏது என்று நிதானிப்பதற்குள் சாயத்தொட்டியில் கொட்டினார். விளக்குடன் குனிந்து தன் முகத்தை அதில் பார்த்தார்.

நான் இன்னது செய்வது என்று அறியாமல் ஒரு கணம் உறைந்து நின்றேன். பிறகு இருட்டில் பாய்ந்து மேடையை நோக்கி ஓடினேன். ராவணன் முகம் காட்டி ஆடிக்கொண்டிருந்தார். வைத்தியர் இல்லை. அப்புமாரார் செண்டையில் லயித்திருந்தார். மேடைமுன் பார்வையாளர்கள் எவரும் இருக்கவில்லை. காற்றில் ஆலமரம் சீறிக்கொண்டிருந்தது.

மீண்டும் ஓடி அணியறைக்கு வந்தேன். ஆசான் அப்போது திண்ணையின் நுனியில் காற்றில் கைகளை விரித்தபடி நின்றிருந்தார். அவருடைய உடைகள் உடம்பில் ஒட்டியும் விலகியும் பறந்துகொண்டிருந்தன. காற்றில் எழும்ப எத்தனிக்கும் பறவையை நினைவூட்டியார் ஆசான்.

'ஆசானே ஆசானே' என்று நான் கத்தினேன். திடீர் வேகத்துடன் அவரை அணுகிப் பிடித்து உலுக்கினேன். அவர் என்னைத் திரும்பிப் பார்த்தார். அந்தக் கண்களைச் சந்தித்த கணம் நான் உறைந்து குளிர்ந்தேன். அது குரங்கின் பார்வை. விலங்கு விழிகளுக்கே உரிய வெறுமையுடன் விவரிக்க முடியாத ஓர் ஒளியும் ததும்புவது. பிடியை விட்டுச் சிதறடிக்கப்பட்டவன் போல விலகி விழுந்தேன். அர்த்தமின்றி அலறியபடி இருட்டுக்குள் ஊடுருவி ஓடினேன். அரங்க மண்டபத்தருகே கையில் ஒரு பையுடன் வைத்தியரைக் கண்டேன். பாய்ந்து அவர் மீது விழுந்து, வாய் திறந்து மூட ஒலியின்றிக் கத்தினேன். வைத்தியர் ஒரு கணம் கழித்துப் புரிந்துகொண்டு, என்னை விலக்கியபடி ஓட முயன்றார். அதற்குள் புதர்கள்மீது தாவிப் பாய்ந்தவராக, கிட்டத்தட்ட அந்தரத்தில் வருவதுபோல, ஆசான் மேடை நோக்கி வந்துகொண்டிருப்பதைக் கண்டோம்.

1992

1. இணைப்புக் கட்டடம், 2. அரண்மனை,
3. கொடுமையான கதகளிப் பாத்திரம், 4. கதகளி அரங்கு,
5. நாக்கைப்பிடுங்கி, 6. மையமான எட்டுசுற்று வீடு,
7. பக்க இணைப்புக் கட்டடங்கள்,
8. ஆட்ட அறிவிப்புத் தாளம், 9. திரைக்குப்பின்னால் ஆட்டம்.

அம்மன் மரம்

1

பேருந்தின் குலுக்கலில் அம்மாவின் முகம் கம்பியில் மோதியது. நான் ஆதரவாக அவளைத் தாங்கிக்கொண்டேன். கண் விழித்து என்னைப் பார்த்தாள். முற்றிலும் அந்நிய உயிரின் பார்வை.

'என்னம்மா?' என்றேன்.

அவள் கண்கள் நிறைந்து வழிந்தன. கண்களை மூடிக்கொண்டாள். இமைகளுக்குள் விழிகள் உருள்வது தெரிந்தது. உதடுகள் துடித்தன.

நான் கண்களை மூடி, பின்னுக்குச் சரிந்து அமர்ந்தேன். எங்கோ ஒரு அலுமினியத் தூக்கு, கம்பிகளில் மோதுகிறது போலும். மூளையை அறைந்தது அதன் சலாங் சலாங் என்ற ஒலி. தாங்க முடியவில்லை. கண்களைத் திறந்தபோது இலேசாகத் தலை சுற்றுவதுபோல இருந்தது.

தக்கலை தாண்டிவிட்டது. கூட்டம் பெரும்பகுதி வழிந்துவிட்டது. மீதி அதிகமும் மீன்காரிகள். கருவாட்டுக் கூடைகளின் வீச்சம் முகத்தில் அறைந்தது.

சட்டென்று அம்மா விம்மி விம்மி அழ ஆரம்பித்தாள். விம்மலும் விசும்பலும் உரக்க ஒலிக்கவே, பஸ்ஸின் அத்தனை தலைகளும் திரும்பிப் பார்த்தன.

நான் அம்மாவைத் தோளில் தொட்டு, மெதுவாக உலுக்கி ‘என்னம்மா? என்னம்மா இது?’ என்று கேட்டேன்.

அம்மா குழந்தைபோல விக்கி அழுதாள்.

ஒரு மீன்காரக் கிழவி எழுந்து, ‘என்னத்த மக்கா?’ என்றாள். நான் என்ன பதில் சொல்வது என்று அறியாமல் தயங்கினேன்.

ஒரு கண்ணாடிக்காரர் அனுதாபத்துடன், ‘மரணமா?’ என்றார்.

‘இல்லை’ என்றேன் அவசரமாக.

‘பின்னே?’

பேருந்து நின்றுவிட்டது.

கிழவி உடனே புரிந்துகொண்டு, ‘கோயிலுக்கா மக்கா?’ என்றாள்.

‘ஆமாம்’ என்றேன்.

‘தனியாட்டா கொண்டுபோறே?’

‘அழுவாள். மத்தபடி ஒண்ணும் பண்ணமாட்டாள்.’

‘தாயி காப்பாத்துவா மக்கா... மாராசி சிரிச்ச மொகமும் சீதேவியுமா ஆயிடுவா. நீ ஒண்ணியும் கவலைப்படாதே.’

பஸ்ஸில் மெல்ல விறைப்பு தளர்ந்தது. டிரைவர் பஸ்ஸைக் கிளப்பியபடி, ‘முன்னாடியே ஒரு வார்த்தை சொல்லியிருக்கலாமில்ல?’ என்றார்.

அம்மா அப்படியே தொய்ந்து கண்மூடி அமர்ந்தாள். புதிய காற்று என்மீது பட்டபோதுதான் நான் வியர்வையில் நனைந்துபோய் இருப்பதை உணர்ந்தேன்.

வெளியே வயல்வெளிகள் ஓடிக்கொண்டிருந்தன. பச்சை அலைகள் ததும்பும் நாற்றுகள். தூரத்தில் நீலநிற மை கரைந்து வழிய வரையப்பட்டவைபோல மலைகள்.

சட்டென்று என் முதுகுக்குப் பின்னால் சங்கிலியின் உரசல் ஒலி கேட்டது. மிக அருகே, தெளிவாக. என் புலன்கள் கூர்மை அடைந்தன. ஒரு கணம் முள்நுனியில் நின்று தவித்தேன். மீண்டும் தெளிவாக அந்தச் சங்கிலியோசை கேட்டது. என் உடம்பு புல்லரித்தது.

மூன்றாம் முறை கேட்டபோது, அது அந்தப் பாத்திரத்தின் ஒலி என்பது புரிந்தது. ஆயினும் என் நரம்புகள் இறுக்கத்திலிருந்து மீள வெகுநேரம் ஆயிற்று.

சங்கிலியோசையா? என்ன ஆயிற்று எனக்கு! என் மனம் என் பிடியில் இல்லை என்பதை நான் அறிவேன். ஆனால் என் மூளையின் இந்த விநோத அதிர்வுகள் என்னைப் பீதி கொள்ளச் செய்தன.

கரியதோர் நதிபோலப் பாதை ஓடிக்கொண்டிருந்தது. இரு புறங்களிலும் சில சமயங்களில் சில வீடுகள் தென்பட்டன.

அன்று இப்படி தார்ச்சாலை இருந்திருக்காது. செம்மண் புழுதி படிந்த பாதையாக இருந்திருக்கும். குருதியின் கொழுத்த துளிகள் அதன்மீது விழுந்து சுருண்டிருக்கும்.

யோசிக்கவேண்டாம். எதையும் யோசிக்கவேண்டாம். மனம் பிறகு ஒரு நிலையில் நிற்பது சிரமம்.

மறுபடியும் அந்தச் சங்கிலி ஓசை என்னைத் தாக்கியது.

முடியாது. என்னால் இதை எனக்குள் இருந்து செதுக்கி வீசி விடுவது அசாத்தியம். என் ஞாபகங்களில் எத்தனை துல்லிய மாகப் பதிந்திருக்கிறது. இந்தச் சாலை! சாலையோரப் புளிய மரங்கள்! இந்தச் சங்கிலி ஓசை! என் வம்சத்தின் உதிரத்தில் எழுதப்பட்டிருக்கிறது இது.

குளிர்ந்த காற்று பொழிந்துகொண்டிருந்தது. வியர்வையில் ஊறிய உடலை உறையவைக்கும் காற்று.

2

மார்த்தாண்டவர்மா மகாராஜாவை திருவிதாங்கூர் சரித்திரத்தின் மாமனிதன் என்பார்கள். நாட்டையே பத்மநாபசாமி முன் சமர்ப்பணம் செய்து, மக்களின் நன்மைக்காக ஆட்சி செய்த மன்னர் அவர் என்பது ஐதீகம். ஆனால் காளிப் பாட்டி, 'குலம் கெடுத்த பாவி. பெண்பழி ஏற்ற சண்டாளன்' என்று திட்டுவாள். இரவுகளில் எனது படுக்கை அவளுடன்தான். அவளுடைய பாயின் மெல்லிய வீச்சமும் அவளுடைய பதறிய குரலும் மீண்டும் மீண்டும் என் கனவில் வந்து ஓவியங்களாக மாறுபவை.

எத்தனை துல்லியம் நினைவுகளுக்கு என்று வியப்பேன். பாட்டியின் குரல் ஆக்ரோஷத்தில் விறைக்கும். உடல் நடுங்கும். அவள் கண்ணீர் சூடாக என்மீது சொட்டும். நானும் அழுவேன். இன்னது என்றில்லாத சோகத்துடன் மனம் கனக்க, இருட்டை வெறித்தபடி படுத்திருப்பேன்.

எங்கள் வம்சக் கிளை, எட்டுவீட்டுப் பிள்ளைமார்களின் எஞ்சிய ஏதோ ஒரே பெண்வழி வாரிசில் இருந்து உருவானது. மார்த் தாண்டவர்மா மகாராஜா திருவிதாங்கூரில் வாரிசு உரிமைக்காகப் போராடியபோது, அவருக்கு எதிராகச் செயல்பட்டனர் எட்டு வீட்டுப் பிள்ளைமார்கள். திருவிதாங்கூரின் வரம்பற்ற அதிகாரம் உடைய நிலப்பிரபுக்களாக விளங்கிவந்த அவர்களுக்கு ஒன்று அப்போதே தெரிந்திருந்தது. மார்த்தாண்டவர்மாவின் நெஞ்சுரம் அவருடைய பிறவிக் குணமான பிடிவாதம். அவர் கையில் திரு விதாங்கூரின் அரியணை போவது என்பது தங்கள் அதிகாரத் தின்மீது செலுத்தப்படும் விஷப்பிரயோகம் என அவர்கள் அறிந்திருந்தனர். அவர்கள் மூர்க்கமாக மார்த்தாண்ட வர்மாவை எதிர்த்தனர். பத்மநாபபுரம் முதல் திருவனந்தபுரம்வரை அவரை துரத்தித் துரத்திக் கொலை செய்ய முயன்றனர். அதிர்ஷ்டத்தாலும் மாங்கோயிக்கல் குறுப்பு முதலானவர்களின் உதவியாலும் மார்த்தாண்டவர்மா தப்பித்துக் கொண்டார். அரியணையில் அமர்ந்தார். பாண்டிநாட்டு மறவர்களின் உதவியுடன் உள் நாட்டு எதிரிகளை அழித்தார். எட்டுவீட்டுப் பிள்ளைமார்களின் சொத் துக்கள் பறிமுதல் செய்யப்பட்டன. அவர்களுடைய விசுவாசிகள் கொன்று குவிக்கப்பட்டனர். வீடுகள் தரைமட்டமாக்கப்பட்டன. விசாரணைக்குப் பிற்பாடு அவர்கள் பகிரங்கமாகக் கழுவேற்றப் பட்டார்கள்.

பெண் கொலை அன்று பாவமாகக் கருதப்பட்டது. அதே சமயம் ஒரு வம்சத்தின் வாரிசுரிமை, பெண் வழியாகவே கணிக்கப் பட்டும் வந்தது. எட்டுவீட்டுப் பிள்ளைமாரின் குலத்தையே பூண்டோடு ஒழிக்க எண்ணிய மார்த்தாண்ட வர்மாவுக்கு இது ஒரு பெரிய தடையாக இருந்தது. அவருடைய மதிமந்திரி தளவாய் ராமய்யன் ஆலோசனை சொன்னான். அவர்களுடைய சாதியைப் பூர்ணமாக இழக்கும்படிச் செய்வது. அதன் விளைவாகத்தான், திருவிதாங்கூர் சரித்திரத்தின் அழிக்க முடியாத கறையாக அந்தச் சம்பவம் நிகழ்ந்தது. எட்டுவீட்டுப் பிள்ளை மார்களின் வம்சத்தைச் சேர்ந்த அத்தனை பெண்களும் சிறை

பிடிக்கப்பட்டனர். சங்கிலிகளில் கட்டப்பட்டு இழுத்துச் செல்லப்பட்டனர். முப்பது மைல் தொலைவில் இருந்த குளச்சல் கடற்கரைக்குக் கொண்டு செல்லப்பட்டனர். அங்கிருந்த தாழ்ந்த சாதி மீனவர்களுக்கு அவர்கள் தானம் செய்யப்பட்டனர். 'துறை யேற்றுதல்' என அதைச் சொல்வார்கள். ஒரு வம்சமே அடை யாளம் இல்லாமல் போயிற்று. பலர் தற்கொலை செய்து கொண்டனர். புதிய சூழலில் நோய்வாய்ப்பட்டுச் செத்தனர். முரடர்களிடம் சிக்கி சீரழிந்தனர். கொண்டு செல்லப்பட்ட வழி யிலேயே விழுந்து இறந்தவர்களும் உண்டு. 'பூண்டோடு அழிச்சுட்டானே பாவி! வம்சத்தையே அழிச்சிட்டானே...' என்று வீரிடுவாள் காளிப்பாட்டி. அந்த வம்சத்தில் தூரத்துச் சொந்தமாக எஞ்சிய ஒரே பெண் குழந்தையிலிருந்து உருவானது தான் எங்கள் பரம்பரை என்பாள்.

ஊர் பேர் தெரியாமல் ஈமச்சடங்குகள் ஏதுமில்லாமல், பாட்டிகளின் ஒரு தலைமுறையே அழிந்து போயிற்று. அவர்களில் சிலர் வாழ்ந்திருக்கலாம். அவர்களுக்குப் பிள்ளைகள் பிறந்திருக்கலாம். அவர்கள் யார்? எங்கே இருக்கிறார்கள்? தலைமுறைகளின் நீண்ட இடைவெளி. வென்றவனும் அழிந்து, தோற்றவர்களும் அழிந்து சரித்திரம் வெறும் ஞாபகங்களாக ஆகிவிட்டது. பத்மநாபபுரம் கோட்டையும் அரண்மனைகளும் பாசி பிடித்து மட்கிவிட்டன. சகல மேன்மைகளும் தொலைதூரத்துக்கு விலகிப் போய்விட்டன. ஆயினும் அன்னையர்களின் கண்ணீர் அங்கெல்லாம் ததும்பி நிற்கிறது. அவர்களுடைய சாந்தி அடையாத நெஞ்சங்களின் அலைகள் காற்றை நிறைத்திருக்கின்றன. அவர்களுடைய பரிகார மற்ற சோகம் நூற்றாண்டுகளைத் தாண்டி வருகிறது.

இந்த நினைவுகளில் ஆழ்ந்துவிட்டேன் என்றால், மனம் மரத்துப் போவது போன்ற ஓர் உணர்வு ஏற்படும் எனக்கு. 'வெறும் சரித்திரம், வெறும் தகவல்கள், விடு' என்று எனக்குள்ளேயே சொல்லிக்கொள்வேன். மனம் மீறி விம்மும். எத்தனை துல்லியம் என் மனப்படங்களுக்கு!

இதோ இந்தப் பாதை! இதுதான். அந்தக் காலையில் இதன் இருமருங்கிலும், பயமும் இரக்கமும் நிறைந்த கண்களுடன், ஜனங்கள் குழுமி நின்றிருப்பார்கள். முன்னே நெற்றிப்படம் அணிந்த, முரசு ஏந்திய யானை செல்கிறது. அதன் கால்களில் சங்கிலி உரசி ஒலிக்கிறது. வயிற்றைத் தாக்கும் அதிர்வுடன் முரசு விம்முகிறது. அறிவிப்பாளனின் உரத்த குரல் ஒலிக்கிறது.

‘இதனால் சர்வமான பேருக்கும் தெரிவிப்பது என்னவென்றால்: ஸ்ரீ பத்மநாபதாசன், திருவிதாங்கூர் ராஜ்யாதிபன், வீர மார்த்தாண்ட, ராஜகேசரி, ஸ்ரீ மார்த்தாண்டவர்மா மகாராஜாவின் அறிவிப்பு! ராஜ நீதிக்கு எதிராகச் சதி செய்தவர்களும் தேசத்துரோகிகளுமான எட்டுவீட்டுப் பிள்ளைமார்களின் வம்சத்துக்கு விதிக்கப்பட்ட தண்டனை...’ பின்னால் குதிரைகள் வருகின்றன. வாட்களை வீசிக் குதித்தபடி மறவர்கள் வருகிறார்கள். அவர்களுக்குப் பின்னால் வரிசையாகப் பெண்கள். விலங்கிடப்பட்டு குதிரைகளோடு சேர்த்துப் பிணைக்கப்பட்ட கரங்கள், நெகிழ்ந்த கந்தலுடைகள். வெயில் படாத பொன்னிற உடல்களின் காயங்கள். கலைந்த தலை முடிகள், கண்ணீர் உலர்ந்து, சோகத்தின் உச்சியில் உயிரிழந்து, வெறித்த கண்கள். அறுபது வயதுக் கிழவி முதல் நேற்றுப் பிறந்த குழந்தைகள்வரை. குழந்தைகள் அழுகின்றன. வயதான பெண்கள் தொய்ந்து சரிகின்றனர். மார்பை அழுத்தியபடி விழுகின்றனர். உயிரிழந்த உடல்களைத் தூக்கி வீசிவிட்டு முன்னேறுகிறது ஊர் வலம். சங்கிலிகள் இழுபடுகின்றன. அவற்றின் கொடூரமான ஓசை காற்றை நிறைத்திருக்கிறது.

சட்டென்று ஓர் உலுக்கலுடன் விழித்துக்கொண்டேன். சங்கிலி ஓசையை மெல்ல மெல்லப் பாத்திர ஓசை என அடையாளம் கண்டேன்.

ஓடிக்கொண்டிருந்த சாலை. இரக்கமற்றதோர் வடம்போல வளைந்து வளைந்து...

எத்தனை குரூரம் என் இளமை நினைவுகளில்! உதிரும் ரத்தத் துளிகளை எத்தனை இளம் வயதிலேயே எனக்குள் காண ஆரம் பித்துவிட்டேன். இத்தனை குரூர நினைவுகளை உள்ளே சுமந்தபடி எப்படி வளர்ந்தேன்? எப்படி இப்படிக் கோழையாக ஆனேன்?

என் பாட்டிகளின் பாதங்கள் பதிந்த பாதை. அவர்களின் கண்ணீர் உதிர்ந்த பாதை. அவர்கள் சரிந்து விழுந்து உயிர் துறந்த பாதை. அது மதிய வெயிலில் தகித்தபடி கிடந்தது. அதன் ஆழ்ந்த மௌனம் என் மனசுக்குள் சூனியத்தை நிறைத்தது.

3

திருவிதாங்கோட்டுச் சந்தையிலே மாடு பார்க்கப் போயிருந்தார் என்னுடைய கேசவன் தாத்தா. அவருடையது திமிரான

இளமைப்பருவம். யாரையும் மதிக்காத குணம். பெரியதோர் அப்பியாசியும்கூட. மேக்காமண்டபம் வீரபத்ர குருக்களிடம் ஆறு வருடம் களரிச் சண்டை பயின்றவர். ஆயுதம் எடுக்காமல் எங்கும் கிளம்புவதில்லை. வம்புச் சண்டைக்குப் போகிற குணமும் உண்டு.

சந்தையிலே எவ்வளவோ பொழுதுபோக்குகள்; எத்தனையோ பாவங்கள்! தாத்தா கிளம்பும்போது இரவாகிவிட்டது. கள்ளர் பயம் உள்ள சாலை. ஆனால் தாத்தாவிடம் மடியில் கனம் இல்லை. கொண்டுவந்த பணம் சந்தையில் செலவாகிவிட்டது. கையில் தென்னை ஓலைப் பந்தம் மெதுவாகக் கனல்வீச, நடந்து வந்துகொண்டிருந்தார். அன்று அமாவாசை. முன்னிரவிலேயே நல்ல இருட்டு. இரவு ஏற ஏற அதன் அழுத்தம் அதிகரித்தபடியே வந்தது. பாதையின் இருமருங்கும் வரிசையாகப் புளிய மரங்கள். அவற்றிலிருந்து மெல்லிய சீறல்போலக் காற்றடிக்கும் ஒலி மட்டும் கேட்டுக்கொண்டிருந்தது. மெதுவாகக் காற்றின் குளிர் அதிகரித்தது. மழை வரப்போகிறது என்று தாத்தா உணர்ந்தார். சொட்டச் சொட்ட நனையவேண்டுமே என்ற பீதி அவரில் முளைத்தது. வெகுவேகமாக நடக்க ஆரம்பித்தார். காற்றில் பந்தம் கொழுந்துவிட்டு எரிந்துகொண்டிருந்தது. ஆனால் சித்திரங்கோடு வயல்வெளியை அடைந்தபோது அது கப்பென்று அணைந்து விட்டது. தாத்தா முதலில் அதன் விநோதத்தைக் கவனிக்க வில்லை. பேசாமல் மீண்டும் கொளுத்திக்கொண்டார். மறுகணம் அதுவும் அணைந்தது. தாத்தாவுக்குச் சந்தேகம் வந்தது. பந்தத்தைத் தூக்கிப் பார்த்தார். அது ஈரமாக இல்லை. மீண்டும் கொளுத்தினார். அணைந்தது! பிறகு அவருடைய பொறுமை போயிற்று. தூக்கி வீசிவிட்டு, இருட்டிலேயே நடக்க ஆரம்பித்தார். அதற்குமேல் யோசிக்கக்கூடிய ஆள் இல்லை அவர்.

இருட்டு மெல்லக் குறைந்து வருவதாக அவருக்குப் பட்டது. கண் பழகிவிட்டதனால்தான் என்று எண்ணிக்கொண்டார். ஆனால் மெல்ல ஓரளவு ஒளியே ஏற்பட ஆரம்பித்தது. வயல் வெளியின் மையத்துக்கு வந்தபோது அவரால் வானத்து மேகங்களையும் சாலையோரத்துப் புளியமரங்களையும் நன்றாகவே பார்க்க முடிந்தது.

சட்டென்று, ஒரு புளியமரத்தடியில் யாரோ நிற்பதைத் தாத்தா கண்டார். அடுத்த கணம் அவருக்கு ஓர் அதிர்ச்சி ஏற்பட்டது. அது ஒரு பெண்.

ஆவலுடன் அவர் அவளருகே சென்றார். அருகே செல்லச் செல்ல அவள் தனியாக நின்றிருப்பதையும், பழைய மலையாளப் பாணியில் உடையணிந்திருப்பதையும் கண்டார். கழுத்தில் பழைய பாணியான நகைகள். மலையாள வழக்கப்படி மார்க்கச்சு கட்டியிருந்தாள். தலைமயிரைத் தூக்கிக் கட்டி, முல்லைப் பூமாலையைச் சுற்றியிருந்தாள். தாத்தாவின் உள்ளே சதா துடித்துக்கொண்டிருந்த துன்மார்க்கன் விழித்துக்கொண்டான். சரியான நாட்டுப்புறம் என்று தீர்மானித்தார். அவள் விறைப்பாக நின்றிருந்தாள். அவரைப் பார்க்கவே இல்லை.

தாத்தா அவளை அணுகி, 'யாரம்மா நீ? ஏன் இங்கே நிற்கிறாய்?' என்றார்.

அவள் மிக நிதானமாகத் திரும்பிப் பார்த்தாள். அவளுடைய பேரழகு அப்போதுதான் அவரை அறைந்தது.

'யாரம்மா நீ?' என்றார்.

'குஞ்ஞுலட்சுமி' என்றாள் அவள். குரல் மிக இனிமையாக இருந்தது.

'எந்த ஊர்?'

'பொன்னுமங்கலம்' என்றாள் அவள்.

'ரொம்ப உள்ளூராச்சே. எப்படி இங்கே வந்தாய்? ஏன் இங்கே நிற்கிறாய்?'

'இங்கேதான் ரொம்பக் காலமாக நிற்கிறேன்' என்றாள் அவள்.

தாத்தா குழப்பினார். 'ரொம்பக் காலமாகவா?'

'ஆமாம்.'

'என்கூட வருகிறாயா? ஊரில் கொண்டுபோய் விடுகிறேன்.'

அவள் திடீரென்று விம்மி விம்மி அழ ஆரம்பித்தாள்.

தாத்தா பதறிப் போனார். 'இதோ பார். அழாதே. பயப்படாதே...' என்று அவளைத் தேற்ற ஆரம்பித்தார்.

'எனக்குப் பசியாக இருக்கிறது. எனக்குத் தாகமாக இருக்கிறது.'

தாத்தா, 'என்னிடம் இப்போது எதுவும் இல்லையே. நீ என் கூட வா. ஏதாவது ஏற்பாடு செய்கிறேன்' என்றார்.

'எனக்கு பசி தாங்க முடியலைடா குழந்தே. எவ்வளவு நாள்தான் இங்கே பட்டினியா நிற்பேன். தயவு பண்ணுடா குழந்தே...'

தாத்தாவுக்குச் சொரேர் என்றது. என்ன சொல்கிறாள்? முதல் முதலாக அவருள் சந்தேகம் முளைவிட்டது.

அவள் விம்மி விம்மி அழுதபடி, 'என்னால் தாங்க முடியலைடா குழந்தே... தயவு பண்ணுடா. ஒரு வாய் சோறு போடுடா குழந்தே' என்று விக்கி விக்கி மன்றாடினாள்.

தாத்தாவின் உடம்பு வெடவெடவென்று நடுங்கியது. திகிலிலும் சந்தேகத்திலும் அலைக்கழிக்கப்பட்டவராக அப்படியே நின்றார்.

சட்டென்று ஒரு மின்னல் வெட்டியது. தாத்தாவின் மனசுக்குள் ஒரு வலிபோல பயம் பாய்ந்தது. மின்னலின் கணநேர ஒளியில் அவள் நின்ற இடம் காலியாக இருப்பதைக் கண்டார் அவர்.

மறுகணம் அவருடைய உடம்பில் ஏதோ ராட்சச சக்தி புகுந்து கொண்டது. தலை தெறிக்க ஓட ஆரம்பித்தார். எவ்விதமான சுயப் பிரக்ஞையும் இன்றி முப்பது மைல் தூரம் ஓடினாராம். ஓடி, மள்ளூர் பெரியம்மாவின் வீட்டு முற்றத்தில் வந்து கவிழ்ந்து விழுந்தார். வாயில் ரத்தம் கொட்டியது. நினைவே இல்லை. பத்து நாள் ஆகியது நினைவு மீள. இரண்டு மாதம் படுத்த படுக்கையாக இருந்தார்.

'யாரு பாட்டி அது?' என்பேன்.

காளிப்பாட்டி பெருமூச்சுவிடுவாள். 'அவதான் குஞ்ஞூலட்சுமி. நமக்கெல்லாம் பெரிய பாட்டி மாதிரி.'

'அவ ஏன் அங்க நிக்கணும்?'

'பாவம் அவ என்ன பண்ணுவாள்? எங்கே போவாள்? அவளைக் கரையேத்த நாதியில்லையே. ஒரு வாய் எள்ளும் தண்ணியும் தர வாரிசில்லாமப் பண்ணிட்டானே. அவ பசியை அடக்க வழியில்லாம பண்ணிட்டானே பாவி சண்டாளன், பெண் பாவம் கொண்ட மாபாவி...'

பாட்டியின் கண்ணீர் என்மீது கொட்டும். என் மனம் இளகும். 'அவ இன்னமும் அங்கதான் நிற்கிறாளா பாட்டி?'

'பின்னே, கேசவன் என்னென்ன பண்ணிப் பார்த்தான்! எத்தனை 'பிரஸ்னம்[1] வச்சான். யாகம் பண்ணினான். பார்க்காத ஜோதிடன் உண்டா? பண்ணாத தர்மம் உண்டா? ஒண்ணும் பலிக்காது. நேரடி வாரிசு வேணும். மனம் குளுந்து அவ அன்னத்தை ஏற்கணும். செத்துப் போன ஆத்மாவில் மனுஷங்கமேல கோபம் கொஞ்சம்கூட இருக்கப்படாதுடா. எல்லாத் தப்பையும் மன்னிச்சுட்டேன்னு அது சொன்னதுக்குப் பிறகுதான் பகவான் தன் சன்னதியிலே சேர்த்துப்பார். அவளால அப்படிச் சொல்ல முடியுமா? அவ மனசிலே தீ அடங்குமா? பாவி! செத்தும் சாகாமப் பண்ணிட்டானே. மரம் மரமா நிக்க வச்சுட்டானே...'

இந்தச் சாலையின் இருமருங்கிலும் புளியமரங்கள், ஓங்கி உயர்ந்து கிளை விரித்து நின்றவை. பிறகு உடல் ஒடுங்கி, முண்டும் முடிச்சுமாகக் குறுகி, இலைகள் சலசலக்க, வயோதிகத்தின் மந்தத்தில் கண்மூடி நிற்பவை. அவற்றின் பொந்துகள், சிலந்திகள், வடுக்கள். நூற்றாண்டுகளின் ஞாபகங்கள் தேங்கிய மரங்கள். ஒவ்வொரு மரத்தடியிலும் என் ஒரு பாட்டி. பசியுடன், அடங்காத தாகத்துடன். நெஞ்சில் ஒருபோதும் அணையாத நெருப்புடன். காலாகாலமாய்... முடிவேயற்ற காத்திருப்பு.

அந்த நெருப்பின் வேகத்தை எங்கள் வம்சம் அறிந்தபடியேதான் இருக்கிறது. வருடம் ஒருமுறை எங்கள் உறவுக்கிளைகளில் ஒருத்திமீது சன்னதம் வரும். ஆரவாரங்களே இல்லாமல். மிக மௌனமாக. வந்துவிட்டதே தெரியாது. பேசாமல் போய் மூலையில் அமர்ந்துகொள்வாள். விம்மி விம்மி அழ ஆரம்பிப்பாள். மெல்ல மெல்ல கண்ணீர் கொட்டுவது அதிகரிக்கும். குலுங்கிக் குலுங்கி அழுவாள். ஓசையே இல்லாத அதி உக்கிரமான அழுகை.

பத்மினி மாமிக்குத்தான் வருடா வருடம் வரும்; அவள் இறப்பது வரை. முதன்முதலாக அதைப் பார்த்த ஞாபகம் பசுமையாக இருக்கிறது. 'பிள்ளைகளெல்லாம் போய் விளையாடுங்கள், இந்தப் பக்கமாக யாரும் வரக்கூடாது' என்று சாமளா அக்கா சொன்னாள். எனக்கும் அம்பிகாவுக்கும் ஒரே ஆவல். நாங்கள் இருவரும் பின்கட்டு வழியாக மெத்தைமீது ஏறிப் பதுங்கிக் கொண்டு பார்த்தோம். பத்மினி மாமி நல்ல அழகு. சிவப்பாக, குண்டாக, வட்ட முகத்துடன் இருப்பாள். அவள் சமையல்

மூலையில் கால் மடக்கி, ஒடுங்கி அமர்ந்திருந்தாள். கண்ணீரில் உடலே நனைந்திருந்தது. பெண்களின் கூட்டம் அவளைச் சுற்றி.

எனக்கு அவளுடைய அழுகை சற்று வேடிக்கையாகத்தான் இருந்தது. அம்பிகாவும் சிரித்துக்கொண்டிருந்தாள்.

'ராகவன் எங்கே? என் பிள்ளை ராகவன் எங்கே?' என்று மாமி கேட்டாள். அவள் குரலைக் கேட்டதும் என் வயிறு ஜிவ்வென்று இழுத்துக்கொண்டது. அது பத்மினி மாமியின் குரல் அல்ல. மிக இனிமையான ஆழமான ஏதோ குரல். அம்பிகையின் முகம் வெளுத்துவிட்டது.

ராகவன் அண்ணாவை யாரோ கூட்டிவந்தனர். அவர் தயங்கிய படி நின்றார்.

அவரைக் கண்டதும் பத்மினி மாமி கையை நீட்டியபடி, கிரீச்சிட்ட குரலில், 'பசி தாங்க முடியலைடா குழந்தே... தாகம் தாங்க முடியலைடா... ஒரு கவளம் சோறு போடுடா...' என்று கூறி அழுதாள்.

'எதுக்கு இப்படித் தொந்தரவு செய்யறே?' என்றார் ராகவன் அண்ணா முகம் சிவந்தவராக.

'நான் யாரையும் ஒண்ணும் செய்யலியே. எல்லாரையும் பார்த் துட்டுப் போலாம்னுதான் வந்தேன். என்னை மறந்திட்டீங்களா? எனக்குப் பசி தாங்க முடியலையே.'

'சரி என்ன செய்யணும் சொல்லு.'

'எனக்குத் தாகமா இருக்கே... எனக்குப் பசிக்குதே.'

அழுகை. அப்படியொரு அழுகையை ஒரு மனித ஜீவனிடம் நான் கண்டதே இல்லை.

வெகுநேரம் கழித்து பத்மினி மாமி, 'நான் போறேன்டா குழந்தை... என்னை மறந்துராதீங்கடா குழந்தை! ராகவா, நான் போறேன்டா' என்றாள். பிறகு தடாலென்று கைகால்கள் விரிய மல்லாந்து படுத்தாள். யாரோ உதைத்துத் தள்ளியதுபோல இருந்தது.

சில நிமிடங்களுக்குப் பிறகு அவள் கண் விழித்தாள். ஒரு சில நிமிடம் புரியாததுபோலப் பார்த்துவிட்டு, கண்களை மூடிக் கொண்டாள். 'தண்ணி' என்று முனகினாள்.

சரோஜா மாமியும் சுபத்ராவும் அவளைத் தூக்கி உட்கார வைத்தனர். பெரிய சொம்பு நிறையத் தண்ணீர் வந்தது. வாங்கி மடக் மடக் என்று ஒரே மூச்சில் குடித்தாள். பத்து டம்ளர் தண்ணீர்!

எத்தனை தண்ணீர் குடித்தாலும் அவியாத தீ. காலம்கூட அணைக்க முடியாத நெருப்பு.

பேருந்தின் இருபுறமும் புளியமரங்களின் பசுமை ஓடி மறைந்துகொண்டிருந்தது.

சட்டென்று அம்மா அழ ஆரம்பித்தாள். மீண்டும் பஸ்ஸுக்குள் பரபரப்பு ஏற்பட்டது.

அம்மா விசும்பி விசும்பி அழுதபடி, என்னைப் பார்த்து, 'தாகமா இருக்குடா குழந்தே. பசி தாங்க முடியலைடா குழந்தே' என்றாள்.

'சோடா எதுனா வாங்கிக் குடேன் தம்பி' என்றார் கண்ணாடிக்காரர்.

'குடிக்க மாட்டாள்' என்றேன்.

'பின்னே?'

'இப்படித்தான்...' என்று இழுத்தேன்.

அம்மா, 'தாகமா இருக்கே! தாங்க முடியலையே!' என்று கூறிய படி அழுதாள்.

மீன்காரக் கிழவி தலையை ஆட்டியபடி, 'பாவம், கெதி கிட்டாத ஆத்மா' என்றாள்.

அம்மாவின் அழுகை உச்சத்தை அடைந்தது. பிறகு மீண்டும் ஓய்ந்தது.

4

பேருந்து அச்சம்விளை முடுக்கு திரும்ப ஆரம்பித்த உடனேயே கடலின் அண்மை தெரிய ஆரம்பித்தது. காற்று சட்டென்று குளிர்ச்சியாக ஆயிற்று. பிறகு அதில் உப்பின் கனமும் மீன் மணமும் கலந்து வந்தன. நான் தாற்காலிகமாக எனது மனப் பிரமைகளில் இருந்தும் பாரங்களில் இருந்தும் விடுபட்டேன். காற்றுக்கு அபூர்வ சக்தி உண்டு. அதனால் கவலைகளை ஊதி ஆற்ற முடியும்.

சாலையில் இருபுறமும் அடர்ந்த தென்னந்தோப்புகள் தென்பட ஆரம்பித்தன. மண் கருமையை இழந்து வெளிற ஆரம்பித்தது. மீன் ஏற்றிய வண்டிகள் எதிரே வந்தன. தென்னை மரங்களின் வளப்பமான பசுமையைக் வனித்தேன். கடற்கரையோரம் மட்டுமே அவற்றுக்கு இந்தப் பொலிவைத் தர இயலும்போலும்.

சட்டென்று பஸ்ஸுக்கு முன்புறம் வானம் தெரிந்தது. சரேலெனக் கீழே இறங்கி அது பூமியைத் தொட்டிருந்தது. மேகமே இல்லாத அதி தூய வானம். மெலிதாக உள்ளுக்குள் குதூகலம் பொங்க ஆரம்பித்தது. வானின் பூமியோர விளிம்பில் சேலைக்குக் கரை கட்டியதுபோல் ஒரு நீண்ட கோடு தெரிந்தது. கோட்டுக்குக் கீழே கடும் நீல நிறம்.

பஸ் விரைய விரைய கடல் தெரிய ஆரம்பித்தது. கடற்கரை ஓரமாக காக்காய்க் கூட்டங்கள் போலக் கரிய குடிசைகள் குவிந்து கிடந்தன. சிலவற்றில் புகை எழுந்துகொண்டிருந்தது. மணலில் அம்மணமான கரிய குழந்தைகள் தென்பட்டன. சில விளை யாடின. மீன்களை மணல்மீது கொட்டி அதன்மீது பழைய வலை களை விரித்து உலரப்போட்டிருந்தார்கள். காகங்கள் வலைமீது அமர்ந்து மீன்களைக் கொத்தி இழுத்து வெளியே எடுக்க முயன்றன. வரிசையாகப் பெண்கள் மீன் கூடையைச் சுமந்தபடி சென்றனர். வெயில் ஏற ஆரம்பித்திருந்தது. கரை நெடுகப் பழைய கட்டுமரங்களும் சேதமடைந்த படகுகளும் நின்றன.

கடல் கண் கூசும்படி ஒளிர்ந்தது. தொலைவிலிருந்து ஓடும் பேருந் தில் அமர்ந்தபடி பார்க்கும்போது அலைகளும் வெண்நுரையும் மிக மிக நிதானமாக இயங்கிக்கொண்டிருப்பதாகப் பட்டது. கரையில் நுரை இழுபட்டுப் பின் வாங்குவது, நடக்கும் பெண்ணின் சேலையின் கீழ்நுனி அலைபாய்வதுபோல் இருந்தது. அலைகளின் நெளியலில் ஒளி சிதறுண்டு தெறித்தது. தொலைவில் தொடுவானில் தூக்கிப் பாதி கட்டிய திரைபோல் கடல் உயர்ந்து வானில் கலப்பதன் வேடிக்கை எனக்கு அலுக் கவே அலுக்காது. செங்குத்தாக எழுந்து தெரிவதைக் கடல் என்று நம்புவது மனசை வலுக்கட்டாயமாக நம்பவைக்கும் முயற்சியின் மூலம்தான். வானையும் கடலையும் பிரிக்கும் அந்தக் கோட்டில் சில சமயம் ஒரு வெண்புள்ளி தோன்றி மறையும். அதற்கப்பால் புறக்கடல். அங்கு நகரும் ஏதோ தோணியின் பாய் அது. கடல் பரப்பெங்கும் சிறு சிறு பாய்மரங்கள் தென்பட்டன.

வயல்வெளிமீது நாற்றுகளின் இலை அசைவுகளைத் தொட்டும் தொடாமலும் பறக்கும் கொக்குகள்போல.

பேருந்து நின்றது.

கிழவி என்னிடம், 'அப்படியே குருசடிக்கும் கொண்டு செண்ணு காட்டிப்போடு மக்கா, மாதா மனமெரங்காம இருக்க மாட்டா' என்றாள்.

அம்மாவைத் தொட்டு, 'வாம்மா' என்றேன்.

அம்மா சிவந்த கண்களுடன் பார்த்தாள்.

'இறங்கலாம்மா.'

'எனக்குப் பசியா இருக்குடா குழந்தே!'

'வாம்மா' என இழுத்தேன்.

பஸ் நிலையம் அல்ல அது. திறந்தவெளியில் சில ஓலை வேயப் பட்ட குடிசைக் கடைகள். புழுதியில் சில நாய்கள். ஒரு பேருந்து அதிர்ந்துகொண்டிருந்தது.

'சர்பத் வேணுமா அம்மா?'

'பசிக்குதுடா குழந்தே…'

சர்பத் கடையில் சர்பத்துக்கு ஆர்டர் செய்தேன். அம்மா பெரிய பானையில் இருந்த தண்ணீரை அப்படியே எடுத்தாள். மடக் மடக்கென்று குடித்தாள். காலிப்பானையைக் கையில் வைத்தபடி திகைத்து நின்றாள்.

நான் பயத்துடனும் கூச்சத்துடனும் கடைக்காரனைப் பார்த்தேன்.

'கோயிலுக்கா' என்றான் அவன் சாதாரணமாக.

'ஆமாம்.'

'சுருக்கப் போங்க, குருக்கள் போயிடப் போறார்.'

நான் கடையோரம் தயங்கி நின்றேன். அதற்குள் மணி மாமா தெரிந்தார்.

'மாமா.'

மாமா திரும்பிப் பார்த்தார். அவருடன் ரவியும் இருந்தான். அவன் குறுகுறுவென்று அம்மாவையே பார்த்தான்.

'ஏண்டா இவ்வளவு நேரம்?'

நான் கசப்புடன், 'புறப்படறப்ப மறுபடியும் சண்டை' என்றேன்.

'என்னவாம்?'

'சரியாகாமப் போனா திரும்பக் கூட்டிக்கிட்டு வரவேணாம்னு சொன்னார். நானும் பதிலுக்கு ஏதோ சொன்னேன்.'

மணி மாமா அம்மாவின் கையை ஆதரவாகப் பற்றிக்கொண்டார். 'வாக்கா' என்றார். அம்மா பேசாமல் நடந்தாள்.

மணி மாமா அம்மாவை நோக்கிப் பெருமூச்சு விட்டார். 'எப்பிடி இருந்தவ! பாவி எப்படி ஆக்கிவிட்டான் பாத்தியா?'

எனக்கு அப்பாமீது எவ்வளவு கோபம் இருந்தாலும் பிறர் திட்டுவது பிடிக்காது. 'அவர் என்ன பண்ணுவார், மாசாமாசம் இப்பிடி ஆனா?' என்றேன்.

'குலதோஷம். வேற என்ன சொல்ல?' என்றார் மாமா. பிறகு அம்மாவின் புஜங்களைப் பார்த்துவிட்டு, 'யார் அடிச்சது?' என்றார்.

நான் ஏதும் கூறவில்லை.

'மகாபாவி, அவதான் இப்படி இருக்கிறாள்னு தெரியுமே. அப்புறம் எதுக்கு அடிச்சானாம்?'

நான் கசப்புடன், 'அவருடைய பெண்டாட்டி. அப்படித்தான் அடிப்பார்' என்றேன்.

'மேலை விளாகம் பிள்ளைமார் வீட்டில் பெண் எடுக்க மட்டும் ஓடி ஓடி நடந்தானே, அப்ப தெரியலையாக்கும்? குலசாபம் தெரியாமலா பெண் எடுத்தான் பாவி.'

'இப்ப எங்கே போறோம்?'

'கடல்லே குளிப்பாட்டி ஈரத்துணியோடதான் உள்ளே போகணும்.'

'நீங்க காலையிலேயே வந்தாச்சா?'

‘பின்னே, ஒண்ணுமாத்தி ஒண்ணுன்னு ஆயிரம் சாமான் வாங்கித் தரவேண்டியிருக்கு. எப்படியோ, இதோட பீடை ஒழிஞ்சாப் போதும்.’

‘அம்மா, கடலுக்கு வரியா, குளிக்கிறதுக்கு?’ என்றேன்.

‘பசியா இருக்குடா, தாகம் தாங்க முடியலைடா குழந்தே.’ அம்மா ஓவென்று அலறி அழத் தொடங்கினாள். ஆனால் சாலையில் அவளுடைய அலறல் யாரையுமே கவரவில்லை.

அம்பலத்தில் மணி மாமா சாமான்களை வைத்தார். அம்மாவை உடை மாற்ற வைத்தோம். ரவியைக் காவலுக்கு அமர்த்திவிட்டு கடலுக்குக் கிளம்பினோம்.

கடலுக்குப் போகும் வழியில்தான் அடிமை மாதாவின் குருசடி. உள்ளே விலங்கிடப்பட்ட மேரி, குழந்தையுடன். எப்படி பைபிளில் இல்லாத ஐதீகம் அம்மநல்லூர் கடற்கரைக்கு வந்தது என்பது பெரிய புதிர்தான். மாமா விழுந்து வணங்கினார். ஒரு ரூபாய் காணிக்கை போட்டார்.

‘அடிமை மாதான்னா யார் மாமா?’ என்றேன்.

‘அம்மனோட தங்கச்சிடா, இந்த ஊர் நுளையர்கள் அவங்களுக்கும் தேவியோட அருள் வேண்டும்னு மன்றாடினாங்களாம். அம்மன் அவ தங்கச்சியை அனுப்பினாளாம். அவங்கள்லாம் கிறிஸ்தவங்க ஆனதினால அவளும் மாதா வடிவத்தில் வந்தாளாம்.’

பாமரக் கதை என்றுபட்டது எனக்கு. அடிமைபுரம் கடற்கரை வெகு சமீபத்தில்தான் கிறிஸ்தவமயமாக ஆயிற்று. நூறு வருடங்கள் இருக்கலாம். அடிமை மாதா சங்கிலி போட்டுக் கட்டப் பட்டிருப்பதன் பின்னணியில் என்ன கதை இருக்கிறதோ? கடற்கரையில் விசாரித்தால் தெரியும்.

கடற்கரை வெறிச்சிட்டுக் கிடந்தது. வெயிலில் கண்கூச வைக்கும் நீரின் வளைவு குழைவுகள். தூரத்தில் ஒரு மாதா கோயில். ‘அடிமை மாதா தேவாலயம்’ என்று போர்டு தெரிந்தது. வெண்ணிறச் சுதைமீது வெயில் பொழிந்தது.

‘பாத்தியா அதுதான்’ என்று மாமா சுட்டிக் காட்டினார். ‘அந்தக் கல்மேடைதான் துறையேற்றத்திட்டு.’

புராதனமான கல்மேடை. அதன்மீது கல்தூண்கள். இப்போது அதன்மீது புல் அடர்ந்து கற்கள் சரிந்து பாழடைந்துவிட்டது. ஒரு காலத்தில் அது மகாராஜாவின் ஆக்கினை முரசு வைக்கப்படும் இடமாக இருந்தது. துறையேற்ற ஆக்கினை வாசிக்கப்பட்ட இடம். இந்தக் கல்தூண்களில்தான் என் பாட்டிமார்கள் சங்கிலி களால் கட்டப்பட்டு ஏலம் விடப்பட்டிருந்தார்கள். முதலில் நம்பமுடியாது தயங்கி நின்ற மீனவர்களும் கடலோடிகளும் பிறகு நெருங்கி வந்திருப்பார்கள். கிடைத்த பெண்களைக் கதறக் கதற இழுத்துச் சென்றிருப்பார்கள்.

அம்மா மிகவும் அமைதியானவளாக ஆகிவிட்டிருந்தாள். அவளை மெதுவாக நடத்திச் சென்றோம்.

கடல் கருநீலமாக இருந்தது. தரைத்தட்டில் இளநீல நிறத்தில் வெள்ளை மணல் தெரிந்தது.

அம்மாவும் நானும் மாமாவும் இறங்கினோம். நீர் அந்த வெயிலி லும் கடுங்குளிராக இருந்தது. ஒரு முழுக்கு போட்டபிறகு மேலே ஏறி வந்தோம். உடம்பு வெடவெடத்தது.

அம்மாவின் கரங்களைப் பற்றி அவை கூம்பியிருக்கும்படிச் செய்தார் மாமா. தானும் கைகூப்பிக்கொண்டார். என்னால் கைகூப்ப இயலவில்லை. மார்போடு சேர்த்துக் கட்டிக் கொண்டேன்.

நடந்தோம். அடிமை மாதா குருசடியின்முன் மாமா மீண்டும் தண்டனிட்டார். அம்மா வெறித்தபடி பேசாமல் நடந்தாள்.

மெதுவாக கோயிலின் பழமையான பெரும் மதில் சுவர் தெரிய ஆரம்பித்தது. அது தரையில் வெட்டியெடுக்கப்பட்ட செம்மண் பாறைகளால் கட்டப்பட்டது. சுவர்மீது நெருக்கமாகப் புல் முளைத்திருந்தது. பிரம்மாண்டமான மிருகமொன்றின் ரோமம் அடர்ந்த உடம்புபோல் இருந்தது.

பிரம்மாண்டம் காரணமாக முதலில் கவனிப்புக்கு வராத அந்த மாபெரும் ஆலமரத்தைப் பிற்பாடுதான் நான் கவனித்தேன். அது ஒரு தோப்புபோல ஆகிவிட்டிருந்தது. நூற்றுக்கணக்கான விழுது கள் காற்றில் அசைந்தாடின. கிளைகள் நான்குபுறமும் பரவி அப்பகுதியே அரை இருட்டில் இருந்தது. பற்பல ஒட்டுச் செடி களும் கொடிகளும் பற்றிப் பிணைந்து வளர்ந்த கிளைகள்.

கிளைகள் ஒன்றோடொன்று சிக்கிப் பிணைந்திருந்தன. முரட்டுக் கால் கைகளில் நரம்புகள்போல அவற்றின்மீது கொடிகள். அவையும் பருத்துத் திரண்டிருந்தன. கண் எட்டிய தொலைவு வரை தெரிந்த அத்தனை கிளைகளும் பிரம்மாண்டமானவை. அந்த மாபெரும் விருட்சம் அச்சத்தைத் தரவில்லை. அடைக்கல உணர்வையே தந்தது. அம்மா என்று வீரிட்டபடி ஓடிச்சென்று அதன் வேர்கள்மீது விழவேண்டும் எனத் தோன்றச் செய்யும் மகத்துவம். அதன்மீது குரங்குகள் நூற்றுக்கணக்கில் இருந்தன. பறவைகள் பெரிய சந்தைபோல.

5

கோயிலை நெருங்க நெருங்க அம்மாவின் நடை தயங்க ஆரம்பித்தது. அவளுடைய உடம்பு நடுங்கியது. சிறிது தூரம் வந்தபிறகு அப்படியே நின்றுவிட்டாள். நான் அவளுடைய கையைப் பிடித்து இழுத்தேன். அவள் அசையவில்லை. அவளுடைய முகத்தைப் பார்த்த நான் திடுக்கிட்டேன். அவள் தசைநார்கள் மிக விகாரமாக இழுபட்டு, தாடை கோணலாக நெளிந்து பயங்கரமாக இருந்தது. கண்கள் உந்தி வெளியே பிதுங்கியது. அவளுடைய முகம் மனிதமுகம் போலவே இல்லை. எனக்குள் முதல்முறையாக அவளைப் பற்றி பீதி ஏற்பட்டது. அவளுடைய பேச்சு, நடை, முகபாவம் முதலிய அனைத்தும் மாறிவிட்டிருந்தபோதிலும்கூட அவளை என் அம்மா என்றுதான் உள்மனம் நினைத்துக்கொண்டிருந்தது. ஆனால் அக்கணம் அது வேறு யாரோ என்ற எண்ணம் ஏற்பட்டது.

அம்மாவை நானும் மாமாவும் சேர்த்து இழுத்தோம். பலம் கொண்ட மட்டும் இழுத்தோம். அவளை இம்மிகூட அசைக்க முடியவில்லை. மணி மாமா அவளுடைய புஜங்களைப் பற்றிய படி கிட்டத்தட்டத் தொங்கியபடி இழுத்தார். அம்மா தன் கையைத் தூக்கி ஒரு உதறு உதறினாள். யானையால் தூக்கி வீசப்பட்டது போல் அவர் தெறித்து விழுந்தார். நான் பயந்தபடி பிடியை விட்டுவிட்டேன். அம்மா கோயிலைப் பார்த்தபடி 'உம்ம்ம்?' என்று உறுமினாள். சக்தி கொப்பளிக்கும் ஒரு வன மிருகத்தின் உறுமல்போல் இருந்தது அது. என் உடலைச் சிலிர்க்க வைத்தது.

உறுதியான காலடிகளுடன் அம்மா திரும்பி நடந்தாள். பெரிய பாரம் ஒன்றைத் தூக்கி நடப்பதுபோல் இருந்தது. பாதங்கள் மண்ணில் விழும் சத்தம் உரக்க ஒலித்தது.

மாமா கோயிலுக்குள் ஓடினார். நான் திக்பிரமை பிடித்தபடி நின்றேன்.

கோயிலின் மறுபுறம் வழியாக ஏழெட்டு பயில்வான்கள் அம்மாவை எதிர்கொள்ள ஓடிவந்தனர். அம்மா உறுமியபடி அப்படியே நின்றாள்.

பெரிய எருதுக்குப் போடும் சங்கிலி ஒன்றை ஏந்தியபடி இன்னும் சிலர் என்னைத் தாண்டி ஓடினார்கள். மணி மாமா வேட்டியை மடித்துக் கட்டியபடி பின்னால் ஓடினார்.

அவர்கள் கிட்டத்தட்ட ஒரே சமயத்தில் அம்மாமீது பாய்ந்தார்கள். நடப்பது கனவா நனவா என்று எனக்குப் புரியவில்லை. பயில் வான்களின் கரிய உறுதியான தசைகளின் நெளிவுகளைக் கண்டேன். அவர்களுடைய மெலிந்த தசை இறுகிய கால்கள் மண்ணை உதைத்துப் பிசைகின்றன. கரங்கள் பின்னி நெளி கின்றன. உறுமல்கள், கூக்குரல்கள், ஆணைகள், அறை கூவல்கள். சிலர் தெறித்து விழுகிறார்கள். சிலர் குப்புறச் சரிகிறார்கள். சினந்த யானை ஒன்றுடன் போரிடுவதுபோலச் சில நிமிடங்களில் ஒரு பெரிய மல்யுத்தமே நடந்து முடிந்துவிட்டது போலிருந்தது. வியர்த்த முகத்துடனும் அலுப்பொலிகளுடனும் அவர்கள் விலகினார்கள். அம்மாவின் கால்களும் கைகளும் சங்கிலிகளால் பூட்டப்பட்டிருந்தன. அவளை நாலுபேர் தரதர வென்று இழுத்தார்கள்.

‘விடுங்கடா விடுங்கடா. தொலைச்சுப்போடுவேன். குடும்பத்தக் கொளம் தோண்டிப் போடுவேன்,’ அம்மா அலறினாள். அந்தக் குரல் மானுடக் குரல்போல இல்லை. பிளிறல்போல இருந்தது.

அவர்கள் அம்மாவை இழுத்து வாசல்வரை கொண்டுவந்தார்கள். அவளுடைய உடம்பு முறுக்கிக்கொண்டது. என் கண்களை என்னால் நம்ப முடியவில்லை. அவளுடைய முகம் கிட்டத்தட்ட முதுகைப் பார்க்கும் அளவுக்குத் தலை திரும்பியது. அவளுடைய உடம்பெங்கும் ரத்தக்குழாய்கள் புடைத்தன. அவள் வாயிலிருந்து ஒலியேற்ற ஆங்கார வெறிக்கூச்சல்கள் கிளம்பின. அவள் இழுத்த இழுப்பில் சங்கிலிகள் உரசிப் பொறி பறந்தது. அவர்கள் தொழில்முறை லாகவத்துடன் அம்மாவை உள்ளே இழுத்தனர்.

என் உடம்பு வெடவெடவென்று நடுங்கியது. தொடைகளின் விறைப்பில் கால்களை அசைக்க முடியவில்லை.

மாமா என் தோளைத் தொட்டார். நான் அவர்மீது முகத்தைப் புதைத்தேன்.

'மாமா!' என்று விம்மினேன். அவர் என்னை அணைத்தார்.

கோயிலின் பிரதான வாயிலை அடைந்தபோது சட்டென்று குடலைப் புரட்டும் கடும் துர்நாற்றம் எழுந்து, என் மூளையைச் சொடுக்கி எழவைத்தது. நெருங்க நெருங்க ஒரு பெரிய கூட்டமொன்றின் கூக்குரல்கள் கேட்டன.

'என்ன மாமா அது?' என்றேன்.

'பேசாம வரணும். எங்கேயும் பார்க்கப்படாது' என்றார் மாமா.

பிரதான வாசலுக்கு உள்ளே சதுர வடிவான கோயிலைச் சுற்றி ஓட்டுக் கூரை வேய்ந்த கோட்டைபோல் வளைத்து நின்ற மிகப் பெரிய கட்டடம் ஒன்று இருந்தது. மிகப் பழைய ஓடுகள். அவை கருகி மட்கிவிட்டிருந்தன. இரண்டாம் வாசல் அந்தக் கட்டடத்தின் உட்புறமாக இட்டுச் சென்றது.

அந்தக் கட்டடம் மிக நீளமான பிரகாரம்போல இருந்தது. வெளிப்புறம் மூடிய சுவர். கருங்கல் தூண்கள் நெருக்கமாக நடப்பட்டு, அதன்மீது கூரை கோயிலை நோக்கிய பக்கமாகத் திறந்திருந்தது. நீளமான அந்த வராந்தாவில் கூட்டம் கூட்டமாகப் பெண்களைப் பார்த்தேன். முதலில் அந்த அரையிருட்டுக்குள் உடல்களும் கூக்குரல்களும் எனக்கு என்னவென்றே புரியவில்லை. கடுமையான நாற்றம் என்னைத் தாக்கியது. செத்த மிருகமொன்றை மூக்குமீது விட்டெறிந்ததுபோல. சில விநாடிகளில் கண் பழகி, அந்தப் பயங்கரக் காட்சிகளைத் தெளிவாகக் கண்டேன்.

பிசாசுத் தோற்றம் கொண்ட நூற்றுக்கணக்கான பெண்களை அங்கு இரும்புச் சங்கிலிகளால் தூண்களோடு சேர்த்துக் கட்டியிருந்தனர். மட்கிக் கருமையடைந்த உடைகள், அழுக்கும் சரும நோய்களும் படிந்த முகங்கள். வெடித்த உதடுகள். ரத்தம் போலச் சிவந்த கண்கள். பிசுக்கு பிடித்துச் சடைசடையாகத் தொங்கிய தலைமயிர். முதலில் அத்தனையும் கிழவிகள் என்று தோன்றியது. பிறகுதான் கிழவிகளில் இருந்து இளம் பெண்கள் வரை அங்கு நிறைந்திருப்பது தெரிந்தது. சிலர் அரற்றினார்கள். சிலர் பாடினார்கள். அழுதார்கள். சுற்றிச் சுற்றி வந்தார்கள். வெறிபிடித்துக் கூவினார்கள். சிரித்தார்கள். நான் அவர்களைப் பார்ப்பது

தெரிந்ததும் பலநூறு கரங்கள் என்னை நோக்கி நீண்டன. உரத்த குரலில் எதையோ கூவியபடி சங்கிலிகளை இழுத்து என்னை எட்ட முயன்றனர். பலர் எதையோ கேட்பதுபோல் இருந்தது. ஒரு கிழவி என்னைச் சுட்டிக்காட்டியபடி ஓவென்று அலறி அழுதாள். என் கண்கள் தெறித்துவிடுபவைபோலப் பிதுங்கி நிற்பதாக எனக்குப் பட்டது. ஒரு பயங்கரக் கனவில் கால்களை நகர்த்த முடியாமல் அப்படியே விதிர்விதிர்த்து நிற்பதுபோலத் தோன்றியது. துருப்பிடித்த சங்கிலிகள் ஓசையிட்டன. கல்தூண்களை அவை உரசும்போது கிரீச்சிடும் கூசவைக்கும் ஒலி எழுந்தது. பூட்டுகள் துருப்பிடித்து இருப்புத் துண்டங்களாக ஆகிவிட்டிருந்தன. சங்கிலிகள் தொட்ட இடங்களில் அவர்கள் கைகளும் கால்களும் ரணங்களாகி அழுகி யிருந்தன. எங்கும் அழுகிய உணவும் மலமும் சிதறிக் கிடந்தன. ஈக்கள் சுழன்று சுழன்று ரீங்கரித்தன.

சில வினாடிகளுக்குள் அந்தக் கற்பனைக்கெட்டாத பயங் கரத்தைத் தாண்டி, என் மனம் அந்த உடம்புகள்மீது தாவ ஆரம்பித்தது. முலைகள், நிர்வாண உடம்புகள், அதிர்ச்சியூட்டும் அப்பட்ட நிர்வாணங்கள். என் மனசுக்குள் இருந்த மிருகம் விழித்துக்கொண்டது. கண்கள் உடம்பு உடம்பாக, சதை சதை யாகத் தாவி அலைந்தன. சட்டென்று தன்னுணர்வு பெற்றேன். என் உடம்பு கூசிச் சிறுத்தது. தாங்க முடியாத குற்ற உணர்வு என்னை அறைந்தது. கண்களைத் தாழ்த்திக் கொண்டேன். திடீரென்று அம்மாவின் ஞாபகம் வந்தது.

மணி மாமா என்னைத் தொட்டு, ‘ஏண்டா, கூப்பிட்டாக் கேட்காதா உனக்கு?’ என்றார்.

நான் கூசிப்போய் பேசாமல் நின்றேன்.

‘பாக்கப்படாதுன்னு சொன்னேன் இல்லையா? வா’ என்றபடி கூட்டிச் சென்றார்.

உள்ளே சில பக்தர்கள் நின்றிருந்தனர். அம்மா, கோயிலுக்கு முன்பாக இருந்த கற்பீடத்தின் அருகே, ஒரு கருங்கல் தூணில் மிக இறுக்கமாக சேர்த்துக் கட்டப்பட்டவளாக நின்றிருந்தாள். அவள் உடம்பு முறுகித் திரும்பியிருந்தது. கரங்கள் கல்லிலும் சங்கிலி யிலும் உரசி உரசி ரத்தக்காயம் பட்டிருந்தன. அவள் அலறலும் கூப்பாடும் அங்கு நாலுதிசையிலும் எழுந்துகொண்டிருந்த பயங்கர ஓசையில் அமிழ்ந்துபோயிற்று.

மாமா ஒருவனிடம், 'குருக்கள் எங்கே?' என்றார்.

'மடப்பள்ளியில் இருக்கார்.'

'சீக்கிரம் முடிஞ்சாத் தேவலை. எளவு இங்க நிக்க முடியலியே, நாத்தம்' என்றார் மாமா.

அவன் சிரித்தபடி, 'நாங்க இங்கதானே தினம் வேலை பார்க்கிறோம்' என்றான். 'எங்களுக்கு நாத்தமே அடிக்கிறதில்லை.'

'அவங்களைக் கொஞ்சம் தண்ணிவிட்டுக் களுவப்படாதா. பீயும் மூத்திரமும் இல்ல நாறுது.'

'இங்க மொத்தம் ஒம்பது பேரு இருக்கம். அவங்க, இந்தச் சீவனுங்க எவ்வளவு பேரு தெரியுமா? அறுநூற்றுக்கும் மேல இருக்கு! தினம் சோறு போட்டுக் கட்டலே. கோயிலுக்கு வருமானமும் இல்லை. ஒழுங்கா சம்பளமும் தாரதில்லை. ஏதோ உங்களை மாதிரி வரவுங்க கவனிச்சிக்கிட்டா கஞ்சி குடிச்சிக் கெடப்போம். இதில இந்த எளவுகளைக் கவனிக்க ஆருக்கு நேரம்? உற்றார் உறவுகளுக்கும் அதுகளை வேண்டாம். சர்க்காருக்கும் வேண்டாம். ஏதோ இந்த எடமிருக்குதுன்னு கொண்டு வந்து கெட்டிப்போட்டுட்டு போறானுவ. அதுகளுக்கு தீனி ஆரு குடுக்கிறது? மகாராஜா காலமா இது... ம்ம்? நீங்க கேட்கிறதனால. செல்லுதேன்' என்றான் அவன்.

'யாரும் வந்து பாக்கிறதில்லையா' என்றேன்.

'ஆரு பாக்க? அப்படி வேணும்னு உள்ளவன் இங்க எதுக்கு கொண்டுவந்து கெட்டுதான்? கெட்டிப்போட்டுட்டு, 'பாத்துக்கிடுங்க. நான் அடுத்த வாரம் வாறேன்'னு சொல்லிட்டுப் போனா, போறவன் போறவன்தான். செத்தாளா, உயிரோட இருக்காளான்னு பாக்க வரமாட்டான். சில மிடுக்கன் பயலுக கள்ள அட்ரஸ் குடுத்துட்டுப் போவானுங்க. போறச்ச பத்து ரூவா எடுத்துக் குடுத்துட்டுப் போவானுக. செத்தா எடுத்துப் போடுயதுக்குக் கூலி... மனியங்களை நாங்க ஒரு பாடு கண்டாச்சு சாரே... இம்பிடுதான் உலகம்னு அறிஞ்சு ஒருவாடு நாளாச்சு.'

'அப்ப சரியாயிட்டா என்ன பண்ணுவீங்க?'

'செரியாறதா? கொள்ளாம்! ஒரு செரிதான் இங்க. மேலே போறதுதான். செத்தா மூணுநாள் நாத்தம் வந்த பெறவுதான்

கெவனிச்சியது. சங்கிலிய ஒடைக்கணும்னா அது வலிய வேலை. பூட்டு துரும்பு பிடிச்சு போயிருக்கும். ஒடைச்சு இழுத்துப் போடுவம். நல்ல வேளையா கோயிலுக்கு மசானம் இருக்கு. அது இல்லாட்டி முனிசிபாலிடிகாரனுவளுக்கு நாங்க பணம் குடுக்கணும். பெரிய கொடுமை என்னன்னா, சொத்துக்கும் பணத்துக்கும் ஆசைப்பட்டு நல்லா இருக்கிறவங்களைக்கூட கொண்டுவந்து போட்டுட்டுப் போறானுங்க. வேற பெண்ணு கெட்டணும்ணுட்டு சொந்தப் பெஞ்சாதியைக் கொண்டுவந்து போடுதவனுவளும் உண்டு.'

'அதுக்கு விஷம் வச்சுக் கொன்னுபோடறது' என்றார் மணி மாமா.

'போலீஸ் பிடிக்குமே, இங்க ஆரு கேக்குயது?'

'சரி சரி' என்றார் மணிமாமா. 'பையன் பயப்படறான். குருக்கள் எங்கே?'

'வருவார்' என்றான் அவன். 'ஏதோ அய்யமார் தயவு வேணும்.'

'ம்ம்' என்று மாமா தலையாட்டினார்.

குருக்கள் சிவப்புப் பட்டாடை கட்டிய கன்னங்கரிய ஆசாமி. பெரிய தலைப்பாகை கட்டியிருந்தார். அரிவாள் மீசை. கட்டு மஸ்தான உடம்பு. கழுத்தில் தாயத்து.

'செனை ஆடு கொண்டாந்தாச்சா?' என்றார் மாமாவிடம்.

'அப்பவே ரெடி' என்றார் மாமா.

குருக்கள் உள்ளே போனார். நானும் மாமாவும் கோயிலை நெருங்கினோம்.

அந்தப் பிராந்தியம் எங்கும் வேர்கள் முண்டும் முடிச்சுமாக நிறைந்திருந்தன. பெரியதோர் விலங்கு ஒன்று பூமிக்குள் புதையுண்டு கிடப்பதுபோல் இருந்தது. தாய்மரம் அளவு பெரிய விழுதுகள் நாலுபக்கமும் ஊன்றியிருந்தன. அவையும் காலப் பழக்கத்தால் முண்டுகளும் முடிச்சுகளும் நிரம்பிக் கன்னங்கரேல் என்று இருந்தன.

ஈரமாகச் சொட்டியபடி வெள்ளாடு ஒன்று இழுத்து வரப்பட்டது.

ஈரத்தில் ரொம்ப மெலிந்திருப்பதுபோலத் தோன்றியது அது. அடிக்கடி தும்மியது. கர்ப்பிணி. ரொம்ப உற்சாகமாகவே அது வந்தது.

பூசாரி அதை அணுகி, அதன் நெற்றியில் குங்குமத்தை அப்பினார். அதன் முதுகிலும் வயிற்றிலும் மஞ்சள் தூளைப் பூசினார். அதன் கழுத்தில் அரளிமாலை போடப்பட்டது.

ஆடு இழுத்து வரப்பட்டு பலிபீடத்துக்கு இப்புறம், அம்மாவைப் பார்த்தபடி நிறுத்தி வைக்கப்பட்டது.

பூசாரிக் குருக்கள் ஒரு மஞ்சள் பட்டுத்துண்டை இடுப்பில் இறுகக் கட்டிக்கொண்டார். வேப்பிலைக் கொத்துகளும் பெரிய அகன்ற பட்டாக்கத்தியும் கொண்டுவரப்பட்டன. பூசாரியின் உடல் மெதுவாக அதிர ஆரம்பித்தது.

மெலிந்த இரு ஆசாமிகள் செண்டை வாத்தியத்துடன், அலுப் பான முகத்துடன் வந்தனர். செண்டை முழங்க ஆரம்பித்தது. காற்றெங்கும் பெரியதோர் பதற்றம் பரவியது.

என்ன நிகழப்போகிறது என்று எனக்குப் புரிந்தது. அங்கிருந்து ஓடிவிடவேண்டும் என ஒரு மனம் திமிறியது. இரு, கவனி என ஒரு மனம் இழுத்தது. அது ரத்தத்தைப் பார்க்கும் ஆசை என உணர்ந்தேன். கோழையான எனக்குள் இருந்து அத்தனை குரூரம் வெளிப்படுவது எனக்கே வியப்பாக இருந்தது.

பூசாரி சன்னதம் கொண்டு குதித்துக் குதித்து ஆடலானார். அவர் கையில் வேப்பிலைக் கொத்து இருந்தது. அதை அம்மாவின் முகத்தில் அடித்தார். அம்மா ஒவ்வொரு அடிக்கும் வீறிட்டாள்.

பெரிய கல்மேடைமீது ஆலமரத்தின் அடிமரம் நின்றிருந்தது. ஒரு சிறு கட்டட சைஸுக்கு அது இருந்தது. அதைச் சுற்றி மரத்தால் அழியிட்டப்பட்ட சுற்றுச்சுவர் எழுப்பப்பட்டிருந்தது. முன்புறம் வாசல். வாசல் வழியாக மரத்தின் ஒரு பகுதி தெரிந்தது. அப்பகுதியில் இரண்டு சாண் அகலத்தில் ஒரு வேர் இடுக்கு இருந்தது. அதில் குங்குமம் அப்பப்பட்டிருந்தது. மலர் மாலைகள் சாத்தப்பட்டிருந்தன. அதற்குமேல், வெள்ளியால் ஆன ஓர் அம்மன் முகம் மரத்தடியில் பதிக்கப்பட்டிருந்தது. முகத்திலும் மஞ்சளும் குங்குமமும் அப்பப்பட்டிருந்தன. அந்த முகம் கண்களில் ஜ்வலிப்பில் தீவிரமாக இருந்தது. எப்படித்

திரும்பினாலும் அந்தப் பார்வை என்மீது படிந்திருப்பதுபோலத் தோன்றியது.

குருக்கள் உள்ளே இரு குத்துவிளக்குகளை ஏற்றிவைத்தார். அவற்றின் சுடர் அந்த உலோக முகத்தின் வளைவுகளில் அலை பாய்ந்தது. புதிய மலர் மாலைகள் இரண்டை அந்தச் சிவந்த வெடிப்பில் மாட்டினார். பிறகு தூபம் காட்டினார். சட்டென்று அந்தப் பிளவு எதைச் சுட்டுகிறது என்று எனக்குத் தெரிந்தது. அருவருப்பும் பரபரப்பும் எனக்கு ஒருங்கே ஏற்பட்டது. என் இதயம் படபடவென்று துடிக்க ஆரம்பித்தது.

குருக்கள் அந்தப் பிளவில் இருந்து சிறிது குங்குமத்தை எடுத்துக் கொண்டு தூபத்துடன் வெளியே வந்தார். தூபத்தை மாமாவின் தலையைச் சுற்றி வீசிவிட்டு சிறிதளவு குங்குமத்தையும் அவருக்குத் தந்தார். மாமா குங்குமத்தை வாங்கி நெற்றியில் அணிந்தார். குருக்கள் தூபத்தை எனக்குக் காட்டிவிட்டு, குங்குமத் தட்டை நீட்டினார். என் முகம் இறுகியது. என்னால் அதை வாங்க முடியவில்லை.

'தேவியின் யோனிப் பிரசாதம். சுயம்பு தேவி! கூப்பிட்ட குரலுக்கு விளி கேட்குற அம்மா!' என்றார் குருக்கள் கட்டைக் குரலில்.

'வாங்குடா முண்டம்' என்றார் மாமா.

நான் குங்குமத்தை எடுத்து நெற்றியில் தொட்டேன். கையும் நெற்றியும் எரிவதுபோல் இருந்தது. மறுமுறை உள்ளே பார்க்க லாகாது என்று நினைத்தேன். ஆனால் என் பார்வை உள்ளே சென்று மீண்டபடியே இருந்தது. ஒவ்வொரு தடவை கண் படும்போதும் மனம் எகிறியது.

குருக்கள் தூபத்துடனும் குங்குமத்துடனும் அம்மாவின் அருகே போனார். 'வராதே கிட்டே வராதே' என்று அம்மா வீறிட்டாள். தூணைச் சுற்றி அசுர வேகத்தில் சுழன்றாள்.

குருக்கள் அருகே போய் ஒரு கையால் அவளுடைய கூந்தலைக் கொத்தாக அள்ளிப் பிடித்துக்கொண்டார். மறுகையால் தூபத்தைக் காட்டினார். குங்குமத்தை அப்படியே அவள்மீது கொட்டினார்.

அமிலம் வீசப்பட்டதுபோல் அம்மா வீறிட்டாள். சிவப்பு வழிந்தது ரத்தம்போல.

பிறகு அவர் கையில் ஒரு வாள் தரப்பட்டது. அதன் பளபளப்பு பீதியூட்டும்படித் தெரிந்தது. ஒருவன் பலிபீடத்தின் மறுபுறம் நின்றபடி தழையை நீட்டினான். ஆடு பலிபீடத்துக்கு மேலாக அதைக் கடிக்கக் கழுத்தை நீட்டியது. வாள் ஒரு மின்னல் அடித்ததைக் கண்டேன். என் தலையில் ஒரு நரம்பு படீரென்று தெறித்தது. மறுகணம் என் கை கால்கள் உதற ஆரம்பித்தன. ஆட்டின் தலை தெறித்துக் கிடந்து, குருதி கெட்டியாக வழிந்தது. அதன் கால்கள் அப்போதும் உதைத்தன. வால் மண்ணில் கிடந்து அசைந்தது.

ரத்தத்தைக் கண்ட அம்மா அப்படியே ஸ்தம்பித்து நின்றாள். அவள் கண்கள் இரு கோலிகள்போல நின்றன.

இரண்டு பேர் ஆட்டைத் தூக்கினார்கள். அதன் கழுத்திலிருந்து கொட்டிய ரத்தத்தை அம்மாவின்மீது விட்டார்கள். ரத்தம் அவள் கூந்தலை நனைத்தது. முகத்தில் வழிந்தது. உடைகளை அடைந்து சிவப்பாகச் சொட்டியது. அவள் விக்ரகம் போல அப்படியே நின்றாள்.

பூசாரி கோயிலுக்குள் சென்று அந்த வெடிப்பின் உள்ளிருந்து குங்குமத்தில் முக்கிய ஒரு பெரிய இரும்பாணியை எடுத்து வந்தார்.

ஆணியைக் கண்டதும் அம்மா மீண்டும் ஆக்ரோஷமடைந்தாள். அவளுடைய உடல் எகிறிது. குரல் எழுந்து மோதியது. வெறியுடன் துள்ளித் திமிறினாள்.

ஏழெட்டுப் பேராக சங்கிலியை அவிழ்த்தனர். அவள் கூந்தலைப் பூசாரி சுருட்டிப் பிடித்துக்கொண்டார். தரதரவென்று இழுத்தனர். அவள் உடை கழன்று விழுந்தது. நிர்வாணமான, ரத்தத்தில் ஊறிய உடல் வளைந்து திமிறியது. ஒருவன் தெறித்து விழுந்தான். மற்றவர்கள் முழுபலத்துடன் இருந்தனர்.

அடிமரத்தைச் சுற்றி மரச்சட்டங்களால் வளைப்பு கட்டப்பட்ட மையக் கோயிலைச் சுற்றியபடி இழுத்துச் சென்றனர். மேடைமீது அவளைப் பலவந்தமாகத் தூக்கி ஏற்றினர். அங்கே ஒரு திறப்பு இருந்தது. அதன் வழியாக உள்ளே நுழைத்தனர். அடிமரத்தோடு சேர்த்து அவளை அழுத்தினர். பூசாரி அவள் கூந்தலை மரத்தோடு சேர்த்து வைத்தார். பிறகு அதன்மீது ஆணியை வைத்து அறைந்தார். அம்மாவின் நாக்கு ஒரு சாண் நீளத்துக்குத்

தொங்குவதைக் கண்டேன். அவள் மணிக்கட்டுகள் திரும்பி உள்ளங்கை மேலே வந்து தெரிவதைக் கண்டேன். கால் ஒன்று முறுக்கியதில் பாதம் பின்னோக்கித் திரும்பியிருந்தது. ஆணி அறைய அறைய அவள் உடம்பு முறுக்கியபடியே சென்றது.

'நான் போறேன் மாமா' என்றேன். எனக்குத் தலை சுழன்றது.

'இரு' என்றார் மாமா. 'அவளுக்கு டிரெஸ் மாத்தறதா இருந்தா யார் பண்றது?'

பூசாரி விலகியபோது அம்மா அப்படியே மரத்தில் பசையால் ஒட்டப்பட்டதுபோல நின்று துடித்தாள். பிறகு மெல்ல அவள் உடம்பு தொய்ந்தது. கைகள் துவண்டு விழுந்தன. கால்கள் தளர்ந்தன. அப்படியே குவியலைப் போலத் தரையில் விழுந்தாள்.

'அந்த வேட்டியை எடுத்து வா' என்றார் மாமா.

நான் திக்பிரமை பிடித்து நின்றேன்.

'போடா' என்று மாமா கூவியபோதுதான் என் பிரக்ஞை திரும்பியது. ஓடினேன்.

கோயில் முற்றமெங்கும் ரத்தம் சிதறிக் கிடந்தது. கூட்டம் கூட்டமாகக் காகங்கள் இறங்கிக் கொத்த ஆரம்பித்துவிட்டிருந்தன.

6

எத்தனை எளிதாக அந்த வெறியும் வன்முறையும் ததும்பிய சூழலில் பிரித்துணராதபடி நான் ஒன்றினேன் என்பது வியப்பாக இருந்தது. அலறல்களும் கூக்குரல்களும் மண்டிய சூழலில் பதற்றமே அற்றவனாக நான் நிற்பதை உணர்ந்தேன். அம்மா மயங்கிவிட்டாள். அவளை மெதுவாகத் தூக்கிக் கல்மேடைமீது படுக்க வைத்தோம். அவளுடைய முகம் களைப்பும் சோர்வும் கப்பி, கிழட்டுத்தனம் பெற்றுவிட்டிருந்தது. ஆனால் அவளில் தெரிந்திருந்த அந்த வெறியும் அவள் முகத்தின் கொடூரமான வலிப்புகளும் மறைந்துவிட்டிருந்தன. அவளுடைய மார்பு சீராக எழுந்து தாழ்ந்துக்கொண்டிருந்தது.

மாமா பூசாரியிடம் அம்மாவைக் கொண்டுசெல்லலாமா என்று கேட்டார்.

‘கண்ணு திறக்கட்டு, பாப்பம்’ என்றார் அவர்.

மாமாவை அந்த பயில்வான்கள் சூழ்ந்துகொண்டனர். மாமா சாமர்த்தியமாக இருப்பதாக நினைத்துக்கொண்டு பேரம் பேச ஆரம்பித்தார். ஆனால் விரைவிலேயே பேரம் பேசும் ஆட்கள் அல்ல அவர்கள் என அவருக்குப் புரிந்தது.

நான் மெதுவாக நடந்தேன். என் கால்கள் துணிச்சுருள்கள் போலத் தொய்ந்தன. இமைகள் சரிந்து, தலை கனத்தது. கடும் தூக்கம் ஒரு கொழுத்த திரவம்போல என்மீது வடிவதை உணர்ந்தேன். அத்தனை களைப்படையும்படி உடம்பால் நான் ஏதும் செய்யவும் இல்லை. ஆனால் மனம் ஒரு பத்து வருட அனுபவங்களை இந்தச் சில நிமிடங்களுக்குள் அடைந்துவிட்டிருந்தது.

நான் அந்த மாபெரும் அடிமரத்தைச் சுற்றி நடந்தேன். அதன் பின்புறம் பெரியதாக ஒரு வாசல் திறந்திருந்தது. மெல்ல அரை இருட்டில் ஊடுருவி என் பார்வை அந்த மரத்தடியை நன்கு கண்டது. அதன்மீது நெருக்கமாக நூற்றுக்கணக்கான, ஆயிரக் கணக்கான, ஆணிமுனைகள் தெரிந்தன. தரை மட்டத்தில் இருந்து கையெட்டும் உயரம்வரை அம்மைத் தழும்புகள்போல அவை அடர்ந்து பரவியிருந்தன. எத்தனையோ வருடங்களாக ஆணிகள் தொடர்ந்து அறையப்பட்டபடியே வருகின்றன. ஆணிகள் ஒவ்வொன்றிலும் ஒரு அதிருப்தியான ஆத்மா. எனக்கு உடம்பு சிலிர்த்தது. சட்டென்று பீதி என்மீது பரவியது. ஆணிகள் மட்கியபின் அந்த ஆத்மாக்கள் என்ன செய்யும்? அந்த ஆணிகளின் சாறுதான் செங்குழம்பாக அந்தக் காயத்தில் கசிகிறதா என்ன?

அந்த மரம் இப்போது பெரும் பீதி ஏற்படுத்துவதாக இருந்தது. நாலு பக்கமும் கிளை பரப்பி, விழுதுகள் ஊன்றி, பந்தலித்து நிற்கும் அது ஆயிரமாயிரம் அடங்காத பெண் ஆத்மாக்களின் தொகுப்பு. கைவிலங்குடன் தெருவில் விழுந்து செத்த என் முப்பாட்டியும் அதன் மாபெரும் உருவுக்குள் அடக்கம் இப்போது. கடவுளே, அதன் ஒவ்வொரு இலையிலும் ஒரு எரியும் ஆத்மாவின் கதை இருக்கக்கூடும்!

என்னால் அங்கு நிற்க இயலவில்லை. அந்த மாபெரும் காயம் கரியதொரு கருங்கனவுபோல என் மனசையும் கண்களையும் நிறைத்து நின்றது. அந்த மரத்தின் நிழலில் இருந்து தப்பிவிட

வேண்டும் என விழைபவன்போல நான் வேகமாக வெளியே நடந்தேன். ஆனால் ஏதோ உள்சக்தி என்னை அந்தக் காயத்தை மீண்டும் மீண்டும் பார்க்கும்படி உந்தியது. எனக்கு மூச்சிரைத்தது. என் கால்கள் தடுமாறின.

இரண்டாவது கட்டடச் சுற்றை அடைந்தபோது என் கண்களில் அந்த மிருகப் பரபரப்பு மீண்டும் குடியேறியது. கடும் துர்நாற்றம் என் உள்மனசின் வக்கிரங்களை விழித்தெழச் செய்தது. நிழலுருவங்களாகக் கூவி ஆர்ப்பரித்த பெண்ணுடல்கள் வழியாக என் பார்வை தாவி அலைந்தது.

சட்டென்று ஒரு கிழவி என்னை நோக்கிக் கை நீட்டியபடி, 'மக்கா இஞ்ச பாரு மக்கா. நான் செல்லுயதக் கேளு மக்கா. எனக்கு ஒரு ரோகமும் இல்லை. பாவிப்பயல் அநியாயமாக் கெட்டிப் போட்டிருக்கானுவ மக்கா' என்றாள்.

என் பரபரப்பு சட்டென்று அறுந்தது. நான் செய்வதறியாது விழித்து நின்றேன்.

கிழவி அழுதபடி வீறிட்டாள். 'எனக்கு ஒண்ணும் இல்ல மக்கா. இந்த நரகத்திலே இருந்து என்னை அவுத்துவிடு. ஒனக்கு ஏளு சென்மப் புண்ணியம். எனக்கு ஒரு தீனமும் இல்லை மக்கா.'

ஒரு கணத்துக்குள் எனக்குள் ஓடிய கற்பனைகள் என்னென்ன? நான் அங்கிருந்த அத்தனை உயிர்களையும் மீட்டேன். அவர்களில் நோயுற்றவர்களை மருத்துவ விடுதியில் சேர்த்தேன். அவர்களுக்கு அன்பும் பாதுகாப்பும் தருபவனாக ஆனேன். மறுகணம் செயலற்றவனாக அப்படியே அங்கு நின்றிருப்பவனாக என்னை உணர்ந்தேன்.

'மக்கா ஆலோசிக்காத. என்னைக் காப்பாத்து மக்கா. உன் காலைப் பிடிக்கேன்.'

என் உடம்பின் பதைப்பைமீறி மனம் பரபரத்தது. அவளைக் காப்பாற்ற ஏதும் செய்ய என்னால் முடியாது என்று எனக்குத் தெரிந்தது. எப்படி ஒரு பொறுப்பை நான் ஏற்க இயலும்? சோற்றுக்காக, பிடிக்காத அப்பாவைச் சார்ந்திருக்கும் நான்?

என் இயலாமை கடும் குற்ற உணர்வை எனக்குள் எழுப்பியது. தன்னிரக்கமும் சுயவெறுப்பும் ஏற்பட்டன. மறுகணம் அந்த

வெறுப்பு அக்கிழவிமீதும், அந்த உயிர்களின்மீதும், அத்தனை ஆட்களின்மீதும் பரவியது. என் உடம்பு முழுக்க அனல்போல எரிந்தது. அந்த இடத்தைவிட்டு ஓடிவிடவேண்டும் என்றுதான் முதலில் தோன்றியது. நான் ஆக்ரோஷமாக வெளியே பாய்ந்தேன்.

மூச்சிரைக்க ஓடினேன். சட்டென்று பிறர் பார்வைக்கு ஆளா கிறோமா என்ற அச்சம் ஏற்பட்டது. ஆனால் அந்த விநோத ஊரில் எதுவுமே விநோதமானதல்ல என்று உணர்ந்தேன்.

கடற்கரையை அடைந்துவிட்டிருப்பதை உணர்ந்தேன். குடிசை கள் சிக்கலாக அடர்ந்து இருந்தன அங்கு. மனிதர்கள் நிறையத் தென்பட்டனர். கிழங்கள், குழந்தைகள், பெண்கள்.

குடிசை ஒன்று டீக்கடையாக இருந்தது. அமர்வதற்குக் கல்லால் ஆன பெஞ்சு போட்டிருந்தார்கள். அமர்ந்தேன். தலை கனத்தது. ஒரு டீக்குச் சொல்லிவிட்டு, கரங்களுக்குள் முகம் புதைத்தேன். குரல்கள் இனம்புரியாத உச்சரிப்புடன் காதில் விழுந்தன.

என்னையே சபித்துக்கொண்டேன். எத்தனையோ சந்தர்ப்பங் களில் புழுவிலும் கேவலமானவனாக என்னை நான் உணர்ந்த துண்டு. அப்பாவின் வெறியையும் குரூரத்தையும் எதிர்க்கத் துணிவற்று அந்தச் சூழலையே தவிர்த்துவிட்டு ஹாஸ்டலுக்கு ஓடிவிட்டவன் நான். அவருடைய எல்லாக் கொடுமைகளுக்கும் சாதுவான அம்மாவைப் பலி தந்துவிட்டு ஓடியவன்.

சில சமயம் என் தலையை எங்காவது மடேரென்று மோதிக் கொள்ளவேண்டும் என்று தோன்றும் எனக்கு. என்னுடைய கோழைத்தனத்தைப் போல நானே வெறுக்கும் இன்னொன்று இல்லை.

அம்மா தேறிவிடுவாள் என்று பட்டது. அவள் முகத்தின் கருமை வழிந்து, அமைதி ஏற்படுவதைக் கடைசியாகக் கண்ட ஞாபகம் வந்தது.

ஒருவேளை அவள் மீளாவிட்டால் என்ன ஆகும்? அப்பா இக்கணமே அவளை உதறிவிடத் தயாராக ஆகிவிட்டார். நான், என் இயல்பான கோழைத்தனமும் தப்பிக்கும் மனநிலையும் காரணமாக அதே முடிவுக்கு ஒருவேளை வரக்கூடும். வர மாட்டேன் என்று திட்டவட்டமாகக் கூற இயலவில்லை

என்னால். அப்போது அம்மாவும் இப்படி ஒரு கோயிலில், நரகத்தின் பூமிப் பதிப்பில் கட்டப்படலாம். நரகத்தின் மத்தியில் அலறி அலறி அழுகிச் சாகலாம்.

தலையை உதறினேன். யோசிக்க முடியவில்லை. டீ வந்தது. அதன் வெப்பம் களைப்புக்கு இதம் தந்தது.

சாலைக்கு வந்தேன். கூட்டம் கூட்டமாக மீன்காரிகள் சென்று கொண்டிருந்தனர். விளையாடும் பிராயத்துக் குழந்தைகள் முதல் தடி ஊன்றவேண்டிய அளவு வயதான கிழவிகள்வரை அதில் இருந்தனர்.

கூனிய முதுகுடன் கூடை தூக்கிச் சென்றுகொண்டிருந்த கிழவிகளின் முகங்களைப் பதைப்புடன் பார்த்தேன்.

எக்கணமும் அவர்களில் ஒருவர் கூடையுடன் சரிந்து விழுந்து உயிர்விடலாம்; நடக்கத் தொடங்கும் காலம் முதல் உழைப்பு கடைசிக் கணம்வரை. வாழ்வே ஒரு நீண்ட சித்திரவதை.

என் ரத்தத்தின் அம்சங்களும் இந்தக் கடற்கரையில் இருக்கலாம். மீன் சுமந்தபடி என் அன்னையர்களும் வாழ்வின் மகத்தான துயரங்களில் உழலலாம். என் சகோதரர்கள் ஒரு வாய்ச் சோற்றுக்காக இங்கு தவிக்கலாம்.

சட்டென்று சற்றுத் தொலைவில் ஒருத்தியைப் பார்த்தேன். என் மனம் குலுங்கியது. அம்மா! ஆம், அம்மாவேதான்.

உத்வேகத்துடன் நான் அவளை நோக்கி விரைந்தேன். நெருங்க நெருங்க அவளுடைய முகமும், உடலும், சலனங்களும் அம்மாவை மிகவும் ஒத்திருப்பதைக் கண்டேன்.

சட்டென்று அவள் ஏதோ குடிசைக்குள் நுழைந்து மறைந்து விட்டாள்.

அந்த இடத்தை அடைந்ததும் நின்று பரபரப்புடன் பார்த்தேன். யாரும் தென்படவில்லை. எப்படித் தேடுவது என்றும் தெரியவில்லை.

ஒருவேளை பிரமையாகக்கூட இருக்கலாம். என் இளகிய மனம் கொண்ட ஒரு கற்பனை.

உண்மையாக இருந்தால்கூட அவளைத் தேடிக் கண்டு என்ன செய்யப் போகிறேன் என மீண்டும் யோசித்தபோது பட்டது.

என் உடம்பின் ஒவ்வொரு அணுவையும் கடும் களைப்பு தழுவியது.

எனக்கு முன் விரிந்த கடல் நெளிந்துகொண்டிருந்தது. நீல நிறத்தில் பீதியூட்டும்படி அதன் தொடுவான எல்லை.

கணையாழி, பிப்ரவரி 1992.

1. சோதிடம் மூலம் குறிபார்த்தல்

டார்த்தீனியம்

'எனது நிலக்காட்சி மாறிக்கொண்டிருக்கிறது
அங்கே கூடு தகர்ந்து அலைகின்றன பறவைகள்
எரியும் வெயிலில் உருகுகின்றன தாவரங்கள்.'

சுகுமாரன்
(பயணியின் சங்கீதங்கள்)

1

அப்பா ஆபீஸிலிருந்து பரம சந்தோஷமாக வந்தார். செருப்பு கழட்டும் ஒலியும் கருப்பனின் 'ங்குங்' என்று கொஞ்சல் ஒலியும் கேட்கவே நான் எழுந்து வந்து பார்த்தேன். அதற்குள் உள்ளே போய், சட்டையைக் கழட்டிக்கொண்டிருந்தார். என்ன இது; கால் கழுவவில்லை, மாட்டுக்குத் தண்ணீர் கொடுத்தாகிவிட்டதா என்று விசாரிக்கவில்லை என்று நான் குழம்பிக்கொண்டிருக்கும்போதே வேஷ்டியை மடித்துக் கட்டியபடி தொப்பை குலுங்க வெளியே விரைந்தார்.

அம்மா உள்ளிருந்து வந்து, 'ஆருடா அது?' என்றாள்.

'உன் புருஷன்' என்றேன்.

'ஏன் இந்த நேரத்துல?' என்றபடி வாசலைப் பார்த்தாள். 'எங்கே?'

‘சட்டையைக் கழட்டிப்போட்டார்; போயிட்டார்.’

‘கால் கழுவலியா?’

‘இல்லை.’

நம்ப முடியாமல் நாலு பக்கமும் பார்த்தாள். மேஜைமீது கண்ணாடிக்கூடு, செருப்பு. அவள் முகத்தில் வியப்பு தெரிந்தது. ‘எங்கே போச்சு அது?’

‘தொப்பையும் கையுமா ஓடறதப் பாத்தேன். அவசரமா பாத்ரூம் போனாரோ என்னமோ?’

அதற்குள் முற்றத்தில் மண்வெட்டி ஒலி கேட்க ஆரம்பித்து விட்டது.

அம்மா வெளியே போனாள். அப்பாவின் முதுகும் வழுக்கையும் அதை வேலி கட்டிய நரை கலந்த மயிரும் வியர்த்து ஈரமாக இருந்தன.

‘என்ன இது, இந்த வயசில?’ என்றாள்.

‘வயது உங்கப்பனுக்கு. அடியே இதோ பார்...’ என்று சொல்ல வந்தவர் என்னைப் பார்த்தார். முகத்தின் சிருங்காரம் படக்கென்று மறைந்தது. ‘ஏன்டா?’ என்றார். நான் தோளை உலுக்கினேன்.

அம்மா அந்தப் பொட்டலத்தைப் பார்த்தபடி, ‘என்னது ரோஜாப் பதியனா?’ என்றாள்.

‘ஏய், அதைத் தொட்டுக்கிட்டு வைக்காதே, அலர்ஜி ஆயிடப் போறது.’

‘என்னது இது?’

‘டார்த்தீனியம்!’

‘என்னது?’

‘டார்த்தீனியம். ஃபாரீனாக்கும்! இப்ப வர்ற வழியிலே எப்றாய் டாக்டரைப் பார்த்தேன். அவர்தான் குடுத்தார். ஜெர்மனியோ ஆப்ரிக்காவோ...நிச்சயமாக ஃபாரின் சரக்குதான்.’

‘பூக்குமா?’ என்றாள் அம்மா.

'ஆமா; தலையில வச்சிக்கலாம். உன் மூஞ்சிக்குக் கறுப்பா பூ வைச்சா நல்லாத்தான் இருக்கும்.'

'கறுப்பாகவா அப்பா?' என்றேன்.

'பின்னே' என்றார் அப்பா. 'இது சாதாரணச் சரக்கு இல்லை. ஃபாரீனாக்கும்! வேரு, தண்டு, இலை எல்லாமே கறுப்பாத்தான் இருக்குமாம். அதான் டார்த்தீனியம்னு பேரு. துரைகள் ரொம்ப விரும்பி வளர்க்கிறாங்களாம்.'

'நீக்கிரோங்களா இருக்கும்' அம்மா சொன்னாள்.

'போடி, இந்தச் செடியோட அருமை உனக்கென்ன தெரியும்? அதெப்படி, ஆனையப்பப் பிள்ளை வீட்டில் கருவாட்டு மணம் தானே மூணு சாமத்துலே அடிக்கும்?'

அம்மா இம்முறை கோபித்துக்கொண்டாள். 'ஆமா, உங்க மீனாட்சி வீட்டிலே மல்லியப்பூ மணம் அடிக்குமே. அங்க போறதுதானே? எதுக்கு ஆனையப்பப் பிள்ளை வீட்டத் தேடி வரணும்?'

'விதியை வெல்ல யாரால் இயலும்?' என்றார் அப்பா.

'உக்கும்' என்று நொடித்தபடி அம்மா உள்ளே போனாள்.

நான் மீனாட்சியைப் பற்றி விசாரிப்பதா டார்த்தீனியத்தைப் பற்றிக் கேட்பதா என்று குழம்பினேன். பிறகு 'யாருப்பாது மீனாட்சி' என்றேன்.

'என்னோட பழைய லவ்வு. அவளும் டார்த்தீனியம் மாதிரித்தான் இருப்பா. கருப்பா வழவழப்பா...' அப்பா அந்தச் செடியை எடுத்துக் காண்பித்தார். அப்போதுதான் அதை நான் கவனித்தேன். கன்னங்கரியதாக, நல்ல வழவழப்பும் மினுமினுப்பும் உடையதாக, ஒரு தண்டும் இரு பொடி வேர்களும் உடைய ஒரு சிறு செடி.

'மீனாட்சி இப்ப எங்கப்பா?'

'போயிட்டா.'

'செத்துப்போயிட்டாங்களா?'

'சீச்சி; மிலிடரிக்காரன் கட்டிக்கிட்டுப் போயிட்டான். இப்போது ரோடு ரோலர் சைசுக்கு வந்துட்டா... டேய் நீ வாளி தண்ணி கொண்டுவா.'

‘அப்பா, இதுக்குத் தண்ணி விடலாமோ என்னவோ?’

‘ஏண்டா?’

‘ஃபாரின் செடி; அங்கெல்லாம் தண்ணிக்குப் பதில் ஒயின் தானாமே?’

‘படவா ராஸ்கல், கிண்டலா?’ அப்பா எழுந்தார்.

நான் சிரித்தபடி விலகி ஓடினேன்.

செடியை நட்டோம்.

தண்ணீர் ஊற்றும்போது நான் கேட்டேன்: ‘இது செடி மாதிரியே இல்லப்பா. கார்பன் துண்டு மாதிரி இருக்கு.’

‘இதோட அழகே அதாண்டா. பிளாக் இஸ் பியூட்டிபுல். தெரியுமா?’

‘அம்மாட்ட சொல்லவா?’

‘என்னது?’

‘பிளாக் இஸ் பியூட்டிபுல்னு?’

‘குடலைப் பிடுங்கிடுவேன் படவா. அப்புறம் நீ மட்டும் தப்பிச்சிருவியா? பிராகிரஸ் ரிப்போர்ட் வருது, ஜாக்ரதை.’

‘இனிமே அதுக்கெல்லாம் பயப்பட மாட்டேம்பா.’

‘ஏண்டா?’

‘ஃபோர்ஜரி! முப்பிடாதி உங்க மாதிரி போடறான்.’

‘பெரிய இண்டர்நேஷனல் சாமியாரா வந்திடுவான்போல இருக்கே...’ அப்பா கையைக் கழுவினார். ‘டேய் இனிமே இதை நீதான் பாத்துக்கணும். ஆம்பிளைங்கதான் இதும் பக்கத்துல வரமுடியும் தெரியுமா? பொம்பளைங்க தொட்டா அலர்ஜி ஆயிடும். ரிஷியாக்கும். பயங்கரக் கற்பு!’

‘ஃபாரின்லே ரிஷிகள் உண்டா அப்பா?’

‘இப்பலாம் அவுங்கதாண்டா... ஹரே ராமா ஹரே கிருஷ்ணான்னு பரப்பிரம்மமா இருக்கானுக! ஆனந்தவல்லித் தாயே, டீக்கு வழியுண்டா?’

'மீனாட்சிகிட்டேயே போய்க் கேளுங்க...'

'கேட்டா என்ன, குடுக்காமலா இருப்பா? அவள் புருஷன் அஸ்ஸாம்ல இருக்கான். நல்ல டீத்தூளா அனுப்புவான். ஆனந்தம், அவ நடக்கிறப்ப கெட்டில் மாதிரியே மூச்சு விடறாடி.'

கில்லாடி அப்பா, அம்மாவை அப்படியே பூரிக்க வைத்து விட்டார். டீ வந்தது. அம்மா முகம் சிவக்கச் சிரித்தபடி, 'ஆமா, ஊரான் பெண்டாட்டியைக் கிண்டல் செய்யுங்க' என்றாள்.

'என் பொஞ்சாதி மாதிரி உண்டா? ஹீரோயின் அம்மா வேஷம் போட்ட மாதிரி இருக்கே.'

'வயசாவுதுன்னு ஒரு நெனைப்பு உண்டா கௌவனுக்கு' என்ற படி அம்மா உள்ளே போனாள்.

'அப்பா உங்க சின்ன வீடு இன்னிக்கு என்னை முட்ட வந்தது. இனிமே அது பக்கத்திலே நான் போகமாட்டேன், அம்பேல்' என்றேன்.

'கனகுவா, சாதுவாச்சே; ஒண்ணும் பண்ணமாட்டாளே.'

'மூத்தாள் பிள்ளையாச்சே' என்றாள் அம்மா.

'நீ மக்ரூணியை ஏதாவது கொடுமைப்படுத்தியிருப்பியோ?' அப்பா எழுந்தார், 'டார்ச் எங்கேடா?'

அப்பா உபகரணங்கள் சகிதம் கிளம்பினார். அவர் தொழுவை நோக்கி நடந்ததுமே பிராந்தியம் ரகளைப்பட்டது. நாய் 'ங்க்' 'உய்ய்' 'பவ்' என்றெல்லாம் ஒலியெழுப்பி, சங்கிலி உரச, குதித்தது. கனகு முடிந்தவரை கயிற்றை இழுத்துத் திரும்பி, 'ம்பேய்' என்றது. அதன் கழுத்துக்குக் கீழேயிருந்து மக்ரூணி எழுந்து நின்று, அப்பாவை ஆர்வத்துடன் பார்த்தது. வாலைத் தூக்கி ஒன்றுக்கிருந்தது. வாயிலிருந்த வைக்கோல் இழையுடன், 'ம்மா' என்றது. எதனருகே அப்பா முதன்முதலாகப் போகப் போகிறார் என்று ஒரு பதற்றமான சூழ்நிலை நிலவியது. அப்பா கருப்பனை அணுகி, அதன் காதைச் சுண்டினார். அது பரம உற்சாகத்துடன் மறு காதையும் சுண்டப்படுவதற்காகக் காட்டி யது. அதன் வால் வீசு வீசு என்று காற்றில் சுழன்றது. அப்பா தொழுவில் மரப்பட்டை மீது அமர்ந்து, கனகுவைத் தட்டிக் கொடுத்தார். மக்ரூணி அவர்மீது பாய்ந்து ஏற முயன்றது.

அப்பா உலகை மறந்துவிட்டார் என்பதை உணர்ந்தேன். வழக்கம் போல் அவர் பிரியாவிடை பெற்று எழ இனிமேல் ராத்திரி ஆகி விடும். பிறகு ஆற்றுக்குப் போய்க் குளியல். கூடவே நானும் போவேன். நான் குளிப்பதில்லை. ராத்திரியில் ரொம்பவும் குளிர் அடிக்கும். தண்ணீர் சூடாகத்தான் இருக்கும். ஆனால் கரை ஏறிய பிறகு நிற்க முடியாதபடி வெடவெடக்கும். அப்பாவுக்கும் எனக்குமான அந்தரங்கமான நேரம் இந்தக் குளியல்.

நான் கொஞ்சம் படித்தபிறகு வெளியே வந்தேன். இருட்டி விட்டது. தொழுவின் இருட்டில் நான்கு ஜீவன்களும் தத்தம் மொழிகளில் சுவாரஸ்யமாகப் பேசிக்கொண்டிருந்தன. கனகு வின் கண்கள் மினுங்கின. அப்பா டார்ச் அடித்து அதன் உடலில் உண்ணி பொறுக்கிக்கொண்டிருந்தார். ஒளி படுவது எப்படி அதற்குத் தெரியும் என்று புரியவில்லை. சிவப்பு வட்டம் விழும் இடம் படபடவென்று துடித்தது.

'அப்பா.'

'ஏண்டா?'

'மணி என்ன ஆகிறது தெரியுமா?'

'ஏழா?'

'எட்டு பதினைஞ்சு. அம்மா ஆரம்பிச்சிட்டா.'

'இதோ வரேன்டா.'

மீண்டும் சல்லாபம்.

'அப்பா' என்றேன், பொறுமை இழந்து.

'வரேண்டா முண்டம். இதோ பார். கனகு வேட்டியைப் பிடிச்சு இழுக்கிறது.'

'எனக்கு அதைக் கண்டாலே பத்திக்கிட்டு வருது. காலைல தண்ணி கொண்டாந்து வைக்க வாறேன், முட்ட வருது.'

'சும்மா பயங்காட்டியிருப்பாடா. பெரிய கள்ளியாக்கும்.' அப்பா அதை அணைத்தார்.

'வரப் போறீங்களா இல்லையா?'

‘வரட்டுமா கனகு? நாளைக்குப் பார்ப்போம். டேய் மக்ரூணி!’ கன்னுக்குட்டியைத் தூக்கினார். ‘சமர்த்தா படு என்ன? த பாரு, வைக்கோல் விரிச்சிருக்கேன். பயப்படாம தூங்கணும். கேட்டியா ராஜு, நேத்து ராத்திரி ஒரே அலறல். என்னமோ ஏதோன்னு ஓடி வந்தா பார்த்தா, தோ இவ்வளவூண்டு தவளை ஒண்ணு. சமாதானம் பண்ணித் தூங்க வைக்கிறதுக்குள்ள ஒரு வழியா ஆயிட்டேன். தூங்குடா கண்ணா. ஏன் முழிக்கறே?’

‘பாவம், அதுக்கு வைக்கோல் திங்கவும் தெரியலே; ஆசையும் விடலே’ என்றேன்.

‘குலாவி முடிச்சாச்சா இல்லையா? பனி கொட்றது. அப்புறம் சளி புடிச்சு மத்தவங்க உசிர வாங்கிறது,’ அம்மா உள்ளிருந்து கத்தினாள்.

‘இதோ.’

நான் நாயை அவிழ்த்தேன். அது பயந்து அப்பாவை அணைக்க முயன்றது.

‘கருப்பன் எதுக்கு?’ என்றார் அப்பா.

‘துணைக்குத்தான்.’

‘பாவம் இருட்ல ஏதாவது சத்தம் போட்டா பயந்துக்கும். இங்கியே நிகட்டும்.’

‘நல்ல நாய்’ என்றேன். ‘அப்பா, நீங்க செல்லம் கொஞ்சி நாயைக்கூட பயந்தாங்குளியாப் பண்ணி வச்சிருக்கீங்க.’

‘குழந்தைடா அது.’

‘ஆமா, ஊரெல்லாம் இது நெறத்துலே குட்டி குட்டியா நாய்கள்.’

‘ஆஹ்ஹஹ்ஹா!’ என்றார் அப்பா. மாமரத்திலிருந்து பறவைகள் பதறி எழுந்தன.

ஆறு, நிலவில் மினுங்கியது. மணற்பரப்பும் நடுவில் இருண்ட, மினுங்கும் அலைகள் ததும்பும் ஜலப்பரப்புமாக அமைதியாக ஆழ்ந்துகிடந்தது. ஜில்லிட்ட குளிர் மணற்பரப்பில் பனி மேலே படிந்திருந்தது. பாதம் அழுந்திப் புதைந்தபோது உள்ளே வெது

வெதுப்பு. நூறு நூறு ஜந்துக்களின் ஒலிகள் இணைந்த ரீங்காரம் மௌனத்தின் ஒரு பகுதியாக ஒலித்தது. மயக்கம் தரும் நறுமணம்!

'தாழை பூத்திருக்குடா. பூ நாகம் இந்த மணத்திலே மயங்கித்தான் உள்ளே ஏறிக்குது.'

அப்பா மணலில் படுத்தார். கருப்பன் அவர் காலருகே உட்கார்ந்து காலை முகர்ந்தது. சற்றுத் தள்ளி, நான் ஒருக்களித்து அமர்ந்தேன்.

'அப்பா அந்த மோகினி கதை.'

'இன்னொரு நாள்டா, இப்பப் பேசவே பிடிக்கலை. பாடட்டுமா?'

'சரி பாடுங்க.'

'தோடி?'

'நான் ஓடியே போய்டுவேன்.'

'சரி, இல்லை. ஜெமினி கணேசன் பாட்டு பாடவா?'

'கமல் பாட்டுப்பா.'

'சின்னப்பையன் அவன். அவன் பாட்டெல்லாம் சுகமில்லை. ஜெமினிதான் காதல் மன்னன்.'

'சரி பாடுங்க.'

அப்பா மிகவும் சுகமாக வாய்க்குள் முனகினார். சில்வண்டுச் சுருதியுடன் இணைந்து, மெல்லக் குழைந்தார். வெகுநேரம் போல் இருந்தது. வார்த்தைகளற்ற இசை மெல்லத் தெளிந்தது.

'இரவும் நிலவும் காயுது.
என் நினைவில் தென்றல் வீசுது'

எனக்குள் நிலவும், மணல் வெளியும், நதியின் கிளுகிளுப்பு ஒலியும், தலைமயிரைக் கலைத்த தென்றலும், இனம் தெரியாத ஒரு சோகமும் கலைந்து எழுந்து குழம்பின. அந்தத் தாழம்பூ மணம்! வெகுநாள் முன் கண்டு மறந்த ஒரு சோகம் மிகுந்த கனவு ஞாபகம் வந்ததுபோல் இருந்தது. மார்பு அடைத்தது. கண்கள் மெல்ல ஈரம் பெற்றன. அப்பா முடிக்க மனமின்றிப் பாடியபடியே இருந்தார். இதோ இந்தக் கனவின் லயம் முடிந்துவிடும், இதோ என்று மனம்

நுனியில் தத்தளிக்க, முடியலாகாது என்று ஒரு முனை ஏங்கித் தவிக்க, கணம் கணமாகக் காலம் ஓடி மறைய, தாங்க முடியாமல் நான் மெலிதாக விம்மினேன்.

எப்போது அப்பா மௌனமானார் என்று தெரியவில்லை. அப்படியே படுத்திருந்தார்.

நான் உருவமற்ற நினைவுகளில் ஆழ்ந்திருந்தேன். அப்பா பெரூமூச்சுடன் திரும்பிப் படுத்ததை உணர்ந்து, விழித்துக்கொண்டேன்.

'பாடி முடிச்சதும் எப்படியிருக்கு தெரியுமா? இப்ப, இந்த நிமிஷத்தில், புதிசாப் பிறந்தது மாதிரி?'

'ம்ம்' என்றேன்.

'எல்லா ஞாபகங்களும் அப்படியே முன்னாலே வந்து நிக்குதுடா. வலி இல்ல, ஆனா சோகமா இருக்கு. எவ்வளவு ஞாபகங்கள்...'

நான் புரியாமல் அவரையே பார்த்திருந்தேன்.

'வாழ்க்கைல ஒரு தடவையாவது லவ் பண்ணணும்டா. அந்தப் பிராயத்தத் தவற விட்டுடக் கூடாது. வேற ஒண்ணுக்குமில்லை. இப்படி ஒரு கட்டத்தில் நினைச்சுப் பார்க்கிறப்ப எவ்வளவு பிரகாசமாக இருக்கு அதெல்லாம்! அப்ப அதெல்லாம் பெரிய இம்சை ம்...ம்' என்றார். பிறகு, 'ப்ச், இப்ப எல்லாமே டிராமா மாதிரி இருக்குடா. வயசாக ஆக, ஒரு சூன்யம் மனசில. டிராமா முடிஞ்சு மறுநாள் மைதானம் கிடக்குமே, அதுமாதிரி. சில சமயம் நான் நெனைச்சுக்குவேன், இனிமே ஒரு சான்ஸ் கிடைக்குமான்னு. ராத்திரியில ஒருநாள் அழுதிட்டே பிரார்த்தனை செஞ்சேன் தெரியுமா, என் இளமையை மீண்டும் குடுத்துருன்னு... அசட்டுத்தனம்! உனக்கு இப்பப் புரியாது...'

'உங்களுக்கு வருத்தமா அப்பா?'

'சேச்சே. நான் ரொம்ப சந்தோஷமாகத்தான் இருக்கேன். உங்கம்மா இருக்காளே; ஜெம் ஆப் எ லேடி! உனக்கு இப்பப் புரியாது. எல்லாமே என்னமோ குருட்டு அதிர்ஷ்டம் மாதிரி நல்லாவே அமைஞ்சு போச்சு.'

'அப்ப எதுக்கு சோகம்னீங்க?'

'அதெல்லாம் ஞாபகங்களடா. இப்ப நீ எதுக்கு அழுதே?'

‘யார் அழுதா? நானா?’

‘படவா, அறஞ்சன்னா பாரு. ஏண்டா அழுதே?’

‘எங்கப்பா எவ்வளவு நல்லவர்னு நெனைச்சேன்பா.’

‘போடா’ என்றார் அப்பா, சிரித்தபடி.

‘இல்லேப்பா, நெஜம்மாப்பா.’

அப்பா என்னை மெதுவாக இழுத்து அணைத்துக்கொண்டார். வெதுவெதுப்பாக இருந்தார். மெல்லிய வியர்வை மணம், ‘சோகம் மாதிரி தித்திப்பான ஒண்ணு வேற இல்லடா’ என்றார்.

‘வானத்திலே மூணே மூணு நட்சத்திரம்பா.’

‘யாரோ பொறுக்கிட்டு போயிட்டாங்க மீதிய.’

‘அப்ப இது?’

‘பாக்கெட் ஓட்டை.’

நான் சிரித்தேன். என் நெகிழ்ச்சி விலகியது. அப்பா அதற்காகவே சொல்லியிருக்கவேண்டும். ‘அப்பா இதைப் பாருங்கப்பா’ என்று கருப்பனின் கண்களைக் காட்டினேன். ‘எவ்வளவு பிரகாசம் பாத்தீங்களா?’

‘ரொம்பத் தூய்மையான ஆத்மாடா அது. அதுதான் இப்படி ஜ்வலிக்குது.’

‘ஏம்பா அது இப்படிப் பேசாம உக்காந்திருக்கு? அதுக்கு நாம் பேசறது கேக்குமாப்பா, அது புரிஞ்சுக்கிறதா?’

‘பாஷை புரியறதோ என்னமோ, நிச்சயமா மனசு புரியறது. ராஜு, நாம நினைக்கறதை விடவும் அது மனசு ரொம்ப ஆழமானது தெரியுமா? ஏண்டா கருப்பா பாக்கிறே, புரியுதாடா ஒனக்கு?’

‘ங்கங்’ என்றபடி கருப்பன் எழுந்து தலைமாட்டுக்கு வந்தது.

‘பேரச் சொல்லிக் கேக்கறதில் எவ்வளவு சந்தோஷம் அதுக்கு பாத்திங்களாப்பா?’

‘மனுஷன் கவனிச்சாலே போரும். நாய்ங்க ரொம்ப உற்சாகமா ஆயிடும்டா.’

கருப்பன் அப்பாவின் முகத்தைத் தன் நாசிகளைக் கூர்மையாக முன் நீட்டியபடி, முகர்ந்து பார்த்தது. ஒருவகை முத்தம்.

'அப்பா மணி ஒம்பது ஆயிருக்கும்; குளிக்கலையா?'

அப்பா எழுந்தார்.

நிலா நீரில் விழுந்து கிடந்தது. மேகங்களோடு மீன்கள் எழுப்பும் சிறுசிறு அலைகளில் சலனம் கொண்டது.

'ராஜு, நாந்தான் ஆம்ஸ்ட்ராங், நிலா மேல எறங்கப் போறேன் பாரு' அப்பா படாரென்று குதித்தார். கருப்பன் சந்தோஷமாக வாலை வீசிக் குதித்தது.

நிலவு உடைந்து அலைகள்மீது சிதறியது. பிறகு துணுக்குகள் ஒன்று சேர்ந்து, மீண்டும் வட்டம். அலைகளில் மிதந்து தாவுகிற பிரகாசம். 'அதைத் தொடுங்கப்பா.'

'ம்ஹூம், அதெல்லாம் மோஹினி சமாசாரம், தொடப்படாது. குளிக்கிறியா?'

'அய்யோ, குளிர்.'

'குதிச்சேன்னா குளிர் போயிடும்.'

நிலா சலனமேயற்று நின்றது. கவரப்பட்டவனாக அதையே பார்த்தபடி நின்றேன். திடீரென்று மெல்ல அது வளைந்து நீள் வட்டமாக ஆகி மீண்டது. என் தலைமயிரை சன்னமான தென்றல் வருடியது. தாழம் புதர்களுள் சலசலப்பு ஒலித்தது. ஏதோ புதிர் ஜந்து 'உய்ய்ங்' என்றது. பயந்துபோன கருப்பனின் வால் உடனடியாக அடிவயிற்றில் படிந்தது. ஓடிவந்து என் கால் நடுவே பதுங்கியது. சந்தேகத்துடன் புதரைப் பார்த்து, 'பவ்' என்றது.

அப்பா, 'இரவும் நிலவும் காயுது' என்று சீட்டியடித்தபடி தலை துவட்டினார்.

மீண்டும் வீட்டுக்கு வந்தோம். அம்மா கருப்பனைக் கூப்பிடும் ஒலி கேட்டது. கருப்பனின் உடம்பெங்கும் பரபரப்பு ஏறியது. அது இயல்பாக நாலடி தூரம் ஓடி, திரும்பி வந்து, அப்பாவைப் பார்த்து வாலாட்டியபடி குழைந்தது. பிறகு மீண்டும் ஓட முயன்றது. திரும்பி அப்பாவைப் பார்த்தது.

‘போடா கருப்பா, ரொம்பக் காட்டிக்காதே’ என்றார் அப்பா.

கருப்பன் நாலுகால்களும் நிலம் பிராண்டி ஒலிக்க, ஓடியது.

‘பெரிய டிசிப்ளின்!’ என்றேன்.

‘எவ்வளவு ருசி பாரு. அதுக்குத்தாண்டா சாப்பாட்டோட முழு சொகமும் இருக்கு. நமக்கெல்லாம் சோத்துக்கும் நமக்கும் நடுவில மனசு வந்து நிக்குது.’

சில சமயம் அப்பா இப்படித்தான் புரியாமல் பேசுவார்.

‘என்ன, அப்பாவும் புள்ளையும் நிலவை வேணுங்கிற மட்டும் புடிச்சாச்சா? சாப்பிடணுமா, இல்லை அதுவும் வேணாமா?’

‘இரவும் நிலவும் காயுது, என் நினைவில் தென்றல் வீசுது,’ அப்பா பாடியபடி அறைக்குள் போனார்.

‘என்ன இன்னிக்கு ஒரே குஷி போலிருக்கு’ என்றபடி அம்மா லுங்கியுடன் உள்ளே போனாள்.

‘நிலை மயங்கி மயங்கி காதலினால் ஜாடை பேசுது’ என்றார் அப்பா.

‘சீ விடுங்க’ என்று அம்மாவின் குரல் கேட்டது.

நான் டைனிங் டேபிளில் அமர்ந்தேன். துரித கதியில் தாளம் போட்டபடி, ‘நிலை - மயங்கி - மயங்கி - காத- லினால் ஜாடை- பேசுது’ என்று களநடைப் பாடலின் ராகத்தில் பாடினேன்.

‘ரொம்ப வேகமான காதலா இருக்கும் போலிருக்கே?’ அப்பா காதைக் குடைந்தபடி வந்தார். மார்பின் மயிர்கள் வரிவரியாக ஒட்டியிருந்தன. சருமம் மின்னியது. என்னைச் சொக்க வைக்கும் அந்தப் புதிய உடல்மணம் அவரிடம் எழுந்தது.

‘அப்பாவும் பிள்ளையும் பேசற பேச்சைப் பார்.’

‘தோளுக்கு மேலே போனால் தோழன்.’ அப்பா அமர்ந்தார்.

‘முழங்கால்வரை வாரத்துக்குள்ளே ஆரம்பிச்சது இது,’ அம்மா தட்டுகளை வைத்தாள்.

‘ஆனந்தம், எனக்கு இன்னொரு அப்பளம்.’

‘ஒண்ணே குடுக்கப் போறதில்லை. தொந்தி எப்படி இருக்கு தெரியுமா?’

‘டைப்பிஸ்ட் காஞ்சனா சொல்றா, என் தொந்தி ரொம்ப கம்பீரமா இருக்காம்.’

‘ஏன் அவ புருஷனுக்கு தொந்தி இல்லையோ?’

‘அவளுக்குப் புருஷனே இல்லியே.’

‘ஏனாம்? பாந்தாத்மா மூத்து நரைச்சு இருக்கா.’

‘காரணம் இவளுக்குத் தொந்தி இருக்கு... ஹாஹ்ஹா.’

அம்மா சாதம் பரிமாறினாள். ‘என்ன சிரிப்பு இது, ராத்திரியில? பி.எஸ்.வீரப்பா மாதிரி.’

‘டேய், நீ வஞ்சிக்கோட்டை வாலிபன் பாத்தியா?’

‘அப்பா உங்க தோள்லே குங்குமம்.’

அப்பா ஒரு மாதிரி ஆனார். ‘சேச்சே இதென்ன, குங்குமம் இல்லை. மை இங்க்...’ என்றபடி தொட்டுப் பார்த்தார். கையில் ஒட்டியது. ‘ஏய், பரண்மேல் எதுக்குடி குங்குமத்தை வைக்கிறே? கொட்டறது பார்.’

‘வழியாதீங்க’ என்றாள் அம்மா தாழ்ந்த குரலில், என்னைப் பார்க்காமல். குழம்பு விடும்போது அவள் முகத்தில் சின்னஞ்சிறு புன்னகை இருப்பதைக் கண்டேன்.

பரபரவென்ற ஒலி கேட்டது. வெளியே கருப்பன் ஆவேசமாக ஓடும் ஒலி.

‘என்ன ஆச்சு அதுக்கு?’

‘என்ன, வயிறு நெறைஞ்சா ஒரு குஷிதான். எஜமான் எவ்வழி அவ்வழி நாய்’ என்றாள் அம்மா.

‘அப்பளம் கொடுக்கமாட்டே?’

‘மாட்டேன்னு அப்பவே சொல்லிட்டேனே.’

‘டேய் பாதி கொடுடா.’

‘போங்கப்பா, உங்க வீட்டுக்காரிக்கிட்டே யார் வாங்கிக் கட்றது?’

‘நான் பாத்துக்கறேன்டா.’

‘அப்படின்னா நேர்லேயே கேக்கறது.’

‘ஒரு பக்திதான். கொடுடா ன்னா.’

நான் அப்பளத்தை ஒடித்துப் பாதியைத் தந்தேன்.

‘புள்ளைக்கு மட்டும் பொரிச்சு பொரிச்சுக் கொடு; பாவி!’ அப்பா கறுவினார். ‘கனகுவுக்குத் தண்ணி கொடுத்தியா?’

‘எல்லாம் தூங்கியாச்சு. அப்பாவும் புள்ளையும்தான் பாக்கி.’

அப்பா எழுந்து கை கழுவினார். ஏப்பம் விட்டபடி, ‘நிலை மயங்கி மயங்கி காதலினால் ம்ஹூம்... ம்ஹூம்’ என்று பாடினார்.

முன் திண்ணையில் புற்பாய் போட்டு அமர்ந்தோம். ஜில்லென்றி ருந்தது. திண்ணையில் சிமிட்டி. முற்றத்து மாமரம் மெல்ல எதையோ மந்திரித்தபடி நின்றது. அதன் நிழலில் மெல்லிய வலையசைவு. அப்பா வெற்றிலை போட்டுக்கொண்டார். வெற்றிலையில் ஒன்றுமில்லை. அதைப் போடுவதில்தான் சுகம் என்பார். வாசனைப் பாக்கு. சாயச் சுண்ணாம்பு. தளிர் வெற்றிலை. எல்லாமே முதல்தரம்தான் வேண்டும் அவருக்கு. வித்வான் வாக்கியத்தை சுருதி கூட்டுவதுபோல நளினமாகப் போடுவார். அப்பாவின் வாய் அசைவதைக் கண்டு கருப்பன் ஓடி வந்து ஏறிட்டுப் பார்த்து அக்கறையாக வாலாட்டியது. அப்பா காம்பை அதை நோக்கி வீசினார். முகர்ந்துவிட்டு அதிருப்தி யுடன் பார்த்தது. ஆவல் மாறவில்லை.

‘இன்னொரு பாட்டு பாடுங்கப்பா.’

‘ஓராயிரம் பார்வையில் பாடவா?’

‘பாடினதெல்லாம் போறும். படுக்கப் போங்க. டேய் போடா, போய்ப் படுடா.’

‘டேய் செடிக்கு தண்ணீர் விட்டியா?’

நாள் வாளியில் தண்ணீர் கொண்டுவந்து ஊற்றினேன். அப்பா அறைக்குள் ‘இரவும் நிலவும்’ என்று பாடுவது கேட்டது.

படுத்த உடனேயே தூங்கிப் போய்விட்டேன். என் கனவில் தாறுமாறாகப் பற்பல பிம்பங்கள் உடைந்தும் கலந்தும் ஓடி மறைந்தன. திடீரென்று ஒரு விரல் என்னைத் தொட்டது. சதையின் மென்மையும் சூடும் உடைய விரல். சற்றும் அறிமுகமற்ற, திடுக்கிட வைக்கும் ஸ்பரிசம்! நான் அதைப் பார்த்தேன். இருட்டு, எனவே உற்றுப் பார்க்கவேண்டியிருந்தது. கன்னங்கரிய, வழவழப்பான விரல். அது என்னை உசுப்பி உசுப்பி எழுப்பியபடி நெளிகிறது. சட்டென்று என் மூளை அதிர்ந்தது. அது அந்த டார்த்தீனியத்தின் தண்டு. மறுகணம் உலுக்கப்பட்டவன்போல நான் கண் விழித்தேன். என் உடல் வியர்வையில் குளிர்ந்து வெடவெடவென்று நடுங்கிக்கொண்டிருந்தது. கனவை மனசுக்குள் மீண்டும் மீண்டும் ஓட்டிப் பார்த்தவனாக ஒருவிதமான பிரமையில் அப்படியே கிடந்தேன். அப்போது இருட்டுக்குள் அந்த பயங்கரமான அலறல் ஒலித்தது.

அம்மா! நான் ஒருகணம் அப்படியே ஸ்தம்பித்துப் போய்விட்டேன். பிறகு என் உடம்பு நாலாபக்கமும் உதறிக்கொள்ள ஆரம்பித்தது. எல்லா சக்தியையும் திரட்டியபடி, எழுந்துகொண்டேன். பாய்ந்து விளக்கைப் போட்டேன். ஓடி அப்பாவின் அறைக் கதவை ஓங்கித் தட்டினேன். அந்த ஒலி எனக்கே பயங்கரமாக இருந்தது. 'அப்பா அப்பா!'

கதவை அப்பா திறந்தார். அம்மா படுக்கையில் தலைவிரிகோலமாக, முழங்காலைக் கட்டிக்கொண்டு, அமர்ந்திருப்பதைக் கண்டேன். வியர்வையில் ஈரமான முகத்தில் குங்குமம் வழிந்திருந்தது. தலைமயிர் ஒட்டியிருந்தது.

'அம்மா' என்று உலுக்கினேன்.

அம்மா என்னை யாரோபோலப் பார்த்தாள்.

அப்பா அம்மாவைக் குலுக்கியபடி, 'ஆனந்தம், இதோ பார்' என்றார்.

அம்மா மாறி மாறி விழித்தாள். பிறகு தீடீரென்று விழித்துக்கொண்டாள். அப்பாவைத் தாவிப் பற்றிக்கொண்டாள். 'அது வேணாம்! அந்தச் செடி வேணாம்!' என்று வீறிட்டாள்!

'எந்தச் செடி?' என்றார் அப்பா.

'அது, அந்தக் கறுப்புச் செடி! அது வேணாம். வெட்டிடுங்க. அது வேணாம்.'

'ஏண்டி! எதுக்குச் சொல்றே? கனவு ஏதாவது கண்டியா?'

'அது வேணாம். வெட்டிடுங்க.'

'என்ன கனவு கண்டே?'

'வேணாம், வெட்டிடுங்க, வேணாம்!' அம்மா கண்ணீர் பெருக அழ ஆரம்பித்தாள்.

'சரி வெட்டிடுவோம்' என்றார் அப்பா. 'தூங்கு, நாளைக்குப் பேசுவோம்.'

'நாளைக்கே அதை வெட்டிடணும்.'

'சரி, நீ தூங்கு' என்றார் அப்பா. நீ போ என்பதுபோல எனக்குச் சைகை காட்டினார்.

2

விடிவதற்குள்ளேயே அரக்கப்பரக்க எழுந்து அந்தச் செடியைப் பார்க்க விரைந்தேன். அதற்குள் அப்பா வந்து அதன்முன் குனிந்து அமர்ந்திருந்தார். அருகே காலி பக்கெட்.

'வாடா' என்றார் அப்பா. 'பாத்தியா, ஒரே ராத்திரிக்குள்ள முளை விட்டிருக்கு.'

எனக்குள் மிகச் சன்னமாக நேற்றைய பீதி மீண்டது. தூரத்தி லேயே தயங்கி நின்றேன்.

அப்பா அதனருகே கையைக் கழுவினார். உதறியபடி, 'எப்றாய் டாக்டருக்கே இந்தச் செடியைப் பத்தி ஒண்ணும் தெரியாது. கோவளத்திலே ஒரு துரை ரெண்டு கொட்டை கொடுத்தானாம். நட்டுப் பார்த்திருக்கிறார். கறுப்பா மொளைச்சதாம். ஒண்ணை நான் பிடுங்கிட்டு வந்துட்டேன். துரை இது பேரு பிளாக் டெவில்னானாம். ஒரிஜினல் பேரு டார்த்தீனியம்னு பத்மநாபன் டாக்டர் சொன்னார். எப்படியிருக்கு பாத்தியா?'

அப்பா ஒருவிதப் பரவச நிலையில் இருந்தார்.

தயங்கியபடி அதைப் பார்த்தேன். அந்தச் செடி கருமையான இரு முளைகளுடன், இரண்டு இஞ்சு வளர்ந்திருந்தது.

'எங்கே உங்கம்மா?'

'உள்ளேயிருக்கா.'

'ராத்திரியெல்லாம் ஒரே பினாத்தல். என்னத்தைக் கனவு கண்டாளோ, என்ன இழவோ. கனகுவை இன்னிக்குக் குளிப்பாட்டணும்.'

அன்று ஞாயிற்றுக்கிழமை என நினைவுகூர்ந்தேன்.

'அப்பா இது வேணாம்பா.'

அப்பா நின்றார். அவர் முகம் தீவிரமடைந்தது. 'ஏண்டா?' என்றார்.

'பயமாருக்குப்பா.'

சிரித்தபடி என்னைத் தோளில் தொட்டு, 'முட்டாப்பயலே, அவ என்னமோ பினாத்தினான்னா ஆம்பிளைச் சிங்கம் நீ எதுக்குடா பயப்படறே? பாரேன் சாயந்தரம் அவளே தண்ணி விடுவாள்.'

'வேணாம்பா.'

'உளறாதே, வாடா. கனகுக்கண்ணு, குளிக்கலாமாடீ?' அப்பா நடந்தார். 'டேய், கருப்பனை அவுத்துக்க.'

அப்பா கருப்பனுக்கான சோப்பை எடுத்தார். கருப்பன் அதைப் பார்த்தது. 'உய்ய்ய்ங்' என்று தீனமாக ஒரு கதறல். அதன் உடல் வெடவெடவென்று நடுங்க ஆரம்பித்தது. காதை மடித்து, மூக்கைத் தாழ்த்தி, வால்நுனி மடிந்துவந்து அடிவயிற்றில் ஒட்ட, மூலையில் பதுங்கியது. சோகம் தாங்காமல் அரற்ற ஆரம்பித்து விட்டது.

நான் அருகே போனபோது அடிக்க வருபவனைப் பார்ப்பது போல், 'அய்யாங்' என்று வீரிட்டது. அவிழ்த்தேன். மேலும் மூலையில் ஒடுங்கியது. இழுத்தபோது வலுகூட்டி வர மறுத்தது. கண்ணீருடன் கூடிய விம்மல்கள் வேறு.

'வர மாட்டேங்குதுப்பா. பாவம் குளியல்னாலே அதுக்குப் பிடிக்கலை.'

‘வாடா கறுப்பா, இதப் பார், மெதுவா குளிப்பாட்டுவேனாம். உனக்கு இன்னிக்கு பிரியாணி வேணுமா, வேணாமா?’

கருப்பன் அப்பாவிடம் மன்றாடியது. ‘ஞய்’ என்றது.

அப்பா குச்சி ஒன்றைக் கையிலெடுத்தார். ‘எழும்புடா, சொன்னா கேக்கமாட்டே?’ ஓங்கினார். ‘வள்ள்ள்’ என்று பல்லைக் காட்டியது. முன் காலைத் தூக்கித் தடுக்க முயன்றது. மீண்டும் ஓங்கினார். பயங்கர ஊளையுடன் நகர்ந்து வெளியே வந்தது.

அப்பா கனகுவை அவிழ்த்துக்கொண்டார். அது எழுந்து, வாலைத் தூக்கிச் சாணி போட்டுவிட்டு, பின்காலால் ஒயிலாகக் காதை உரசியது. ‘போலாம்டா’ என்றார் அப்பா. கிளம்பு என்பதுபோல அதை மெதுவாகத் தட்டினார்.

கனகு திரும்பி தன் பிள்ளைக்குச் சத்தம் காட்டிவிட்டு, அப்பா வுக்குப் பின்னால் பதவிசாக வந்தது. மக்ரூணி கயிறு இழுபடப் பின்னர் வந்து, நடக்கும் தாயின் கால்களுக்குள் மூஞ்சியை நுழைத்து, முலையைத் தொட முயன்றது. முடியவில்லை. அலுப்புற்றுப் பக்கவாட்டில் திரும்பி பராக்குடன் நடந்தது. கீழே கிடந்த மாஞ்சருகு ஒன்றைக் கவ்விய பிறகு அவசரமாக எங்கள் பின்னால் ஓடி வந்தது. தாண்டிச்சென்று, பெரிய மனுஷத் தோரணையாகக் காத்து நின்றது. கனகு அதை ஓரிரு முறை அதட் டியது. மக்ரூணி அதை அலட்சியப்படுத்தி முன்னால் ஓடியது. புதருக்குள் ஒலிகள் கேட்டபோது செவிகளைத் தூக்கி, கண்களை உருட்டிக் கவனித்தது. பிறகு அப்பாவிடம், ‘ம்பேய்?’ என்று கேட்டது.

ஆங்காங்கே நின்று கால்தூக்கி பிஸ் அடித்தபடி கருப்பன் ‘அடப் பாவிகளா’ என்ற முகபாவத்துடன் வந்தது. வால் இன்னமும் நிமிரவில்லை.

ஆற்றில் நிறையப் பெண்கள் குளித்துக்கொண்டிருந்தனர். மணலில் குழந்தைகள் விளையாடின. ஒரே கூச்சல். துணி துவைக்கும் ஓசை. வெயிலில் நீர்த்துளிகள் கண்ணாடிச் சில்லு களாகத் தெறித்தன. ஜலம் ததும்பியபோது அலைகள் கண் கூச வைத்தன. வண்ணாரக் கல்லில் பத்திருபது பேர் தொழில் முறை லாகவத்துடன் துவைக்கும் தாளம். அவர்களுக்கு மேலே குட்டி வானவில் ஒன்று தெரிந்தது. நீர் ஆழமற்றதுபோலத் தன் அடிப்பரப்பைக் காட்டியது. பொன்னிறப் படுகை. நீந்தும்

மீன்களின் அவ்வப்போது தாவி எழும் பளிச் பளிச்சுகள். புன்னை மரத்தடியில் ஆள் இல்லை. அப்பா தாழையின் வேரில் கனகுவைக் கட்டினார். அதைப் பின் நின்று உந்தி நீரில் இறக்கினார். கனகு உடலைக் குறுக்கி, பச்சையாகச் சிறுநீர் கழித்தது. தண்ணீரை முகர்ந்து, உஸ்ஸ் என்று சீறி, ஒரு மிடறு விழுங்கியது. பிறகு தலையை அண்ணாந்தபடி நீரில் இறங்கியது. அப்பா அதன் முதுகில் நீரை அள்ளிக்கொட்டினார். திவலைகள் உருண்டன. கனகு கண்களை மூடிப் பெருமூச்சு விட்டது. ஒரு முறை அமிழ்ந்து, எழும்பி, மூக்கைத் திறந்து, சீறியது. தன் பையனிடம் 'ம்பா' என்றது. மக்ரூணி அப்பாவை ஆவலுடன் பார்த்தது. அப்பா அதைப் பின்னிருந்து உந்தினார். ஒரு நிமிடம் எதிர்பலம் காட்டிவிட்ட பிறகு ஒரே தாவு. மிதந்து தாயை அணுகி, நீரில் முங்கி முலை தேடியது. அதிருப்தியுடன் எழுந்து, காதுகளைச் சிலுப்பியபடி, விலகி நீந்தியது. மிதந்து அசையும் புன்னை மரப் பூக்களை கனகு நாக்கு நீட்டிப் பொறுக்க முயன்றது. அதன் வால் பெண்களின் கூந்தல் நுனிபோல மிதந்தது.

கருப்பன் ஆழ்ந்த சோகத்துடன் கரையில் அமர்ந்திருந்தது. துக்கம் தாளாமல் தவித்தபடி காலை மாற்றி ஊன்றிக்கொண்டது. முன் கால் ஒற்றைச் சற்றுத் தூக்கி வைத்திருந்தது. அடிபட்டது போல அடிக்கடி அரற்றிக்கொண்டது.

நானும் அப்பாவும் அதைப் பார்த்தோம். குண்டுக்கட்டாகத் தூக்கி நீரில் வீசினோம். செத்தேன் என்பதுபோல ஒரு அலறல், பிறகு ஆவேசமாகக் கரைநோக்கி நீந்தி வந்தது. நானும் அப்பாவும் அதன் தலையை நனைத்துவிடச் சிரமப்பட்டு நீரை விசிறினோம். 'பாத்துடா, மூக்கில் பூந்துடப் போறது.'

கரையேறி வெடவெடவென்று நடுங்கியது. ரொம்பவும் ஒடிசலாக அது ஆகிவிட்டிருந்தது. வால் நுனி துடித்தது. அப்பா அதற்கு நுரை பொங்க சோப்பு போட்டார். சோப்பை நக்கிவிட்டு, மூன்று நாள் வீட்டுச்சூழலை நாறடித்துவிடும் பழக்கம் அதற்கு உண்டு. எனவே அதன் தலையைக் கெட்டியாகப் பிடித்துக்கொண்டேன். என் கைகளை நக்கியது. மீண்டும் தண்ணீரில் போட்டோம். அந்தப் பகுதியைக் கலக்கும்படி ஊளையும் கதறலும் எழுந்தன. நாலைந்து குழந்தைகள் வேடிக்கை பார்க்கக் கூடினர். கருப்பன் 'உர்ர்?' என்று அவர்களைக் கோபமாகப் பார்த்து உறுமியது. வெயிலில் அதைக் கட்டினோம். சிலிர்த்து, உதறி, தன் உடம்பை நக்க ஆரம்பித்தது.

நானும் அப்பாவும் நீரில் தாவினோம். நான் நீந்தி மக்ருணியை அணுகி அதைத் தழுவினேன். அது உதறியபடி விலகிச் சென்றது.

கனகு மீன் துடிப்புபோலக் காதுகளால் நீரைத் துழாவியபடி, என்னை ஆவலாகப் பார்த்தது.

அப்பா என்னிடம், 'டேய் அந்தச் செடி இருக்கே, அது உண்மைல செடியா, மரமா, கொடியான்னு தெரியலைடா' என்றார்.

நான் வியப்புடன் பார்த்தேன்.

'அதாண்டா மூளையைப் போட்டுக் கிறுகிறுன்னு அடிக்குது. இப்பப் பார், ஒரே நாள்ல முளைச்சிட்டது.'

'அப்பா, ஒரே நாள்ல இவ்வளவு வளர்றது, கொஞ்ச நாள்லே ரொம்பப் பெரிசா ஆயிடுமே?'

'பாத்துடலாம், காலம்பற ஆனந்தம் திங்குதிங்குன்னு குதிச்சா. அவளுக்கு ஏன் இவ்வளவு வெறின்னுதான் தெரியலை.'

கனகுவைத் தேய்த்தோம். கழுத்தைத் தேய்த்துவிட்டது அதற்குப் போதவில்லை. திருப்பித் திருப்பிக் காட்டியது.

சொட்டச் சொட்டக் கரையேற்றி நடந்தோம். கருப்பன் உலர்ந்து ரோமம் பளபளக்க, உற்சாகமாகவும் புதிசாகவும் வால் சுழல, எங்கள் முன் ஓடியது.

வீட்டு முற்றத்தில் அம்மா அந்தச் செடியருகே நின்றிருந்தாள். அப்பாவிடம், 'இன்னமும் இதை வெட்டலியா?' என்றாள்.

'அப்பவே சொல்லிட்டனே, முடியாதுன்னு.'

'இது இங்க நிக்கப்பிடாது.'

'இங்கதான் நிக்கும், நீயென்னடி மகாராணி அதிகாரம் பண்றே? இது இங்க நின்னா என்ன?'

'வேணாங்க' என்றாள் அம்மா, கெஞ்சலாக.

'ஏன் வேணாம்? அதைச் சொல்லு.'

'எனக்குப் பயமாயிருக்குங்க.'

‘ஏன் பயப்படணும் ஒரு செடிக்காக? இதப் பார், இது விளையாட்டில்லை. ஒண்ணு ரெண்டில்லை. அறுபது ரூபாய் கொடுத்திருக்கிறேனாக்கும். இது இங்கதான் நிக்கும்.’

‘எதுக்குங்க இது?’

‘இனிமே இதைப்பத்திப் பேசாதே’ என்றார் அப்பா, திடீர் என்று முகத்திலும் குரலிலும் கடுமை குடியேற.

அம்மா கண்களைச் சுருக்கி, ஆங்காரத்துடன் கூர்ந்து பார்த்தாள். அவள் முகமும் உறைந்தது. பிறகு அவள் ஏதும் பேசவில்லை. உள்ளே போய்விட்டாள்.

அப்பா ஒரு நொடியில் மீண்டும் இயல்பாக மாறினார்.

‘இன்னிக்கு உனக்கு டியூசன் உண்டோ இல்லையோ?’

‘உண்டு.’

‘சீக்கிரம் வந்திடு. மட்டன் எடுக்கணும்’ என்றார்.

அப்பாவும் நானும் சேர்ந்தே கிளம்பினோம். அவர் வயல்களைப் பார்க்கப்போகிற தோரணையில் சட்டை இல்லாமல், தொந்தி மீது அங்கவஸ்திரம் அணிந்திருந்தார். திருப்பத்தில் விடை தந்து, ‘சீக்கிரம் வந்துடு’ என்றார்.

சாயந்தரம் நான் திரும்பியபோது அப்பா திண்ணையில் பரிபூரண சுகவாசியாக சயனித்திருந்தார். அருகே வெற்றிலைச் செல்லம். டிரான்சிஸ்டர். கூஜாவில் தண்ணீர். விசிறி. சிரித்தபடி அம்மா. என்னைக் கண்டதும், ‘வாடா’ என்றார்.

‘மட்டன் கொண்டு வந்துட்டானா?’ என்றேன்.

அப்பா அசிரத்தையாக நடித்து, ‘என்னது?’ என்றார்.

‘புலால்?’

‘அப்பவே. நீ வரட்டும்னு காத்திருக்கம்.’

‘கழுவியாச்சா?’

‘பின்னே?’

அம்மா காபி தந்தாள். சட்டையைக் கழற்றியபடி சாப்பிட்டேன். அப்பா கருப்பனின் பிரியாணிச் சட்டியை எடுத்தார். ஆனந்தப் பரவசமாகி, 'அய்யாங்' என்று வீரிட்டது. உடம்பு கச்சாமுச்சா என்று உதற, தவித்தது. ஆவேசத்துடன் தூணைத் தழுவி ஏற முயன்றது. வால் வீசு வீசென்று காற்றில் ஒலித்தது.

'பட்ற பாட்டைப் பார், எரப்பாளி' என்றார் அப்பா. 'வாடா.'

தோட்டத்தில் கல்லடுப்பில் பற்ற வைத்தோம். அப்பா அடுப்பில் தீ மூட்டுவதற்குள் அவரே சிவந்து அனல் மாதிரி ஆனார். பானையில் தண்ணீர் விட்டு, லேசாகக் கொதித்தவுடன் அரிசியும் வெட்டித் துண்டுபண்ணிய எலும்புகள், கழிவு இறைச்சி ஆகிய வற்றையும் போட்டோம். பிறகு முழு பாக்கெட் மஞ்சள் தூள். மாமிசம் வேகும் மணம் எழ, கருப்பனின் குரல் திக்கெட்டும் ஒலித்தது.

'வேகட்டும் வாடா' என்றார் அப்பா. அம்மா அடுக்களையில் பரபரப்பாக இருந்தாள். ஜலதரங்கக் கச்சேரி.

'ஆனந்தம், தேங்காய்ப்பால் ஏதாவது பிழியணுமா?'

'நச்சரிக்காம இருந்தாப் போறும்.'

தட்டில் அரளிப் பூக்களைச் சிவப்பாகக் குவித்து வைத்ததுபோல இறைச்சித் துண்டங்கள் இருந்தன. தீ திகுதிகுவென்று எரிந்தது. அம்மாவின் முகம் தளதளவென்று அலை பாய்ந்தது. முந்தானை யால் மூக்கைப் பிழிந்தாள். கண்கள் சிவந்திருந்தன. வெங்காய வாசத்துடன் இருந்தாள். அப்பா டைனிங் டேபிளில் தாளமிட்டு 'கல்யாண சமையல் சாதம்! காய்கறிகளும் பிரமாதம்!' என்று பாடினார்.

நான் அம்மாவிடம் ரகசியமாக, 'என்னது, செடி விஷயமா சிதம்பரம் பிள்ளை ரொம்பப் பிடிவாதமா இருக்காப்ல' என்றேன்.

அம்மா என்னைப் பார்த்தாள். 'அது அப்படித்தாண்டா, எப்ப குழந்தை, எப்ப பெரிசுன்னு ஒண்ணும் சொல்ல முடியாது.'

'அவருக்கென்ன அந்தச் செடி மேலே இவ்வளவு?'

'பைத்தியம், கறுப்பா இருக்கோல்லியோ?'

'அதனால?'

'அந்த மீனாட்சிகூடத்தான் கறுப்பு.'

'அதான் நீ வேணாங்கறியா?'

அம்மா சிரித்து, 'போடா' என்றாள். பிறகு சீரியஸாகி, 'அது கிரகச்சாரம்டா, வீட்டுக்கு நல்லதில்லை' என்றாள்.

'நீ நேத்தைக்கு என்ன கனவும்மா கண்டே?'

அம்மா திடீரென்று சீறினாள். 'நீ போடா, உன் வேலையைப் பாரு...'

நான் குழம்பியவனாக வெளியே வந்தேன். கருப்பனின் பிரியாணி தயாராகிவிட்டது. வாழையிலையில் அதைக் கொட்டி, கிளறி, ஆறவைத்தோம். 'கருப்பனை விடுடா...' நான் ஓடிப் போய், கருப்பனை அவிழ்த்தேன். ஒரே பாய்ச்சல். நான் வந்த போது கருப்பன் இலையருகே பரிதவித்தபடி நின்று கொண்டிருந்தது. உடம்பு தவித்தது. அப்பாவைப் பார்த்து, 'ம்ம்...ம்...வ்' என்று முனகியபடி வாலாட்டியது. அப்பா வேறெங்கோ பராக்கு பார்த்தபடி நின்றார்.

'சொல்லிடுங்கப்பா. சும்மா அதைச் சித்ரவதை பண்ணாதீங்க.'

'டிஸிப்ளின் டெஸ்டுடா, சரி, எடுத்துக்கடா கறுப்பா...'

கருப்பன் பாய்ந்து விழுந்தது. லபக் லபக் என்று விழுங்கியது.

'இனி கனகுவுக்குக் கஞ்சி' என்றார் அப்பா. சிறிய செம்பு அண்டா வில் சிறிது உளுந்து சேர்த்து காய்ச்சி ஆற வைத்திருந்த கஞ்சியை இருவருமாகச் சுமந்து சென்று கனகுவின் முன் வைத்தோம். கனகு முழுங்கியது. கண்வரை கஞ்சி.

'கஞ்சியிலே எதுக்குப்பா முங்கறது?'

'பழக்கதோஷம். புண்ணாக்கு தேடறது.'

'அப்பா, மக்ரூணிக்கு?'

'இன்றைக்குப் பாலே கறக்கலை. எல்லாமே மக்ரூணிக்குத்தான்.'

மக்ரூணி பாலின் போதையில் வாழ்வே மாயம் என்று படுத்துக் கிடந்தது.

ராத்திரிச் சாப்பாடு ஒரே கனம். ஆட்டிறைச்சிப் பொரியல். இறைச்சியினால் குழம்பு. அம்மா மிகவும் பக்குவமாகச் செய்தி ருந்தாள். குழம்பில் நிறைய தேங்காய்ப்பாலும் மசாலாவும் சேர்த் திருந்தாள். எண்ணெய்ப் படலத்தில் கருகிய வெங்காயங்கள் மிதந்தன. தேங்காய்ப் பாலில் வேக வைத்து, சற்று நெய் சேர்த்துப் பொரித்த இறைச்சித் துண்டங்கள் பழுப்பு கலந்த தவிட்டு நிறத்தில் மினுங்கின. பச்சை மிளகாய்களைப் பிளந்து உடன் சேர்த்துப் பொரித்திருந்தாள்.

'சொல்லிட்டேன். இனிமே அடுத்த மாசம்தான். சும்மாச் சும்மா வாங்கிட்டு வாந்தீங்கண்ணா எடுத்து வீசிடுவேன். தொந்தி இப்பவே பார்க்கச் சகிக்கலை' என்றாள் அம்மா.

'தேவாம்ருதம் மாதிரி சமைக்கிறேடி.'

அம்மா போலிக் கடுகடுப்புடன், 'ஐஸெல்லாம் வேணாம். பேசாமச் சாப்பிடுங்க' என்றாள்.

'உண்மையிலேயே பிரமாதம்மா.'

அம்மா பூரித்துப் போனாள். 'சாப்பிடுடா' என்றாள்.

'நீ சாப்பிடலையா ஆனந்தம்?'

'அப்புறம்' என்றாள்.

அப்பா சாப்பிட்டு எழுந்தார். 'டேய், நல்ல மல்யுத்தம் பண்ண ணும்மாதிரி இருக்குடா.'

'திண்ணையில் படுத்து உருள்றது. பரம்பரைப் பழக்கம் அது தானே' என்றாள் அம்மா, தட்டுகளை எடுத்தபடி.

'தொந்திமேல சந்தனம் வேணும்மா.'

'சும்மாவா, எங்க தாத்தா பரம்பரைப் பண்ணையார் தெரியுமா?' அப்பா ஏப்பம் விட்டார். 'எங்கேடி விசிறி?'

அன்று சீக்கிரமே தூங்கிவிட்டோம். இரவில் நான் சிறுநீர் கழிக்க எழுந்தேன். மணி எத்தனை இருக்கும் என்று தெரியவில்லை. பின்னிரவுதான். நிலா கிழக்கே சரிந்திருந்தது. காற்று சலனமற்று இருந்தது. தென்னைமர ஓலைகளில் இருந்து பனி சொட்டும் ஒலி கேட்டுக்கொண்டிருந்தது. நல்ல குளிர். கனகு கால்மாற்றி நிற்கும்

குளம்பொலி கேட்டது. நிலைகொள்ளாத ஒரு தவிப்பு எனக்குள் இருந்தது. நிலவின் ஒளியில் ஓலைகள் எண்ணெய் பூசப் பட்டவைபோல மினுங்குவதைக் கண்டேன். தகடு தகடாக நில வொளியைப் பிரதிபலித்தபடி பலா மர இலைகள் அசைந்தன. நிழல் மெலிதாக இழுபட்டது. கரிய வலைபோல, எங்கோ ஏதோ மலர் விரியும் மணம். உளுந்து வறுப்பதுபோல இல்லை. அது மஞ்சனத்தி மர இலைகளின் பச்சிலை மணம்... இல்லை... புதிரானது! மோஹினி?

எனக்குத் திடீரென்று டார்த்தீனியத்தின் ஞாபகம் வந்தது. முற்றத்தை அடைந்தேன். நிலவில், நிழல்களும் ஒளியின் பல் வேறுவித படங்களும் பின்னி, அசைந்தபடி, முற்றமே வேறு ஏதோ இடம்போல இருந்தது. இருட்டில் கூர்ந்து கவனித்தபோது டார்த்தீனியம் இரண்டு சாண் உயரத்தில் வளர்ந்து நிற்பது தெரிந்தது. முழங்கையளவு கனம். இலைகள் இல்லை. ஒரே யொரு உள்ளங்கை அகல இலை மட்டும்தான். அதன் கருமை மினுங்கியது. பயத்தாலும் விளக்க முடியாத ஒருவிதக் கவர்ச்சி யாலும் நான் ஆட்கொள்ளப்பட்டேன். கனவு காண்கிறேனா என்ற சந்தேகம் ஏற்பட்டது. பிரமை பிடித்தவன் போல நகர்ந்து, அதனருகே சென்று குனிந்தேன். ‘உஸ்ஸ்’ என்று ஒரு சீறல். அப்படியே புல்லரித்துப் போய்விட்டேன்.

அந்தக் கருநாகத்தின் கண்கள் இரு சிறு கண்ணாடிக் கோளங்கள் போல இருந்தன. இன்னது என்றில்லாத ஒரு நிறத்தில் மினுங்கின. ஓசை கேட்டுத் தனது பத்தியை சடக் சடக் என்று மாறி மாறித் திருப்பியது. அதன் உடல் டார்த்தீனியத்தைச் சுற்றியிருந்தது. அதன் பத்தி அதற்குக் குடை பிடித்திருந்தது. மகத்தானதோர் தரிசனத்தைப் பார்ப்பவன்போல நின்றேன். உடம்பு, மனசுடனான தொடர்பு களை ஒவ்வொன்றாக உதறுவதுபோல இருந்தது. கண்கள் மெல்ல மங்கின. காட்சி அலைபாய்ந்தது. கண்களுக்குள் நிழல்கள் நெளிந் தாடின. காதில் கிர்கிர் என்று ரீங்காரம் ஒலித்தது. விழப்போகிற வன்போலத் தள்ளாடினேன். மறுகணம், அத்தனை சக்திகளையும் திரட்டி, உலுக்கி விடுபட்டேன். பயம் என்னை உயிர்கொள்ள வைத்தது. விழக்கூடாது. விழுந்தால் தீர்ந்தேன். மூச்சுவிடச் சிரம மாக இருந்தது. முகத்தின்மீது குப்பென்று நீராவி ஊதப்பட்டது போல் இருந்தது. நொடியில் தொப்பலாக வேர்த்துவிட்டேன். தட தடக்கும் நெஞ்சைக் கையால் அழுத்தியபடி, உற்றுப் பார்த்தேன். கருநாகம் தார் உருகி வழிந்தோடுவதுபோல விலகிச் சென்று கொண்டிருந்தது.

அம்மா வெலவெலத்துப் போய்விட்டாள். அப்படியே ஆவேச மாகப் பாய்ந்து திண்ணைக்கு வந்தாள். அப்பா காலாட்டியபடி பேப்பர் படித்துக்கொண்டிருந்தார். முற்றத்தில் யோசனையில் ஆழ்ந்த கருப்பன். அம்மா, 'இதப் பாருங்க, இப்பவே வெட்டியாகணும் இந்தப் பீடையை' என்றாள்.

அப்பா பேப்பரைத் தழைத்தார். 'ஏண்டா ராஜு, கக்கிட்டியா?' என்றார். 'பயலுக்குக் கற்பனை பத்தாது. வர்ணனையெல்லாம் சினிமாத்தனமா இருக்கு.'

அம்மா முகமும் கண்களும் சிவந்து பழுக்கக் கத்தினாள். 'அதை இனிமே இங்க வைச்சிருக்கப்படாது... அது என்னமோ வெஷச் செடிதான். மகாதேவா எம்பெருமானே... நேத்து எம் புள்ளையக் காப்பாத்தினேப்பா... கருநாகம் வாரதுன்னா... வேண்டாங்க, சொல்றதக் கேளுங்க.'

'ராஜு, நீ என்ன பண்றே, சாயந்திரம் முழுசா ஒரு எலுமிச்சம் பழத்தத் தலையில் தேச்சு குளிக்கறே. அப்புறம் ஒரு அரைமணி நேரம் ஜபம், தூங்கறதுக்கு முன்னாடி...'

அம்மா படாரென்று தன் மார்பை அறைந்தாள். வீரிட்டு அழ ஆரம்பித்தாள். ஆவேசமும் ஆத்திரமுமாக எதேதோ கூறினாள். அப்பா உடம்பு துடிக்க எழுந்தார். 'நிறுத்துடீ பீடை! எதுக்குடி இப்படி அழறே? நிறுத்துடின்னா...'

'மாட்டேன். நான் இந்த வீட்லே இருக்க மாட்டேன். போயிட றோம். நானும் எம்புள்ளையும் போயிடறோம்!'

அப்பா ஒரு அடி முன்னால் எடுத்து வைத்தார். அவர் கரம் எழுந்து தாழ்ந்தது. கண்ணிமைக்கும் நேரம். நான் ஸ்தம்பித்து நின்று விட்டேன். உறைந்துபோய் அம்மாவும் அப்படியே நின்றாள். நம்ப முடியாதவள்போல. அப்பாவா? அடிக்கிறாரா?

சிவந்து துடித்த முகத்துடன் அப்பா உறுமினார். 'நாடகமா போடற நாயே? முடியாதுன்னு சொல்றேன். ஆட்டம் போட்டா விட்டுருவன்னு நெனைச்சியா? மறுபடி யாராவது இதைப்பத்திப் பேசினீங்கன்னா, படவா, செருப்பு பிஞ்சிடும், ஜாக்கிரதை!'

அம்மா அப்படியே சுவரில் சாய்ந்தபடி வெறித்துப் பார்த்தாள். அப்பா திண்ணையில் அமர்ந்து பேப்பரை விரித்துக்கொண்டார். அவரது கைகள் நடுங்கவே, பேப்பர் கடகடத்தது.

அம்மாவின் முகம் அப்படியே வெறிச்சிட்டு நின்றது. பிறகு திடீரென்று கோணியது. விநோதமான குரலில் ஒரு விசும்பல் வெடித்தது. பிறகு பாய்ந்து உள்ளே ஓடினாள். நான் அவளைத் தொடர்ந்து ஓடினேன். சமையலறைக்குள் புகுந்து, விம்மி விம்மி அழுதாள். நான் அவளருகே சென்று நின்றேன். எனக்கு இதெல்லாம் என்னவென்றே புரியவில்லை. அம்மா என்னைக் கவனிக்கவில்லை.

'அம்மா' என்றேன்.

அம்மா, 'நீ போடா, போய்ப் படி' என்றாள்.

என் மனசில் அடி விழுந்தது. அம்மா அப்பாவாக இருந்தாலும் அவர்கள் உலகில் எனக்கு இடமில்லையோ?

அதன் பிறகு எங்கள் வீட்டுச் சூழலே மாறிவிட்டது. அம்மாவின் முகம் சதா சீற்றமும் ஆங்காரமும் கொண்டதாக இருந்தது. அப்பா மேலும் இறுகி மௌனமானவராக ஆனார். எதிர்ப்பினாலோ என்னமோ, அவர் சதா சமயம் அந்தச் செடியின் பக்கத்திலேயே இருந்தார். எனக்குத்தான் தாங்க முடியவில்லை. வீடெல்லாம் இருட்டு கவிந்துவிட்டதுபோல் இருந்தது. மூழ்கிக்கொண்டிருப்பவன்போலக் காற்றுக்காகத் தவித்தேன். இன்று சரியாகிவிடும், நாளை சரியாகிவிடும் என்று தினமும் எதிர்பார்த்தேன். மனச் சுமையுடன் தூங்கப் போனேன். நம்பிக்கையுடன் விழித்தெழுந்தேன். இரவில் விழித்துக்கொண்டால் தலையணையில் முகம் புதைத்து அழுதேன். இருட்டில் கட்டிலைவிட்டு இறங்கவே பயமாக இருந்தது. தரையெல்லாம் இருண்ட வழவழப்பான நிழல்கள் தெரிந்தன.

3

டார்த்தீனியம் வளர்ந்த வேகம் பிரமிக்கச் செய்வதாக இருந்தது. அதில் இலைகள் விரிந்தன. முதலில் அவை கருமையான ஒளியுடன் ஃபிலிம் ரோல் போலச் சுருண்டு மேலெழுந்தன. பிறகு விரிந்து, வெற்றிலை வடிவ இலைகளாக ஆயின. கிராஃபைட்டால் செய்யப்பட்டவைபோல, கரிய வழவழப்பான இலைகள். வெயிலில் அவை மினுமினுப்புடன் அசைந்தன. அப்பா அந்தச் செடியின் அற்புதத்தில் ஆழ்ந்துபோயிருந்தார். தினம் காலையிலும் மாலையிலும் நீருற்றி, களை பிடுங்கி,

இலைகளை நீவிவிட்டு, அதைச் சீராட்டினார். அவர் முகம் சட்டென்று அந்நியமாக ஆகிவிட்டிருந்தது. அவரை அணுக விடாமல் அது தடுத்தது.

இரண்டு வாரத்துக்குமேல் தாக்குப்பிடிக்க அம்மாவால் முடியவில்லை. ஒரு காலையில் டீக்காக நான் சமையலறைக்குப் போனபோது, அப்பா சிரித்தபடி அவளுடன் பேசியபடி, டைனிங் மேஜையில் அமர்ந்திருந்தார்.

'அப்பா!' என்று வியப்புடன் கூவினேன்.

அப்பா வெட்கத்துடன் சிரித்தார். பிறகு, 'வாடா பயலே' என்றார். 'சாயந்தரம் திற்பரப்பில் மஹாதேவரைப் போய் விசாரிச்சுட்டு வரலாம்னு உங்கம்மா சொல்றாள்' என்றார்.

'ஏன் உங்க சண்டை முடிஞ்சதனாலியா?'

'இல்லை, இவளுக்கு நல்ல புத்தி வந்திட்டதைக் கொண்டாடறதுக்கு. டார்த்தீனியம் நின்னுட்டுப் போகட்டும்கறா.'

அம்மா வெட்கத்துடன் சிரித்தாள். 'ஆமாண்டா, இது பிடிச்ச பிடிய விடறதா இல்லை. அவ்வளவு இஷ்டம்னா வளத்துட்டுப் போகட்டுமே.'

'உனக்குப் பைத்தியம்' என்றேன்.

ஏனோ அம்மாவின் முகம் சிவந்தது. சிரித்தாள்.

'இன்னைக்கு ஸ்பெஷல் வாழையிலை அப்பம்!' என்றார் அப்பா. 'நாங்க காலையிலே எந்திரிச்சாச்சு.'

நான் வாழையிலையும், நெய்யும், மாவும் வேகும் அந்த இனிய கலவை மணத்தை அப்போதுதான் உணர்ந்தேன். எனக்கு சந்தோஷமாக இருந்தது. மழைவிட்டு வானம் வெளுத்தது போல்.

சாயந்திரம் திற்பரப்புக்குப் போனோம். அம்மாவுக்கு வேண்டுதல் இருந்தது. சர்க்கரைப் பொங்கல். கோயில் பெரிது. கூட்டமே இல்லை. அருகே நதி. அது நாலு ஆள் உயரத்திலிருந்து அருவியாகக் கொட்டியது. தண்ணீர் குறைவுதான் என்றாலும் ஆக்ரோஷம் இருந்தது. வான வில்லுக்குக்கீழே நுரையாகக் கொட்டியது. கரிய பாறைகள் வழவழப்பாக, ஈரமாக இருந்தன. யானை மீது வெண்பட்டுச் சேலையைப் போட்டதுபோல் இருந்தது

நீர்வீழ்ச்சி. அருவியில் நானும் அப்பாவும் குளித்தோம். அம்மா கரையில் அமர்ந்து, அப்பாவின் தொந்தியை கிண்டல் செய்தாள். அவளையும் குளிக்க வைக்க அப்பா பெருமுயற்சி செய்தார். பிரயோசனம் இருக்கவில்லை. துரத்திக்கூடப் பார்த்தார். பிடிப்ப தற்குள் உத்தரிணியும் கையுமாக ஒரு அய்யர் வந்துவிட்டார்.

பிரசாதத்தை சுழித்தோடும் நதியின் நடுவே, துருத்தி நின்ற பாறைகளில், கொண்டுசென்று சாப்பிட்டோம். தண்ணீரின் ஒலி தான் நான்கு திசைகளிலும். காற்றே ஈரமாக இருந்தது. பொங்கல், நெய்மணமும் தேங்காயும் இழைந்து நன்றாக இருந்தது. பாதியை மீன்களுக்கு வீசினோம். அதற்குள் குரங்குகள் பாறைகளைத் தாவித்தாவிக் கடந்து வந்தன. ஒன்று குழந்தை வைத்திருந்தது. ஒன்று பூதாகரமான தலைவன். இரண்டு பையன் குரங்குகள் தாவுவதில் காட்டிய உற்சாகத்தைப் பொங்கலில் காட்டவில்லை. முதலில் தலைவன் வேண்டுமளவு வாங்கிக் கொண்டது. பிறகு தாய் மிகவும் பணிவோடு வாங்கியது. ஒன்றின் மூஞ்சி சிவப்பாக இருந்தது.

'ருதுவாயிருக்கு' என்றார் அப்பா.

'சீச்சீ உளறாதீங்க.'

'போடி உனக்கென்ன தெரியும்? பார், அதோட நாணத்த. ஏண்டிம்மா, குளிச்சிண்டிருக்கே இல்லியோ?'

அம்மாக் குரங்கு அக்கறையாகப் பிள்ளைக்கு ஊட்டிவிட்டது. பிள்ளைக்கு அது கவுரக் குறைச்சலாகப் படவே, கை நீட்டி அள்ள முயன்றது. வாயை அசைத்து வாங்க மறுத்தது. தாய் பலவந்த மாக ஊட்டிவிட்டு, உர்ர் என்று அதடடியது. குட்டி நாலாபுறமும் தாவ முயன்றது. பராக்குப் பார்த்த மாதிரி இருக்கும் அன்னை, பிள்ளை ஒரு குறிப்பிட்ட எல்லைக்கு வெளியே போனால் வெகு கணக்காக வாலைப் பிடித்து ஒரு இழுப்பு இழுத்தது.

'உங்கம்மா மாதிரியே இல்லை?' என்றார் அப்பா.

'மீனாட்சி மாதிரிப்பா. கறுப்பு வேற.'

'ஒதைப்பேன் ராஸ்கல்! விட்டா தோள்மேலேயே ஏறிடுவியே.'

அப்பா அடிக்க வந்தார். அம்மா குலுங்கிக் குலுங்கிச் சிரித்தாள்.

பொன் வெயிலில் திரும்பி வந்தோம். அம்மா வேர்த்திருந்தாள். எங்கள் வீடு யாருமற்று, தூரத்திலிருந்து பார்த்தபோது, யாருடையதோ போல இருந்தது.

முற்றத்து மாமரத்தைச் சுட்டிக்காட்டி அம்மா கூவினாள்.

'அய்யோ, அந்த மாமரத்தைப் பாருங்க.'

'என்னடி?'

'அதன் தளிரெல்லாம் கருகிப் போச்சு!'

எனக்கு ஜில்லென்றது. உண்மைதான்! இளமை மதர்ப்போடு நின்ற மாமரத் தளிர்கள் கருகி, இலைகள் பழுத்து, சோர்ந்து நின்றிருந்தது. அனல்பட்டதுபோல!

'அந்தச் செடிதான்! அது பயங்கர விஷம்!' அம்மா மூச்சிறைக்க கூவினாள்.

'ஆரம்பிச்சுட்டியா?' என்றார் அப்பா கோபமாக.

அம்மா மௌனமாகக் கண்ணீர் விட்டாள்.

'வேர்ல புழு அரிச்சிருக்கும். உடனே செடிமேல பழி. எனக்கு அதைப் பிடிச்சிருக்கு அதான் ஒரே காரணம்.'

'இல்லீங்க, சொல்லலீங்க...'

அப்பா பிறகு எதுவும் பேசவில்லை. அதுவரை இருந்த பிரகாசம் போய்விட்டது.

அன்றிரவு மௌனமாகச் சாப்பிட்டோம். எனக்கு இரவில் தூக்கமே வரவில்லை. அர்த்தமற்ற என்னென்னவோ கற்பனைகள், சஞ்சலங்கள். புரண்டு புரண்டு படுத்தேன். புலன்களுக்கு அப்பாற்பட்ட ஒரு எச்சரிக்கையுணர்வு என்னை அமைதியிழக்கச் செய்தது.

அப்பாவுக்கு என்ன ஆயிற்று? அந்தச் செடியின்மீது அவருக்கு என்ன மோகம் அப்படி? எதையுமே ஏற்காதவராக எப்படி மாறினார்? அவருடைய நடத்தையில் பழைய இயல்பான உற்சாகம் இல்லாமல் ஆயிற்று. அந்தச் செடி ஒரு மோஹினிப் பேய்போல அவரை பிடித்துக்கொண்டுவிட்டிருந்தது.

எனக்கு உடம்பு சிலிர்த்தது. அந்தச் செடியை அருகே போய்ப் பார்த்தேன். மோஹினியேதானா? அப்பாவின் கதைகளில் வருகிற, உயிரை அணு அணுவாக உறிஞ்சிக் கொல்கிற, மோஹினிதான் செடியாக வந்ததா? குரூரமான கருமை நிறம். கடும் விஷம். நாகமோஹினியா? சே, என்ன பைத்தியக்காரத்தனம்.

அந்தச் செடி வளர்ந்த வேகம் பிரமிக்கத்தக்கதாக இருந்தது. இப்போது அது என் மார்பளவு உயரத்தில் இருந்தது. இரண்டு தளிர்ச்சுருள்கள் காற்றில் அலை பாய்ந்து, எங்கள் வீட்டை நோக்கித் தாவி நின்றன. ஒரு விபரீதச் சிற்பம்போல் இருந்தது அது. என்ன கருமை! கண்ணை நிறைக்கும் கருமை. அதைப் பார்த்தபடி நின்றால் கருமை கண்ணுக்குள் புகுந்து பார்வையை மூடுவதுபோல் இருக்கும். எத்தனை தருக்க போதம் இருந்தும் அது ஒரு செடியல்ல என்றே எனக்கு உள்ளூரத் தோன்றிக் கொண்டிருந்தது. அது அப்பாவின் அறைச் சன்னலைப் பிடித்துப் படர்ந்தேறியது. அதைப் பார்க்க அவ்வப்போது ஆட்கள் வந்தனர். வெளியூர் ஆட்களும்கூட வந்தார்கள். அதன் விதை களுக்குப் பலர் ஏற்பாடு செய்துகொண்டனர். அப்பாவுக்கு ஏகப் பெருமை. மணிக்கணக்கில் வந்தவர்களிடம் அதைப் பற்றியே பேசினார். அதனருகிலேயே அமர்ந்து பார்த்தவாறு இருந்தார். ஈஸிசேரையே அதன் அருகே தூக்கிக் கொண்டுபோய் போட்டுக் கொண்டார்.

மெல்ல மெல்ல பசு, நாய், நாங்கள், எல்லாமே அவருடைய பிரக்ஞையை விட்டு உதிர்ந்து, பரிபூரண டார்த்தீனியதாசனாக அவர் ஆனார். எங்கள் முற்றத்து மாமரம் முற்றிலும் பட்டுப் போய்விட்டது. அதன் அருகே நின்ற ரோஜாச் செடிகளும், செம்பருத்தி மரமும் கருகிப் போயின. சற்றுத் தொலைவில் நின்ற தோட்டத்துப் பலாமரமும் காய்ந்துபோக ஆரம்பித்தது. இலை கள் உதிர்ந்து, பெரியதொரு சுள்ளியை நட்டு வைத்ததுபோல நின்றது அது. அப்பாவிடம் இதைப் பற்றியெல்லாம் பேசவே முடியாத நிலை. அம்மா அந்தச் செடிப்பக்கம் திரும்பவே மறுத்தாள். சமையலறைக்குள் ஒண்டிக்கொண்டாள்.

ஒரு நாள் யதேச்சையாக அவளைச் சற்றுக் கவனித்தபோது திடுக்கிட்டேன். அவள் பல் தேய்த்துக் கொண்டிருந்தாள். நான் கனகுவுக்குத் தண்ணீர் காட்டிக்கொண்டிருந்தேன். அம்மாவின் கன்னம் ஒட்டிப்போயிருந்தது. கண்களின் கீழே அழுத்தமாகக் கருமை. சருமம் வறண்டு, கைகள் செதில் செதிலாக இருந்தன.

கழுத்தில் எலும்பு துருத்திய பள்ளம். நான் அவளிடம், ‘உடம்புக்கு என்னம்மா?’ என்று விசாரித்தேன்.

‘ஒண்ணுமில்லேடா’ என்றாள்.

‘பின்ன ஏன் இப்படி இருக்கே?’

‘எப்படி?’ என் கண்களைச் சந்திக்க மறுத்தாள்.

‘நீ கண்ணாடி பார்த்துக்கறதுண்டா? ஜுரம் வந்ததுமாதிரி இருக்கே.’

‘உனக்குச் சும்மாத் தோண்றது’ என்றபடி வாயைக் கொப்பளித்தாள்.

‘இல்லேம்மா, நீ இப்பல்லாம் சரியாச் சாப்பிடறதில்லைன்னு நெனைக்கிறேன்.’

‘போடா உளறாமல்’ என்றபடி போய்விட்டாள்.

நான் ஆத்திரத்துடன், தண்ணீர் குடிக்காமல் வெறித்த பார்வையுடன் நின்றுகொண்டிருந்த கனகுவைக் கயிற்றின் நுனியால் அறைந்தேன். தோலைச் சிலிர்த்தது. பீளை கட்டிய கண்களால் என்னைப் பார்த்தது. நான் அதையும் அப்போதுதான் கவனித்தேன். சதை வற்றி, வயிறுகள் குழி விழுந்து, விலா எலும்புகளும் பின்னெலும்புகளும் புடைத்து, அடிமாடுபோல இருந்தது. அதன் கண்களில் அந்த ஈரமான மினுக்கம் இல்லை. மையிட்ட கருமை இல்லை. நாசி வறண்டுவிட்டது. முகத்தில் நரம்புகள் இரு புறமும் புடைத்து நின்றன. ‘என்னடி ஆச்சு உனக்கு’ என்று உத்வேகத்துடன் கேட்டபடி அதை அணைத்தேன். மெல்ல விடுவித்துக்கொண்டது. அவிழ்த்தபோது பேசாமல் தொழுவை நோக்கி நடந்தது. அதன் எலும்புகள் தெளிவாகத் தெரிந்தன. மனம் பிசையப்பட்டதுபோல வலித்தது.

மறுநாள் கனகு இறந்து போயிற்று. இயற்கை மரணம் அல்ல. அன்று, நான் அறைக்குள் இருந்தபோது, வெளியே கனகுவின் குளம்பொலி கேட்டது. நான் அதை அவ்வளவாகக் கவனிக்கவில்லை. மாலை மயங்கினால் கனகு அமைதி இழந்து, தொழுவில் நின்று தவிக்கும். கயிற்றை அறுத்துவிட முயலும். ஏழெட்டு தடவை அறுத்தும் விட்டது. எங்கும் போகாது. அப்பாவின் அறைச் சன்னலின் அருகே வந்து, உள்ளே பார்த்தபடி,

அப்படியே நிற்கும். எந்தவிதமான ஒலியும் எழுப்பாது. மக்ரூணி அழுதாலும் கவனிக்காது. அப்பா கண்ணில் பட்டார் என்றால் மிக மெலிதாக, வயிற்றை எக்கியபடி ஒரு ஒலி எழுப்பும். அப்பா பார்த்துவிட்டு, அதைச் சற்றும் மனசுக்குள் ஏற்காதவராக, வெற்றுக் கண்களுடன் போய்விடுவார். கனகு அவரைத் தொடர முயலாது. அப்படியே நிற்கும். ஒரு முறை திண்ணையில் அப்பாவின் துண்டு கிடந்தது. அதனருகே கனகு நின்றிருப்பதைக் கண்டேன். பெருமூச்சு விட்டபடி, முகர்ந்தபடி, மெல்ல அதை உரசியபடி. நான் அதைக் கண்டால் இழுத்துச் சென்று மீண்டும் தொழுவில் அதைக் கட்டுவேன். முரண்டெல்லாம் அதனிடம் இல்லை. தளர்ந்த நடையுடன், கூடவே வந்துவிடும். அன்றும் அப்படி நின்று கொண்டிருக்கிறதாக்கும் என்றுதான் நினைத் தேன். மெதுவாகப் பிடித்துக் கட்டலாம் என்று இருந்து விட்டேன். வீடு முழுக்க நிலவிய ஆழ்ந்த சோர்வு என்னையும் ஆட்கொண்டுவிட்டிருந்தது. மணிக்கணக்காக ஏதேதோ வெற்று எண்ணங்கள் ஓட, ஜன்னல் வழியாக அர்த்தமின்றிப் பார்த்தபடி உட்கார்ந்திருப்பது என் வழக்கமாக ஆகிவிட்டிருந்தது. கனகு வின் குளம்பொலி சற்று அருகே கேட்கவே, நான் எழுந்து வந்து பார்த்தேன். முற்றத்தில் நின்றிருந்தது. அது டார்த்தீனியத்தின் அருகே குனிவதற்கும் நான் பார்ப்பதற்கும் சரியாக இருந்தது.

ஒரு கணம் என் மூளை வேலை செய்யவில்லை. அது ஒரு இலையைக் கடித்தபிறகுதான் எனக்கு அதிர்ச்சி ஏற்பட்டது. ‘அய்யோ’ என்றபடி பாய்ந்தேன். அதற்குள் கனகு மென்று விட்டது. நான் அதை இழுத்தேன். வாயில் கரிய இலைத் துணுக் குடன் அது இரண்டடி எடுத்து வைத்தது. ஒரு கணம் அப்படியே நின்றது. மின் கம்பி ஒன்றை மிதித்ததுபோல அதன் உடம்பு அதிர்வதைக் கண்டேன். உடம்பை முன்னும் பின்னும் அலைத்த படி, ஒரு நிமிடம் தள்ளாடியது. மறுகணம் தடால் என்ற ஒலி யுடன் அது பக்கவாட்டாகச் சரிந்து, தரையில் விழுந்தது. விழுந்த அழுத்தத்தில், மறுபுறம் அதன் வயிறு கும்மென்று பலூன்போல உப்பி எழுந்தது. இரண்டு கால்கள் அந்தரத்தில் உயர்ந்து, நாலைந்து முறை உதைத்துக்கொண்டன. கண்கள் உருண்டு, கருவிழிகள் மேலே செருகிக்கொண்டன. வாய் திறந்து, பற்களில் மஞ்சளான அடிப்பாகம் தெரிந்தது. வால் தரைமீது பாம்புபோல நெளிந்தது. அது அலற முயல்வதாகவும் குரல் வரவில்லை என்றும் தோன்றியது. நானும் கனவுக்காட்சியில்போலக் குரலின்றி, அசைவின்றி நின்றிருந்தேன். அதன் உடம்பு கடைசி

முறையாக உலுக்கிக்கொண்டது. பிறகு அசைவின்மை. ஒரு கணம் அப்படியே அதன் அடிவயிற்றின் மெல்லிய மயிர்களை பார்த்தபடி நின்றேன். பிறகு என் குரல் திறந்துகொண்டது.

ஊர் கூடிவிட்டது. நான் பிரமை பிடித்தவன்போலத் திண்ணையில் உட்கார்ந்துவிட்டேன். அம்மா மயக்கம் போட்டுவிட்டாள். அவளுக்கு சிச்ருஷை செய்யும் பெண்களின் குரல்கள் கேட்டன. என் மூளை மந்தமாக ஆகிவிட்டிருந்தது. துயரமே இல்லை. கண்ணீரோ விம்மலோ இல்லை. மக்குபோல நடப்பதை வேடிக்கை பார்த்தபடி உட்கார்ந்திருந்தேன். அம்மாவைப் பார்க்கவேண்டும் என்றுகூடத் தோன்றவில்லை.

கனகுவின் வயிறு பெரிதாகியபடியே வந்தது. அதன் கால்கள் மேலும் அந்தரத்தில் உயர்ந்தன. அடிவயிற்றின் வெண்மை மேலும் துலங்கியது. முலை வீங்கி, காம்புகள் நன்கு புடைத்து நின்றன. யாரோ மக்ரூணியை அவிழ்த்துவிட, அது ஆவலாக வந்து நேராக முலையை நோக்கி முகம் கொண்டு சென்றது. 'யாராவது பிடி அதை... வெஷம் தின்ன பசு...' என்று அப்பு மாமா கத்தினார். விலக்கப்பட்டபோது மக்ரூணி ஓலமிட்டது.

'அப்ப ஆகவேண்டியதைக் கவனிக்கிறது' என்றார் மாமா.

'அதெப்படி, பிள்ளை வரவேணாமா?'

'ஆளனுப்பியாச்சா?'

'அப்பவே.'

'குழியை வெட்டிப் போடுவோம். ரொம்பத் தாமசம் பண்ண வேணாம். விஷம் தின்ன உடம்பு.'

'இதைப் போயி முற்றத்தில் கொண்டுவந்து நட்டிருக்கிறார் பாவி மனுசன்.'

'பாவம்யா, பசுன்னா உசிரு அவருக்கு.'

'அப்பவே கவனிச்சேன். இப்ப ஒரு மாசமாப் பிள்ளை ஆளே சரியில்லை. உடம்புக்கு ஏதாவது தீனமா?'

அப்பா வியர்த்து வழிய, பரபரப்பாக வந்தார். முற்றத்தில் கனகுவைக் காண்பதுவரை இருந்த தைரியம் திடீரென்று பறந்தது. அவருடைய கால்கள் தள்ளாடின. இருவர் அதை எதிர்

பார்த்தவர்கள்போலத் தாங்கிக்கொண்டனர். அவருடைய தலை மட்டும் வெட்டுக் கிளிபோல வெடவெடவென்று நடுங்கியது. அப்படியே திண்ணையில் படுக்க வைத்தனர். திரும்பி, சிவந்த கண்களால் கனகுவைப் பார்த்தார். அவருடைய முகம் ஒரு புறமாகக் கோணியது. ஒரு கையும் ஒரு காலும் ஒருமுறை இழுத்துக்கொண்டன. ஏதோ சொன்னார். குடிகாரன் உளறல் மாதிரி இருந்தது. இருமுறை வெறுமே வாயைத் திறந்து மூடினார். பிறகு மானுடக் குரல்தானா என்று சந்தேகம் ஊட்டும் விநோத ஒலி அவரை விட்டுப் பீறிட்டெழுந்தது.

'அப்பா' என்று நான் அவரைப் பிடித்துக் குலுக்கினேன். நினைவே இல்லை.

'எடுக்கலாம்' என்றார் பிள்ளை மாமா... 'அப்பு, நீ இங்கேயே நின்னுக்க. முழிச்சா தண்ணி குடுக்கணும். பாவம்...'

கனகுவின் கால்கள் நான்கும் இரண்டு ஜோடிகளாகச் சேர்த்துக் கட்டப்பட்டன. நெடுக்கு வாட்டாக பெரிய மரக்கிளை ஒன்று செலுத்தப்பட்டு, மூலைக்கு இருவராக அதைத் தூக்கித் தோளில் வைத்துக்கொண்டனர். அதன் வயிறு ஒரு புறமாகச் சரிந்து, நீர் நிறைந்த பெரிய தோல் பை போலக் குலுங்கியது. வால் தரையை வருடியது. தலை கீழ்நோக்கி வளைந்து, மூக்கு தரையை உரசியபடிச் சென்றது. நாக்குகூடத் தொங்கி, லேசாக அசைந்தது. அது மறைவதுவரை நான் பார்த்திருந்தேன்.

அன்றிரவு எங்கள் வீடு, வீடு மாதிரியே இருக்கவில்லை. அம்மா நினைவு திரும்பியபோதெல்லாம் வீரிட்டு அலறியபடி, மீண்டும் மயங்கிக்கொண்டிருந்தாள். வீடு முழுக்கப் பக்கத்து வீட்டுப் பெண்கள். திண்ணை முழுக்க ஆண்கள். யாரோ ஒரு பெண் என்னை வற்புறுத்திச் சாப்பிட வைத்தாள்.

அப்பா கண்விழித்தபோது, முழுச் செம்பு தண்ணீர் குடித்தார். சாப்பிடச் சொன்னபோது வெறுமே, 'உம்...உம்' என்று மட்டும் கூறினார்.

'நீ வந்து சொல்லுடா ராஜு' என்றார் அப்பு மாமா.

'அப்பா.'

'உம்.'

அப்பா கண்களைத் திறந்தார். ரத்தம் கட்டிய கண்கள். என்னைத் தெரியாதவர்போலப் பார்த்தார்.

'சாப்பிட வாங்கப்பா.'

'உம் உம்.'

அப்பா திடீரென்று பாய்ந்து எழுந்தார். தாக்க வருகிறார் என்று அனிச்சையாகப் பயந்து நான் பின்னால் தாவினேன். அவர் வெறியுடன் மண் வெட்டியை நோக்கிப் பாய்ந்தார். எடுத்து ஒரே வெட்டு. டார்த்தீனியம் துண்டாக விழுந்தது. வெறியுடன் உளறியபடி அப்பா அதை வெட்டிக்கொண்டேயிருந்தார்.. 'பிள்ளை என்ன இது, விடுங்க,' என்று அப்பு மாமா அள்ளிப் பிடித்துக்கொண்டார்.

அப்பாவை இழுத்துச் சென்று படுக்க வைத்தார்கள். அப்பா உளறியபடி ஏதேதோ கூவினார். பிறகு சில நிமிட மௌனம். பிறகு இருட்டைக் கிழித்து வானில் எழுகிற அலறல். முத்தன் துண்டால் மூடியபடி பாட்டில் ஒன்றை கொண்டுவருவதைக் கண்டேன். அப்பு மாமா என்னிடம் டம்ளர் கேட்டார். நான் தந்தபிறகு தயங்கி அப்பாவின் அறையின் மூலையில் நின்றேன். 'போய்ப் படு, போ' என்றார் மாமா. வந்துவிட்டேன். படுக்கையை விரிக்காமலேயே படுத்துக்கொண்டேன். பேசச்சொலி கள், காலோசைகள்... பிறகு அப்பாவின் குரல் குழறி இழுப்பது கேட்டது. என் மனம் திக்பிரமை பிடித்ததுபோல அப்படியே நின்றது. எவ்விதச் சம்பந்தமும் இல்லாத ஞாபகங்கள் திரைப் படம் போலக் காட்சிகளாக மனசுக்குள் ஓடின. எக்னாமிக்ஸ் வாத்தியார் என்னைத் திட்டுகிறார். ஆமாம் நான் அவருடைய பல்லின் இடைவெளியைப் பார்த்தபடி இருந்தேன்! அது கனவா? நான்தான் தூங்கவில்லையே! குரல்களைக் கேட்டுக்கொண்டு தான் இருந்தேன். விழித்துத்தான் இருக்கிறேன். அப்படியானால் ஏன் இந்த ஞாபகம் வருகிறது. 'த பாப்புலேஷன் தியரி ஆஃப் மால்த்தூஸ் இஸ்...' அசட்டுத்தனம். தூங்கு. ஆனால் நான்தான் தூங்கிக்கொண்டிருக்கிறேனே. மழை தூறுகிறது. குடை இல்லை. உடம்பெல்லாம் ஈரம். கொட்டும் மழையில் எகனா மிக்ஸ் வாத்தியார் சொன்னார். 'ப்ரஃபசர் லயனல் ராபின்ஸ் இஸ் அப்போஸிங் திஸ் ஆன த பேசிஸ் ஆஃப் டூ பாய்ண்ட்ஸ்.' குளிர் அடிக்கிறது. தலையெல்லாம் ஈரம். விழித்துக்கொண்டேன். உடனே வீட்டுக்குள் கேட்டுக்கொண்டிருந்த ஒலிகள்

முன்னைவிடத் தாழ்ந்து ஒலித்தன. உடம்பு தெப்பலாக வியர்வை. இவ்வளவுக்கும், காற்று ஜன்னல் வழியாகக் குளிர்ந்து போய்ப் பீறிடுகிறது. நான் எழுந்துபோய்த் திண்ணையைப் பார்த்தேன். அப்பு மாமா, முத்தன், பிள்ளை மாமா, தங்கராஜ் ஆகியோர் அமர்ந்து டம்ளர்களில் பருகிக்கொண்டிருந்தனர். நடுவே ஒரு தட்டில் ஊறுகாய்.

நான் அப்படிப் பார்த்தபடி நிற்பதும்கூட தூக்கத்தில்தான் என்று பட்டது. என் கண்ணிமைகள் அழுந்தின. கால்கள் தள்ளாடின. முகம் புசுபுசுவென்று மூடி வீங்கியிருப்பதுபோல் இருந்தது. மறுபடி பிரக்ஞையின் கீற்று மின்னியபோது நான் படுத் திருந்தேன். எப்போது இங்கு வந்தேன்? ஒருவேளை, எழவே இல்லையா? சுய நினைவற்று மீண்டும் தூக்கத்தில் அமிழ்ந்தேன். பின்னிரவில் தூக்கம் மீண்டும் மங்கியது. நான் கனகுவைக் கண்டேன். அது ஒருக்களித்துப் படுத்திருந்தது. வாய் அசை போட, கழுத்துச் சதை அசைந்தது. மிகவும் பிரகாசமான வயல் வெளி. இளம் காற்று உடைகளைச் சிலுசிலுக்க வைத்தது. கனகுவின் அடிவயிற்றோடு ஒட்டிப் படுத்துக்கொண்டேன். வெதுவெதுப்பாக இருந்தது. அதன் வால் சுழன்று என்மீது பட்டது. நான் கனகுவின் முலையைச் சப்பினேன். மென்மை யான இளம் சூடான காம்பு. பால் பெருகியது. என் கண், மூக்கு, முகம் எல்லாம் பால். மூட முடியாதபடி சிக்கிக்கொண்ட குழாயிலிருந்து கொட்டுவதுபோல அது கொட்டியது. பாலின் பெருக்கில் மூச்சுத் திணறினேன். குளித்தேன். புல்வெளி வெண்ணிறமாக ஆயிற்று. என் சட்டை, உடம்பு, கனகுவும்கூட வெண்ணிறம். கண்களை மூடி நிறைக்கும் வெண்ணிறம். கனகு என் முதுகை நக்கியது. இதமாக, மிருதுவாக...'கனகு! கனகு!' என்றேன். அது குனிந்து என் புறங்கழுத்தை முத்தமிட்டது. மூச்சு என்மீது பரவியது. 'கனகு' என்றேன். 'ராஜு' என்றது கனகு. என்னது, கனகு பேசுகிறதா? கனகு நீயா? 'ராஜு' என்றது அது. மிகவும் பழக்கமான குரல். என்ன இது? கனகுவிடம் நான் இவ்வளவு நாள் பேசிய குரல்தான் இது. 'ராஜு' என்றது கனகு மீண்டும். கனகு சாகலியா? எனக்குத் தெரியும் அப்பவே. எல்லாம் பாவ்லாதான். கனகு நீ பெரிய கள்ளி. மறுகணம் நான் தடுக்கி விழுந்தேன். கிணற்றுக்குள் இருட்டில், ஆழங்களுள்... 'கனகூ...' என்று வீரிட்டபடி, அவள் மடியில் முகம் புதைத்தேன். அம்மா என் தலைமீது வருடினாள். 'அம்மா கனகு...' என்று விம்மினேன். அம்மா குனிந்து 'அழாதேடா, கண்ணுல்ல'

என்றாள். அவள் கரம் என் முதுகைத் தடவியது. தூரத்தில் ஒரு பெரிய பறவை அகவுவதுபோலக் கேட்டது. பிறகு மிக அருகே, ஒரு குழந்தையின் வீறிடல்போல அது மாறியது. நெஞ்சைப் பிளக்கும் அலறல். 'ம்மா ம்மாஆவ்...' பரிச்சயமான குரல். ஆனால் மானுடக் குரல் இல்லை. சட்டென்று அதை உணர்ந்தேன். மக்ரூணி! உச்சஸ்தாயியில் இடைவிடாது அது கத்திக் கொண்டிருந்தது.

4

காலையில் அப்பா அரக்கப் பரக்க எழுந்து, டார்த்தீனியத்திடம் ஓடுவதைப் பார்த்தேன். பழக்கமில்லாத குடியினால் ராத்திரி ரொம்ப அவஸ்தைப்பட்டார். இருமுறை கைத்தாங்கலாகத் தூக்கி வாந்தியெடுக்க வைத்தார்கள். விடியற்காலையில் விழித்துக்கொண்டு 'கனகு கனகு' என்று கூவியதில் மொத்த வீடுமே அவரைச் சுற்றி கூடிவிட்டது. அன்று காலை நானே மிகவும் பிந்தித்தான் எழுந்தேன். வெயில் அசிங்கமான மஞ்சள் நிறத்துடன் விரிந்து கிடந்தது. எழுந்த மறுகணமே கண்கள் விண் விண் என்று தெறித்தன. மனசை சூனியம் வந்து அப்பிக் கொண்டது. அப்போது அப்பாவின் குறட்டை உரக்க ஒலித்துக் கொண்டிருந்தது. அப்பு மாமா விடைபெற்றுப் போனார். பத்து மணிக்கு வருவதாகக் கூறினார். அம்மா சோர்வாகவே இருந்தாலும், மீண்டுவிட்டாள் என்றுதான் பட்டது. நான் மக்ரூணியைத்தான் முதன் முதலாக ஓடிப்போய்ப் பார்த்தேன். தொழுவில் குவியலாக விழுந்துகிடந்தது அது. தூக்கி வெளியே கொண்டுவந்து வெயிலில் நிறுத்தினேன். அதற்குக் குரல் கட்டிவிட்டிருந்தது. உடம்பு குளிர்ந்துபோய், கண்களில் மிக மெலிதாகப் படலம்போல எதுவோ படர்ந்து பயமூட்டும்படி இருந்தது. நிற்க முடியாதபடி அதன் கை கால்கள் நடுங்கின. அடிக்கடி அது குரலெழுப்ப முயன்றது. உடம்பை உலுக்கிக் கொண்டதே ஒழிய ஒலியே எழவில்லை. அது தொடர்ந்து உயிர் வாழப் போவதில்லை என்று உள்ளூர எனக்குத் தோன்றிவிட்டது. அதன்மீது ஏற்பட்ட பரிதாபம் என்னை நெகிழச் செய்துகொண்டிருந்தது. அதே சமயம் ஒருவிதக் காவிய முடிவு என்றரீதியில் முத்தாய்ப்பு போல, அதன் மரணத்தை நான் விரும்பினேன் என்றும் தோன்றியது. சுய வெறுப்பு ஏற்பட்டது. 'ஒன்றும் ஆகாது, தேறிவிடும்' என்று இன்னொருவருக்குக் கூறுவது போல, எனக்கு நானே சமாதானம் சொல்லிக்கொண்டேன்.

மக்ரூணியின் கால்கள் வெடவெடத்தன. அது சரிந்து சரிந்து விழுந்துகொண்டிருந்தது.

அப்போதுதான் அறைக்கதவு கிரீச்சிட்டது. அப்பா பாய்ந்து வெளியே வந்தார். நேராக அந்தச் செடியை நோக்கி ஓடினார். அவிழ்த்த வேட்டியை அள்ளிப் பிடித்தபடி, அதைப் பார்த்தார். 'முளைச்சிட்டது டேய்' என்று வீறிட்டார். நான் அப்போதுதான் அந்தச் செடியைப் பார்த்தேன். அது ஒரு சாண் உயரத்தில், புதிதாக முளைத்து எழுந்திருந்தது.

அப்பா வெறி மிளிர்ந்த முகத்துடன், 'முளைச்சிட்டது. அடியேய் ஆனந்தம்! பாத்தியா முளைச்சிட்டது' என்று கூவினார். என்ன செய்வது என அறியாதவர்போல அலை மோதினார். 'வாளியை எங்க, டேய் எடுடா வாளியை' என்று கத்தினார். தாங்கமாட்டா தவராகச் சிரித்தார். சுற்றிச் சுற்றி வந்தார். தண்ணீர் கொண்டுவந்து ஊற்றினார். கைகளால் தளிரைத் தடவிக் கொடுத்தார். அவர் கண் களில் கண்ணீரைப் பார்த்தேன். உள்ளே ஓடினேன். அம்மாவிடம் போய் நின்றேன். மூச்சிரைத்தது. பேச முடியவில்லை. 'ஏண்டா' என்றாள் அம்மா.

'அது... அந்தச் செடி' என்று விக்கினேன்.

'முளைச்சிருக்கு, பார்த்தேன்' என்றாள் அமைதியாக.

'அம்மா...'

'அது இல்லாட்டி அப்பாவால் இருக்க முடியாதுடா. வேறு வழியே இல்லை.'

நான் பீதியுடன் அம்மாவைப் பார்த்தேன். என்னைப் பார்ப்பதைத் தவிர்த்தவளாக, அவள் செம்பை எடுத்தபடி புழக்கடைப் பக்கம் போனாள். நான் ஜன்னல் வழியாக எட்டிப்பார்த்தேன். கண்களைத் துடைத்துக்கொண்டிருந்தாள்.

மக்ரூணி இரண்டு நாள் உயிரோடு இருந்தது. அதைக் காப்பாற்ற நான்தான் வெகுவாக முயன்றேன். அப்பு மாமா, 'அது தேறாதுடா' என்று கூறிவிட்டார். அப்பா டார்த்தீனியத்தை விட்டு நகரவேயில்லை. அம்மாவும் சமையலறையைவிட்டு வெளியே வரவில்லை. நான் மக்ரூணிக்கு வாழைப்பழங்கள் வாங்கித் தந்தேன். கழுநீரும் கஞ்சியும் கொண்டு வந்து வைத்தேன். அது

சாப்பிடவில்லை. வாழைப்பழத்தை அதன் வாய் திறந்து ஊட்டினேன். அதன் வாய் உலர்ந்து தவிட்டு நிறமாக இருந்தது. அதன் நாக்கு வாய்க்குள்ளே உள்நோக்கி மடங்கி ஒட்டியிருந்தது. கக் கக் என்று இருமியது. பழம் கூழாக வெளியே வந்தது. சாயந்திரமானபோது, அதன் நாசியிலிருந்து நீர் வடிய ஆரம்பித்து விட்டது. கண்களில் பீளை கட்டிவிட்டது. மூச்சில் அழுகல் வாடை வந்தது. 'புகை போட்டுப் பார்' என்று பிள்ளை மாமா விட்டேத்தியாகச் சொன்னார். புகை எப்படிப் போட வேண்டும் என முத்தனை நச்சரித்தேன். முத்தன் உதவியுடன் வெங்காயத் தோல், பூண்டு, யூகலிப்ட்ஸ் இலை எல்லாம் போட்டு மூச்சுக்குள் எரியும் புகையை எழுப்பி, மக்ரூணிக்குக் காட்டினோம். சிறிது ஆசுவாசம் கண்டதுபோல மக்ரூணி காதுகளை விடைத்தது. மூக்குத் திரவம் நின்றுவிட்டது. என் வேட்டி நுனியைக் கடித்து மெல்ல ஆரம்பித்தது. அதன் கண்களும் உயிர் பெற்றன. எனக்குள் நம்பிக்கையுடன்கூட களிப்பும் பெருகியது. எழுந்தோடி வாழைப்பழத்துடன் வந்தேன். அதற்குள் மீண்டும் பழையது போல ஆகிவிட்டது. காதுகள் விழுந்துவிட்டன. மூக்கைத் தரைமீது ஊன்றி, குனிந்துவிட்டது. வாலின் அசைவும் பூரணமாக நின்றுவிட்டது. நான் அதன் காதில் 'மக்ரூணி மக்ரூணி' என்று அழைத்தேன். அதன் வெதுவெதுப்பு என்னை இளகவைத்தது. என் கண்ணீர் அதன் முகத்தில் கொட்டியது. மக்ரூணி தன் முகத்தைப் பிரயாசைப்பட்டுத் தூக்கி என்னைப் பார்த்தது. கண்கள் உருண்டன. ஒரு கணம் என் பார்வை அதனுடன் இணைந்தது. என் மனம் அதிர்வடைந்தது. அக்கண்களில் தெரிந்த வெறுமையை என்னால் தாங்க முடியவில்லை. கடவுளே! என்ன இது! மக்ரூணிக்கு என்னைத் தெரியவில்லையா? அதன் மனசில் இப்போது நான் இல்லையா? ஒரு கணத்தில், என் செய்கையின் எல்லா முக்கியத்துவத்தையும் இழக்கப்பெற்று அசட்டுத்தனமாக உணர்ந்தேன். அதன் விழி உருளைகள் சுழன்று செருகின. அதன் உடம்பு தொய்வடைந்தது. என் பிடியை நான் விட்டேன். பெரிய வெறுமையுணர்வு என்மீது கவிந்தது. மக்ரூணி இறந்துவிட்டது என நான் உணர்ந்த அக்கணமே அந்த உடல் அருவருப்புத் தருவதாக ஆகிவிட்டது எனக்கு. அதன் தலையை மெல்லத் தரை மீது விட்டுவிட்டு எழுந்துகொண்டேன். விலகி ஓடிவிட வேண்டும் என்று தோன்றியது. சற்று நடந்து திரும்பிப் பார்த்தேன். மக்ரூணி அசைவற்றுக் கிடந்தது. ஆனால் அது சாகவில்லை என்று பட்டது எனக்கு. என்னால் அதை உதறிவிட்டுப்

போகவும் முடியவில்லை. அப்படியே பார்த்தபடி நின்றேன். மக்ரூணியின் வால் சட்டென்று அசைந்தது. அதன் கால்கள் துடித்தன. தலையைச் சட்டென்று தூக்கியது. முன்னங்கால்களை ஊன்றி, எம்பி, எழ முயன்றது. எனக்குள் உவகை ஒரு அடிபோல விழுந்தது. பிழைத்துக்கொண்டுவிட்டதா! அதை நோக்கிப் பாய்ந்தேன். இல்லை, என் உடம்பு அசையாமல், அப்படியே நின்றேன். மனம் தாவி அதை அணைத்துக்கொண்டது. மக்ரூணி இருமுறை வாயைத் திறந்து, உஸ்ஸ் என்று மூச்சுவிட்டது. வால் பெரிதாகச் சுழன்றது. சட்டென்று அதன் குரல் விடுபட்டது. 'அம்பேய்' என்று அண்ணாந்து இருமுறை உச்சஸ்தாயியில் கூவியது. என் மனசைப் பிய்த்து உதறியது அந்த ஒலி. மக்ரூணி குப்புற விழுந்தது. கால்கள் விலுக்கிட்டன. அதன் நாக்கு வெளியே வந்தது. ஒரு புழு ஊர்ந்து வெளிவரத் துடிப்பதுபோல நெளிந்தபடி மெல்ல அக்கணம்வரை இல்லாதிருந்த ஒரு சிலைத் தன்மை அதன்மீது கவிழ்ந்தது.

மறுகணம், சட்டென்று, என்னை திடுக்கிடச் செய்தபடி, கருப்பன் ஓலமிட்டது. மிகச் சரியாக மக்ரூணி இறந்த கணம் எனக்கு பீதி ஏற்பட்டது. அதன் கண்களைப் பார்த்தேன். அவை மக்ரூணியின் மீது நிலை குத்தியிருந்தன. அவற்றில் கருப்பனுக்கே உரிய அந்த புத்திசாலித்தனமோ, சதா மின்னும் ஆர்வமோ இல்லை. அது எல்லா தனித்தன்மைகளையும் இழந்து, ஒரு மிருகம் மட்டுமாக ஆகிவிட்டிருந்தது. அதன் வால் நீளமாக, விறைப்பாக இருந்தது. காதுகள் விடைத்து, நாசி ஈரமாக இருந்தது. நிலைகொள்ளாமல் கால்மாற்றித் தவித்தபடி, 'பவ்! பவ்' என்று ஒலி எழுப்பியது. சட்டென்று பின்னங்கால்களில் அமர்ந்து, வாயை வான் நோக்கித் தூக்கி மிக நீளமாக ஊளையிட்டது. திடீரென்று ஏதோ புதிய ஜந்து எங்கள் தொழுவத்தில் வந்து குடியேறிவிட்டதுபோல் இருந்தது. முன்பு, கனகுவின் மரணத்தின்போதும், சரியாக அது இறந்த கணத்தில் இதன் ஊளை கேட்டது ஞாபகம் வந்தது. இவ்வள வுக்கும் அது கனகுவைக் கண்ணால் காணவே இல்லை. எப்படித் தெரிகிறது? அசட்டுத்தனமும் பிரியமும் கொண்ட ஒரு எளிய ஜீவன் அல்ல அது என்று உணர்ந்தேன். அமானுடமான ஏதேதோ வல்லமைகள் உடைய தனி ஆத்மா. அதன்மீது அந்நிமிடம்வரை எனக்கிருந்த பிரியம் அப்போது இல்லை என உணர்ந்தேன். இனி ஒருபோதும் அதை நான் முன்புபோல நேசிக்க முடியாது. அது இனி என் விளையாட்டுத் தோழன் அல்ல. என் மனம் ஜில்லிட்டது. அதன் ஒரு புலன் என் மரணத்துக்காகவும்

காத்திருக்கிறதா? சதா விழிப்பு நிலையில்? அதைப் பார்க்கவே என்னால் முடியவில்லை.

நான் பிரமை பிடித்தவன்போல ஆனேன். ஏழெட்டு நாள் கல்லூரிக்குப் போகவில்லை. யாரும் அதைப்பற்றி விசாரிக்கவும் இல்லை. வீடே வெறிச்சிட்டிருந்தது. அங்கு என்மீது பிரியம் கொண்ட எந்த ஜீவனும் இல்லை என்று தோன்றியது. எனக்கும் எதன்மீதும் அன்பு இருக்கவில்லை. டார்த்தீனியம் வளர்ந்து அப்பாவின் அறைச் சன்னலை அடைந்தது. கூரை மீது ஏறிப் படர்ந்தது. அறைக்குள் அதன் கரங்கள் நீண்டன. தளிர்ச் சுருள்களினால் அது மேஜை நாற்காலிக் கால்களைப் பற்றி, இறுக்கிக்கொண்டது. அப்பாவின் அறைக்குள் கன்னங்கரிய இலைகள், இருட்டு அடர்ந்து இருப்பதுபோல. நடுப்பகலிலும் கூட இருட்டு! அப்பா அறைக்குள், கரிய இலைகளின் ஊடாக, பரம சந்தோஷத்துடன் படுத்துக்கொண்டார். திண்ணையெங்கும் அப்பியிருந்த கொடிப்பின்னல்களின் இடையே பகல் முழுக்க உட்கார்ந்துகொண்டார். அவருடைய மனநிலை சீர் குலைந்து விட்டதோ என்று தோன்றியது. தெளிவான தடயங்கள் அதற்கு இருந்தும் நான் அதை நம்பத் தயங்கினேன். எனக்கு அந்த எண்ணமே பிடிக்கவில்லை. அவர் உணவு கொடுத்தால் சாப்பிட்டார். மெல்ல மெல்ல சுத்தமாகப் பேச்சே இல்லாமல் ஆயிற்று. அவரைப் பார்க்கவே பயம் ஏற்படும் அளவு அவரில் மாற்றங்கள் ஏற்பட்டன. முதலில் நான் கவனித்த விஷயம் அவர் மேலும் இளமையாகத் தோற்றம் தருகிறார் என்பதுதான். என்னை வியப்பிலும் மனக்குழப்பத்திலும் ஆழ்த்திய விஷயம் இது. ஆனால் தினம் அவரைக் கண்டபடி இருப்பதனால் எதையும் தெளிவாக உணர்வது சிரமமாக இருந்தது. ஒருநாள் சற்று தூரத்தில் இருந்தபடி அவரைக் கவனித்தபோதுதான் பளீரென்று புரிந்தது. ஆம், அவருடைய நரை மயிர் பூரணமாகக் கறுப்பாக மாறிவிட்டிருந்தது. பிறகு மெல்ல அவருடைய முகமும் உடலும்கூட கருமையாக ஆவதைக் கண்டேன்.

அப்பாவின் நீண்ட விடுமுறையை விருப்ப ஓய்வாகக் கணித்து, அவரை வேலையிலிருந்து விடுவித்துவிட்டது அரசாங்கம். அதுபற்றி யோசிக்கும் நிலையிலேயே அவர் இருக்கவில்லை. வீட்டில் மெல்ல வறுமை பரவ ஆரம்பித்தது. சற்றும் அக்கறை யற்றுப்போய், மௌனத்தில் ஆழ்ந்துவிட்டிருந்த அம்மா, நான் சாமான் வாங்கி வந்து போட்டால் சமைத்தாள். இல்லாவிட்டால்

பேசாமல் இருந்தாள். அவளுடைய தலைமயிர் நன்கு நரை படர்ந்துவிட்டது. முகம் சுருக்கங்கள் பரவி, தளர்ந்தது. கண்கள் கூட நரைத்துப் போயின. எங்கள் வீட்டுக்கு யாருமே வராமல் ஆனார்கள். ஊருக்குள் நான் நடந்தால் உறுத்துப் பார்த்தார்கள். எங்கள் வீட்டுக்குமுன், சாலையில், எப்போதும் சிறு கூட்டம் நின்று டார்த்தீனியத்தையும் அப்பாவையும் வேடிக்கை பார்த்தது. நான் யாரிடமாவது பேசினேன் என்றால் அவர்களுடைய இயல்புநிலை உடனே மாறுதல் அடைந்தது. விறைப்பாக பதில் கூறிவிட்டு என் கண்களைச் சந்திக்காமல் அகன்றனர். நான் பார்க்காதபோது தங்களுக்குள் பார்த்துக் கொண்டனர். முதுகுக்குப் பின்னால் நான் முணுமுணுப்புகளைக் கேட்டேன்.

எங்கள் தோட்டத்தின் சகல மரங்களும் செடி கொடிகளும் கருகிப் போயின. அரை ஏக்கர் தோட்டத்தில் அந்தச் செடியின் கன்னங்ரிய இலைகள் காற்றில் அசைவது தவிர வேறு உயிர்ச்சலனமே கிடையாது. அனைத்தையும்விட, இவற்றையெல்லாம் அதிர்ச்சியின்றி ஏற்கும்படி நான் ஆனதுதான் பேராச்சரியம். எனக்கே சில சமயம் என் மாறுதல் பீதியூட்டியது. நானும் அம்மாதிரி ஆகிக்கொண்டிருப்பதாகச் சில சமயம் தோன்றும். உடனே மூளையில் ஒரு மின் அடி விழும். இக்கணமே எல்லாவற்றையும் விட்டுவிட்டு ஓடிவிடவேண்டும் என்று தோன்றும். ஆனால் எங்கே போக? எந்த வழியும் தெரியவில்லை. ஒரு பெரிய பீப்பாய்க்குள் அடைபட்டவனாக, கன்னங்கரிய தார்க்கடலுக்குள் மூழ்கியபடி இருப்பதாகப் பட்டது. வீட்டுக்குள் உலவவே முடியாதபடி ஆனது.

ஒருமுறை நான் அப்பாவின் அறைக்குள் நுழைய நேர்ந்தது. அது மதியம். அப்பா அதுவரை உறங்கி எழவில்லை. குறட்டையொலி கேட்டுக்கொண்டிருந்தது. நான் அவருடைய அறைக் கதவைத் தள்ளித் திறந்தேன். உள்ளே டார்த்தீனியத்தின் இலைகள் காற்றில் சரசரத்தன. நிழலும் இலைகளும் கருமையாக மூடிய அறைக்குள் அப்பா தூங்கிக்கொண்டிருந்தார். அவருடைய கால்கள்தான் தெரிந்தன. அந்த நகங்களைச் சட்டென்று கவனித்தேன். அவை கருமையாகப் பளபளத்தன. டார்த்தீனிய இலைகளைப்போல! திடுக்கிட்டவனாக நான் பின்னடைய, கதவில் மோதினேன். அது கிரீச்சிட்டது. என் மிக அருகே சடாரென்று ஒரு நிழல் தலை தூக்கியது.

ஒரு கருநாகம்! அதன் மணிக்கண்களையும் செக்கச் சிவந்த பிளவை நாக்கையும் மிக அருகே கண்டேன். பழகிய பார்வையில் அறையெங்கும் ஆங்காங்கே உயிர் கொண்டன நிழல்கள்!

அடுத்த வாரமே எனக்குத் தப்பும் வழி ஒன்று கிடைத்துவிட்டது. இந்திய விமானப் படைக்கு கன்னியாகுமரியில் ஆள் எடுத் தார்கள். போனேன். என் துடிப்பு ஒவ்வொரு சோதனையிலும் வெளிப்படவே தேர்வு செய்யப்பட்டுவிட்டேன். வீட்டுக்குப் போய் விபரம் சொல்லி, பெட்டியை எடுத்துக்கொண்டு வந்து விடு என்றார்கள். அம்மாவிடம் கூறினேன். அம்மாவுக்கு முதலில் ஏதும் புரியவில்லைபோல் இருந்தது. எனக்கு ஒரு ஆங்காரம் ஏற்பட்டது. என் அகங்காரம் அடிபட்டது. 'நான் போறேன். இனிமேல் வரமாட்டேன்' என்றேன். அம்மா சட்டென்று அதிர்ந்து என்னை வெடவெடக்கும் தலையுடன் அப்படியே உற்றுப் பார்த்தாள். பிறகு 'போயிரு' என்றாள். என் மன வறட்சி நொடியில் நீங்கி, 'அம்மா' என்று தழுதழுத்தேன். அவள் கையைப் பற்றியபடி, 'நான் போய் வீடு பாக்கிறேம்மா. உங்க ரெண்டு பேரையும் உடனே கூட்டிப் போயிடறேன்' என்று தழுதழுத்தேன். ஆனால் அது பொய் என்று அப்போதே என் உள் மனசுக்குத் தெரிந்திருந்தது. அம்மாவின் உதடுகள் சிரிப்புபோலச் சற்று வளைந்தன. 'ஜாக்கிரதையா இரு ராஜு' என்று மட்டும் சொன்னாள்.

ஆனால் அப்பாவிடம் விடைபெற இயலவேயில்லை. நான் சொன்னபோது அவர் காதிலேயே அது விழவில்லை. ஈரத் துணியால் டார்த்தீனியத்தின் இலைகளில் படிந்திருந்த தூசியை மெதுவாகத் துடைத்து மெருகிட்டுக் கொண்டிருந்தார். 'அப்பா' என்று ஆத்திரத்துடன் கூவினேன். திரும்பி ஏறிட்டுப் பார்த்தார். அவருடைய கண்களின் வெள்ளைப் பரப்பில் கருநீல நரம்புகளின் வலை பின்னியிருப்பதைக் கண்டேன். பிறகு குரல் எழவே யில்லை. புறப்பட்டபோது அம்மா என் பின்னாலேயே வந்தாள். கேட்டருகே தயங்கி நின்றாள். என்னால் ஒரு அடி கூட முன்னால் எடுத்துவைக்க முடியாது இனி என்று தோன்றியது. திரும்பிப் போய் நான் போகவில்லை என்று கூறிவிடலாமா என்று தவித் தேன். அவள் அழுவாள் என்று எதிர்பார்த்தேன், அழவில்லை. முகம் மட்டும் நெளிந்தபடியே இருந்தது. திரும்பி வந்து அவள் தோளைத் தொட்டேன். கை நடுங்கியது. ஸ்பரிசம் பட்ட கணம், அவளுடனான என் விலகல் மறைந்தது. மீண்டும் அவள் மடியின்

குழந்தைபோல ஆனேன். பேசமுடியாதபடி திணறல், மார்பு விம்மித் தெறித்தது. அம்மா என் கைமீது தன் கரத்தை வைத்தாள். அழுகிய பழம்போல அவள் கரம் சதை தளர்ந்து கொளகொள வென்று ஆகிவிட்டிருந்தது. நான் சற்று பீதியுடன் அவள் முகத்தைப் பார்த்தேன். என்ன இது, இப்படி இருக்கிறாள். படுகிழவிபோல! யார் இவள்? இவள் என் அம்மா இல்லை. வேறு ஏதோ ஒரு வடிவம் அவள்மீது கவிழ்ந்து விட்டிருக்கிறது. எனக்கு அந்நியமான ஒன்று. என் நெகிழ்ச்சி வடிந்தது. 'வரேம்மா' என்றேன் உணர்ச்சியற்று. போய்விடவேண்டும்; இவளை இனிப் பார்க்கக்கூடாது. இவள் என் அம்மா இல்லை. வேறு ஏதோ. 'போய்ட்டு வா ராஜு' என்றாள். 'ஜாக்கிரதையா இரு'. நான் வளைவு திரும்பியபிறகு திரும்பிப் பார்த்தேன். வீட்டின் முகப்பில் கூரை முனை தெரிந்தது. மீண்டும் என் மனம் நெகிழ்ந்தது. கண்கள் ஈரமாயின.

ஜாக்கிரதை சற்று அதிகமாகவே தேவைப்பட்டது. பயிற்சி என்னை வதைத்தது. எனக்குச் சிறிதும் பழக்கம் இல்லாத உடற்பயிற்சிகள், மனப் பயிற்சிகள், ஈவிரக்கமற்றக் கட்டுப்பாடு. அன்பில்லாத அதிகாரம். மற்றவர்கள் முதல் இரண்டு வாரங் களுக்குப் பிறகு சமாதானமாகி, சரசமாக இருந்தார்கள்.

நான் மட்டும் வேறு ஒரு உலகிலிருந்து வந்தவன் என்று உணர்ந்தேன். காம்ப்பின் இளமையின் துடிப்புகளிலிருந்து விலகி, வெகு தூரத்தில் வாழ்ந்தேன். கூண்டில் அடைபட்ட பறவைபோல சதா ஒரு சோகம். இறகிறகாக உதிர்ந்துகொண்டி ருந்தேன். மணிக்கணக்காகப் படுத்து, கண்களை மூடியபடி, ஏதேதோ பழைய நினைவுகளில் ஆழ்ந்தேன். முதலில் தோழர்கள் என்னை இழுக்க முயன்றாலும், பிறகு விட்டுவிட்டார்கள். என் மனம் எல்லா பயங்கரங்களையும் மறந்துவிட முயன்றது போலும்; திரும்பத் திரும்ப பிரகாசமான ஞாபகங்களே வந்தன. இளமையும், குதூகலமும், கண்டிப்பும் நிறைந்த அம்மா. உற்சாகமான அப்பா. நினைவுகளை எடுத்து, கண்முன் படமாக ஓட்ட எவ்விதச் சிரமமும் இல்லை. பழக்கமான என் நாடாக் கட்டிலில் படுத்துக்கொண்டால் போதும். சில சமயம் இருவரை யும் டெல்லிக்கு அழைத்துக்கொண்டு வருவது பற்றிப் பகற்கனவு காண்பேன். விதவிதமாக அதை மனசுக்குள் நாடகமாக நிகழ்த் துவேன். அது சாத்தியமேயல்ல என்று நன்கறிந்திருந்தேன். பெரு மூச்சுடன்தான் விடுபடுவேன்.

வீட்டுக்கு ஓரிரு கடிதங்கள் எழுதினேன். பதிலே வரவில்லை. வரும் என எதிர்பார்த்ததே அசட்டுத்தனம்தான். அப்பு மாமாவுக்கு எழுதிய கடிதத்துக்கு அவர் பதில் போட்டிருந்தார். அவருடைய அபிப்பிராயத்தில் அந்தச் செடி மூலம் யாரோ எங்களுக்கு சூனியம் வைத்துவிட்டார்கள். எங்கள் குடும்பத்தின் உற்சாகமான சூழல் பரவலாகப் பொறாமைகளை எழுப்பியிருந்ததாம். அப்பா மிகவும் மாறிவிட்டாராம். கடிதத்தில் எழுத முடியாதபடி. வீட்டுப் பகுதியில் கருநாகங்கள் சகஜமாக நடமாடுகின்றனவாம். இனிமேலும் தாமதிப்பது ஆபத்தாக முடியும். மலைக்காணியை வரவழைத்து உடனே எதிர் சூனியம் வைத்துவிடவேண்டும். தனது வாதத்துக்கு ஆதாரமாக மாமா எழுதியிருந்த ஒரு தகவல் எனக்கு பீதியூட்டியது. எப்றாய் டாக்டர் அப்பாவுக்குச் செடி ஏதும் தரவில்லை என்று கூறுகிறாராம். அப்படி ஒரு செடியோ, விதையோ அவர் அறிந்ததே இல்லையாம். அப்படியானால் அப்பா பொய் சொன்னாரா? பொய் இல்லை என்று அவருடைய அந்த முகபாவங்களை நினைவுகூர்ந்து, உணர்ந்தேன். அப்படி யானால் அந்தச் செடியை அப்பாவுக்கு யார் தந்தது. எப்றாய் டாக்டர் வடிவில் ஏதாவது... சே அபத்தம்! அபத்தமில்லை. என் கண்முன்னே அதைவிட அபத்தங்கள் நிகழ்ந்துவிட்டன. ஊர் போகவேண்டும். சீக்கிரமே...

பயிற்சி முடிய எட்டு நாள் இருக்கும்போது தந்தி வந்தது. அம்மா மரணமடைந்துவிட்டிருந்தாள். அந்தச் செய்தி முதலில் ஒருவித உதறலையே ஏற்படுத்தியது. பிறகு மனம் அடங்கி ஒருவிதமான மந்தமான புறக்கணிப்பு மனோபாவம் ஏற்பட்டது. அதை மெல்ல மடித்து, சட்டைப் பைக்குள் போட்டுவிட்டு வந்து படுத்துக்கொண்டேன். பளீரெனச் சிரிக்கும் அம்மாவின் முகம் வந்தது. 'ராஜு...' சிரித்தாள். சட்டென்று கோபித்தாள். கனகு வும் அவளுமாக மழையில் நனைந்த, தவிட்டு நிறமான மண் வழியாக நடக்கிறார்கள். வெயில் அடிக்கிறது. ஈரமான பூமியி லிருந்து ஆவி எழுகிறது. சொக்கவைக்கும் மணம் எழுகிறது. அது அம்மாவின் மணமா? இல்லை, அம்மாவின் சேலை மணம் இன்னும் சற்று உப்பு வீச்சம் உடையது. கனகுவின் மணம் மேலும் தூக்கலானது. தென்னை ஓலைகள் ஒளி ஒளியாகச் சொட்டு கின்றன. கனகுவின் முதுகின்மீது ஈரமான காகம் ஒன்று வந்து அமர்ந்து, தன் இறகுகளைச் சிலுப்புகிறது. அம்மா திரும்பி அதை விரட்டுகிறாள். அது பறந்து, மீண்டும் அமர்கிறது. நான் அதை நோக்கிக் கை வீசினேன். அது என்னைத் திரும்பிப் பார்த்தது.

காகத்தின் கண்களல்ல அவை. ஒளிரும் இரு கண்ணாடி மணிகள். அதன் அலகு பிளந்து, இரட்டை நாக்கு வெளிவந்தது. கடவுளே அது காகமல்ல, கருநாகம்! கனகுவின் முதுகின்மீது வளைந்து படமெடுத்து, திரும்பி - விளக்கு எரிந்தது. கண்களை விழித்தேன். ஒருகணம் மிரண்டுபோய், 'கோன் ஹை?' என்றேன். ஸ்குவாட்ரன் லீடர். பரபரப்புடன் எழுந்தேன். என் அருகே வந்து குனிந்தார். என் நெற்றியைத் தொட்டார். 'க்யோவா பேட்டா?' என் கண்கள் ததும்பின. 'ஜீ' என்றேன். 'என்ன ஆச்சு உனக்கு? உடம்பு சரியில்லையா?' என்றார் இந்தியில். 'என் அம்மா இறந்து போய்விட்டாள் ஸ்குவாட்ரன்ஜி.' 'என்னது!' நான் தந்தியை நீட்டினேன். அவர் முகம் இருண்டது. எல்லாரும் எட்டி எட்டிப் பார்த்தனர். சோயித்ராமும் மல்யாவும் என் பெட்டியைத் தயார் செய்தனர். மதுரைவரை போகிற காப்டன் பிரகாஷுடன் என்னைச் சேர்த்து அனுப்பினார்கள். 'பிரகாஷ்ஜி, பி கேர்ஃபுல்! ஹி இஸ் சிக்.' பிரகாஷின் மனைவி ஆரஞ்சு சாப்பிடு என்றாள். அம்மா ஆரஞ்சு ஜூஸில் ஒரு விதமான பானம் செய்வாள். ஆரஞ்சு வாங்கினோம் என்றால் அப்பா தோலை நசுக்கிக் கண்ணில் பாய்ச்சி, என்னையும் கருப்பனையும் கண்கலங்க வைத்துவிடுவார். எல்லாரும் கைவீசினார்கள். ரயிலின் தடக் தடக்... ஓயாத தாளம். இல்லை. அது என் தலைக்குள் ஒரு நரம்பு அடிக்கிற ஓலிதான். இதோ நான் என் காம்ப்பில் நாடாக்கட்டில் படுத்துக் கொண்டிருக்கிறேன். லட்சுமண் சிங் கூந்தலைச் சீவிக் கொண்டிருக்கிறான். 'லேலா மெ லேலா லேலா...' எனக்கு என்ன ஆயிற்று? ஏன் இப்படி இருக்கிறேன்? என் மூளையை என்னால் ஏன் கட்டுப்படுத்த இயலவில்லை? இப்போது உண்மையில் எங்கே இருக்கிறேன்? மதுரை? 'ராஜு போயிடுவீங்க இல்லியா? கூட வரணுமா?' கையசைப்பு. நாகர்கோவில் மணி மேடையில் ஒரு பஸ்ஸில் ஏறிக்கொண்டேன். பஸ் போகிறது. இல்லை. குப்புற ஒரு கிணற்றுக்குள் விழுகிறது.

நான் ஊருக்கு வந்து மூன்றாவது நாள். அம்மாவை தருமக் கொள்ளி போட்டு எரித்துவிட்டிருந்தனர். பஸ்ஸை விட்டு இறங்கியபோது மதியவெயில் கொட்டிக்கொண்டிருந்தது. நடக்க முடியவில்லை. கண்கள் இருண்டன. கால்கள் திடீரென்று பிடிப்பு விட்டு, கொள கொளவென்று ஆடின. என்னைப் பார்க்க கூட்டம் சேர்ந்துவிட்டது. யாரோ ஆதரவாகப் பிடித்துக்கொண் டார்கள். 'தண்ணீர், யாராவது கொஞ்சம் தண்ணீர் தாருங்களேன்!' யாருமே அதைப் பொருட்படுத்தவில்லையே! அய்யோ நான்

கேட்கவே இல்லையா? அப்பு மாமா அம்மாவின் பிணம் கிடைத்த விதத்தை சொன்னார். நாலு நாளாகக் கருப்பனின் ஊளை கேட்டதாம். மரணம்தான் என் எல்லாரும் சொன்னார்கள். ஆனால் வீட்டுக்குள் நுழைய யாரும் தயாராக இல்லை. பிறகு, வேறு வழியில்லாமல், பிலாக்காட்டு விளையில் இருந்து பையன்களைக் கொண்டுவந்து சாராயம் வாங்கி ஊற்றி, உள்ளே போனால் சமையலறையில் மக்கிப் போய்க் கிடக்கிறாள். அருகே நாய். 'கோரம்!' என்று உடலை குலுக்கினார். அவருடைய பேரன் விவேக் என்னருகே வந்து, மொட்டைத் தலையை ஆட்டி ஆட்டி உற்சாகமாக, 'நாந்தானே பாட்டிக்குக் கொள்ளி போட்டது' என்றான். வீட்டுக்குப் போகவேண்டாம் என்றார் மாமா. நான் அதை ஏற்கவில்லை. நேராக நடந்துகொண்டிருந்தேன். கூட்டம் என்னைத் தொடர்ந்து வருவதை உணர்ந்தேன். ஒரு வேளை இதெல்லாம் என்னுடைய கனவில் நிகழ்வதாகவே இருக்கலாம். தலை வலிக்கிறது.

வீட்டை அணுகும் முன்பே டார்த்தீனியம் என் கண்களை அறைந்தது. பெரிய ஆலமரம் போல் அது வளர்ந்து விழுதுகளை ஊன்றிப் பரவியிருந்தது. கிளைகள் பந்தலித்து வீட்டின்மீது பரவிப் படர்ந்திருந்தன. அப்பகுதியிலேயே ஆழ்ந்த இருளும் குளிரும் நிலவியது. காற்றில் கனத்த இலைகள் உரசி உரசி ஒலித்தன. அந்தப் பகுதியிலேயே பசுமை நிறம் இல்லை. பெரியதொரு வனவிலங்கு கருமயிர்களைச் சிலிர்த்தபடி நிற்பதுபோல் இருந்தது. அகப்பட்ட இரையை அது முனகியபடியே பெருமூச்சு விட்டபடி, தின்றுகொண்டிருப்பது போல இருந்தது. நான் பிரமை பிடித்தவன்போல வீட்டை அணுகினேன்.

கேட்டின் அருகே நான் தயங்கி நின்றேன். வீடு முழுக்க, உள்ளும் புறமும் கரிய இலைகள் நெருக்கியிருந்தன. ஆழ்ந்த அமைதி நிலவியது. துருப்பிடித்த கேட்டைத் திறந்தபோது, நாராசமாக ஒலி எழுந்தது. உள்ளே நுழைய முடியவில்லை. சட்டென்று உட்புலன்களின் உணர்ச்சி தாங்காது புல்லரித்தேன். யாரோ, அல்லது எதுவோ என்னைப் பார்ப்பதுபோல இருந்தது. அபாயத்தை எதிர்நோக்கி நிற்கும் விலங்குபோல அப்படியே நின்றேன். வெகுநேரம்! அல்லது சில கணங்களாகக்கூட இருக்கலாம். திடீரென்று மிக அருகே 'பஹ்ஹ்' ஒன்று ஒரு விநோத ஒலி கேட்டது. என் உடம்பு ஜில்லிட்டது. அப்படியே விறைத்துப் போய் நின்றேன். கண்களைத் திரும்பிப் பார்ப்பதுகூடக்

கஷ்டமாக இருந்தது. முதலில் எனக்கு எதுவும் தெரியவில்லை. பிறகு, இருண்ட இலைகளின் இடையே, அந்தக் கண்களைக் கண்டேன். மிகப் பெரிய கருநாகம் ஒன்றின் கண்கள். கண்ணாடி உருண்டைகள்போல, நிறமற்ற ஜ்வலிப்புடன். என் கண்கள் அதனுடன் இணைந்தன. என் முதுகுவடம் சொடுக்கிக் கொண்டது. அந்தக் கண்களில் அமானுடமான ஜ்வலிப்புதவிர ஏதுமில்லை. சட்டென்று அந்தக் கண்களுக்குப் பின்புலமான அந்த உடலைக் கண்டேன். கன்னங்கரிய ஒரு மனித வடிவம்! அது மிக லாகவமாகப் பாய்ந்து இலைகளின் கருமைக்குள் அமிழ்ந்தது. அதைத் தொடர்ந்து போன ஒரு நாயையும் கண்டேன். ரோமமே இல்லாத கரிய உடலுடன், ஒருவிதமான அழுகல் பொருள்போல இருந்தது. அந்த முகம் சற்றுத் தெளி வின்மையுடன் எனக்குள் இருமுறை மின்னியது. சட்டென்று என் மார்பில் நரம்புகள் முறுக்கி இதயத்தை இறுக்கிப் பிசைந்தன.

'அப்பா' என்று கூவினேன். காலின் கீழே பூமியை ஒரு கம்பளம் போல யாரோ இழுத்தார்கள். தள்ளாடினேன். குவியலாகக் கீழே சரிந்தேன். தரையிலிருந்து கற்களும் புற்களும் என் முகம் நோக்கி எம்பி வருவதைக் கடைசியாகக் கண்டேன்.

5

கடும் காய்ச்சலும் பிரக்ஞை தவறிய மனமுமாக, காம்ப்புக்குத் திரும்பினேன். அப்பு மாமா ரொம்பச் சொன்னார். ஆனால் ஊரில் மேலும் ஒரு கணம்கூடத் தங்க என்னால் முடியும் என்று எனக்குத் தோன்றவில்லை. வந்ததுமே ராணுவ ஆஸ்பத்திரியில் சேர்க்கப் பட்டேன். நினைவே இல்லை. மூன்றாம் நாள் கண் விழித்த போது, என்னைச் சுற்றி டாக்டர்கள். ஸ்குவாட்ரன் லீடர் அருகே அமர்ந்து, என் கையை எடுத்து தன் பெரிய கைக்குள் வைத்துக் கொண்டார். கெட்டியான மீசையுடன் கூடிய சதுர முகத்தில் கவலையும் கனிவும். 'அச்சா பேட்டா, யுவார் ஆல் ரைட் நௌ' என்றார். பிறகு, எல்லாரும் வெளியேறிய பிறகு, 'இதோ பார், உன்னைத் தொந்தரவு செய்ய விரும்பவில்லை. நேரடியாகக் கேட்கிறேன். நீ என்ன போதை மருந்தை உபயோகிக்கிறாய்?' 'இல்லை' என்றேன். 'மறுத்தால் முடியாது. உன் சிம்டம்ஸை ஆராய்ந்து வருகிறார்கள். மிக மோசமானபடி நீ அடிக்ட் ஆகியிருக்கிறாய். என்ன மருந்து அது? சொல்லிவிடு. உன்னை குணப்படுத்தத்தான் கேட்கிறோம்.' நான் அழுதேன். எந்தப்

போதைப் பொருளையும் தொட்டதே இல்லை எனச் சத்தியம் செய்தேன். டாக்டர் வந்து கத்தினார், 'உன் கையையும் நகத்தையும் பார், முட்டாள், நீ யாரை ஏமாற்றுகிறாய்?' என்று கூவினார். என் கைகளை அப்போதுதான் கவனித்தேன். அவை இளநீல நிறத்தில் இருந்தன. நகங்கள் சாம்பல் நிறமாக! நான் உரக்க வீறிட்டேன். மீண்டும் நினைவிழந்தேன்.

மறுபடி விழித்துக்கொண்டபோது, இன்னும் பெரிய ஆஸ்பத்திரியில் இன்னும் பெரிய அறையில், சிக்கலான இயந்திரங்களுக்கு மத்தியில் இருந்தேன். அன்று ஒரு டாக்டர் குழு என்னை விசாரணை செய்தது. என்ன மருந்து தின்றாய்? மார்ஃபினில் வளரும் பாம்பை நாவில் கொத்தவைத்து போதை அடைகிறார்களே அதை உபயோகித்தாயா? சீனா நாட்டு குட்டிப்பாம்பு. மண்புழு போன்றது, அதை நரம்பில் கொத்தவிட்டு போதை பெற்றாயா? அது எங்கே? காம்ப்பில் எங்கே வைத்திருக்கிறாய்? புட்டியில் அடைத்து வைத்திருக்கிறாயா, எங்கே? எனக்குத் தலை சுற்றியது. 'ஒன்றுமே புரியவில்லை' என்றேன். பெரிய டாக்டர் சீறினார். 'முட்டாள், உனக்குத் தெரியுமா, உன் ரத்தத்தை ஒரு அவுன்ஸ் எடுத்து ஒரு யானையின் உடம்பில் செலுத்தினால் அது செத்துப் போகும். அத்தனை விஷம். எப்படி அது உன் உடம்பில் ஏறியது? எப்படி படிப்படியாக இப்படி விஷமானாய்?' என் கண்கள் இருண்டன. பாய்ந்து டாக்டரை பிடிக்கப் போனேன். அவர் பதறி விலகினார். 'நீ யாரையும் தொடக்கூடாது. உன் நகமே விஷம்' என்றார். 'டாக்டர், நான் பிழைப்பேனா!' என்றேன். 'நீ உண்மையை சொல்' என்றார். நான் எல்லாவற்றையும் கொட்டினேன். அவர்கள் துளிக்கூட நம்பவில்லை. கடைசியில் ஒருவர், 'ஸோ, உன் வீட்டருகே கருநாகங்கள் நடமாட்டம் அதிகம்?' என்றார். 'ஆமாம், இந்தச் செடி வந்த பிறகு' என்றேன். 'கருநாகம் சிறு வயதிலேயே உன்னைக் கடித்திருக்கிறதா?' நான் குழம்பி, 'இருக்கலாம்' என்றேன். போய்விட்டார்கள்.

என் உடம்பின் ரத்தம் முழுக்க அகற்றப்பட்டது. எட்டு மாதங்களுக்குப் பிறகு, உடம்பெங்கும் தோழர்களின் ரத்தம் பாய, புது மனிதனாக எழுந்தேன். என் நோய் நாளில் எனக்கு வந்த கடிதங்களைப் படித்தேன். கருப்பன் வெளியே வந்து ஏழெட்டு பசுக்களைக் கடித்துவிட்டது. கடிபட்ட உயிர்கள் உடனே இறந்துவிட்டன. அதற்குக் கடும் விஷ சக்தி இருந்தது. கடைசியில் அது

முத்தனைக் கடித்துக் கொன்றபோது, அதைப் பொறி வைத்துப் பிடித்து சுட்டுவிட்டார்கள். எப்றாய் டாக்டர்தான் சுட்டவர். மறு வாரத்துக் கடிதத்தில், அப்பாவின் மரணம். வற்றி உலர்ந்த பிணத்தை வெகு தூரத்திலிருந்துதான் பார்க்க முடிந்ததாம். அவர் மரணத்தினால்தான் கருப்பன் வெளியே வந்திருக்கிறது. வீட்டுக்குள் யாரும் புக முடியாது. அத்தனை புதர் நெரிசல், பாம்புகள். அப்பாவை அங்கேயே மக்கிப் போகும்படி விட்டு விடவேண்டியதுதான். நீ உடனே லீவு போட்டுவிட்டு வா என்றிருந்தார் அப்புமாமா. ஒரு மகாருத்ர ஹோமமும் அப்பாவின் ஆத்மாவின் சாந்திக்கு ஒரு யாகமும் பண்ணவேண்டும். அவருடைய கடைசிச் சடங்குகளையும் நீத்தார் கடன்களையும் முறைப்படிச் செய்யவேண்டும். ஆத்மாவை அலையும்படி விடக்கூடாது.

என்னுடைய தலைமுடி உதிர்ந்தது. நகங்கள் உதிர்ந்தன. புருவமும் இமைகளும்கூட உதிர்ந்தன. மெதுவாக நடைபிணம்போல ஆனேன். பிறகு மெல்ல மீண்டேன். மனமும் உடலும் வேகமாகத் தளிர்விட்டுத் தழைக்க ஆரம்பித்தன. நீண்ட நோய்ப் படுக்கை எனக்கு ஒருவிதமான எதிர்மறை உத்வேகத்தை உண்டுபண்ணி, நான் சதா என் உடம்பைப் பற்றியே எண்ணுபவனாக ஆனேன். பயங்கரமாகச் சாப்பிட்டேன். ஓயாமல் உடற்பயிற்சி செய்தேன். மிக விரைவில் கட்டுமஸ்தாக ஆகிவிட்டேன். மீசை தடித்தது. மனமும் முரடாக ஆனது. நான் ஊருக்குப் போகவில்லை. ஊரையே என் மனசை விட்டுக் கழற்றிப்போட்டுவிட்டேன். மாமிச உணவும் உடல் வலிமையும் என்னைக் காமத்தை நோக்கி இட்டுச் சென்றன. திளைத்தேன். போகம் சொறியச் சொறிய நமைச்சலெடுக்கும் சிரங்கு. என் மனசுக்குள் வேறு நினைப்புகளுக்கோ நெகிழ்ச்சிகளுக்கோ இடம் இல்லாமல் ஆயிற்று. ஒவ்வொரு நாள் காலையிலும் அன்றைய காமம் பற்றிய ஆர்வப் பரபரப்புடன் எழுந்தேன்.

என்னைக் கிழக்கு மாகாணங்களுக்கு மாற்றினார்கள். இரண்டு முறை ஹெலிகாப்டர் சாகஸங்களில் ஈடுபட்டு, ரிகார்டுகளைப் பெற்றேன். பறத்தலின் உத்வேகம். தரையில் மஞ்சள் முகப் பெண்கள் தரும் வெறி. நான் முதல் நிலை பைலட்டாக உயர்ந்தேன். லெஃப்டினன்ட் பதவிக்கான பட்டைகளை அணிந்து பெருமிதப்பட்டுக்கொண்டேன். வாழ்வும் லட்சியமும் ராணுவமே என்று ஆகியது.

என்னுடைய முகம் மாறிவிட்டிருப்பதை ஒரு நாள் கண்ணாடியில் பார்த்தபோது கவனித்தேன். கன்னங்கள் தொங்கி, கழுத்து

தடித்து, கண் கீழே பைகள் விழுந்து, தடித்த மீசையும், ஷேவிங் பச்சைக் கன்னங்களும், முன் வழுக்கையும், கரிய உதடுகளுமாக, எத்தனையோ ராணுவ முகங்களில் ஒன்றாக என்னுடையதும் ஆகிவிட்டிருந்தது. வன்முறையும் வக்கிரமும் என் முகத்தில் தெரிந்தன. அவை எனக்குத் திருப்தி தந்தன. எனினும் நினைவின் தொலைதூரத்தில் தெரிந்த அந்தப் பையனின் முகம் ஒருவித ஏக்கத்தையே ஏற்படுத்தியது.

விடுமுறைகளில் காஷ்மீரில் அலைந்தேன். கயாவுக்குப் போனேன். அஸ்ஸாம் காடுகளில் வேட்டையாடினேன். ஊருக்குப் போவது பற்றி மட்டும் எண்ணமே இல்லை. ஒரு நாள் இரவு விழித்துக்கொண்டேன். ரம்மின் குமட்டல் வயிற்றுக்குள் இருந்துகொண்டே இருந்தது. மெல்ல மீண்டும் நினைவு மயங்கியபோது, தெளிவாக அம்மாவைக் கண்டேன். நானும் அப்பாவும் ஒரு கற்படிமீது அமர்ந்திருக்கிறோம். அம்மா கருப்பனுடன் மணல்மீது நடக்கிறாள். அப்பால் ஆறு, மதிய வெயிலில் தளதளத்தது. கண் கூசும் ஒளி! நான் அப்பாவிடம் அவர் தாடையைத் தொட்டு, அம்மாவைக் கூப்பிடும்படிக் கெஞ்சி னேன். அப்போதுதான் நான் ஒரு சிறு பையன் என்பது எனக்குத் தெரிந்தது. அம்மாவைத் தண்ணீர் அடித்துக்கொண்டு போய் விடும் என்று பயந்தேன். 'அம்மா! அம்மா' என்று கையை நீட்டியபடி அழுதேன். நதி வெள்ளிப்படுகைபோல ஜ்வலித்தது. கண்களுக்குள் கொந்தளித்தது வெள்ளை ஒளி. 'அம்மா, போகாதே அம்மா!' கண் விழித்தேன். தலையணை நனைய நனையக் கண்ணீர் விட்டிருப்பதை உணர்ந்தேன். எழுந்து அமர்ந்து, சிகரெட் பற்றவைத்துக்கொண்டேன். எனது இன்றைய வாழ்வு நான் ஆடும் ஒரு வேஷ நாடகம் என்று புரிந்தது. எப்படியும் வாழ்ந்துவிட வேண்டும் என்ற இயல்பான வெறி உயிரைக் குடைந்து துரத்த, என் மனம் போட்ட வேஷம்! உள்ளே அப்புண் பச்சையாக, ரத்தம் கசிய, அப்படியேதான் இருக்கிறது, இத்தனை வருடம் என்னையே ஏமாற்றிக்கொண்டிருக்கிறேன்.

மறு விடுமுறையில் ஊருக்கு வந்தேன். வரும் வழி நெடுக உணர்ச்சிவசப்படக்கூடாது. நான் இத்தனை நாள் சேர்த்துக் கொண்ட முரட்டுத்தனங்கள் முழுக்கச் சேர்ந்து என்னைக் கட்டுப் படுத்திக்கொள்ளவேண்டும் என்று நினைத்தபடியேதான் வந்தேன். எப்படி அந்நியன்போல வீட்டை போய்ப் பார்ப்பது என்று மாற்றி மாற்றித் திட்டம் போட்டேன். ஆனால் ஊரில் பஸ்

இறங்கிய அக்கணமே கலங்கிப் பதறிப் போய்விட்டேன். தொண்டை கரகரத்தது, உடம்பு நடுங்க நின்றேன்.

பெட்டியை நாகர்கோவில் விடுதியில் வைத்துவிட்டு வந்திருந்தேன். கறுப்புக் கண்ணாடியை மாட்டிக்கொண்டு நடந்தேன். வெயில் கொதித்த மத்தியானம். ஜங்ஷனில் மனித வாடையே இல்லை. செம்மண் தூசியில் ஷூ பதிந்து தடம் போட்டது. சருகுகள் மெல்லிய காற்றில் சலனம் கொண்டன. எதிரே வந்த பாச்சியும் செல்லமுத்துவும் என்னைப் பார்த்துவிட்டு வெற்று முகத்துடன் போனார்கள். என் முகம் ஒரு முகமூடிபோல என்னை மறைத்தது. உள்ளூர நான் கண்ணீர் விட்டுக்கொண்டிருந்தேன். அப்பாவும் நானும் சேர்ந்து பஸ் பிடிக்க வருகிற சாலை! அவர் எனக்காக மாங்காய் அடித்துத் தந்த மாமரம்! அப்பு மாமாவின் வீட்டு முகப்பு! யாரும் இல்லை. உதடுகளை இறுக்கியபடி நடந்தேன். கால்கள் தன்னிச்சையாக நடந்தன. யாரும் எதிரே வரலாகாது என்று பிரார்த்தனை செய்தேன். எந்த மானுட முகத்தையும் பார்க்கப் பிடிக்கவில்லை. அப்போது நினைவுகள் என்னுள் கொதித்தன. குமிழியிட்டன. கடவுளே, சம்பவங்கள் எப்படி வெறும் நினைவுகளாக ஆகிவிடுகின்றன! உருவங்களுக்கும் அருவங்களுக்குமான இடைவெளி எத்தனை சன்னமானது! இருபது வருடங்கள் எப்படி 'இருந்ததா?' என்பதுபோல ஆகிவிட்டன!

ராஜப்பாவின் வீடு இருந்த இடத்தில் மண்மேடு. குமாரசாமியின் வீடும் இல்லை. மூலைக்கல் வீடு பழையது! பேய் மாளிகை போல மக்கிப்போய் நின்றிருந்தது. அந்தப் பகுதியை நெருங்க நெருங்க ஒன்று தெரிந்தது. அப்பகுதியில் மனித வாடையே இல்லை! பறவைகளின் ஒலிகூட இல்லை. மெல்ல மெல்லக் காய்ந்த மரங்களும் புதர்களும் தென்பட ஆரம்பித்தன. சற்று நேரத்தில் காய்ந்த தோட்டங்கள் மட்டும் கண்ணுக்கெட்டிய தூரம்வரை தென்படுகிற மண்நிறமும் பழுப்பு நிறமும் மட்டும் உள்ள ஒரு உலகில் நான் நின்றிருந்தேன்! சகல மரங்களும் சருகு சுள்ளிக் குவியல்கள்; காற்று கடந்து சென்றபோது சரசரவென்று பேரோசை எழுந்தது!

ஏறத்தாழ நாற்பதடி தொலைவில், மூலை திரும்பியபோதே, என் வீடு திடுதிப்பென்று கண்ணில் பட்டது. எதிர்பார்த்த காட்சிதான் என்றாலும் என் உணர்வுகள் உறைந்து போயின. நெருங்கிப் போகப்போக அந்தக் காட்சி பெரும் விரிவுடன் என்னை நோக்கி

வந்தது! கருநாகம் ஒன்று கோழி முட்டையை உறிஞ்சிவிட்டு, ஓட்டைச் சுற்றி நெரிப்பதுபோல அந்த மாபெரும் கொடி எங்கள் வீட்டைச் சுற்றி இறுக்கியிருந்தது! உத்தரங்களும் சட்டங்களும் நீண்டு துருத்தியிருந்தன. சுவர்கள் விரிசலிட்டுவிட்டிருந்தன. வீடு நொறுங்கும் ஒலி கேட்பதுபோல் இருந்தது. நூறு நூறு பெரும் கிளைகளினால் அப்பிராயத்தையே நிறைத்திருந்தது டார்த் தீனியம்! உருண்ட வழவழப்பான பெரிய கிளைகள். கரிய தகடு களாக இலைகள். கிளைகள் முறுகியும் விலகியும் உறுமல்போல ஒலித்தன. காற்று வீசியபோது அது சீறுவதுபோல் இருந்தது.

பீதியும் அசாதாரணமான ஒரு கவர்ச்சியும் என்னை அப்படியே பிரமை பிடித்து நிற்கவைத்தன. எத்தனை நேரம் என்று தெரிய வில்லை. கண்களை மூடினால் இமைகளுக்கு உள்ளேயும் அந்த பயங்கரக் கருமை நெளிந்தது! சட்டென்று அதன் கொட்டை ஒன்று உதிர்ந்ததைக் கவனித்தேன். விதையா? ஓரடி முன்னால் வைத்து உற்றுக் கவனித்தேன். அதன் கிளைகள் முழுக்க கொத்துக் கொத்தாக விதைகள் அடர்ந்திருப்பதை மூச்சடைய வைத்த அச்சத்துடன் கண்டேன்!

கணையாழி, பிப்ரவரி 1992.

மண்

முதலில் சிங்கன்மலை வெளுத்தது. பச்சைத் தழைக் குவியல் போல, நீலவானப் பின்னணியில், குளுமையும் ஈரமுமாக ஓங்கியிருந்த மலை. அதன் உச்சியின் நீலம் கரைந்து, செந்நிற மண் தெரிந்தது. பின்பு வெறுமை கசிந்து இறங்கியது. மலையை மூடிக் காவி நிறத்தில் ஒரு துணியுறை விழுந்து விட்டதுபோல உச்சி வெயிலில் அந்த வெந்த மண்மேடு நின்று புகையும். புகைமேகப் பொதிகள் வானத்தின் கூசும் சுவாலையில் கீழ்நுனிகள் பற்றி எரிய ஸ்தம்பித்து நிற்கும். பிறகு பிரமை பிடித்ததைப்போல மேற்கு நோக்கி நகரும். சரிவில் விழுந்து மறையும். இரவு சரிந்தபிறகு, சாந்தி யடையாத ஆவிபோல மலையின் சுவாசம் கொம்பன்சுரம் தாண்டி வரும். ஆனைக்குளத்தின் விண்டு வெடித்த பரப்பில் தூசு பறக்கச் சுழன்று மேலேறும். வெந்த வாடை கமிழ கொம்பன்விளை ஊரின் தெருக்கள்தோறும் அலையும். கதவுகள் தோறும் தட்டி ஒலியெழுப்பும். அழைப்பதுபோல, நினைவுறுத்துவதுபோல. பிறகு அதன் இறகுகள் உதிரும். தொய்ந்து கீழே சரியும். எல்லையின்றித் தெற்கு வானம்வரை விரிந்து கிடந்த, சருகுப் புதர்கள் மண்டிய, பொட்டல் வெளியில் தவழும். ஓயும். வெறுமை தாள முடியாத கிழவர்கள் திண்ணையின் இருட்டில் கண்விழித்தபடி படுத் திருப்பார்கள். நெஞ்சை முட்டி மேலெழும்

பெருமூச்சைத் தள்ளாமையுடன் ஊதியபடி, அர்த்தமற்ற வார்த்தைகளில் புலம்புவார்கள். உருவற்ற நினைவுகளின் பாரம் இருட்டோடு சேர்ந்து அவர்கள்மீதும் விழும். வறண்ட மனங்களிலிருந்து ஆவி எழும். அது காதுகளில் வெம்மையாக மோதும். கண்கோடிகளில் குளிர்ந்து, கசிந்து, திரண்டு சொட்டும். சுருக்கங்கள் வழியாகப் பரவி வழியும்.

மலை இறங்கிவரும் காற்று முன்பு ஒரு புதுப்பெண்போல் இருக்கும். சந்தன மணம், மண் மணம், மலர் மணம், உப்பு மணம். குளிரும் கிளுகிளுப்புமாக மெட்டியும் கொலுசும் ஒலிக்க வரும். அந்தரங்கமாக இருளில் வருகிற காலடியோசை, கதவின் கிரீச் சிடல், குளிர்ந்த தோள்களின் அணைப்பு, மெல்லிய விரல்களின் வருடல், குறுகுறுத்துப் புல்லரிக்கவைக்கும் மூச்சுக் காற்று. இருளில் சில சமயம் விம்மல்கள் ஒலிக்கும்.

காடு கரிந்துவிட்டது. பாறைகளில் வழியும் நீரின் வெள்ளைப் பட்டைகள் கரிய தடங்களாக மாறிவிட்டன. தாகம் கொண்ட கீரிகளும், மிளாக்களும், பாம்புகளும் ஊருக்குள் புகுந்து பர பரப்பூட்டிய நாட்களும் சென்று மறைந்தன. ஓங்கிய வாளுடன் இளித்தபடி உறைந்த சுடலைமானுக்கு மேலே நட்டு வைத்த துடைப்பம் போல நிற்கிற பட்டுப்போன ஆலமரம். வரிவரியாக நிழல்கள் அவை காற்றில் தரைமீது இழுபடுகின்றன. சருகுகள் மண்டிய திண்ணைகளுடன் பூட்டப்பட்ட வீடுகள், வரிசையாக நீளும் தெருக்கள், சில திண்ணைகளில் சிலசமயம் தென்படும் கிழங்கள். தூசுச் சுழல் நகரும் தெருவில் ஒரு மிருகம்கூட இல்லை. இரவின் மயான நிசப்தத்தில் சுவர்க்கோழிகள்கூட வீரிடுவது இல்லை இப்போது. பின்னிரவில் எதிர்மலைக் காற்று சுவர்சுவராக மோதும். தலையிலடித்துக் கதறியபடி பொட்டல் மீது பாயும். சருகுவெளி மீது மணல் மழை. பூமியின் அலறல். இரவின் மயக்கம் தெளிந்து விழித்த காதுகளுக்கு அது தூரத்துப் புயல்போலப் பிரமை கூட்டும். சுழன்று சுழன்று கதவுகள் மீது ஆவேசமாக மோதுகிறது வேனல் காற்று. உளுத்துப் போன கதவுகள் படபடத்துத்துடிக்கின்றன. இற்றுப்போன வீடுகள் சரிந்து முழந்தாளிடுகின்றன. மூக்கு குத்தி தரைமீது விழுகின்றன. பொலபொலவென்று உதிர்கின்றன.

மூன்று நாள் முன்புதான் ஆனைமுக்கு சக்தி நாடாரின் வீடு சரிந்தது. வீட்டில் ஆள்வாசமில்லை. இரண்டு வாரம் முன்பே அவன் பஞ்சம் பிழைக்கப் போய்விட்டான். நெற்றுப்போல

உள்ளீடற்று மட்கிக்கொண்டிருந்தது அவன் வீடு. விடாப் பிடியாக அதைப் பிடித்துவைத்திருந்த வடிவத்தில் இருந்த செங்கற்களுக்கும் உத்தரங்களுக்கும் விடுதலை. வீடற்றுப் போன நாய் கறுப்பி நாலைந்து நாள் ஊளையிட்டபடி கிராமத்தில் அலைந்தது. அதைக் கவனிக்கக் கிராமத்தில் யாருமில்லை. ஒருவேளைக் கஞ்சியில் கும்பியாற்றும் ஜனங்களின் கிராமம். எலியோ தவளையோ பிடித்துத் தின்ன வேண்டியதுதானே என் றார்கள். மனிதனைப் போல வெந்ததைத் தின்று வாழும்படி சபிக்கப்பட்ட ஜென்மமா அது? கறுப்பி பொட்டலில் அலைந்தது. அதன் வயிறு விலாவில் ஒட்டியது. எலிக்கும் தவளைக்கும் மனுஷர்களோடு என்ன உறவு? ஈரமற்றுப் போன பூமியில் எதற்காக அவை தங்கியிருக்க வேண்டும்? நம்பிக்கெட்டது கறுப்பி. அதன் நாக்கு வெளியே வந்து தொங்கியது. வறண்டு, மாவு படிந்து வெடித்த நாக்கு. அதன் மூக்கு பழுத்துவிட்டது. கண்களில் பீளையடித்துவிட்டது. தெருத்தெருவாக அது தவித்தோடியது. வாசல் வாசலாக நின்று கூவியது. சாக்கடைகளும் கருகி விட்டிருந்தன. கரிய மண்ணைக் கறுப்பி முகர்ந்தது. முன்னங் கால்களாலும் பின்னங்கால்களாலும் ஆவேசத்தோடு தோண்டி யது. முனகியபடி, ஊளையிட்டபடி சுற்றி வந்தது. இரவெல்லாம் வானம் நோக்கித் தலைதூக்கி, கவைக்கிடையில் வால் செருகி, கூவிப் பினாத்தியது. எந்த உள்ளுணர்வு சொன்னதோ, மாடசாமிக் கோவில் கிணற்றடிக்குப் போய்விட்டது. தோள் உயரமுள்ள சுற்றுச்சுவர். ஊருக்கே அமுதூட்டும் அம்மையின் சூம்பிய முலைக்காம்பு. எப்படி ஏறியதோ, ஆழத்தில் ஜலத்தின் ஒளியில் வான நிழலின் அசைவைக் கண்டது. பாய்ந்துவிட்டது. ஜல மோட்சம் என்றான், அதன் உப்பிய உடலை உள்ளே இறங்கி எடுத்துப்போட்ட அப்புப் பண்டாரம்.

கும்பி ஜலம் இல்லாமல் எத்தனையோ கிழங்கள் சாகும் கிரா மத்தில் முட்டமுட்டக் குடித்த வயிறு உப்பிச் சாகக் கொடுத்து வைத்த ஜென்மம். கிராமத்தின் கடைசி மிருகம். காவல் மாடனின் பைரவப் படையின் கடைசிப் போராளி. துக்கமாகத்தான் இருந்தது ஊரில். ஆனால் குடிநீருக்குத் தவித்துப் பறந்தது ஜனம். இறைத்த கிணற்றில் ஊற்றுக்கண் ததும்பி, மீண்டும் குடம் முங்க மூன்று நாளாகியது. அப்புப் பண்டாரம் பீப்பாய் வண்டியும் கையுமாகச் சரிவில் இறங்கி, பொட்டல் தாண்டி, அடி வானத்துக்குப் போனான். களைத்துப் போய்த் திரும்பி வந்தான். மேற்கே சரியும் சூரியனிலிருந்து உருவாகி வந்த செந்நிழல்

போல பீப்பாய் வண்டியின் கலங்கல் நீர் கிராமத் தெருக்களில் வடுவாகியது. கிணற்று நீர் வற்றிக்கொண்டிருந்தது. ஆளுக்கு ஒரு குடம் என்று ஊர்க் கட்டுப்பாடு. கடைசிக் குடம் பிடிக்கும் ஜனங்களுக்கு வந்தது வண்டல் குழம்பு. வண்டல், சமையலின் ஒரு சுவையாகவே ஆகிவிட்டிருந்தது.

பசி புரட்டிய குடல் சுருண்டு தெறிக்கக் குப்புறப்படுத்து தூக்கத் துக்காகத் தவித்த ஊரார் காதில் அப்புப் பண்டாரத்தின் சிப்ளாக் கட்டை ஒலித்தது. சட்-சட், சடக்-சடக். அவனுடைய கணீர்க் குரல். மாடன் கோவில் திண்ணையில், சருகு மெத்தைமீது படுத்தபடி பண்டாரம் பாடுகிறான். கரகரத்த தொண்டை. உச்சஸ்தாயியில் அது ஓங்காரம்போல எழுந்து வானை முட்டுகிறது. சிப்ளாக் கட்டை அவனுக்கு மூச்சுபோல. மாறாத தாளம். பாட்டின் கார்வை மார்பை நிறைக்கிறது. பண்டாரத்துக்கு சங்கீதம் தெரியாதுதான். ஆனால் மனசைப் பாடலாக மாற்றிவிடத் தெரிகிறது.

> 'மாடன் மகனல்லோ
> மலைராசா வீரசிங்கன்!
> காடன் குலக்கொளுந்து
> கண்ணான சிங்க மூப்பன்!'

கேட்டவர்களின் உயிர்க்குலையைப் பிசைகிறது பாடல். எல் லோரும் பாடி வளர்ந்த பாட்டுதான். கொம்பன்சுரம் தாண்டிப் புல் லறுக்கப் போவார்கள். பசுமையும் ஈரமுமாகக் கிடக்கும் காடு. புல்வெளி பூத்திருக்கும். வண்ணாத்திப் பூச்சி பறக்கும். அடி யெடுக்க ஒருவன், வரி முடிக்க இன்னொருவன் என்று மாறி மாறிப் பாடுவார்கள். உச்சிமலை சிங்கம் மலையாகவும், சரிவின் ஊர் கொம்பன்விளையாகவும் பெயர் பெற்ற கதை. தலைமுறைகள் பாடி வளர்ந்த கதை. அத்தலைமுறைகள் இன்று மண்ணாகி விட்டன. அவர்களின் சுடலைகளில் ஊன்றிய தென்னம் விதைகள் இன்று மரமாகி மண்டை உலர்ந்துவிட்டன. அவர்களின் நினைவு களை ஒற்றையடிப் பாதையில் கால் தடம் அழிக்கும் காற்று அழித்துவிட்டது.

சிங்கமூப்பன் இருக்கிறான். வயதென்றும் காலமென்றும் மனித மனம் போடும் சகல கணக்குகளுக்கும் அப்பால் வாசம் செய்கி றான். பெரிய மச்சு வீட்டில் சாய்ப்பறையில் மல்லாந்து கிடக் கிறான். பத்மநாபசாமி மாதிரி படுத்திருக்கிறான். இடிந்து கொண்டே இருக்கிறது மச்சுவீடு. நாலு பக்கமும் குட்டிச் சுவர்கள்

வளைத்த, கருகிய தென்னை ஓலைக் கூரை வேய்ந்த பெரிய வீடு. மூத்த நாடார் நாலு வருடமாக வீட்டைப் பிரித்து மர விலைக்கு விற்றுத்தான் அந்திப்பாட்டைக் கழிக்கிறார். வானத்திலிருந்து வீசப்பட்ட குப்பைபோல, ஊர் மத்தியில், ஒருபுறம் சாய்ந்தபடி நிற்கிறது மச்சுவீடு. காயம் கொண்ட யானை போலத் தந்தங்களை மண்ணில் குத்திக் குப்புறக் கிடக்கிறது மச்சுவீடு. வாழ்ந்த வீடு. தலைமுறைகள் பெற்றும், புணர்ந்தும், சண்டையிட்டும் வளர்ந்த வீடு. தலைசாய்த்து உயிரிழந்த வீடு. எல்லாம் போயிற்று. குலக் கிளைகள் செழித்த காலம் போயிற்று. இது சருகு உதிரும் காலம்.

அடிமரம் உதிரும் காலம். எஞ்சிய குச்சில் மூத்த நாடார் கெட்டிய வளுடனும் ஏழு குழந்தைகளுடனும் வசிக்கிறார். காய்ந்த கொல்லைகளில் சருகு மெத்தைமீது பாம்பு உரித்த சட்டைகள் வெயிலில் மினுங்குவதை வெறித்தபடி வயல் வரப்பில் அமர்ந்திருப்பார். கூலி வேலை செய்து பழக்கமில்லாத உடம்பு. இப்போது பசி. மார்பின் ரோமங்கள் உதிர ஆரம்பித்துவிட்டன. தொழுவில் கல்லிடுக்குகளில் இருந்து கறையான் எழுப்பும் செம்மண் பொங்கி வந்து குவிகிறது. வைக்கோல் போர் இருந்த இடத்தின் வட்டமான தழும்பை நாடார் பெருமூச்சுடன் பார்க் கிறார். யாரும் பார்க்கிறார்களா என்று சுற்றுமுற்றும் பார்த்த பிறகு, கிழிசல் வேட்டியைத் தூக்கிக் கண்களைத் துடைக்கிறார். வெயில் ஏற ஏற வீட்டுக்குள் கூரையில் இருந்து ஒளிச்சட்டங்கள் விழுகின்றன. இருளைக் குறுக்கும் நெடுக்குமாகக் கிழித்துக் கூறுபோடுகின்றன.

தங்கம்மை சமையலறைப் படிமீது உட்கார்ந்திருக்கிறாள். அவரை அனிச்சையாக ஏறிட்டுப் பார்த்துவிட்டு மௌனத்தில் அமிழ்கிறாள். வீடெங்கும் நிரம்பியிருக்கிறது மௌனம்.

செவிப்பறைகளைக் கிழிக்கிற மௌனம். அழுதும் கூப்பாடு போட்டும் பிள்ளைகள் கூவிய காலம் போய்விட்டது. மூலை களில் ஒண்டிக்கொள்கின்றன. சின்னையன் மண்ணைத் தின் கிறான். வீட்டுச் சுவர் முடுக்குகளில் குழியானை அருமையான மண்ணைக் குவித்துவைத்திருக்கிறது. பட்டுப்போல, மாவு போல அவ்வளவு சன்னமான மண். சாணி ருசியும் சாம்பல் ருசியும் கொண்ட மண். சின்னையனுக்குப் பசியே இல்லை. அவன் உதடுகள் வெடித்து, முகம் தாள்போல வெளிறிவிட்டது. கண்கள் மஞ்சள் நிறச் சோழிகள்போல இருக்கின்றன. அவன் வயிறு மட்டும் உப்பிப் பருத்து, குடம்போலப் பளபளவென்

றிருக்கிறது. 'எக்கு பய்ச்சவே இல்லியே' என்று மலங்க மலங்க விழித்தபடி, பரம சந்தோஷத்துடன் சொல்கிறான். பசித்தால் பாவாடையைக் கழட்டி வீசி, தரையில் படுத்துப் புரண்டு கூவும் பாக்கியம் அண்ணனைப் பின்தொடர்கிறது. இப்போதெல்லாம். அதுவும் அழாமல் ஆகிறது. அதன் கண்களிலும் அந்த வெறிப்பு ஏறி வருகிறது. அழும் சுறுசுறுப்பைக்கூட இழந்து, மௌனத்தில் ஒடுங்க அது பழகிவிட்டது.

வெயில் பொழிகிற மதியத்திலும் பண்டாரம் பாடுகிறான். மண்டைமீது மோதுவதுபோலக் கேட்கிறது அவனுடைய சிப்ளாக் கட்டை. பாவி அதை நிறுத்தித் தொலைக்க மாட்டானா என்று நரம்புகள் முறுக்கேறி ஓலமிடும் அளவு மாற்றமற்ற ஒரே ராகம். ஆனால் தாளம் ஒரு கணம் ஓய, அவன் பாடல் மீண்டும் மெல்ல முளைப்பதற்குமுன், அந்த மௌனத்தில் அந்தத் தாளத்துக்காகப் பிரக்ஞை பரிதவிக்கிறது. பண்டாரத்தின் உடல் ஒடுங்கிவிட்டது. அவன் வயிற்றில் திரிதிரியாக நரம்புகள் புடைத்துவிட்டன. முதுகு கூனிப்போய்விட்டது. குரல் மட்டும் ஒடுங்கவில்லை.

'கரும்பனைப் போல் தேகமய்யா
காட்டு ராசா சிங்க மூப்பன்!
உருக்குப் போல் கையும் காலும்
ஊருச்சாமி சிங்க மூப்பன்!'

நாடார் உடல் கூச எழுந்தமர்ந்தார். ஓடிப்போய் பண்டாரப் பயலின் மென்னியை முறிக்கவேண்டும்போல் இருந்தது. யாருக் காகப் பாடுகிறான்? முக்காலே மூன்று வீசம் காலியாகி சாகக் கிடக்கும் கிழங்களும் இடிந்த வீடுகளுமாக நிற்கிற இந்த ஊருக்கு ஒரு பண்டாரமும் அவன் பாட்டும் மட்டும்தான் குறைச்சல். கழனி விளைந்து களம் நிறைந்துகொண்டிருந்தபோது அவன் வந்தான். வீட்டுக்கு வீடு சாப்பிட்டான். பொலிகாளை போல உடம்பு. சிப்ளாக் கட்டையின் உச்சதாளம். ஊரின் ஐதீகப் பாடலில் அவன் ஆத்மாவும் கலந்தது. காவல் தெய்வம் மாடன் சன்னதியே அவன் வீடு. மாடன் மகன் சிங்க மூப்பனின் கதையே அவனுடைய மூச்சு. கொடை நாளில் தட்சிணை பெற்றுக் குடித்து விட்டு அலறுவான். உண்ட மயக்கத்தில் மல்லாந்திருப்பான். ஆபத்துக்கு உதவ வருவான். அச்சமின்றி எதையும் எதிர்கொள்ளு வான். அது அந்தக்காலம். விட்டுவிட்டுப் போகவேண்டியவன் தானே? தலைமுறைகளைக் கண்டவர்களுக்குத் தோன்றாத

ஒட்டுதல் வந்தேறிக்கு எதற்கு? நாடார் காறித் துப்பினால் கபம்தான் கசந்து கசந்து வந்தது.

பண்டாரத்தின் பாடல். கரும்பனை போன்ற உடலுடன், எஃகு போன்ற கைகால்களுடன் தன் சாதியினரை வழி நடத்தி வந்து, காடு வெட்டி நாடாக்கி, ஊர் ஸ்தாபித்த பெரிய மூப்பன், மாடசாமியின் மூத்த மகன். சொன்ன சொல்லுக்கு எதிர்ச் சொல் இல்லாமல் காட்டையும் நாட்டையும் ஆண்ட சிங்க மூப்பன். நாடார் மண் தின்று சப்புக் கொட்டும் குழந்தைகளைப் பார்த்தார். மூப்பனின் கொள்ளுப்பேரனின் பேரக்குழந்தைகள். தலைமுறை கள் உப்பாகிவிட்டன. குன்று தேய்ந்து குளமான காலம் தாண்டிவிட்டது. கிழத்துக்கு வேளை வரவில்லை. மூத்த நாடாருக்கு ஞாபகம் தொடங்கிய நாள்முதல் படுக்கைதான். காலைக் கடன்களுக்காக ஒருமுறை கைத்தாங்கலாக எழுவதுடன் சரி. நாடார் சாய்ப்பறைக்குப் போனார். பெரிய காஞ்சிர மரக் கட்டிலின்மீது, நிழலில் ஒளியிலுமாகக் கிழட்டு உடல் கிடந்தது. நெடிதோங்கிய உடம்பு. கன்னங்கள் உள்ளே ஒட்டி, உதடுகள் உட்புறமாக மடிந்து இழுபட்டு, ஆழ்ந்த சுருக்கங்கள் இம்மி யின்றிப் பரவிய முகம். கூரிய, வளைந்த நாசி. மயிரற்ற இமைகள். மயிரற்ற புருவமேடு. கண்களாகச் சதை அசையும் இரு குழிகள். அவை சில சமயம் விரிசலிட்டுத் திறக்கும். என்ன தெரியும் அதற்கு? நிழல்களா? உறவும் உலகமும் வெறும் நிழல்களாக மாறி மூன்று தலைமுறைகள் சென்றுவிட்டன. கிழம் படுத்திருக்கிறது. இனி காலம் என்ன செய்யும் என்பதுபோல, செதில்கள் அடர்ந்த கரிய மண்டை. சிதிலமாகிய காது மடல்கள். கள்ளி போன்ற கைகால்களுடன் மட்கும் நெற்று போல ஓர் உடல். இன்னமும் துல்லியமான பசி. சரியான விசர்ஜனம்.

பிரமை பிடித்ததுபோல அதை நாடார் பார்த்து நின்றார். ஒரு கணம் அது மானுட இயல்புகளுக்கு எல்லாம் அப்பாற்பட்ட ஏதோ ஒன்று என்று எண்ணம் அவருக்கு ஏற்பட்டது. மாடனின் மகன் தானோ என்று ஒரு கணம் தோன்றியது. குற்ற உணர்விலும் பீதியிலும் அவர் உடல் சிலிர்த்தது. அவரது மரணத்தைக் காத் திருக்கிறோம். அதற்காகப் பிரார்த்தனை செய்கிறோம். நிற்க முடியவில்லை. திரும்பி ஓடினார். வெட்டவெளிக்கு வந்தபோது ஆசுவாசம் ஏற்பட்டது. எவ்வளவு பெரிய பாரம்! மாடசாமீ, எனக்கு மட்டும் ஏன் இந்தச் சோதனை? என் பிள்ளைகள் கண் முன்னே சாகின்றன. ஊரே விட்டுவிட்டுப் போகிறது. நான் என்ன

செய்வேன்? எப்படி மீள்வேன்? திருவனந்தபுரத்துக்குப் போகலாம், அல்லது சென்னைக்கு, பெங்களூருக்கு. குப்பை பொறுக்கலாம். மலம் அள்ளலாம். தெருவில் உறங்கலாம். எல்லாரும் அப்படித்தான். ஆனால் எப்படிப் போவேன்? இந்த பாரத்தை என்ன செய்வேன்? விட்டுவிட்டுப் போனால் என்ன? அய்யோ, அதற்கும் முடியவில்லையே. நாடார் ஆங்காரத்துடன் வற்றல் மார்பில் மடேர் மடேரென்று ஓங்கி அறைந்தார்.

பண்டாரம் பாடிக்கொண்டிருந்தான். பேச்சிமலையை ஆண்ட கஜராஜன் ஒற்றைக்கொம்பன் கதையை. ஒற்றைக்கொம்பனின் ஆளுகைக்குக் கீழே வந்தது மக்ருணி மலை முதல் உச்சிப்பனை மலை வரையிலான பிரதேசம். அங்கு மானுடக் கால் படக் கொம்பன் அனுமதிப்பதில்லை. கால் வைத்தவனை விட்ட தில்லை. அப்பெயர் கேட்டாலே ஊர் அலறும். ஒற்றைக் கொம்பன் வனராசன். கரும்பாறை போல உடலும், பிறைநிலவு போலக் கொம்பும், நெற்றியெங்கும் செம்பூவும் உடையவன். பாறை ஊற்றுப்போல மதம் வழியக் காட்டில் அலைபவன். அந்தக் காட்டுக்குத்தான் ஒரு காலத்தில் உள்நாட்டில் பஞ்சத்தில் வெந்துகொண்டிருந்த ஏழுகுல நாடார் வம்சத்தை வழிநடத்திய படி சிங்க மூப்பன் வந்தான். வேண்டாம் ராசாவே, வனராஜன் எல்லைக்குள் நாங்கள் வரமாட்டோம் என்று அழுதார்கள் பெண்கள். ஆண்கள் பயந்து, பேசாமல் நின்றார்கள். ஈட்டி மரப் பலகை போன்ற மார்பில் ஓங்கியறைந்து, இடிபோன்ற குரலில் மூப்பன் சொன்னான்: இன்று முதல் வனராஜன் கொம்பனல்ல, நான்தான். மாடசாமியின் மகனாகிய நான். என் பிரஜைகள் என்னைத் தொடர்ந்து வரவேண்டும். வராதவர்கள் ஏழுகுல நாடார் வம்சத்துக்கு ஒட்டுமில்லை, உறவும் இல்லை. பயந்த கண்ணீரும் பசித்த கண்ணீருமாக ஜனம் பின்தொடரந்தது. கையில் வேலும் தோளில் வில்லுமாகத் தூண்போலக் கால் தூக்கி வைத்து மூப்பன் காட்டு எல்லைக்குள் புகுந்தான். கொடிகளை அறுத்து வீசி, மரங்களைப் பிடுங்கி எறிந்து வழி உண்டு பண்ணிய படி வந்தான். பள்ளத்தாக்கில் குளத்தருகே கண்ட சமநிலத்தில் நின்றான். இனிமேல் இதுதான் ஏழுகுல நாடார் வாழும் குடி யிருப்பு என்று அவன் உத்தரவிட்டான். தன் கை வேலை ஆல மரத்தடியில் ஊன்றி, அங்கு மாடசாமியைப் பிரதிஷ்டை செய்தான். அத்தனை பேரும் அங்கேயே குடிசை கட்டி வாழ ஆணையிட்டான். பெண்களும் குழந்தைகளும் அழுதனர். 'மூப்பன் ராசாவே, எங்களுக்கு நீதான் துணை' என்று அபயக்குரல்

எழுப்பினார். தன் கையிலிருந்த வாளைத் தூக்கி ஆட்டி மூப்பன் அவர்களுக்கு அபயம் தந்தான்.

அப்புப் பண்டாரம் அலுமினியப் போணியுடன் வந்தான். அவன் கண்கள் பீளை படிந்து சுருங்கிவிட்டிருந்தன. காய்ந்து வெடித்த உதடுகளில் ஈரமில்லை. போணியை நாடார்முன் நீட்டினான். நாடார் ஒரு கணம்தான் அவனை ஏறிட்டுப் பார்த்தார். அவர் மார்புக்குள் 'சுளீர்' என ஓர் அடி விழுந்தது. 'சீ மூதேவிப் பயலே' என்று சீறிவிட்டார். 'இஞ்ச கும்பிய எரியுது. நீ வந்து சட்டிய நீட்டுறியா? இந்தாலே, கும்பியப் பிடுங்கிக்கிட்டுப் போ. கொண்டு செண்ணு சுட்டுத் திண்ணுலே...' என்று கூவினார். பண்டாரம் சற்று அதிர்ந்தான். ஆனால் அவனது சாம்பல் பூத்த முகம் எதையும் காட்டவில்லை. சற்று நேரம் போணியைப் பார்த்தபடி நின்றான். பிறகு அதைத் தரையில் போட்டான். தலை தூக்காமல், 'கடசீ ஆளாக்கும் நீரு' என்றான். நாடார் மனம் உறைந்து அப்படியே நின்றார். பண்டாரம் திரும்பிச் சென்றுவிட்டான்.

வீட்டுக்குள் இருந்து இருட்டு வெளியே கசிந்து, தெருவெங்கும் பரவுவதுபோல் இருந்தது மூத்த நாடாருக்கு. இடைநடையில் சடைந்து அமர்ந்தார். கண் இருட்டியதா, பூமி இருட்டியதா என்று தெரியவில்லை. சருகு சுழல, காற்று தெரு வழியாகச் சென்றது. வீட்டுக்குள் மண் சட்டியில் மிஞ்சிய தண்ணீரில் ஒரு மடக்கு விழுங்கினார். வயிறு ஜிவ்வென்று மடங்கி சுருண்டு தெறித்தது. நரம்புகள் சுண்டி இழுபட்டன. ஒரு கணம் கண்ணை இருட்டிக் கொண்டு வந்தது. இருட்டில் சுவரோரமாக ஒண்டிப் படுத்துக் கொண்டார். வளைந்து உடம்பைக் குறுக்கினார். முடிந்தவரை வயிற்றை ஒடுக்கினார். நரம்பு முறிந்துவிடும்போல வலித்தது. இருட்டு ஒரு பெரிய பாரம்போல அழுத்தியது. எங்கோ பண்டாரத்தின் குரல் மீண்டும் எழுந்தது.

'உருளு பொட்டி வருதே மலை,
உசிரு நடுங்க வருதே கொம்பன்!
கறுத்த ராத்திரி கணக்கா வருதே
கருமேகம் சுருண்டு வருதே அய்யோ!'

தும்பிக்கையை அந்தரத்தில் தூக்கி கரிய இரவு திரண்டு வருவது போல சுழற்றியபடி, மலையுச்சிக் கரும்பாறைச் சரிவில் உருண்டு வருவதுபோல, கார்மேகத் துண்டுபோல இடி ஒலித்தபடி பாய்ந்து வருகிறது ஒற்றைக் கொம்பன். அதற்குப் பின்னால்

தலைவனைத் தொடர்ந்து வெறிகொண்டு பாய்ந்து வருகிறது மத யானைக் கூட்டம். யானை வாழும் காட்டில் மானுடப்பதரே ஏனடா காலெடுத்து வைத்தாய்? சீறுகிறது ஒற்றைக் கொம்பன். மரம் பிடுங்கி வீசுகிறது. மண்ணை குத்திக் கிளறுகிறது. வானிடியப் பிளிறுகிறது. சிங்க மூப்பன் தன் வேலைக் கையில் எடுத்தான். மீசையைக் கோதியபடி இடிபோலக் காலடி ஒலிக்கப் புறப்பட்டான். 'வேண்டாம் ராசாவே, விட்டுருவோம். ஊருக்கே போய்ருவோம்' என்று அலறி அழுதன ஊர் ஜனங்கள். வானம் முட்ட விஸ்வரூபம் கொண்டு சிங்க மூப்பன் சொன்னான். 'மக்கா, பாத்த மிருகத்தக் காட்டிலும் பயங்கரமோ பார்க்கப்போற மிருகம்? பசியப் பாத்தமே, பஞ்சத்தப் பாத்தமே, பட்டினியப் பாத்தமே, பிடுங்க வாற எளவெடுத்த ராசப்படைகளைப் பாத்தமே... எனக்க மக்கா, பட்டினிக்கும் பத்மநாபசாமிக்கும் சத்தியமில்லை. ஆனைக்கு சத்தியம் உண்டு. அங்க சாவியதுக்கு நாம இங்க சாவியலாம்! காக்க நானுண்டு மக்கா. என் சரீரம் விழுந்த பிறவுதான் நீங்க. மாடசாமி மேல ஆணை...' எங்கும் உணர்ச்சி ஒலிகள் எழுந்தன.

மூப்பனைக் கும்பிட்டு, மாடனைத் தெண்டனிட்டு, ஜனம் பின்னால் சென்றது. யானைப் படைக்கும் மனுஷப் படைக்கும் சண்டை. மூன்று நாள் ராத்திரியும் பகலும் சண்டை. ஒற்றைக் கொம்பனுக்கு மத்தகத்தில் வேல் பாய்ந்த காயம். சிங்க மூப்பனுக்குத் தோளில் யானைக் கொம்பு பாய்ந்த காயம். யானைகள் செத்து விழுந்தன. மனுஷர்கள் நசுங்கிச் சிதறினர். சதுப்பு மண்ணில் சேறாக ரத்தம். ஆனை ரத்தம், மனுஷ ரத்தம். ஆனைக்கு மதநீர், மனுஷனுக்குக் கண்ணீர். ஆனைப் படை தோற்றது. ஒற்றைக் கொம்பன் பின்வாங்கியது. 'மக்கா சிங்கா, வருவேன் பிலே, உன்னைவிடமாட்டேன் பிலே...' கொம்பன் கூவியபடிச் சென்றது. 'எனக்க மண்ணில கால வைச்சவனை நான் விட்டதில்லை பிலே. அவன் மார்பைப் பிளந்து ரத்தம் குடிக் காமல் ஓய்ந்ததில்லையடா கொம்பன்!'

காட்டுக்கு அதிகாரம் கொண்ட பேச்சியின் மகன் நான்! நாடெல் லாம் பத்மநாபசாமிக்கு, காடெல்லாம் பேச்சிக்கு. நாட்டுக்கு மகராசா, காட்டுக்கு ஒற்றைக் கொம்பன்! தெய்வங்களே, மாடனின் மக்களுக்கு மண்ணில்லையா? ஒரு செடி நட்டுக் காயெடுக்க நிலமில்லையா? சிங்க மூப்பன் வானம் நோக்கிக் கூவினான். 'ஆரு வந்தாலும் சரி, இது எனக்க மண்ணு! இது எனக்க

மலை! இஞ்ச என் பிள்ளியதான் வேலை செய்து சீவிக்கும். இது மாடன் சாமி மேலே சத்தியம்! பேச்சியம்மா, மலைச் சிறுக்கீ, மூதேவி, கேட்டுக்கடீ பாவி! கள்ள நாறிக்கப் பயலே மகராசா, நீயும் உனக்க பப்பனாசாமியும் கேளுங்க; இது எனக்க மண்ணு! இது என் பிள்ளிய வாழப் போற மண்ணு.'

மூத்த நாடாருக்குக் கண்ணீர் கொட்டியது. மழைக்கால மரத்தைக் காற்று உலுக்கியதுபோல ஈரமும் விம்மலும் தெறித்தன. தங்கு தடையற்ற விம்மல்கள் மனசைக் கீறியபடி வெளிவந்தன. தொண்டை அடைத்தபோது சட்டென்று சுய ஞாபகம் வந்தது. உடனே வயிற்றுச் சதை இழுத்துப் புரண்டது. மார்பின் சகல உறுப்புகளையும் கொக்கிபோட்டு இழுத்து உலுக்கும் வலி. யம்மா என்றபடி அப்படியே பந்துபோலச் சுருண்டுகொண்டார். வலியில் ஒரு அடி முடிந்ததும் ஒரு மௌனமான இடைவெளி. அதில் மனம் தவிக்கும் ஊசிமுனைத் தவிப்பு.. அவ்வளவுதான். இனியில்லை, முடிந்துவிட்டது என் மனம் ஓயும் கணம் மறு படியும் அடிகள். உதட்டை இறுகக் கடித்திருப்பதை உணர்ந்தார். ரத்தம் சுவைக்கிறது. ரத்தம் மணக்கிறது. சட்டென்று மனசுக்குள் ஓர் எண்ணம். மறுகணம் உடம்பு உலுக்கிக்கொண்டது. வாந்தி வருவதுபோல இருமுறை மார்பு கூசி அடங்கியது. சில நிமிடம் கழித்து மீண்டும் அந்த எண்ணம். இம்முறை ருசியற்ற உமிழ்நீர் வாய் வாயாகச் சுரந்து வழிந்தது. விழுங்க முடியாத கசப்பு. துப்பினார். மீண்டும் சுரந்தது. இருட்டில் சுவரைப் பற்றியபடி தள்ளாடித் தள்ளாடி நடந்தார். அந்த இருட்டில் அவர் போக வேண்டிய இடம் அவருக்குத் தெரிந்தது. பாவி மனம் இதைக் கூடக் கவனித்து வைத்திருக்கிறதே என்று எண்ணியபோது மனம் கூசிச்சுருண்டது.

குழியானை மண் குவிந்திருந்த பத்தாய அறை முடுக்கு. கையால் தடவியபோது வெதுவெதுப்பான மென்மையான மண் தென்பட்டது. அள்ளினார். இருளில் ஏதோ கண் தன்னை ஊடுருவிப் பார்ப்பதுபோல இருந்தது. ஒரு சிட்டிகையை நாவில் வைத்தார். ருசியற்ற மாவு. ஒரு கணம்தான். உமிழ்நீர் கொப்ப ளித்து நிரம்பியது. வீச்சமுள்ள உயிர் மணம். உப்பும் சாம்பலும் கலந்த ருசி. உடல் உத்வேகத்தால் குறுகிப் புல்லரித்தது. அள்ளி அள்ளிப் போட்டுக்கொண்டார். வாய்க்குள் ஏதோ துடித்தது. குழியானைப் பூச்சி. துப்பினார். அருவருப்பு எழவில்லை. வயிறு மெல்லப் புரண்டு அடங்கியது. தீயில் மண்ணைக் கொட்டியது

போன்ற அமைதி. எரியும் சருமம்மீது எண்ணெய் பட்டதுபோல ஒரு குளுமை. சட்டென்று ஏற்பட்ட அந்த அற்புதமான விடுதலை உணர்வால் ஒரு கணம் அப்படியே திளைத்துப்போய் நின்றார். மாபெரும் பாரமொன்றைத் தோளில் இருந்து கொட்டிவிட்டது போல் இருந்தது. வாயைத் துடைத்தபடி எழுந்து வந்து படுத்துக் கொண்டார்.

பண்டாரத்தின் சிப்ளாக் கட்டையில் குதிரைக் குளம்படியின் வேகம். பாறைகள் உடைந்து உருளும் ஆவேசம். அவன் சொற்கள் இருட்டை அறைந்தன. சிங்க மூப்பனுக்கும் ஒற்றைக் கொம்பனுக்கும் தீராத சண்டை நடக்கிறது. வருடக்கணக்காக. தலைமுறைகள் நீள நீள. மூப்பனின் மூத்த மகனை கொம்பன் காட்டில் மிதித்துத் துவைக்கிறது. மகளை அரைத்து விழுதாக மத்தகத்தில் பூசிக்கொள்கிறது. வெறி கொண்ட மூப்பன் கொம்பனின் பிடியைக் கொன்று வீழ்த்துகிறான். அதன் வயிற்றைக் குத்திப் பிளந்து குடல் மாலைகளைக் காடெங்கும் வீசுகிறான். கொதிக்கும் ரத்தம் சதுப்பில் பரவுகிறது. புல் நுனிகள்தோறும் குனிமுத்துபோலத் திரண்டு நிற்கும் ரத்தம். யாருக்கும் வெற்றியில்லை. யாருக்கும் தோல்வியில்லை.

சிங்க மூப்பனின் வம்சம் தழைக்கிறது. புதுப்புதுக் கரங்கள் அவன் பின்னால் கமுகந்தடி பிளந்தெடுத்த ஈட்டியாக அணி வகுக்கின்றனர். பிள்ளைகளும் பேரன்களும் நிறைகின்றனர். ஊர் வலுக்கிறது. குடிசைகள் வீடுகளாகின்றன. மாடனுக்குக் கொடை நடக்கிறது. ஆட்டமும் கூத்தும் நடக்கிறது. குடியும் களியாட்டமும் நடக்கிறது. குரவையும் பொங்கலும் நடக்கிறது. ஆனை வம்சம் நொடித்துப் போகிறது. காடு குறைகிறது. புல் காய்ந்து சமவெளிகள் மொட்டையாகின்றன. காட்டு நதிகள் வற்றி மணல் தடங்களாக மாறுகின்றன. மூங்கில்கள் வெளிறிக் காய்கின்றன. கசியும் பட்டினியுமாக கொம்பனின் யானைப் படை காட்டில் அலைகிறது. அவற்றின் பேரலறல் காட்டின் இருளுக்குள் இருந்து ஒலிக்கிறது. கொம்பன் தன் கூட்டத் தாருடன் மலையேறி மறுபக்கம் செல்கிறது. ஓங்கிய சிங்கன் மலைச் சிகரத்தின் அருகே நின்றபடி கொம்பன் கிராமத்தைப் பார்க்கிறது. அதன் குட்டி மணிக் கண்கள் துடிக்கின்றன. காதுகள் ஒரு கணம் நிலைக்கின்றன. தும்பிக்கை சீறியபடி நெளிகிறது. மூங்கில் குருத்தும், முற்றிய செங்கரும்பும், தெளிநீரும் தந்து ரட்சித்த மண்ணே, இனியும் வருவேன்! உன்னைவிட்டுப்

போகமாட்டேன்! இந்த மண்ணுக்கு வந்துகொண்டுதான் இருப்பேன். ஓடுங்காத பகைமையுடன் ஓயாத வெறியுடன், கொடும் வெயிலில் மலைக் கரும்பாறைபோல கொம்பன் நின்று தகிக்கிறது.

கொம்பன் வாழும் இருண்டு காடு ஒரு பூதம்போல, புயலைக் கருக்கொண்ட மேகம்போல, ஊரின்மீது தொங்கி நிற்கிறது. கொம்பன் மலையிறங்காத வருடம் இல்லை. பலி கொள்ள வரும் மாரியம்மைபோல அது வரும். சூறையாடும். துவம்சம் செய்யும். கொதிக்கும் ரத்தத்தில் குளித்தபடி மலையேறிச் செல்லும். அதன் வெஞ்சினம் காட்டில் ஒரு விஷச்செடிபோல வளர்ந்திருக்கிறது. மலையிறங்கும் குளிர்காற்றில் அதன் வீச்சம் உள்ளது. நரம்புகளை நீலம் பாரிக்க வைக்கும் விஷம். அது ஊர் மக்களை நடுநடுங்கச் செய்கிறது. இருளின் சகல ஒலிகளையும் கொம்பனின் வரவாக எண்ணவைக்கிறது. பரிகாரமே இல்லாத மகத்தானதோர் சாபம்போல மலைமீது குடிகொள்ளும் கொம்பன், கரும்பாறைபோல அசைந்துவரும் துர்தேவதை.

பயந்த மக்கள் மாடனுக்குப் படையல் போடுகிறார்கள். மூப்பனை மரக்கட்டிலோடு தூக்கிச் செல்கிறார்கள். குருத் தோலைப் படுக்கையில் சாய்ந்து அமரச் செய்கிறார்கள். முதல் பலியாடின் மூளையும் முதல் மிடறு சாராயமும் மூப்பனுக்குப் படைக்கிறார்கள். மூப்பனின் உள்ளொடுங்கிய உதடுகளில் இருந்து விநோத ஒலிகள் எழுகின்றன. அவன் தசைகள் முறுகியும் தளர்ந்தும் அசைகின்றன. பின்பு அவன் விரல்கள் அசைகின்றன. அவன் இமைச்சதைகளில் உயிர் கூடுகிறது. உயிரற்றுத் தொங்கிப் பார்வையை மறைக்கும் அந்தப் பழுத்த மாமிசத் திரைகள் நெளிகின்றன. மெல்ல விரிசல் விடுகின்றன. ஒரு மூச்சில் உயிரைக் கொடுத்துத் திறந்துவிடுகிறான். அவன் கண்களுக்குள்ளே மதகுடைத்துப் பீறிடுகிறது வெளிக்காட்சி. நெளியும் பந்தச் சுடரில் ததும்பும் ஒளி. மாடனின் வானோங்கிய தோற்றம். ஆடும் உடல்களின் நிழல்கள், குழந்தைகள், பெண்கள், வண்ணங்கள், யார்? என்ன இது? பதைக்கிறான். அவன் முகம் பரபரத்து நெளிகிறது. மறுகணம் மலர்கிறது. விம்மியும் விக்கியும், அழுகையும் சிரிப்புமாகக் கொந்தளிக் கிறான். கண்ணீர் கொட்டுகிறது. உடம்பு குலுங்குகிறது. தசைகள் துடிக்கின்றன. யார் இவர்கள்? நானறியாத முகங்கள், நானறியாத காட்சிகள், நான் அறிந்திராத உலகம். ஆனால் என் ரத்தம் முளைத்த வனம் இது. என் வாரிசுகள்! என் பிரஜைகள்!

'மக்கா' என்கிறான் மூப்பன். ஒலியாக அது மாறவில்லை. கையை அசைக்கிறான். விரல்கள் பதைபதைத்துப் பின்னுகின்றன. உயிர் மூச்சைத் திரட்டி வலக்கையைத் தூக்க முயல்கிறான். உயிரை இம்மி இம்மியாகச் சேர்த்துக் குவித்து, கைமீது செலுத்துகிறான். கை மெல்ல எழுகிறது. உயர்கிறது. தலைமீது ஒரு கணம் தூக்குகிறது. ஆட்டம் நின்றுவிடுகிறது. மாபெரும் நிசப்தம். உணர்ச்சி துடிக்கும் மௌனம். கையை அசைக்கிறான். பிறகு அது சரிகிறது. ஓவென்று ஆவேசச் கூச்சல்! ஆனந்த வெளிகொண்ட குரல்கள்! பரவசம் கொண்ட கும்பல் ஆடுகிறது. விம்மி விம்மி அழுகிறது. மார்பைக் கையால் அழுத்தியபடி பெண்கள் அழு கிறார்கள். போதை ஏறிய பெரியவர்கள் அப்படியே நிலத்தில் குப்புற விழுந்து கும்பிடுகிறார்கள். 'மூப்பா, பொன்னு மூப்பா! எங்களுக்குத் தம்புரானே... இனி நீதான் கதி ஏளெகளுக்கு...' பரவசக்குரல்கள் சேர்ந்து எழுகின்றன. 'எங்க கொலம் விளங் கணும் மூத்த அப்போ... அனுக்கிரக்கிக்கணும் மூத்த அப்போ.'

பெரும் மௌனம். பண்டாரத்தின் குரல் நின்று வெகுநேரம் ஆகிவிட்டது என்பதை நாடார் உணர்ந்தார். விடியப்போகிறது போலும். சுழல் காற்று கதவுமீது அதிர்கிறது. பொட்டல் போர் ஓலமிடுகிறது. இருட்டின் கனம் தாங்கமுடியாதபடிஅழுத்தியது. திணறியவராகத் தம்மை அழுத்திக்கொண்டார். ஸ்பரிசம் உணர்த்தாத கரங்கள் இழுத்து ஆழங்களுக்குள் கொண்டுசெல் கின்றன. திமிறி விடுத்திக்கொண்டபோது வீடெங்கும் கூரையின் ஒளிவட்டங்கள் சிதறிக் கிடப்பதைக் கண்டார். ஒளிச்சட்டங்கள் சாய்ந்திருந்தன. வயிறு கல்போல இறுகிவிட்டிருந்தது. உடம் போடு ஒட்டாது தனித்ததோர் உறுப்புபோல அது பற்றியிருந்தது. எழுந்து, வேட்டியை வரிந்து, பிறகு நாற்புறமும் பார்த்தார். யாருமே இல்லை. குழந்தைகள்கூட. ஒருகணத்தில் மனம் வெறுமையாக இருந்தது. பிறகு திடீரென்று இரவின் அவஸ்தை நினைவுக்கு வந்தது. மறுகணம் பண்டாரத்தின் தாளம் கேட்டது காதில். அவன் நேற்று போனபோது இருந்த அம்முகம் மார்பைப் பிசைந்தது. இருபத்தெட்டு வருடம் தலை நிமிர்ந்து நடந்த பண்டாரம், சக்தியின் வடிவம். ஆண்மையின் வடிவம். பற் றில்லை உடைமையில்லை. இரண்டு வேளை இரண்டு வீட்டில் கை நீட்டுவான். போணி நிறையாமல் இருந்ததில்லை. அதற்கு மேல் அவன் ஏற்பதும் இல்லை. முதல் முறையாக அவனை அதட்டித் துரத்திவிட்டோம். குற்ற உணர்வில் நாடார் குறுகினார். ஏக்கமும் துக்கமும் நெஞ்சைப் பிழிந்தன.

மாடன் கோயில் மேடைமீது பண்டாரம் கிடந்தான். சிப்ளாக் கட்டை கையில் மாட்டப்பட்டிருந்தது. முகம் மல்லாந்து, வாய் திறந்திருந்தது. ஒரு கணம் நாடாரின் உடல் அதிர்ந்தது. மெதுவாகச் சென்று அவன் முகத்தைப் பார்த்தார். தொடாம லேயே தெரிந்துவிட்டது.

பண்டாரமில்லாத இரவில் மனிதக் குரல்களே ஒலிக்கவில்லை. காற்று மட்டும் மேலும் மேலும் வேகத்துடன் வீச ஆரம்பித்தது. ஆலமரக் கிளைகள்மீது கீய் கீய் என்று ஊதியது அது. கதவுகள் உடைந்து உட்புறமாகத் திறக்க, பாழடைந்த வீடுகளுக்குள் புகுந்தது. சிலந்தி வலைகளை அறுத்துச் சுவர் மூலைகளில் குவித்தது. கூரைகளைப் பிய்த்து வீசியது. உயிர் உறிஞ்சும் மலைக்காற்றில் தினம் ஓர் உயிர் விழுந்தது. எரிக்க விறகுக்கு மட்டும் பஞ்சமே இல்லை. இருக்கிற மிச்ச ஜென்மங்களையும் கூடச் சேர்த்து ஒரேயடியாகக் கொளுத்திவிட்டால் என்ன என எண்ணினார் நாடார். மாடன் கிணறும் வற்றியது. குடம் முங்க மறுத்தது. சகதியில் எஞ்சும் கைப்பிடி நீரைப் பங்கு போடவும் ஆளின்றி ஆகிக்கொண்டிருந்தது. முத்தன் குடும்பமும் மாசியின் குடும்பமும் போனபிறகு நாடார் மட்டுமே எஞ்சினார். அவர் அதை அறியவில்லை. வீட்டின் அரை இருளுக்குள் ஒடுங்கி விட்டிருந்தார். பொடி மண்ணின் உயிர் மணம் அவரைப் போதை ஏற்றி இருந்தது. மூலையின் ஓயாத அலைக்கழிப்பு ஓய்ந்து விட்டது. கைகால்களில் வீக்கம் மினுமினுக்க ஆரம்பித்தது. வயிறு உருண்டு பருத்துவிட்டது. பகலிரவற்ற முதல் முடிவற்ற நேரம். அதில் எவ்விதப் பிரக்ஞையுமற்றுக் கிடந்தார். சேற்றில் மிதக்கும் தவளைபோல மூளையும் அசைவற்று மிதந்தது.

சமயங்களில் ஏதோ ஊற்றுக்கண் ஒன்று திறந்து, நினைவுகள் குபுகுபுவென்று எழும். ஒரு கணத்தில் காலத்தைத் தாவிக் கடந்து பின்னோக்கிச் சென்றுவிடுவார். பலவீனத்தின் அதீத எல்லையில் மட்டுமே சாத்தியமாகும் அந்தப் பிரக்ஞையற்ற பிரமை நிலை. இடுப்பே இல்லாமலாகும் வெறுமையில், நினைவுகள் மட்டுமே ஸ்தூலமாக நிற்கும். மாலையில் புல்லறுக்கும் நாட்கள், விளையாட்டுகள், போட்டிகள், சச்சரவுகள்... அன்றெல்லாம் சிங்கன் மலைச் சரிவில் நிறையப் புல் உண்டு. உச்சிமலைவரை மரமடர்ந்த பெரும் காடு. மரம் வெட்டி அறுத்து விற்பதுதான் ஊருக்கே தொழில். ஏழுகுல நாடாக்கன்மார் ஆசாரிகளாகப் பரிணாமம் பெற்றார்கள். மகாராஜாவே தூது அனுப்பி விலை

பேசும் அளவு அத்தனை சிறப்பான வேலைப்பாடு. சாதியில் எந்தப் பிரிவினருக்கும் இல்லாத மரியாதை. எந்தக் கூட்டத்திலும் ஏழுகுல நாடார் சென்று அமர்ந்தால் மரியாதையான மௌனம் ஏற்படும். உருக்கி வார்த்தது போன்ற மர உருப்படிகள், விலை திடுக்கிட வைக்கும் அளவு மலிவு. தேடி வராமல் இருப்பார்களா? அன்னிய முகங்கள் கொம்பன்விளையில் சர்வ சாதாரணம். குடிகளில் பணம் குலுங்கியது. தினமொரு சீலை, வாரம் ஒரு திருவிழா என்று பெண்கள் கொண்டாடினார்கள். மாடனுக்கு மாதா மாதம் கொடை. உருண்டைக் கண்களுடன், கொம்பு களைக் கல் தூணில் தேய்த்தபடி ஒரு பலி எருமை எப்போதும் மாடன் கோயில்முன் கட்டப்பட்டிருக்கும். நாகர்கோயிலுக்குச் சினிமா பார்க்கப் போவார்கள் பையன்கள். ஆரல்வாய் மொழிக்கும் சுசீந்திரத்துக்கும் தாசி வீடு தேடிப் போவார்கள். பட்டுச் சேலைகளைக் கட்டி எடுத்தபடி, ஆறும் வெளியும் தாண்டி, தமிழ்நாட்டுச் செட்டிகள் வருவார்கள். ஒரு மூட்டை விற்க ஒரு தெரு போதும். வளைச்செட்டியும் நெய்ச்செட்டியும் தெருக்களில் நடமாடாத நேரம் இல்லை. தானம் பெற பிராமணர்கள் வருவார்கள். ஊழியம் செய்ய நாயர்கள் காத்துக் கிடப்பார்கள். சாதியில் உச்சாணியில் இருந்தது குலம். மாடன் குலம். அது தவிர வேறு ஏதும் உண்மையான நாடார் குலம் இல்லை என்பார்கள்.

மூப்பன்புரை என்று நடுநாயகமாக ஓங்கியிருந்தது மூத்த நாடார் வீடு. அவ்வீட்டின் மூத்த ஆண்மகனே குடிகளுக்குத் தலைவன், நீதிபதி, தந்தை, படைத்தளபதி. கேள்விகளுக்கப்பாற்பட்ட அந்த அதிகாரத்தை அவர்களுக்குத் தந்த அந்த உருவம் அவ்வீட்டு அறை ஒன்றில் மல்லாந்திருக்கிறது. அறுபதுக்குமேல் அறை களும், வராந்தாக்களும், மாபெரும் தொழுவமும் பணி சாலையும், பண்டகசாலையும் என்று விரிந்து கிடந்தது வீடு. மரம் வெட்டப் போகிறவர்கள் வந்து மூப்பனை வணங்கிக் காணிக்கை வைத்து ஆசிபெற்றுப் போவார்கள். வஞ்சனை நிறைந்த மலைக்குப் போகிறோம் மூப்பா; கொம்பனுடைய ஆறாத கடும் சினத்திலிருந்து நீர்தான் காக்க வேணும். பேச்சும், சிரிப்பு, குடியும், உணவுமாக ஆட்டம்தான் ஆயினும் காட்டுக்குள் எப்போதுமே ஓர் அமைதியின்மைதான். புல் சரிந்திருக்கிறதா, முண்டம் தெரிகிறதா என்று கண்கள் அலைபாய்ந்தபடியேதான் இருக்கும். அந்தத் தலைமுறையில கொம்பனைக் கண்டவர்கள் யாருமில்லை. யானைக் கூட்டங்கள் விலகிப் போய்

விட்டிருந்தன. காடுகள் வெளுத்துக் கழனிகள் ஆகிவிட்டிருந்தன. எப்போதாவது உட்புறமாக வழிதவறிச் சென்றவனையாவது யானை மிதித்துவிட்டால் ஊரே கலகலத்துப் போகும். பூசாரி அச்சன்குஞ்சு பலி பலி என்று குதிப்பான்.

மறுவாரமே எருமை வெட்டிப் பலி கொடுத்து மாடனுக்குக் கொடை நடக்கும். உள்ளூர ஒரு நரம்புபோல வேரோடிவிட்டிருந்தது கொம்பன் ஞாபகம். கேட்டு வளர்ந்த கதை மட்டுமல்ல; தலைமுறையின் ஞாபகங்கள்கூட. இதோ கொம்பன் முடுக்கு; இங்குதான் சங்கு நாடாரின் தந்தையை கொம்பன் நசுக்கியது. இதோ கொம்பன் கேற்றம்; இங்குதான் ராமன் குடிசைக்குப் பின்புறம் இருளோடு இருளாக கொம்பன் நின்றிருந்தது. எத்தனை கதைகள். தன் இளமைப் பருவத்தில் நாடார் எவ்வளவோ கேட்டிருக்கிறார். மூப்பனைக் கொல்ல எத்தனையோ முறை தேடி வந்திருக்கிறது கொம்பன். அவர் தூங்கும் இடம் மாறியபடியே இருக்குமாம். இன்று வாழைக் கொல்லை குடிசையில் படுத்தால் நாளை அந்தக் குடிசை துவம்சமாகிவிட்டிருக்கும். சந்தைக்குப் போய்த் திரும்பும் வழியில் புதர் மறைவில் ஒற்றைத் தத்தம் தெரியும். தாத்தாவின் வேட்டியை அவர் அறியாமல் எடுத்துக் கட்டிக்கொண்டு வெளியூர் போய்வந்த சுந்தர நாடாரை கொம்பன் ஒன்றரை மைல் தூரம் துரத்திப் பிடித்து நசுக்கியது. அந்த வேட்டியைப் பஞ்சு பஞ்சாகத்தான் பார்க்க முடிந்தது. நள்ளிரவில் ஒருமுறை சிறுநீர் கழிக்கக் கதவு திறந்து கொல்லைக்குப் போன அம்மா வைக்கோற்போர் மூலையின் இருட்டின் அசைவைக் கண்டு கூக்குரலிட்டு அலறினாள். விளக்கேற்றி, ஆயுதங்களுடன் எல்லோரும் திரண்டு வந்து பார்த்தபோது, ஈரமண்ணில் அரைச்சாண் ஆழத்திற்கு நான்கு மாபெரும் பாதங்களின் வட்டவடிவத் தடம் தெரிந்தது. பாதத்தடம் எத்தனையோ முறை மூப்பனின் படுக்கைக்கு வெகு அருகே தெரிந்திருக்கிறது. மூப்பனின் உடைகளை அணிந்தபடியோ, மூப்பனைத் தொட்டபிறகோ ஊர் எல்லை தாண்டிய எவரும் திரும்பியதே இல்லையாம்.

அது இப்போது வரக்கூடாதா என்று திடீரென்று எண்ணினார் நாடார். காலமெல்லாம் தேடி அலைந்த அதன் அணையாத பகைமை இப்போது எங்கே போயிற்று? அது வந்து மூப்பனைக் கொன்றுவிட்டது என்றால்! நாடார் பகற்கனவில் ஆழ்ந்தார். கதை முடிந்து போகும். நூற்றைம்பது வருடக் கதைக்கு ஓர்

உசிதமான முடிவுதான். அவர் தன் பிள்ளைகளுடன் ஊரை விட்டுக் கிளம்பலாம். ஆனால் இந்த நூறு வருடங்களாக மூப்பனைக் காத்தது எது? மாடனின் சக்தியா? அந்தச் சக்தி இப்போது அவரைக் கைவிட்டு விடுமா? நாடார் ஒரு கணம் துணுக்குற்றார். அப்படி நினைத்தமைக்காக ஒருமுறை தம்மையே கடிந்துகொண்டார். கழிவிரக்கம் மனசை அரித்தது. உடம்பு விம்மி விம்மிக் குலுக்கிப்போட்டது.

மாடன் கிணற்றில் சேற்று நீர் மட்டும் எஞ்சியது. காற்று வீசும் வேகத்தில் தெருவில் நடமாட முடியாமலாயிற்று. மூட்டுகளில் வலியுடன் கூடிய ஒரு மரமரப்பு. இரவு கவிவதும் பகல் விடிவதும் பொருட்டின்றி ஆயிற்று. தினம் நம்பிக்கையுடன் மூப்பனைப் பார்ப்பார். மூச்சு இழுப்பதும் இமைகள் அசைவதும் தெரியும். வெறும் நீரில் வாழுகிறது அந்த உடம்பு. நாடாருக்கு உள்ளூர பீதியும் பிரமிப்பும் குடியேறிவிட்டது. மாடனுக்கு மரணம் இல்லை. மாடன் மகனும் மரணத்துக்கு அப்பாற் பட்டவன்தானோ? இரவின் இருட்டுக்குள் தடுமாறி நடந்து சாய்ப்பறையை அடைந்தார். மூப்பனின் உள்ளங்காலைத் தொட்டுப்பார்த்தார். ஜில்லிட்டிருந்தன விரல்கள். கடவுளே என மனம் பொங்கியது. மறுகணம் மெலிதான வெம்மையை உணர்ந்தார். மனம் வெறிச்சிட்டது. சூனியம் இறுக்கிப் பிழிந்தது. ஆனால் உள்ளூர ஒரு ஆறுதல் இழையோடியது. சபித்தபடி, நொந்தபடி திரும்பினார். மதிப்பிட்டது எதுவோ, இருட்டில் துழாவினார். என்னது? கை! ஆமாம் கை. வயிறு சிலீர் என்றது. பரபரப்புடன் தடவினார். குளிர்ந்த உடல், சின்னஞ்சிறு உடல், உப்பி வழவழவென்றிருந்த வயிறு. பாக்கியம்! நாடார் வீறிட்டலறினார். அலறல் அவருக்கே கேட்கவில்லை. குளிரும் வியர்வையுமாக உடம்பு நடுங்க ஆரம்பித்துவிட்டது. கால்கள் கழண்டு சரிவதுபோல் இருந்தது. அப்படியே அமர்ந்துவிட்டார்.

எஞ்சிய குழந்தைகளுடன் நாடாரும் புறப்பட்டுப் போன பிற்பாடு, கொம்பன்விளையெங்கும் உயிரசைவற்ற சூனியம் பரவியது. செத்தைகள் மட்கும் மணம் மெல்ல எழுந்து, மேலோங்கியது. வீடுகள், தாவரங்கள் எல்லாம் மட்கி உதிர, கிராமமே மட்கிக் கொண்டிருப்பதுபோல வீச்சம் எழுந்தது. செத்தைகளுக்கு அடியில் ஏதோ ஓர் உயிர்ப்பின் துளியிலிருந்து உண்ணிகள் கிளம்பின. பெருகின. சகலத்தையும் உண்டு மண்ணாக்கியபடி குவிந்து நிறைந்தன. படைபடையாகத்

தெருக்களில் அலைந்தன. கிரிங் என்ற ஒலியில் கிராமத்துச் சுவர்கள் விறைப்படைந்தன. கூட்டம் கூட்டமாக அவை அலை மோதின. சுவர்கள் மீது, தரையெங்கும் தானியக் குவியல்கள் போல இறைந்து கிடந்தன. செத்தைகள் மட்க, மட்க அவை உருவாகிக்கொண்டே இருந்தன. அவற்றின் தாகம் அவற்றைத் துரத்தியது. அவை பெரிய வீட்டுச் சார்பில் எஞ்சிய ஒரே உடலைக் கண்டடைந்தன. கரிய செதில்கள் பரவிய சருமத்தின்மீது அவை இடைவெளியே இல்லாமல் பொதிந்தன. பிரம்மாண்டமான தொரு தேனடைபோல அந்த உடல் ரீங்கரித்தது. சில சமயம் அது மெல்ல அசையும். அப்போது உண்ணிகள் காற்றில் விம்ம்... என்று ஒலித்தபடி எழுந்து, அறையெங்கும் அலைமோதும். பிறகு மீண்டும் அலை அதன்மீது படியும். கிராமத்தின்மீது மலைச் செம்மண்ணின் புழுதி பொழிய ஆரம்பித்தது. வீடுகளும் தெருக் களும் சுவர்களும் சகலமும் செம்மண் திரையால் மூடப்பட்டன. செம்மையின் அலைகளாக புதர்கள் ஆயின. புதர்கள் நெரியும் ஒலி அதற்குள் அழுந்தியது. செம்மண் படலத்தின்மீது காற்று தன் அலைவடிவை வரைந்து போட்டது. அதன்மீது உண்ணிகள் உடலால் எழுதி எழுதி நிரப்பின. நாட்களும் பொழுதுகளும் சரியச் சரிய, வானமும் பூமியும் திசைகளும் செம்மண் நிறமாக ஆயின.

மண்ணிலிருந்து விதை முளைத்தெழுவதுபோல செம்மண் பரப்பைக் கிழித்தபடி, ஒரு உருவம் வெளிவருகிறது. கரிந்து சுருங்கிய சருமம் மூடிய நெடிதோங்கிய எலும்புருவம். அதன் கண்கள் மூடியிருந்தன. அது தனது உயிரனைத்தையும் திரட்டி, வலக்கையை முன்னால் ஊன்றி, பின் இடக்காலால் தரையை உதைத்து, அமர்ந்தவாறே நகர்கிறது. ஒரு அங்குலம் நகர்ந்த பிறகு சில நிமிடங்களுக்கு அது உறைகிறது. இமைகள் துடிக் கின்றன. ரப்பர் போல வறண்டு ஒட்டிய உதடுகள் அசைகின்றன. கரிய நாக்கு வெளியே தள்ளி வாயில் துழாவுகிறது. ஈரமற்ற உறிஞ்சல். பிறகு மீண்டும் ஓர் அங்குலம் உள்ளுணர்வால் இழுக்கப்படும் ஜீவன்போல அது நகர்கிறது. காலம் இல்லை. தூரம் இல்லை. தொடர்ந்து செயல், செயல் தவிர வேறற்ற இருப்பு. நகர்ந்தபடியே தெருவுக்கு வருகிறது. காற்றை நிதானித்தபிறகு, தெற்கு நோக்கித் திரும்புகிறது. சில அடி தூரம் சென்றபிறகு, மிக நீண்ட சிலைத்தன்மை. அதன்மீது செம்மண் படிந்து, செக்கச்சிவந்த மண்சிலைபோல ஆகிவிடுகிறது. மடிந்து, சரிந்து நகரும் மண்சிலை. மாடன் கோயில் முன்

செம்புழுதியாலான ஆலமரம். செம்மண் நிற மாடன், செந்நிறக் கோயில்... மூப்பன் நகர்ந்து வருகிறான். இனி எவ்வளவு தூரம் என்று அவனுக்குத் தெரியாது. திசைகளை உணர அவனுக்குச் சருமம் போதும். இடத்தை உணர நாசி போதும். அது அவனுடைய பூமி. அவன் உண்டுபண்ணிய கிராமம்.

கிணற்றருகே வந்ததும், மூப்பன் அப்படியே குப்புற விழுந்து மயங்கிவிட்டான். மேல் கீழற்று வெளியில் சுழன்று சுழன்று மூழ்கினான். சட்டென்று அவனைத் தாகம் அறைந்தது. உலுக்கி விடப்பட்டான். தன் மனசையும் கவனத்தையும் வலது கைக்குக் கொண்டுவந்தான். அதை ஊன்றி நெம்பி, இடது காலால் தரையை உதைத்து நகர்ந்தான். கிணற்றருகே திண்டின்மீது கயிற்றுடன் தகரப் போணி. மூப்பன் துழாவி எடுத்தான். கயிற்றின் நுனியைத் தரைமீது போட்டு, அதன்மீது அமர்ந்துகொண்டான். போணியைக் கிணற்றை நோக்கி வீசினான். மோதி, தரைமீது விழுந்தது. மீண்டும் உயிரைக் குவித்து வீசினான். மீண்டும் மீண்டும் என விசிறியபடியே இருந்தான். செயலின் நிகழில் அப்படியே பொருந்திப் போனவனாக. அக்கணங்களில் அவனை உருக்கிக்கொண்டிருந்த கடும் தாகம் அவனைவிட்டு விலகிவிட்டிருந்தது. செயலில் அவன் கரைந்துவிட்டிருந்தான். தகரப் போணி கிணற்றுக்குள் விழுந்தது. தடாங்க் என்று சேற்றில் மோதியது. பின் சேற்று நீரில் அமிழும் ஒலி கேட்டது.

மூப்பன் கயிறை இழுத்தான். இழுத்த கயிற்றை வலக்காலால் மிதித்தபடி, கைவிட்டு மீண்டும் இழுத்தான். இம்மி இம்மியாக இழுத்தபடியே இருந்தான். போணி மதிலை முட்டும் ஒலி கேட்டது. பிறகு கயிற்றை மெதுவாக இழுத்தான். அரைப் போணி வண்டல் நீர் அவன்முன் விழுந்தது. நீர் மணம் அவனைத் தழுவியது. அவன் உடல் முழுக்க நரம்புகள் தளர்ந்தன. அவன் சக்திகள் தொய்ந்தன. நீரின் உயிர் ஓர் ஆவியின் ஸ்பரிசம்போல அவனைத் தழுவியது. அவன் முகம் விரிந்தது. உதடுகள் நெளிந்தன. வாய் திறந்து ஏதோ ஒலி வந்தது. இரு கைகளாலும் போணியைப் பற்றித் தன்னருகே இழுத்தான். ஒருகணம், நீரின் மணத்தில் பூரணமாக அமிழ்ந்தான். குபீரென்று, பெரும் வேகத்துடன் அவன் தாகம் பற்றிக்கொண்டது. தொண்டையிலிருந்து குடலுக்கும், அங்கிருந்து உடம்பெங்கும் பரவி, சருமம் முழுக்க நின்றெரியும் தாகம்! போணியைத் தூக்க முயன்றான். முடியவில்லை. கைகளை ஊன்றிக் கவிழ்த்தான். உதடுகளைப் போணியின் வாயில் வைத்தான்.

'தஸ்ஸ்' என்ற கூரிய சீறல் ஒலி அவன் காதில் மோதியது. ஒரு கணம் ஸ்தம்பித்தான். மறுகணம் அவன் உடம்பு விதிர் விதிர்த்தது. அவன் சருமம் தன்னிச்சையாக ஆங்காங்கே நடுங்கியது. முகம் கோணி நெளிய, வாய் திறந்தபடி கவனித்தான். 'தஸ்ஸ்' என்று மண் பறக்கும் இன்னொரு சீறல். மூப்பனின் இமைகள் படபடத்தன. மேலெழுந்தன. தளர்ந்து விழுந்தன. துடித்தன. பிறகு ஓர் இமை மட்டும் சுருங்கி விரிசல் விட்டது. உடலின் உத்வேகத்தை யெல்லாம் குவித்து மீண்டும் மீண்டும் அதைத் தூக்கினான். ஒரு கணத்தில் இமை மேலெழுந்துவிட்டது. திறந்த கண்களுக்கு முன் மொத்தையாக விரிந்து அலையலையாகப் படிந்திருந்த செம்மண் விரிவையே அவன் காண முடிந்தது.

ஒரு கணத்துக்குப் பிறகு அந்த மண்ணின் அசைவை அவன் தனித்து அறிந்தான். வற்றி ஒடுங்கிய பன்னிரெண்டடி உயரப் பேருருவம்! காதுகள் தொங்கிவிட்டிருந்தன. நுனிகள் கிழிந்து காற்றில் ஆடுபவைபோல் துடித்தன. ஒற்றைக் கொம்பு பழுப்பு நிறமாக விரிசல் விட்டிருந்தது. தும்பிக்கையின் ஆழ்ந்த மடிப்பு கள் மண்ணிறத்தில் நில வெடிப்புகள்போல் இருந்தன. தும் பிக்கையின் நுனி மடிந்து, மண்ணில் ஊன்றப்பட்டிருந்தது. நெற்றி ஒட்டி மத்தகத்தில் எலும்பு முண்டுகள் புடைத்திருந்தன. செம்மண் நிற உடல், மட்கும் பெரியதோர் அடிமரம்போல் இருந்தது.

'தஸ்ஸ்...' என்று மூச்சுவிட்டது கொம்பன். தூசி பறந்தது. உறுமல்போல அதன் வாய் விறைத்தது. ஒலி எழவில்லை.

மூப்பன் தன்முன் தரையிலிருந்த போணியைப் பார்த்தான். ஒழுகிக்கொண்டிருந்தது. ஒரு கணம் கொம்பனையே பார்த்தான். அதன் கண்கள் தெரியவில்லை. செம்மண் படிந்த மத்தகத்தின் கீழே இரு சிறு குழிகளின் துடிப்பு மட்டும் தெரிந்தது. மூப்பனின் கண்கள் அந்த மத்தகத்தையே வெறித்தன. அவன் தலை வெட வெடத்தது. பின் அவன் கரிய உதடுகள் ஒருபுறமாக இழுபட்டன. கண்கள் சுருங்கின. முகச் சுருக்கங்கள் நெளிந்தன. அவன் சிரித் தான். பதறும் கரங்களினால் போணியைக் கொம்பனை நோக்கி நகர்த்தினான்.

சுபமங்களா, 1993

நிழலாட்டம்

சந்திரி அக்காவுக்குப் பீடை கூடியிருக்கிறது என்று ஜோசியர் தாத்தா அப்பாவிடம் வந்து சொன்னார். அன்றைக்கு வெள்ளிக்கிழமை. ஜோசியர் தாத்தா வழக்கமாக ஞாயிற்றுக்கிழமை பத்து மணி வாக்கில்தான் வருவார். பகல் முழுக்க அப்பாவிடம் சாஸ்திரம் பேசிவிட்டு, மத்தியானம் சாப்பிட்டுக் கண்ணயர்ந்துவிட்டுப் போவார்.

ஆற்றங்கரைப் படிக்கட்டில் புஸ்புஸ் என்று அவர் ஏறி வருவதை நான்தான் முதலில் பார்த்தேன். புருவங் களில் வியர்வை திரண்டு மினுங்கியது. 'ஜோசியர் தாத்தா' என்றேன். 'உங்கப்பா எங்கேடா?' என்றார். 'குளிக்கிறார்.' வேட்டி நுனியைத் தூக்கி முகத்தைத் துடைத்தபடி, கூனல் முதுகுடன், விடுவிடுவென்று நடந்தார். நான் அவருக்குப் பின்னால் ஓடினேன். திண்ணையில் அமர்ந்து சாஸ்திரக் கட்டைப் பக்கத்தில் வைத்துவிட்டு, 'உங்கப்பன்கிட்ட போய்ச் சொல்லுடா' என்றார். நான் அம்மாவிடம்தான் போய்ச் சொன்னேன். அம்மா குளியலறைக்குள் போனாள். தண்ணீர் கொட்டும் சத்தம் நின்றது. பாதி துவட்டியபடி அப்பா என்னருகே வந்தபோது வெந் நீரின் ஆவி என்மீது பட்டது. லைப்பாய் சோப்பின் இனிய மணம். அப்பாவைப் பின்தொடர்ந்தேன். உற்சாகமாகச் சிரித்தபடி, 'அப்பா, ஏது இத்தனை தூரம்?' என்று கேட்டபடி ஓரத்து அறைக்குப்

போனார். ஜோசியர் தாத்தா உற்சாகமே இல்லாமல், 'வா, ஒரு விசேஷம் இருக்கு' என்றார். அப்பா சலவை வேட்டியை மொடமொடவென்று சுற்றியபடி வந்தார். அவர் உடலின் ஈரத்தில் அது ஆங்காங்கே நீலநிறம் பெற்றது. தாத்தாவின் உடல் உலர்ந்து விபூதிப் பட்டைகள் தெளிவடைந்தன. அப்பா அருகே உட்கார்ந் தார். 'காப்பி சாப்பிடுறது...' என்றார் தாத்தா. 'இருக்கட்டும் பாக்கலாம்' என்றார் அப்பா. அம்மா பித்தளைச் செம்பில் காப்பி கொண்டுவந்தாள். தாத்தா பெரிய டம்ப்ளரில் வழிய வழிய ஊற்றி, மூன்று முறை பருகினார். 'அப்பாடா' என்றார். மறுபடி வேர்க்க ஆரம்பித்தது. அப்பா, 'என்ன சங்கதி' என்றார். தாத்தா திரும்பி என்னைப் பார்த்தார். அப்பா, 'போடா, போய்க் குளி' என்றார்.

பின்கட்டுக்கு வந்தேன். தங்கம்மா நெல்லை வேக வைத்துக் கொண்டிருந்தாள். குட்டுவம் களக் களக் என்று சிரிப்பை அடக்க முயல்வதுபோல் இருந்தது. எரியும் தென்னை மட்டைகள் டப்டப் என்று வெடித்தன. தொழுவுக்குப் போய்ப் பசுக்களை வேடிக்கை பார்த்தபடி சிறிது நேரம் உட்கார்ந்திருந்தேன். நேரமாகிக்கொண்டிருந்தது. பள்ளிக்கூடம் ரொம்ப தூரம். என்ன விஷயம் என்று தெரியாமல் எப்படிப் போவது? சிறிது நேரம் கழித்து தாத்தா ஜோசியக் கட்டுடன் கோயில் முற்றத்தில் நடந்துபோவது தெரிந்தது. வீட்டுக்கு வந்தேன். அப்பா அதற்குள் சட்டைபோட்டு, குடையுடன் நின்றிருந்தார். நின்றபடியே காப்பி பருகிவிட்டு, 'அப்ப நான் வாறேன்' என்றார். அவர் ஆபீஸ் போக வில்லை. ஆற்றுப்படிகளில் இறங்கிச் சென்றார். சமைய லறைக்கு ஓடி, அம்மாவிடம், 'அப்பா எங்கே போகிறார்?' என்று கேட்டேன். அம்மா, நான் அதுவரையிலும் பல்கூடத் தேய்க் காமல் இருப்பதைச் சொல்லித் திட்டினாள். கொல்லைப் பக்கத் துக்குப் போனேன். தங்கம்மா பெரிய சல்லடைக் கரண்டியால் நெல்லை அள்ளி பனம்பாயில் கொட்டிக்கொண்டிருந்தாள். குட்டுவத்திலிருந்து ஆவி எழுந்தது. பாய் நெல்லின் மீது மேகம் பரவி எழுந்தது. இனிமையான புழுங்கல் மணம். நெல்மணிகள் வெடித்துப் புன்னகை புரிவது போல இருந்தது. தங்கம்மா ஆற்றில் விழுந்து எழுந்தவள் போலத் தெரிந்தாள். 'கொச்சே மான் வடக்கேடத்துக்குப் போவேல்லியா?' என்றாள். 'எதுக்கு?' அப்போதுதான் சந்திரி அக்கா பற்றி அறிந்தேன்.

எனக்குப் புரியவில்லை. பல் தேய்ப்பதை நிறுத்திவிட்டு, 'பீடை என்றால் என்ன?' என்றேன். 'செண்ணு பார்க்கணும். கொச்சே

மானுக்கு அருமந்த அக்காதானே' என்றாள். சிக்கலான ஏதோ விஷயம் என்று புரிந்தது. முன்பு அக்கா திரண்டு[1] குளித்தபோது, பத்து நாள் என்னை அந்தப் பக்கம் அண்டவே விடவில்லை. மூலைப்புரையின் கரிபிடித்த ஜன்னல் வழியாக உள்ளே எட்டிப் பார்த்தபோது நாலு உலக்கைகளால் வேலி கட்டப்பட்டு உட்கார்ந்திருந்தாள். என்னைப் பார்த்துச் சிரித்து, பச்சரிசி மாவு உருண்டை வேண்டுமா என்று சைகையால் கேட்டாள். மாவு உருண்டையும் உளுந்தங்களியும் தின்று அலுத்துப் போயிருந்த தனால் நான் வேண்டாம் என்றேன். அவளைப் பார்க்கவே விநோதமாக இருந்தது.

அவசர அவசரமாக இட்லியை விழுங்கிவிட்டு, புத்தகப் பையுடன் கிளம்பினேன். பையை செல்வராஜின் பெட்டிக் கடையில் போட்டுவிட்டு, கீழக்கடவு வழியாக ஆற்றைக் கடந்தேன். அங்கு ஆழம் அதிகம். கால்சட்டை நனைந்து விட்டது. ஆற்றின் மறுகரையில், வயல் வரப்பு வழியாக, ரொம்ப தூரம் போகவேண்டும். கையை விரித்துக்கொண்டு ஓடினேன். பிளேன் ஆக மாறி மிதக்க ஆரம்பித்தேன். தரையெல்லாம் பச்சை நிறமாக அலையடிக்கும் வயல்கள். தென்னந்தோப்பின் அரை யிருட்டில் புகுந்து, மேடேறியபோது வடக்கேடத்து மச்சு வீடு தெரிய ஆரம்பித்தது.

ஓட்டுக்கூரை கன்னங்கரேலென்று இருந்தது. முற்றத்தில் மூன்று பலா மரங்கள். கண்ணி, நீலி, சக்கி என்று பெயர். சகோதரிகள். கண்ணிக்கும் நூறு வயது ஆகிவிட்டது. காய்ப்பதில்லை. போன வருடம் மட்டும் ஒரே ஒரு பழம் கிடைத்தது. அதை அறுக்கும் போது சந்திரி அக்கா என்னைக் கூப்பிட வந்தாள். குளித்துவிட்டு அப்படியே எங்கள் வீட்டுக்கு வந்து, அம்மாவிடம் கதை பேசிவிட்டு பத்திரிகையெல்லாம் வாங்கிக்கொண்டு, மகாதேவர் கோயிலில் கும்பிட்டுவிட்டுத்தான் திரும்பிப் போவாள். அன்றைக்கு ராஜப்பன்கூட வந்தார். அக்கா அவரிடம் கண்ணிப் பலாவைப் பற்றித்தான் பேசியபடி வந்தாள். ஊரில் உள்ள எல்லா வரிக்கைப் பலா மரங்களும் அதன் வம்சம்தான். அக்கா தோள் நிறைய ஈரத்துணிகளை முறுக்கிப் போட்டிருந்தாள். கூந்தல் நுனியிலிருந்து தண்ணீர் சொட்டிக்கொண்டிருந்தது. ராஜப்பன் ஏதோ சொல்ல, அக்கா சிரித்தாள். இரண்டு பேரும் என்னைப் பார்த்தார்கள். ராஜப்பன் எங்கள் பள்ளிக்கூடத்துக்குப் பக்கத்தில் இருந்த குட்டிப் பள்ளிக்கூடத்தில் வாத்தியார். அவரைப்

பள்ளிக்கூடத்தில் மட்டும்தான் ராஜப்பா சார் என்று சொல்ல வேண்டும் என்று அம்மா சொல்லியிருந்தாள். 'ராஜப்பா நீதான் பலாப் பழத்தை பறிக்கப் போகிறாயா?' என்று கேட்டேன். அக்கா என் தலையில் ஓங்கி அறைந்து, 'பெயர் சொல்லியா கூப்பிடுவது கழுதை?' என்று திட்டினாள். உண்மையிலேயே அவளுக்கு பயங்கரக் கோபம். கண்களும் மூக்கும் சிவந்துவிட்டன. 'ராஜப்பா சார்' என்று நான் ஈனஸ்வரத்தில் சொன்னேன். 'சரி சரி விடு' என்று ராஜப்பா சார் சொன்னார். என் தலையை வருடி, 'சின்னப் பையன்தானே? பெரியவங்க பேச்சைத்தானே அவன் கேப்பான்' என்றார். ராஜப்பா சார் ரொம்ப நல்லவர் என்று நினைத்தேன். அதே சமயம் கோபமும் வந்தது. தலையை உதறினேன். வீடு நெருங்கியதும், அக்கா தலையை அசைத்துவிட்டு விலகி, கொல்லைப் புறமாகப் போனாள்.

நானும் ராஜப்பா சாரும் முகப்பு முற்றத்துக்கு வந்தோம். குஞ்ஞிப் பாட்டி திண்ணையில் கம்பிளிமேல் உட்கார்ந்திருந்தது. காலெல்லாம் குந்திரிக்கத் தைலம். தாங்க முடியாத நாற்றம். பாட்டியின் பக்கத்தில் போனால்தான் வாய் வேறு மாதிரி நாறுவதை உணர முடியும். 'ஏண்டா ராஜப்பா, நீயா ஏறப் போகிறாய்?' என்று பாட்டி கேட்டாள். 'ஓம் அம்மிணி,' சார் சொன்னார். 'எப்படி ஏறுவியோ என்ன இழவோ! நாலெழுத்துப் படிச்சுத் தொலைச்சுப்பிட்டே. அங்கே பள்ளிக்கூடத்திலே என்னடா சொல்லிக் குடுக்கிறே? மரம் ஏறவா? ஹெஹெஹெ.' பாட்டியின் வாயில் மூக்குப் பொடி நிறத்தில் இரண்டு பற்கள் காணப்பட்டன. 'சார்தான் மூணாம் கிளாஸ் பயக்களுக்கு கிளாஸ் டீச்சர் பாட்டி' என்றேன். 'சாரா? யாருடா அது?' தணிந்த குரலில், 'ராஜப்பா சார்' என்றேன். 'தூ, உன் வாயைப் பொசுக்க. நாய் கெட்ட கேட்டுக்கு வாலுக்கும் பட்டுக் குஞ்சலம் வேணுமா? ஏண்டா ராஜப்பா, எரப்பாளி, நீயாடா சொல்லிக் குடுத்தே இப்படி?' சார் புன்னகை புரிந்தபடி, 'இல்லம்மிணி' என்றார். என்னைப் பார்த்து, ஏதோ கண்ணைக் காட்டினார். 'இல்லை பாட்டி அக்காதான்...' என்று நான் ஆரம்பித்தேன். சார், உடனே, 'அக்காக்கிட்டேயிருந்து ஒரு கயிறு வாங்கிட்டு வா ஓடு' என்றார். நான் கயிறு வாங்கி வந்தேன்.

சார் சட்டையைக் கழட்டிவிட்டு, வேட்டியைத் தார்ப் பாய்ச்சினார். சாரின் உடம்பு கருப்பாக, பளபளப்பாக, கோயில் வீரபத்ரன் சிலை மாதிரி இருந்தது. பவுன் சங்கிலி போட்டிருந்தார். அதைக்

கழட்டி மடியில் செருகினார். அடிமரப் பொந்தில் கையை வைத்துத் தொத்தி ஏறினார். அவருடைய தோளிலும், கைகளிலும், முதுகிலும் தசைகள் இறுகி அசைந்தன. இடுப்பில் கயிறு கட்டப்பட்டிருந்தது. பெரிய பாம்பு மரத்தில் ஊர்ந்து ஏறுவதுபோல அது மேலே சென்றது. வலப்பக்க நுனிக் கிளையில் குரங்குபோல ஊர்ந்து சென்றார். பலாப்பழக் காம்பில் கயிற்றின் நுனியை முடிந்தபிறகு வெட்டினார். கிளை வழியாகக் கயிற்றைப் போட்டு இறக்கினார். பலாப்பழம் பலூன் போலக் கீழே வந்தது. தரையைத் தொட்ட பிறகுதான் அது எத்தனை பெரிது என்று தெரிந்தது. நன்றாக முற்றி முள்ளெல்லாம் மழுங்கிவிட்டிருந்தது. மணம் வந்தது. அக்கா ஜன்னல் வழியாகப் பார்த்தபடி நின்றிருந்தாள். 'டேய்' என்றாள். ஓடிப் போய் 'என்னக்கா?' என்றேன். 'சார்கிட்டே பழம் சாப்பிட்டு விட்டுப் போகலாம் என்று சொல்லு.' சார் திரும்பிப் பார்த்துச் சிரித்தார். கைகளை உரசி அரக்கை உருட்டியபடி, படிகளில் அமர்ந்தார். அவருடைய பல்வரிசை அழகாக இருந்தது.

அக்கா அந்தப் பலாப்பழத்தை கமுகம் பாளையைக் கீழே வைத்து அரிவாளால் வெட்டினாள். சாறு ஊறி பாளையில் கொட்டியது. சுட்டு விரலால் வழித்து என் நாவில் தடவினாள். நெற்றியை மோதியது இனிப்பு. சுளைகளை எடுத்துத் தட்டில் போட ஆரம்பித்தாள். 'டம்ளரில் கொஞ்சம் சாறு தாறேன். சாருக்குக் கொண்டு போய்க் கொடுக்கிறாயா? யாருக்கும் தெரியக்கூடாது' என்று என்னிடம் அந்தரங்கமாகக் கேட்டாள். அப்படி அவள் கேட்டதில் நான் மிகவும் பூரிப்பு அடைந்தேன். அதற்குள் பாட்டி வந்துவிட்டாள். பக்கத்தில் அவள் உட்கார்ந்தபோது பலாப்பழ வாசனை மறைந்தது. 'எவ்வளவு சுளைடி இருக்கு?' என்றாள். அக்கா எதுவும் சொல்லவில்லை. 'ரெண்டு சுளையை இப்படிப் போடு. வாய் ஒருமாதிரி இருக்கு. கிருஷ்ணா குருவாயூரப்பா...' அக்கா பேசாமல் இரண்டு சுளையைப் பாட்டி கையில் வைத்தாள். பாட்டி முகமே சப்பி விரிய மெல்ல ஆரம்பித்தாள். 'அந்த ராசப்பான் பயலுக்கு இரண்டு சுளை குடு. அங்கியே நிற்கிறான்.' பாட்டி இன்னொரு சுளையை எடுத்தாள். 'அந்தக் காலத்தில் எல்லாம் பலாப்பழ மட்டையை ஆசையா வாங் கிட்டுப் போவான்கள். இப்போ அவன்களுக்குக் காலம் வந்திருக்கு...' நான் எட்டிப் பார்த்தேன். சார் சட்டையை மாட்டிவிட்டுக் கிளம்பிக்கொண்டிருந்தார், 'சார் போகிறார்' என்றேன். 'போனால் போறான். மாதச் சம்பளம் வாங்குகிறவன்

தானே? இங்கே மாதிரி ராச்சாப்பாட்டுக்குப் பலாப்பழ மட்டையா அவனுக்கு? கலிகாலம்! மாதவா, கோபாலா,' பாட்டி சொன்னாள். அக்கா பேசாமல் சுளைகளை இணுத்துப் போட்டுக் கொண்டிருந்தாள். பிறகு, 'இருடா. அக்கா கொல்லைக்குப் போய்விட்டு வந்திடறேன்' என்று எழுந்து போனாள். நான் நாலைந்து சுளைகளைப் பிய்த்தேன். சரியாக வரவில்லை. எழுந்து கொல்லைப் பக்கம் போனேன். மூத்திரப்புரையின் மேலாக அக்காவின் தலை தெரியவில்லை. இடது பக்கம் மஞ்சணாத்தி மரத்தடியில் அக்காவும் சாரும் நின்றிருந்தனர். சார் சிரித்தபடி ஏதோ சொன்னார். அவர் கையில் வாழையிலையில் பலாச்சுளைகள் இருந்தன.

நான் நினைத்தபடி வீட்டு முற்றத்தில் கூட்டம் ஏதும் இல்லை. அப்பாவும், அச்சு மாமாவும், சந்திரன் அண்ணாவும், சிவன் அண்ணாவும், பிரபாகரன் மாமாவும், ஒரு கறுப்பு நிறத் தடியனும், பாட்டியும் மட்டும் திண்ணையில் எதோ பேசியபடி இருந்தார்கள். கொல்லைப் பக்கத்துக்குப் போனேன். நாலைந்து பெண்கள் தென்பட்டனர். சாவித்திரி மாமியும் பங்கஜம் மாமியும் எனக்குத் தெரிந்தவர்கள். அவர்கள் ஊடே புகுந்து சமையலறைக் குள் நுழைந்தேன். இருட்டாக இருந்தது. அங்கும் சில பெண்கள் நின்றிருந்தனர். ஒரு மாமி என்னிடம், 'யாருடா நீ?' என்றாள். இன்னொரு மாமி 'நீ விசாலத்தின் பிள்ளைதானே? உங்கம்மா வர வில்லையாடா?' என்றாள். நான், 'அப்பா இதை நீலம் மாமியிடம் கொடுக்கச் சொன்னார்' என்றேன். 'உள்ளே போ' என்றாள்.

உள் அறையில் யாருமில்லை. வடக்கேடத்து வீடு மிகவும் பழையது. பாழடைந்த நிறைய அறைகள். பக்கவாட்டு அறையில் உறிகளும், அடுக்குப் பானைகளும் இருட்டுக்குள் இருக்கும். அங்கு சிறு மண்ணெண்ணெய் விளக்கு எரிந்தது. பெரிய நிழல் சுவரில் விழுந்தது. அக்காவின் நிழல். அக்கா தலையை அங்குமிங்கும் திருப்பியபடி, 'ஊம் ஊம்!' என்று சொல்லிக்கொண்டிருந்தாள். தலை கலைந்திருந்தது. முகம் வீங்கியதுபோல இருந்தது. அருகே நீலம் மாமி. இன்னொரு பாட்டி சுவரோடு ஒட்டி நின்றிருந்தாள். மாமி திரும்பிப் பார்த்து என்னிடம், 'என்னடா?' என்றாள். 'அக்கா?' என்றேன். 'ஓடு, இங்கே நிற்காதே' என்று கடுகடுப்பாகச் சொன்னாள். நான் கொல்லைப் பக்கம் வந்தபோது இன்னும் ஒரு பாட்டி விசு விசுவென்று வருவதைப் பார்த்தேன். கல்லத்தி வீட்டில்

நாராயணிப்பாட்டி. பர்ஸ் போன்ற வாயை திறந்தபடி, சாவித்திரி மாமியிடம், 'ஏண்டியம்மா இது, கேட்டதெல்லாம் சத்தியமா? இதென்ன கொடுமை? கலிகாலம் முத்திப் போயிட்டதா?' என்றார். 'போய்ப் பாருங்கள் பாட்டி. உட்கார்ந்திருக்கிறது மூதேவி' என்றாள் சாவித்திரி மாமி. பாட்டி குரலைத் தாழ்த்தி 'யாரு?' என்றாள். எல்லார் முகமும் ரகசியத்தைக் காட்ட ஆரம்பித்தது. சாவித்திரி மாமி என்னைக் கவனித்து, 'நீ இங்கேயா நிற்கிறாய்? ஓடு. வீட்டுக்குப் போ' என்றாள். நான் தயங்கி நின்றேன். 'உள்ளே போய்ப் பார்க்கிறது' என்று மாமி சொன்னாள். 'அய்யா அம்மை முகத்தில் முழிக்க என்னால் முடியாதம்மா. அம்மே பரதேவதே...' பாட்டி கை கூப்பியபடி பின்னடைந்தாள்.

வெயில் பிரகாசமாகக் கொட்டிக்கொண்டிருந்தது. தோட்டம் எங்கும் நிழல்கள் பின்னி அசைந்தன. வாலை செங்குத்தாகத் தூக்கியபடி ஒரு நாய் போனது. வாழைக்கூட்டம் அருகே தரை குளிர்ச்சியாக இருந்தது. கரிய மண்ணில் ஒரு மென்மையான குழி. அந்த நாயின் இடமாக இருக்கவேண்டும். அங்கிருந்து பார்த்தபோது வீடு தொலைவில் சத்தமே இல்லாமல் இருப்பது போல இருந்தது. வாழைக் கூட்டத்தில் ஒரு குலை தென்பட்டது. அதன் பூவுக்குள் தேன் இருக்கும். சந்திரி அக்கா எடுத்துக் கொடுப்பாள். யாரிடம் உதவி கேட்பது என்று புரியவில்லை. வீட்டின் மறுபுறம் பாழடைந்த தொழுவம். அதன் படிக்கல்மீது காளி உட்கார்ந்திருப்பதைப் பார்த்தேன். கண்கள் மூடியிருந்தன. புகையிலை மெல்லும்போது கண்களைத் திறக்க மாட்டாள். நான் அருகேபோய் 'காளி' என்றேன். 'ஆரு?' என்றபடி கண்களைத் திறந்தாள். 'ஆரு கொச்சா? இங்க எதுக்கு வந்தது?' நான் அவள் மடியில் ஏறி அமர்ந்தேன். 'சந்திரி அம்மிணியைப் பாக்கவா வந்தது. அம்மிணிக்குப் பீடையல்லா வந்திருக்கு?' காளி என் தலைமயிரை விலக்கிப் பார்த்தாள். 'அம்மைக்கு நேரமே இல்லியாக்கும்? பேனு புளுத்துக் கெடக்குதே?' என்றாள். 'பீடை என்றால் என்ன காளி' என்றேன். 'சாமி வந்து மனியனுக்க மேத்த கேறுயதாக்கும்.' நான் அவள் முகவாயைத் திருப்பி 'மலையச்சிம்மன் சாமிதோனே?' என்றேன். 'ஆரு சொன்னாவ இதையொக்க?' நான் சிரித்தேன். 'எனக்குத் தெரியும்' என்றேன். 'மலைச்சியம்மன் கண்கண்ட அம்மையாக்கும். கொச்சு கும்பிடணும்.' காளி என் கைகளைப் பற்றிக் கூப்பி வைத்தாள். 'சாமீய் சந்திரியாக்களுக்கு எல்லாம் செரியாவணும் சாமீய்- சொல்லணும்.' நான் உற்சாகமாக அதைச் சொன்னேன்.

காளி என்னிடம் 'கொச்சு மலைச்சியம்மன் காவுக்கு செண்ணு பாத்ததுண்டா?' என்றாள்.

ஒரு தடவை போயிருக்கிறேன். ஐப்பசி மாதக் கொடைக்கு. மழைக்காலம். தெற்கு மடம் வயல்கரையில், பெரிய தோட்டத்தின் விளிம்பில், ஏழெட்டுப் புளிய மரங்கள் கூட்டமாக நின்றன. புளியஞ்சருகு மெத்தைபோலப் பரவியிருந்தது. நடுவே கல்லால் ஆன சிறு மேடை. அதில் ஒரு சிறு சூலாயுதம். அதுதான் காவு. அன்றைக்கு எல்லாரும் குடை வைத்திருந்ததனால் யானைக் கூட்டம் மாதிரி இருந்தது. பூசாரி கண்ணன்கூட தலைக்குடை வைத்தபடிதான் பூசை செய்தான். பக்கத்தில் பெரிய நீரோடை சிவப்பு நிறமாகச் சுழித்து ஓடியது. வயல்வெளியில் மழை புகைபோலக் காற்றில் அலையலையாகப் பரவிச் சென்றது. புளிய மரக்கிளைகள் எம்பி எம்பி விழுந்தன. மேலே ஓவென்று இலைகள் இரைந்தன.

அப்பா என்னைத் தூக்கி வைத்திருந்தார். நான் குடையிலிருந்து சொட்டிய நீரைக் கையால் பிடித்தேன் என்று தொடையில் கிள்ளினார். பூசாரி குனிந்தபோது அவன் பின்புறத்தில் மழை கொட்டியது. பீடத்துக்கு செந்தூரம் வைத்த உடனே ரத்தமாகக் கரைந்து ஓடி வாய்க்காலில் கலந்தது. அரளிப்பூக்கள் தயங்கித் தயங்கி ஓடை நோக்கிச் சென்றன. சோமன் அண்ணாவின் கையில் இருந்த கூடையில் மூன்று சேவல்கள் இருந்தன. ஒன்று சிவப்பு. மற்ற இரண்டும் வெள்ளை, ஈரத்தில் உடலைக் குறுக்கி சத்தமில்லாமல் உட்கார்ந்திருந்தன. பூசாரி சிவப்புக் கோழியை எடுத்தான். அதன் தலையையும் ஒரு காலையும் ஒரு கையால் பற்றினான். இன்னொரு கையால் இன்னொரு காலைப் பற்றினான். சூலாயுதத்தின் மீது தூக்கி ஒரே குத்தாகக் குத்தினான். கோழி துடிதுடித்தது. அப்படியே இறக்கிவிட்டு அடுத்த கோழியை எடுத்தான். மூன்று கோழிகளும் சூலத்தில் கிடந்து வட்டமிட்டுத் துடித்தன. ரத்தம் வழிந்து ஓடையை நோக்கிப் போனது. திடீரென்று மின்னல். பிறகு இடி. நான் அப்பாவின் கழுத்தை இறுகப் பற்றினேன். எல்லோரும் 'அம்மே, மலைநீலி! மகா மாயே' என்று கூவினார்கள். ரத்தத்தைப் பிரசாதமாகத் தந்தார்கள். என் நெற்றியில் கூட அப்பா போட்டுவிட்டார். திரும்பி வரும் வழியில் வயல்கள் எல்லாம் நிரம்பி சிவப்பாகத் தண்ணீர் விரிந்துகிடந்தது. வாய்க்கால் கள் கொப்பளித்துச் சென்றன. ஆற்றில் வெள்ளம். திருவட்டாறு போய்ப் பாலம் வழியாகத் திரும்பி வரவேண்டியிருந்தது.

'அந்த மலைச்சியம்மனா அக்காமேல் கூடியிருக்கிறது?' என்று கேட்டேன். 'அம்மைக்கு கொடை திகையேல்ல. எளகிப் போட்டாள். இனி அவ மனசடங்காமப் போவமாட்டா. அவளுக்கு மனசு அணையாத்த தீயில்லா? குடும்பத்த எரிச்சுப் போடுமே' என்றாள் காளி. உள்ளிருந்து சாவித்திரி மாமி, காளீ காளீ என்றாள். 'ஓம் அம்மிணி.' 'அங்கே என்ன செய்யே? பூசாரி வந்தாச்சு வா.' காளி என்னை இறக்கிவிட்டாள். 'கொச்சு வீட்டுக்குப் போவணும். இஞ்ச நிக்கப்படாது கேட்டுதா? சந்திரிம்மிணிக்கு நாளைக்கு செரியாப் போடும்' என்றாள்.

நான் யோசித்தேன். பிறகு கண் மறைவாகப் பதுங்கினேன். பாழடைந்த தொழுவம் வழியாக வீட்டுக்குள் நுழைய ஒரு இடுக்கு உண்டு. நானும் சந்திரி அக்காவும் ஒளிந்து விளையாட அதைப் பயன்படுத்துவது உண்டு. அதன் வழியாக உள்ளே போனேன். தூசும் ஒட்டடையும் மண்டிய அறையில், மாடிப்படி மச்சுக்குப் போனது. ஒட்டடையைப் பிய்த்தபடி ஏறினேன். மச்சுப்பலகை உளுத்திருந்தது. கிச்கிச் என்று எலிகள் கலைந்து ஓடின. வௌவால் ஒன்று கலைந்து, டபடபவென்று தலைக்கு மேலாகப் பறந்தது. அப்படியே நின்றேன். வௌவால் கூட்டம் மச்சின் கூரை முழுக்கப் பரவியிருந்தது. கலைந்தால் அவ்வளவு தான். இருட்டுக்கு கண் பழகியபோது அவற்றின் நீர்மணிபோன்ற கண்களின் மினுக்கம் தெரிந்தது. மெதுவாக நடந்து போனேன். அங்கங்கே மச்சுப் பலகை உடைந்து கீழிருந்து ஒளி வந்தது. கூரைமேல் நிழல்கள் ஆடின.

ஒரு இடைவெளி வழியாகக் கீழே ஆள் நடமாட்டம் தெரிந்தது. எட்டிப் பார்த்தேன். கீழே கூட்டம். அதன் நடுவில் பாய் விரிக்கப் பட்டிருந்தது. மனை ஒன்று போடப்பட்டிருந்தது. ஒரு தீப்பந்தம் ஓரமாக எரிந்தது. சாவித்திரி மாமி பெரிய கெண்டியில் தண்ணீரும் கமுகம் பூக்குலையும் கொண்டு வைத்தாள். அரளிப் பூக்கூடை, சீவிய இளநீர்க் காய்கள், கனல் புகைந்த தூபத்தட்டு, செந்தூரத் தட்டு என்று வரிசையாக வந்தன. ஜோசியர் தாத்தா ஒவ்வொன் றாகச் சரி பார்த்தார். 'செந்தூரத் தட்டு எங்கே? முக்கியமானதை மறந்துடுங்க' என்று இரைந்தார். நீலம் மாமி, 'அதோ இருக்கு' என்று தணிந்த குரலில் சொன்னாள். 'அது அப்பவே சொல்லித் தொலைக்கிறது, மூதேவி' என்றார் தாத்தா. அப்பா உள்ளே வந்தார். துண்டால் முகத்தை துடைத்தபடி 'சின்னவங்க யாரும் இங்கே நிக்கவேண்டாம்' என்றார்.

பூசாரி மெதுவாகப் பூனைபோல வந்தான். மார்பு வெளிறி எலும்பெலும்பாக இருந்தது. மீசை இல்லை. குடுமி ஒரு பக்கமாகச் சாய்ந்து இருந்தது. அக்குளில், இருபுறமும் மணி கட்டிய, கட்டெறும்பு நிறம் கொண்ட பெரிய பிரம்பு ஒன்று இருந்தது. அதைப் பார்த்தபோதே 'விஷ்க்' என்று அது சீறும் ஒலி கேட்டது. கையில் இருந்த பெட்டியைக் கீழே வைத்துத் திறந்தான். கைமணி, கொப்பரைச் சம்புடம், சிறிய மரச்செம்பு எல்லாவற்றையும் எடுத்துப் பரப்பினான். காலை மடக்கி முதுகை நிமிர்த்தி அமர்ந்துகொண்டான். அவன் உதடுகள் படபடவென்று துடிக்க ஆரம்பித்தன. எல்லோரும் அமைதியாக நின்றார்கள். அப்பா கைகளை மார்பில் கட்டியபடி நின்றிருந்தார். பூசாரி கண்களைத் திறந்து, சைகை காட்டினான். அப்பா மெல்ல 'கொண்டு வரச்சொல்லு' என்றார்.

உள்ளிருந்து காளியின்மீது சாய்ந்தவளாக, நடை தடுமாற அக்கா வந்தாள். அவளைப் பூசாரிமுன் பிடித்து உட்கார வைத்தார்கள். அக்காவின் தலை தொய்ந்து முகவாய் மார்பில் அழுந்தியது. தலைமயிர் முகத்திலும் மடியிலுமாகச் சரிந்தது. பூசாரி மந்திரத்தை உரக்கச் சொன்னான். தூபத்தட்டில் சாம்பிராணியைப் போட்டான். புகை குபீரென்று எழுந்து என்னை நோக்கி வந்தது. சாம்பிராணி யின் மணம் எனக்கு அச்சமூட்டுவதாக இருந்தது. பூசாரி அக்காவைக் கூர்ந்து பார்த்தான். பிறகு அக்காவிடம் 'ஆராக்கும் நீ' என்று தணிந்த குரலில் கேட்டான். அக்கா 'ம்ம்ம்' என்றாள். 'சொல்லிப்போடு. ஆராக்கும் நீ?' 'ம்ம்ம்...' 'சொல்லாம உன்னை விடப் போறதில்லை. மரியாதியா சொல்லிப்போடு. நீ ஆருடி கூதறமோளே?' பூசாரியின் குரல் முழங்கியது. அக்கா திடீரென்று உரக்கச் சிரித்தாள். முரட்டு ஆண்கள் இரண்டு பேர் சேர்ந்து ஒரே சமயம் சிரிப்பதுபோல இருந்தது. 'நானா? நான் தேம்பில உன்னைப் பெத்த தேவிடியா!' அந்தக் குரல்கூட அக்காவின் குரலாக இல்லை. இறுக்கமும் கரகரப்பும் கொண்ட பெண் குரல்.

பூசாரி சிரித்தான். 'இத வேற வல்ல எடத்திலயும் வச்சுக்க, கேட்டியா? இது கொறே கண்டவனாக்கும் நான். மரியாதையா சொல்லிப்போடு. ஆராக்கும் நீ?' அக்கா நிமிர்ந்து பார்த்தாள். முடி விலகியது. அவள் முகம் சீற்றம் மிகுந்து இருந்தது. கண்கள் முடிப்புரைக் காவில் அம்மன் சிலையின் கண்கள்போலச் சிவப்பாக வெறித்தன. பூசாரி பிரம்பை எடுத்தான். வலக்கையால் திடீரென்று கொப்பரைச் சம்புடத்திலிருந்து சாம்பலை அள்ளி

அக்கா முகத்தில் வீசினான். அக்கா 'ஆ' என்று அலறினாள். என் உடம்பு நடுங்கியபடி இருந்தது. நரியின் ஊளை போன்றிருந்தது அது. பூசாரி பிரம்பால் மாறி மாறி அடித்தான். 'அடிபில! அடிபில மோனே! அடிபில' என்று கூவியபடி அக்கா தலை மயிரைச் சுழட்டி சுழன்றாடினாள். உரக்கச் சிரித்தாள். சீறும் நாயின் பற்களைப் போல அவள் பற்கள் ஈறுடன் வெளித் தெரிந்தன. குரல்வளை புடைத்து, பச்சை நரம்புகள் நெளிந்தன. கையை நீட்டினாள். விரல்கள் ஸ்பிரிங் கத்தியின் நுனி போல வெடுக் வெடுக் என்று விரிந்துகொண்டன. மணிக்கட்டு மட்டும் சுழன்றது. முழுமையாக இரண்டு முறை சுழன்று நடுநடுங்கியது. கையின் சதைகள் இழுபட்டு அதிர்ந்தன. பூசாரிகூட ஒரு கணம் அடிப்பதை நிறுத்திவிட்டான். சமையலறைக்குள் இருந்து 'அம்மே பரதேவதே' என்று அலறல் ஒலிகள் கேட்டன. அப்பாகூடக் கன்னத்தில் போட்டுக்கொண்டார்.

பூசாரி தன் பெட்டிக்குள்ளிருந்து ஒரு குவளையை எடுத்து அதிலிருந்து சிவப்பு நிறத்தூளை அள்ளி அக்கா முகத்தில் ஓங்கி ஓங்கி விசிறினான். வத்தல் மிளகாயின் கமறல்நெடி எழுந்தது. அக்காவின் நாக்கு வெளியே வந்தது. நாயின் நாக்குபோல மோவாயை தாண்டி கீழிறங்கித் தொங்கியது. பூசாரி பெட்டியிலிருந்து வெண்ணிறக் குச்சி ஒன்றை எடுத்தான். அது ஒரு எலும்புத் துண்டு என்று தெரிந்தது. அதன் உருண்ட நுனியால் அக்காவின் கைகளிலும் எலும்பு மூட்டுகளிலும் அடிக்க ஆரம்பித்தான். அக்கா தூக்கி விசிறப்பட்டவள்போல விழுந்து துடித்தாள். அவள் உடம்பு அட்டைபோலச் சுருண்டு இறுகியது. தலை தொடையிடுக்கில் நுழைந்தது. அது ஒரு மனித உடம்பு என்றே தோன்றவில்லை. பூசாரி தூபத்தணலில் செருகப்பட்டிருந்த இரும்புக் கரண்டியை எடுத்தான். அது கனலாக ஒளிர்ந்தது. பின் வெண்ணிறச் சாம்பல் நிறம் பெற்றது. அதை அக்காவின் கால்களிலும் புஜங்களிலும் வைத்து இழுத்தான். அக்கா பாய்ந்து எழுந்து அலறியபடி ஓட ஆரம்பித்தாள். காளி பிடிக்க முயல, ஒரே உதறலில் அவளைத் தூக்கி வீசினாள். பூசாரி அக்காவின் கால்களை அடித்து மடக்கி வீழ்த்தினான். தலைமயிரை அள்ளி இழுத்துப் போட்டு மீண்டும் சுட்டான். அக்கா திடீரென்று அவளுடைய சொந்தக் குரலில் 'வேண்டாம், வேண்டாம், விட்டுடு, என்னை விட்டுடு' என்று கதறினாள். அக்கா என்று நானும் கதறியிருப்பேன். அந்தத் திகிலிலும் நான் எங்கிருக்கிறேன் என்ற உள் பிரக்ஞை எனக்கிருப்பதை அறிந்தேன். 'சொல்லு, இல்லெங்கி பொசுக்கிப்

போடுவேன்' என்றான் பூசாரி. அக்கா மீண்டும் அந்த கட்டைக் குரலில் 'சொல்லிப் போடுதேன், வேண்டாம், சொல்லிப் போடுதேன்' என்றாள்.

வாசல்களில் கூட்டம் முண்டியடித்தது. அக்கா விசும்பி விசும்பி அழ ஆரம்பித்தாள். பிறகு ஒப்பாரிப் பாட்டின் நீட்டல்களோடு விளங்காத சொற்களில் கூவி அழுதாள். கண்ணீர் கொட்டியது. 'சொல்லிப் போடு, ஆராக்கும் நீ?' என்று பூசாரி கேட்டான். 'நான்தான்' என்றாள் அக்கா. 'நான் எண்ணு சொன்னா?' அக்கா தலையை ஆட்டி, விசும்பியபடி, 'மலைச்சியாக்கும் நான்' என்றாள். கூட்டம் பிதுங்கி சிலர் அறைக்குள் வந்துவிட்டனர். 'ஓகோ நீதானா. செரி, எதுக்கிப்பம் இஞ்ச வந்த?' அக்கா ஓங்கி மார்பில் அறைந்தபடி அழுதாள். அழுகை ஏறி ஏறி வந்தது. சின்னையன் பயல் ஆற்று வெள்ளத்தில் போனபோது அவன் அம்மா அப்படித்தான் கதறிக் கதறி அழுதாள். அழுகை சற்றுக் குறைவதும், பின்பு பீறிடுவதுமாக இருந்தது.

'உனக்கென்ன வேணும்? சொல்லிப்போடு'. என்றான் பூசாரி. 'பாவியளா, மண்ணாப் போன படுபாவியளா. எனக்க பொன்னு தம்புரானை எனக்குக் குடுத்துப் போடுங்கலேய்! எனக்க தம்புரான் எனக்கு வேணும்பிலேய். கொண்ணுப் போட்டியளே பாவிப் பயலுவளே. இந்தக் கொலம் வெளங்குமா? வெளங்க விடுவேனா?' அப்பா கும்பிட்டார். பூசாரி உரக்க, 'ஆரு ஆரக் கொண்ணா? அதைச் செல்லு. பரிகாரம் வல்லதும் உண்டெங்கி செய்வம்' என்றான். 'எனக்க பொன்னு தம்புரானைக் கொன்னு போட்டியளே பாவிமக்கா. எனக்க கும்பி ஆறுதில்லையே. எனக்க கும்பி அடங்கேல்லியே. எனக்க கெதி மோட்சம் இல்லியே.' திடீரென்று பல்லை நறநறவென்று கடித்தாள். சத்தம் மச்சுக்குக் கேட்டது. கைகளைத் தூக்கியபடி காட்டுப் பூனைபோல உறுமினாள். 'விடமாட்டேன். கொளம் தோண்டிப்பிட்டுதான் போவேன். இந்தக் குடும்பத்துக்க தாய்வேரை அறுத்துப் போட்டுத் தான் அடங்குவேன். எனக்கு கும்பி அடங்கேல்ல.'

பூசாரி பாய்ந்து எழுந்து மீண்டும் அடிக்க ஆரம்பித்தான். பிரம்பு அறையின் உள்ளே சுழன்று பறப்பதுபோல் இருந்தது. அடிபட்ட இடத்தில் அக்காவின் சதை துடிப்பது தெரிந்தது. பூசாரியின் முதுகில் வியர்வை வழிந்தது. குடுமி அவிழ்ந்து கூத்தாடியது. அக்கா அப்படியே தரையோடு தரையாக விழுந்தாள். அவள் தலைமயிரைப் பற்றித் தூக்கி, 'உனக்கு என்ன வேணும்? என்ன

கிட்டினா எறங்குவே? மரியாதையாச் சொல்லிப் போடு' என்றான். அக்கா தீனமாக விசும்பினாள்.' எனக்க எக்க பொன்னு தம்புரான் வேணுமே. எனக்கு தம்புரான் வேணுமே.' பூசாரி 'ஆருட்டி கொண்ணது உனக்க தம்புரானே' என்றான். 'இந்தக் குடும்பத்து மூத்தாருமாருவளும் ஊராய்மக்காரனுவளும்தேன்.' 'எப்பம்?' 'இப்பம்தேன்.' 'உனக்க தம்புரானுக்க பேரு என்ன வாக்கும்?' 'பத்மநாபன் தம்பி. எனக்க தம்புரானே, உன்னைக் காணாம எனக்கு மனசு ஆறலில்லியே. எனக்கு நெனைச்சுப் பார்க்கப் பளுதில்லியே. அறுகொலை பண்ணிப் போட்டினுமே பாவிய. எனக்கு தீயடங்கேல்லியே.'

பூசாரி அக்காவை உலுக்கினான். 'உனக்கு பேரு மலைச்சிங்கிய. நீ எப்பிடிட்டி தம்புரானுக்குக் கெட்டின ஆனே?' அக்கா திடீரென்று மௌனமானாள். பிறகு மெதுவாக 'பேச்சி மலையிலே என்னைக் கண்டு மோகிச்சு விளிச்சோண்டு வந்தாவ. கண்ணுக்கு மணி போல வச்சி சினேகிச்சாவ. எனக்க அம்மையில்லா, எனக்க தேவியல்லா எண்ணுல்லா எக்க தம்புரான் என்னை விளிப்பாரு. கொண்ணு போட்டினுமே. எனக்க தம்புரானை கொண்ணு கெடத்திப் போட்டினுமே. அது எனக்க கண்ணில விட்டு மாறேல்லியே.' அக்கா வெறி எழுந்து கதறியழுதாள். பூசாரி, 'இஞ்ச பாரு, அபவாதம் செல்லப்பிடாது. கேட்டியா? ஆரு கொண்ணா? என்னத்துக்கு கொண்ணா?' என்றான். அக்கா மார்பைக் கையால் அழுத்தியபடி திக்கித்திக்கிச் சொன்னாள். 'ஊராய்மக்காரனுவ வந்து எக்க தம்புரானை அடிச்சாவ. என்னைய விட்டுப் போடணும் எண்ணு சொன்னாவ. என்னைப் பெத்த அம்மையாக்கும் அவ எண்ணு சொல்லிப்போட்டாரு. சாதிக்குத் தீட்டு செல்லி தள்ளி வச்சாவ. புளியங்காட்டில குடிலு கெட்டிக் கெடந்தோம். மண்ணும் மானமும் சாச்சியாட்டு கிளியும் கிளியும் மாதிரி கொஞ்சிட்டு கெடந்தோம். எக்க தம்புரானே, உனக்க சிரிப்பு மறக்க ஒக்குதில்லியே. அறுகொலை பண்ணிப் போட்டினுமே. படுபாவிய. தீராப்பழி செய்து போட்டினுமே.'

அப்பா முன்னகர்ந்து பூசாரியிடம் ஏதோ சொன்னார். பூசாரி 'கொல மூப்பராக்கும் செல்லுயது. பரிகாரம் செய்து போடலாமிங்கியாரு. உனக்கு என்ன வேணும் சொல்லு' என்றான். 'அவனுக்க கரளில உள்ள சோர வேணும்பில' என்று அக்கா பாய்ந்து எழுந்தாள். பூசாரி அவளை உதைத்துத் தள்ளி அடித்தான்.

அக்கா தரையோடு தரையாக விழுந்தாள். பூசாரி ‘கொலத்துக்கு எளைய குருந்தை மறிமாயம் செய்து மயக்கி சோர குடிச்சு பலி எடுத்த மலைநீலியாக்கும் நீ. உனக்க கதையொக்க எனக்கும் அறியிலாம். அண்ணு மலையேறின உனக்கு வரியம் முடங்காமப் பலி போட்டு கும்பிடுதாவ இவிய. இப்பம் நீ நரபலி கேக்க வந்தியா? கொறெய கண்டவனாக்கும் நான். உனக்கு என்ன வேணுமோ செல்லி வாங்கிப் போட்டுவிட்டு நீங்கு’ என்றான். அக்கா கைகளை ஊன்றி, தலையை மட்டும் தூக்கி, தணிந்த குரலில், ‘நான் இவ இல்லாம போவமாட்டேன். கொண்டுதான் போவேன்’ என்றாள். பிறகு அவள் தலை சரிந்தது. பூசாரி இரண்டு முறை உதைத்தான். அசைவு இல்லை. அப்பாவிடம், ‘பாதிச் சோலி மிச்சம் கெடக்கு. எறக்கிப் போடலாம்’ என்றான். அப்பா பணிவாக ‘இனி என்ன செய்ய?’ என்றார். ‘எளநீ வரட்டு’ என்றான். நாலைந்து இளநீரைக் குடித்து வீசிய பிறகு ஜபம் செய்ய உட்கார்ந்தான். ‘நான் இருக்கணுமா?’ என்றார் அப்பா. ‘நிறுத்தப்பிடாது, நிறுத்தினா பின்ன கையில பெடாது. தொடங்கி யாச்சு எண்ணு சென்னா எறக்கிப் போட்டுதான் மறுசோலி பாக்கணும்.’ அப்பா பெருமூச்சுடன் விலகி நின்றார்.

நான் என் கால்கள் குளிர்ந்து விறைத்திருப்பதை அப்போதுதான் உணர்ந்தேன். தூபப்புகை மச்சில் நிரம்பியிருந்தது. மல்லாந்து படுத்தேன். என் கைகால்கள் குளிர்ந்து விலக்கிக் கிடந்தன. அக்காவின் சிரித்த முகமும் மூக்குத்தி அசைவும் ஞாபகம் வந்தது. உடனே ராஜப்பா சாரின் முகம். பிறகு மூன்றாம் கிளாஸ் பள்ளிக் கூடம். குழந்தைகளின் குரல். ‘சாலமன் கிரண்டி! பான் ஆண் சண்டே! கிரிஸ்டின்ட் ஆன் மண்டே’ நானும் ஒரு குழந்தையாகப் பாடிக்கொண்டிருந்தேன். மச்சில் நிறையக் கண்கள். மெலிதாகத் தங்களுக்குள் பேசியபடி அவை என்னைப் பார்த்தன. கண்களை மூடினாலும் அந்தப் பார்வைகள் அப்படியே இருந்தன. எல்லாமே கனவு என்று திடீரென்று அறிந்தேன். எவ்வளவு பயங்கரமான கனவு. விழித்துக்கொள்ளப் போகிறேன். வீட்டுப் பாடம் எழுதவேண்டும். கனவுதான்...

மச்சில் கீழ் விளிம்பு வழியாக உள்ளே வந்து நீண்டிருந்த மூன்று ஒளிச்சட்டங்களைப் பார்த்தபடி கண் விழித்தேன். மச்சே தவிட்டு நிறமாக வேறு மாதிரி இருந்தது. பதற்றத்துடன் பொன்னிறத் தூசிகள் சுழன்று பறந்துகொண்டிருந்தன. என் உடம்பு முழுக்கக் கரிய பசை போல வௌவால் எச்சம். எழுந்து தவழ்ந்து நடந்து

படியிறங்கினேன். கண்கள் கூசின. தலை சுழன்றது. நிற்க முடிய வில்லை. அப்படியே தொழுவத்துக் கல்மீது அமர்ந்துவிட்டேன். பின்பு யாராவது பார்த்துவிடுவார்கள் என்ற எண்ணம் வந்தது. குமட்டல் வந்தது. எழுந்து தோட்டத்தில் புகுந்து நீரோடையில் உடலைக் கழுவினேன். அது காலை நேரம் என்று அப்போது தெரிந்தது. இரவெல்லாம் மச்சிலேயே கிடந்திருக்கிறேன். சத்தமேதும் இல்லை. அக்காவுக்கு என்ன ஆயிற்று?

மீண்டும் வீட்டுக்குள் ஓடி வந்தேன். சமையலறையில் நீலம் மாமி காபி போட்டுக்கொண்டிருந்தாள். என்னைக் கண்டதும் 'எங்கேடா போயிருந்தாய் பாவி? உன் அம்மா நேற்று ராத்திரி படாத பாடு இல்லை' என்றாள். கருப்பட்டிக் காபி மணம் குமட்டலை வரவழைத்தது. 'தெக்கேத்துக்குப் போனேன்' என்றேன். 'அவ்வளவு தூரமா, எதுக்குச் சொல்லாம கொள்ளாம?' என்றாள் மாமி. 'அக்கா எங்கே?'

மாமி ஏதும் பேசாமல் காப்பியைத் துணியால் ஜாக்கிரதையாகப் பற்றி இறக்கினாள். தீ எழுந்து படபடத்தது. அவள் முகம் சிவப்பாகக் கனன்றது. உள்ளே போனேன். அறையில் அரை இருட்டில் அக்கா குவியலாகக் கிடப்பது தெரிந்தது. முகம் வீங்கிக் கண்கள் இடுங்கி வேறு எவரோபோல் இருந்தாள். குறட்டை கேட்டது. கால்களும் கைகளும் பொதபொதவென்று வீங்கியிருந்தன. மஞ்சளும் களபமும் உடலெங்கும் அப்பி யிருந்தன. குமட்டல் தரும் ஒரு வாடை. ரத்த வாடையா சீழ் வாடையா என்று தெரியவில்லை. 'அக்கா' என்றேன். அங்கு எவருமில்லை போலப் பட்டது. சிறிது நேரம் நின்றுவிட்டு வெளியே வந்தேன். காளி பாத்திரம் தேய்த்துக்கொண்டிருந்தாள்.

அருகே போனேன். என்னைக் கண்டதும் சிவப்பாகப் பற்கள் தெரியச் சிரித்தாள். 'கொச்சு எங்க போச்சுது ராத்திரி? அம்மைய அரை உயிரு ஆக்கிப் போட்டுதே' என்றாள். 'காளி, அக்காவுக்குப் பீடை இறங்கிவிட்டதா?' என்று கேட்டேன். 'வெளுக்கும்பம் தான் ஒரு மாதிரி விட்டு மாறிச்சு. ஒக்கெ அம்மிணி செய்த புண்ணியம்தேன். கொஞ்சம் பாடாப் படுத்திப் போட்டுது பிள்ளைய? ஆனா அந்தப் பயலுக்க கெதிகேடு. அவனுக்கு விதி இருந்திருக்கு. இல்லெங்கிலும் இம்மாதிரி மூத்த பீடைய வந்தா பலியில்லாம விட்டு மாறாது' என்றாள். நான் சட்டென்று பீதி வசப்பட்டேன். காளி கூறப்போவதைத் தெளிவின்றி முன் கூட்டியே உணர்ந்துகொண்டிருந்தேனா? 'ஆரு காளி?' காளி

வெற்றிலையைத் துப்பினாள். 'நம்ம ராசப்பன் பயதான். நல்லோரு பய. வல்ல காரியமும் உண்டுமா? புளியங்காவுக்கு இந்த சமயத்தில வல்லவனும் போவினுமா? வெளுக்கும்பம் பனைகேறப் போன தங்கராசுப் பய கண்டிருக்கான். பொற மண்டையில அடி விளுந்திருக்கு. கையையும் காலையும் பரத்திக்கிட்டு கமிந்து கெடக்குதான். கண்ணெடுத்துக் காணப் பளுதில்லை. அங்கக் கூடியுள்ள ஆளு பெகள[2]த்துக்கு கையும் கணக்குமில்ல. கொச்சு இண்ணு பள்ளிக்கூடம் போவாண்டாம், கேட்டுதா? ஒளிவாக்கும். பய வாத்தியாருல்லா?' நான் என் புறங்கழுத்தில் எவரோ தொடுவது போன்ற பீதிக்கு ஆளானேன். வீட்டை நோக்கிக் கதறியபடி ஓடினேன்.

சுபமங்களா, 1994.

பத்ம வியூகம்

1

தூண்டு விளக்கேந்திய தாதி கதவை ஓசையின்றித் திறந்து உள்ளே வந்தாள். அவளிடம் தீபம் இருந்ததனால் அறையின் இருட்டு மேலும் அழுத்தமானதாகப் பட்டிருக்கக்கூடும். படுக்கையைக் கூர்ந்து பார்த்தாள். சற்றுப் புரண்டு அசைவு காட்டினேன். அணைந்துவிட்டிருந்த கன்யாதீபத்தை ஏற்றிவிட்டு கைவிளக்குடன் என்னை நெருங்கினாள். குனிந்து மெல்லிய குரலில், 'நேரமாகிவிட்டது மகாராணி' என்றாள்.

'என்ன?' என்றேன். தொண்டைக்கும் நாவுக்கும் பேச்சே பழக்கமில்லாததுபோல் இருந்தது. என் மனமோ பெரும் கூக்குரல்களினாலும் அலறல்களினாலும் நிரம்பி வழிந்துகொண்டிருந்தது. அப்பிரவாகத்திலிருந்து ஒரு துளியை மொண்டு உதடுகளுக்குக் கொண்டுவரப் பெருமுயற்சி தேவைப்பட்டது.

'விடிந்து வருகிறது. பிரம்ம முகூர்த்தத்தில் கிளம்ப வேண்டும் என்று உத்தரவு' என்றாள் தாதி.

'எங்கு?' என்றேன். என்னால் எதையுமே யோசிக்க முடியாதபடி மனம் ஓலமிட்டுக்கொண்டிருந்தது.

தாதி தயங்கினாள். உதடுகளை ஈரப்படுத்தியபடி, 'இன்று இளவரசருக்கு நீர்க்கடன்' என்றாள்.

குளிர்ந்த உலோகப் பரப்புள்ள வாள் ஒன்று என் அடிவயிற்றில் பாய்ந்ததுபோல் இருந்தது. மனம் ஒரு கணம் நின்றுவிட, ஏற்பட்ட அமைதி வலிபோல் என் உடம்பெங்கும் துடித்தது. பிறகு விம்மல்கள் என் வயிற்றை அதிரவைத்தபடி எழுந்தன. மார்பை மோதி, தொண்டையை இறுக வைத்தன. உதடுகளைக் கடித்துக் கொண்டேன்.

தாதி குனிந்து, 'மகாராணி' என்றாள். என்ன சொல்வது என்று அவளுக்குப் புரியவில்லை. நான் என்னை இறுக்கி, அனைத்தையும் உடலுக்குள் அழுத்திக்கொண்டேன். ஒரு சில கணங்கள் அப்படியே அமர்ந்திருந்தேன். என் குரல் பிறகு நிதானமாகவே வெளிப்பட்டது. 'ஏற்பாடுகள் எல்லாம் ஆயிற்றா?' என்றேன்.

'ஸ்வேதவனத்திலிருந்து பட்டத்து ராணியும் பிறரும் நேராக கங்கைக் கரைக்கே வந்து விடுவார்களாம்.'

எழுந்தேன். உடல் மிகவும் கனமாக இருந்தது. சமநிலை இழந்து துவண்டது. தாதி என்னைப் பிடிக்கலாமா என்று யோசித்து முன்னகர்ந்தாள். வேண்டாம் என்று கையை அசைத்தேன். மெதுவாக நடந்தேன். அரண்மனை அமைதியாக இருந்தது. தீபங்கள் நீரில் மிதப்பவைபோல அலைய, தாதிகள் நடமாடினார்கள். இரவுக்குரிய ஒலிகள் வெளியே கேட்டபடி இருந்தன. இளம் தாதி ஒருத்தி வந்து, 'நீராட ஏற்பாடுகள் செய்துவிட்டேன்' என்றாள்.

இளம் வெந்நீர் உடலைத் தழுவி வழிந்தது. மனம் அதில் சிறிது இளைப்பாறுவது ஆச்சரியமாக இருந்தது. கூந்தலைத் துவட்டி விட்டு வெண்ணிற உடைகளை அணிந்துகொண்டேன். ஒரேயொரு வைர மாலையை மட்டும் அணிந்தேன். சிதையிலும் நான் நகைகளை அணிந்தாகவேண்டும். நான் சுபத்திரை. பாண்டவ குலத்தின் மகாவீரனின், உபசக்ரவர்த்தியின் பத்தினி. யாதவ குலத் தலைவனின் தங்கை. அந்த இரு வேடங்களையும் ஒருபோதும் நான் கழற்ற முடியாது. என் மகன் போர்க்களத்தில் இரும்புக் கதையால் மண்டை உடைபட்டு, உடல் முழுக்க அம்புகள் தைத்திருக்க விழுந்து கிடப்பதைப் பார்க்க நேர்ந்தபோதுகூட அதை மறக்க நான் அனுமதிக்கப்படவில்லை. செய்தியைக் கூற அன்று அண்ணாவே வந்தார். எப்போதுமுள்ள தன்னம்பிக்கை நிறைந்த அந்தப் புன்னகை. அமைதியான குரல். 'சுபத்திரை, நீ யாதவ இளவரசி. பாண்டவ ராணி. அதை நீ ஒருபோதும் மறக்கமாட்டாய் என்று தெரியும்...' பிற தாய்மார்களையும் மனைவிகளையும்

போல் மார்பிலும் வயிற்றிலும் அறைந்தபடி, தலைவிரி கோலமாக ஓட முடியவில்லை. அபிமன்யுவின் உடல்மீது விழுந்து கதற முடியவில்லை. அவன் பால் குடித்த இந்த மார்புகளை அறைந்து அறைந்து உடைத்திருந்தேன் என்றால் என்னால் தூங்க முடிந்திருக்கும். எப்போதும் அண்ணாவின் பார்வை உடனிருந்தது. அவரது அழுத்தமான சொற்கள். அனைத்தும் அறிந்த நிதானம். 'சுபத்திரை, பசுக்கள், திமிறும் திமில்களைக் கருத்தரிக்கின்றன. குதிரைகள், மண்ணை மிதித்துப் பாயும் நான்கு குளம்புகளைக் கருத்தரிக்கின்றன. க்ஷத்திரியப் பெண்கள், வீர மரணம் அடையும் மகாபுருஷர்களைக் கருத்தரிக்கிறார்கள்.' அவரை எப்படி வெறுத்தேன் அன்று! வாழ்நாளில் முதல் முறையாக அவருடைய இனிய குரல் எனக்கு நெருப்பாகப் பட்டது. அவருடைய நிதானம் அருவருப்பைத் தந்தது. அவருடைய தர்மோபதேசம், மாறாத நியாயங்கள், சுற்றி வளைக்கும் தருக்கங்கள். அவர் மனிதர் அல்ல. வெறும் ராஜதந்திரி. உறவு கிடையாது, பாசம் கிடையாது. நெகிழ்ந்து உருகிக் கன்னத்தில் வழியும் ஒரு துளிக் கண்ணீரை அவர் அறியமாட்டார். அழகிய சொற்றொடர் ஒன்றை அவர் அத்தருணத்தில் கூறக்கூடும்.

'அண்ணா எங்கிருக்கிறார்?'

'கண்டவனத்தில் சக்ரவர்த்தியுடன் தங்கியிருப்பதாகச் சொன்னார்கள்.'

நான் கேட்கவேண்டிய அடுத்த கேள்விக்காகத் தாதி காத்திருந்தாள்.

'அவர்?'

'இரவு இரண்டாம் நாழிகைவரை கூட இருந்தார் என்று சொன்னார்கள். பிறகு ரதத்தில் ஏறி...'

'சரி' என்றேன். தாதி பின்வாங்கினாள். ஆம், அவர் இன்றிரவு திரௌபதியை நெருங்க முடியாது. புண்பட்ட புலிபோல் அவள் இருப்பாள். அவளை யாருமே நெருங்க முடியாது. கிருபரும் அசுவத்தாமாவும் வைத்த நெருப்பில் அவளுடைய ஐந்து புதல்வர்களும் உயிரோடு எரிந்தார்கள். அதைத் தன் கண்ணால் பார்க்கும் சாபம் பெற்ற பிறவி அவள். என்ன செய்து கொண்டிருப்பாள் இந்நேரம்? வாளெடுத்து ஆயிரம் பேரின் இதயத்தைக் கிழித்து, அந்த உதிரத்தில் நீராடினால் ஒருவேளை அவள் வெறி அடங்கக்கூடும். ஆரியவர்த்தத்தையே சாம்பல்

ஆக்கினால் அவள் மனம் ஆறக்கூடும். இந்நிலையில்கூட அவளைப் பற்றி இப்படித்தான் எண்ணத் தோன்றுகிறது. அவள் தன் புதல்வர்களை இழந்த செய்தியைக் கேட்டபோதுகூட முதன் முதலில் மனத்தில் எழுந்தது திருப்திதான். அழட்டும். அடிவயிறு பற்றி எரியட்டும். அவளுடைய ஆங்காரமல்லவா இந்த ஆரிய வர்த்தத்தில் பேரழிவை விதைத்தது. அத்தனைக்கும் பிறகு மணி முடி சுடர அவள் சக்கரவர்த்தினியாகச் சிம்மாசனம் ஏறி அமர்ந்து சிரிக்கவேண்டுமா? தர்மம் அதற்கு அனுமதிக்குமா? வைரமுடி யின் ஒளி அவள் முகத்தில் விழும்போது கண்கள் கலங்கிக் கலங்கிக் கண்ணீர் உகுக்கவேண்டும். பாரதவர்ஷம் அவள் பாதங் களைப் பணியும்போது அவள் உடல் எரியவேண்டும். சப்ரமஞ்சக் கட்டிலில் மலர்ப் படுக்கைமீது ஒரு நாள்கூட அவள் நிம்மதியாகத் தூங்கக்கூடாது. என் குழந்தை களத்தில் சிதைந்துகிடப்பதைக் கண்டுபோது, ஒரு கணம் அக்காட்சி அச்சமாக, அருவருப்பாக, அந்நியமாகத் தோன்றி என்னை உறைய வைத்தபிறகு, அந்தக் குளிர்ந்த வெட்டு என் வயிற்றில் பதிந்தபோது, 'அடிப்பாவி, என் குழந்தையைப் பலிவாங்கிவிட்டாயே!' என்றுதான் கூவினேன். என் குரல் என் மனத்துக்கு உள்ளேயே ஒலித்து அடங்கியது. உறைந்த ரத்தம் கரிய தடமாகச் செம்மண்ணில் பரவியிருக்க, அதன்மீது கிடந்த உடலில் நான் என் கையால் அணிவித்த மஞ்சள் மேலாடை கிடந்தது. ஆனால் அந்த முகம்! அது என் குழந்தை யல்ல. அந்தக் கணங்களில் அந்த விலகல்தான் எவ்வளவு ஆறுதல் ஊட்டுவதாக இருந்தது. இது அபிமன்யு இல்லை. அவன் வேறு எங்கோ இருக்கிறான். எந்தக் கணத்தில் வேண்டுமானாலும் என் முன் தோன்றி, 'ஏமாந்துவிட்டாயா!' என்று சிரிப்பான்.

எப்படிச் சிரிப்பான்? உதடுகள் சிறியவையாக, சிவப்பாக இருக் கும். மேலுதட்டின் இளநீல மயிர் மட்டும் இல்லை என்றால் பச்சைக் குழந்தைதான். சிரிக்கும்போது சிறிய கண்களைப் பாதி மூடிவிடுவான். வலுவான அகன்ற தோள்களைக் குலுக்குவான். எப்போதும் சிரிப்புதான். எதற்கெடுத்தாலும் கிண்டல். என் தோள்களைப் பிடித்து உலுக்குவான். அவனுக்காக அச்சம் மிகுந்தவளாக, மடமை நிரம்பியவளாக என்னை அறியாமலேயே நான் வேடமிடுவேன். கனத்த கரங்கள். வடு நிரம்பிய முழங்கை. அண்ணாந்து பார்க்க வைக்கும் உயரம். அகன்ற மார்பு. அதைப் பார்த்ததும் மனம் மலரும். மறுகணம் கண் பட்டுவிடுமோ என்று சுருங்கும். முன்பின் தெரியாத உத்வேகம் அவனுக்கு. அன்னையின் மனம் தவிப்பது ஒருபோதும் அவனுக்குத்

தெரிவதில்லை. அவன் நடக்கத் தொடங்கிய நாள்முதல் தொடங்கிய அவஸ்தை அது. சாளரத்தில் ஏறி, பரணில் தொற்றி, தொங்கியபடி வீரிட்டு அலறும். ஏணியில் ஏறி உச்சிப்படியில் நின்று சிரிக்கும். பலாமரத்துக் கிளைகளின் நுனியில் தொங்கி ஆடி அடுத்த கிளைக்குச் செல்வான். தென்னை மரத்திலிருந்து கங்கை நீரில் தலைகுப்புறக் குதிப்பான். குதிரைமீதமர்ந்து நீரோடைகளைப் பறந்து தாண்டுவான். வாளைச் சுழற்றி மேலே வீசி கீழே நின்று பிடிப்பான். மதம் பிடித்த யானையை அடக்கி ஏறி அமர்வான். 'அபிமன்யு, அபிமன்யு கவனம், கவனம்!' இதுவே என் தாரக மந்திரமாக ஆயிற்று. வேகம்தான் எப்போதும். எந்த நிமிடமும் மூடப்பட்ட கதவுகளை உதைத்துத் திறக்கத் துடிப்பவனைப்போல. 'அவசரப்படாதே அபிமன்யு' என்று எத்தனை தடவை கண்ணீருடன் மன்றாடியிருப்பேன். உதிரம் வழிய வந்து நிற்பான். எலும்பு உடைந்து படுத்துக் கிடப்பான். என் குழந்தைக்குத் தெரிந்திருந்ததா இவ்வளவுதான் தன் நாட்கள் என்று? அய்யோ, என் செல்வத்தை நான் கண்ணாரப் பார்க்கவே இல்லையே. மார்போடு அணைத்து திருப்தி வர முத்தமிட்டதில்லையே. இந்த ஆபரணங்கள், பட்டாடைகள், மகாராணிப் பட்டம் எல்லாவற்றையும் வீசிவிட்டு என் குழந்தையுடன் பத்து நாள் எங்காவது இருக்கிறேன். அடர்ந்த காட்டில் ஒரு குடிலில். அவனுக்குப் பாதசேவை செய்கிறேன். அவன் தூங்க, விழித்திருந்து கண் நிறைய அவனைப் பார்க்கிறேன். அவன் என்னை அம்மா என்று அழைப்பதை மீண்டும் கேட்டால் போதும். ஆசை தீர ஆயிரம் முறை கூப்பிடச் சொல்லிக் கேட்டால் போதும். பிறகு அவனைக் கொண்டு செல்லட்டும். இல்லை; அவனுக்குப் பதில் நான் வருகிறேன். போதும். இனி எனக்கு இங்கு எதுவும் மிச்சமில்லை.

'தேர் வந்துவிட்டது, மகாராணி' என்று தாதி வந்து சொன்னாள். நான் எழுந்து மெல்ல வாசலை நோக்கி நடந்தேன்.

2

குளிராக இருந்தது. வானமெங்கும் நட்சத்திரங்கள் விரிந்து கிடந்தன. பூமியை மாறாத காதலுடன் பார்க்கும் ரிஷிகளின் கண்கள். என்னதான் பார்க்கிறார்கள் அப்படி? மண்ணில் கொள்ளும் துயரங்கள் அவர்களுக்கு அத்தனை மகிழ்வூட்டுகின்றனவா என்ன? அவர்கள் ரிஷிகள், பந்தபாசங்களை வென்றவர்கள். பாமர மனத்தின் நியாயங்களைத் தீர்மானிக்கிறார்கள்.

அண்ணாவும் ரிஷிதான். சதுரங்கம் விளையாடும் ரிஷி. வெற்றி மீது மட்டும் பற்றுக்கொண்ட ரிஷி. மனிதர்களும் பேரரசுகளும் சதுரங்கக் காய்கள்.

தேர் நிதானமாக ஓடியது. பிரதான வீதி ஓய்ந்துகிடந்தது. தூசி மணம் நிரப்பிய குளிர்ந்த காற்று உடைகளைச் சிறகுகளாகப் பட படக்கச் செய்தது. இன்னமும் இரவின் ஒலியே கேட்டது. அவ்வப்போது சில பறவைகளின் ஓய்ந்த ஒலிகள். வீடுகளில் விளக்குகள் அலைய ஆட்கள் நடமாடுவது தெரிந்தது. ஆனால் குரல்கள் இல்லை. ஒருவேளை இந்த நகரமே இன்று நீர்க் கடனுக்குத் தயாராகிறது போலும். எத்தனை ஆத்மாக்களை இன்று கங்கை வாங்கிக்கொள்ளுமோ? அவற்றைக் கடலுக்குக் கொண்டு செல்லும் சக்தி அவளுக்கு இருக்குமா? முலையூட்டிய மார்பில் பிணங்களைச் சுமந்து செல்லும் விதி அவளுக்கு.

காற்று வேகமடையும்போதெல்லாம் எண்ணங்கள் பிய்ந்து ரதத்தி லிருந்து பறந்து பின்னோக்கிச் செல்வதாகப் பட்டது. மெல்ல முகத்தில் அறையும் காற்றின் வேகத்தில் தெரியும் ரதவேகம் மட்டும் மனத்தில் எஞ்சியது. தரையில் கால்படாத குதிரைபோல மனம் அந்த ரதத்துடன் சேர்ந்து ஓடியது. காலமும் இடமும் கரைந்துபோய் எங்கு வேண்டுமானாலும் நான் செல்ல முடியும் என்று பட்டது. என் உடலின் எடை குறைந்தது. என் தசைகள் மென்மையும் இறுக்கமும் கொண்டன. என் சிரிப்பில் அதிர்வும் குரலில் குழைவும் ஏறியது. அப்போதுதான் என்னை நான் சுபத்திரை என்று உணர்ந்தேன். ஆம், நான் அணிந்திருப்பது ஒரு வேடம். இந்த கனத்த உடல் ஓர் ஆடை. இதைக் கழற்றி வீசி விட்டால் நான் சிற்றோடைகள்மீது ரதத்துடன் சேர்ந்து பறக்கும் சுபத்திரை. இரு கைகளிலும் வாளேந்தி இருவரிடம் போரிடும் யாதவ இளவரசி. ரைவத மலையில் கிரி பூஜையன்று தோழிக ளுடன் மது அருந்திவிட்டு கும்மாளம் இடுபவள். வெறிகொண்டு புரவிமீதேறி, உருளும் பாறைகள் நிரம்பிய மலைச்சரிவில் காற்றாக இறங்குபவள். இது எல்லாம் கனவு. விழித்துக் கொண்டால் நான் துவாரகையில் என் அறையில் இருப்பேன். சுதர்மையும் கிரிஜையும் பக்கத்து அறையிலிருந்து வருவார்கள். வாட்போர் கற்றுத் தந்த அக்ரூரர் தாத்தா, பிரியத்துடன் கதை சொல்லும் சாத்யகி மாமா, கண்டிப்பான சாம்பன் மாமா... எப்போதும் கூட இருக்கும் தோழனாக அண்ணா. குறும்பும் முரட்டுத்தனமும் பாசமும் நிரம்பியவன். எதை

வேண்டுமானாலும் செய்யக்கூடிய மதிநுட்பம் வாய்ந்தவன். அண்ணா, நீதான் எப்படி மாறிவிட்டாய்! உன் கண்களில் மாறாமல் தெரிந்த அந்தக் குறும்பு எங்கே?

ரதம் குலுங்கியது. பிறகு மீண்டும் வேகம் எடுத்தது. இதே போன்ற ஒரு மத்ஸ்ய ரதத்தில்தான் துவாரகையை விட்டு வந்தேன். ரதத்துக்குள் கையில் நாணேற்றப்பட்ட வில்லுடன் அன்று சற்றும் அறிந்திராத, எனக்கு மாறாத புதிராகத் தோன்றிய, மாவீரன் இருந்தான். பின்னால் அக்ரூரரின் தலைமையில் யாதவப் படை துரத்தி வந்தது. அம்புகள் சிறு பறவைகள்போல வந்து தரை இறங்கின. ரதத்தில் நாணொலியின் டங்காரம். குறி தவறாத அம்புகள் பட்டு யாதவர்கள் குதிரைமீதிருந்து பாறைகள் நிரம்பிய மண்ணில் விழுந்து அலறினர். மனத்தில் களிவெறி ஏறியபடியே வந்தது. கிரிபூஜையின்போது மதுவின் போதை தலையைக் கிறங்க வைக்கும். அது, 'மேலும் மேலும்' என்று குதிரையைத் தூண்டச் செய்யும். இப்போது மது இல்லை. ஆனால் மனத்தில் பலமடங்கு போதை. நாணேற்றும் கரங்களில் புரளும் தசைகளை ஓரக்கண்ணால் பார்த்தேன். மயிர் அடர்ந்த கரிய மார்பு. மான்தோல் சரடால் கட்டப்பட்டு, காற்றில் பறக்கும் சுருண்ட காகபட்சக் குழல். சல்லடத்தின் இறுக்கத்தில் இறுகி இறங்கிய வயிறு. வேகம் வேகம் என்று ஆத்மா துடிதுடித்தது. முடிவற்று திசைவெளியில் அப்படியே ஊடுருவியபடி இருக்க வேண்டும்போல் இருந்தது.

யாதவ தேச எல்லையைக் கடந்தோம். வெகு தொலைவில் காண்டவப்பிரஸ்தத்தின் மலைகள் தெரிந்தன. மழை வரப் போகும் தருணம். மங்கிய ஒளியில் யாதவ தேசத்துப் புல்வெளி வெகுதூரம்வரை பரவியிருந்தது. வானில் பெரும் மேகக் குவியல்கள் மெல்ல நகர்ந்தன. கூட்டம் கூட்டமாகப் பசுக்களை ஓட்டியபடி இடையர்கள் சென்றனர். தூரத்தில் மேகமொன்றின் இடுக்கு வழியாகச் செம்பொன்னிற வெயில் ஒரு தூண்போலப் புல்வெளியில் விழுந்துகிடந்தது. அப்பகுதி மரகதப் பரப்பாக ஜொலித்தது. குதிரைகள் களைத்துவிட்டன. நுரை தள்ளிய வாயுடன் அவை தலைகுனிந்தன. அவற்றின் உடல்களிலிருந்து வியர்வை முத்துகளாக உதிர்ந்துகொண்டிருந்தது. குதிரை வியர்வையின் மனத்தைக் கிளரச் செய்யும் மணம் எழுந்தது. என் கண்முன் அறியாத தேசம் ஒன்றின் வாசல் திறப்பதைக் கண்டேன். தூரத்தில் காட்டின் விளிம்பு தெரிந்தது. தியானத்தில் அமர்ந்த

பெரும்பாறைகள். பசும்காடுகள் மண்டிய மலைச்சரிவுகள். மலைச்சிகரங்களும் வானும் மௌனமாகக் கரைந்து ஒன்றாகும் இளநீலம். யாதவ நிலத்தின் நாற்புறமும் திறந்த மண்ணில் வாழ்ந்து பழகிய நான் மலைகளால் சூழப்பட்ட ஒரு சிறையாகவே அந்தப் புதிய தேசத்தை உணர்ந்தேன். அங்கு குதிரைமீது ஏறி முடிவற்றுப் பாய்ந்து செல்ல முடியாது. முதல் முறையாக அச்சம் உள் மனத்தில் தலைகாட்டியது.

தேரின் உள்ளிருந்து உடலில் சிறு உதிரக்கறைகளுடன் வெளி வந்தார் அவர். தேரை ஓரமாக நிறுத்தி, குதிரைகளை அவிழ்த்து ஓரத்து நீரோடையில் நீர் அருந்த விட்டேன். புல்பரப்பில் அமர்ந்து கால்களை நீரில் விட்டு அளைந்தபடி அமர்ந்திருந்தேன். வானம் கறுத்திருந்ததனால் நீர் குளிராக இருந்தது. என்னருகே வந்து அமர்ந்தார். குதிரையின் வியர்வை மணம் என் நாசிகளை நிரப்பியது. என் தோளைத் தொட்டார். சுட்டு விரலின் நாண்வடு மரக்கட்டைபோல உறுத்தியது. கிளர்ச்சி உடம்பெங்கும் கதகதப்பாகப் பரவியது. ‘சுபத்திரை, நமது எல்லைக்கு வந்துவிட்டோம். இனி இதுதான் உன் தேசம்.’ நான் தலை குனிந்தேன். என் புஜங்களைப் பற்றினார். ‘அச்சமாக இருக்கிறதா?’ மீசை மிக அருகே தெரிந்தது. கண்களின் ஒளி குறுவாள் நுனிகள்போலக் குத்திவிடும் என்று அச்சமூட்டுவதாகத் தெரிந்தது. ‘இல்லை’ என்றேன். அக்கணங்களில் உள்ளூர வியந்துகொண்டிருந்தேன். எப்படி இந்த முடிவை எடுத்தேன்? ‘நான் அர்ச்சுனன்’ என்று இவர் கூறியதும் எப்படி என் மனத்தின் தளைகள் எல்லாம் அறுந்தன. அண்ணாவின் உயிர் நண்பர், பெரும் வீரர். என்னை நாடி வந்தவர். இல்லையில்லை. அவற்றையெல்லாம்விட என்னைக் கவர்ந்தது இன்னொன்று. அவரது சாகசம் பற்றிய கதைகள். புரட்டுகள். ஜாலங்கள். போகும் இடமெல்லாம் அவர் வென்றடைந்த பெண்கள். வென்றடக்க ஒரு முரட்டுக் கரும்புரவி கிடைத்த சந்தோஷம் என்னுடையது. அபாயம் தரும் ஈர்ப்பு அது. அறிய முடியாத ஆபத்துகளும் இன்பங்களும் நிரம்பிய ஒரு வாசலைத் திறக்கும் துடிப்பு.

‘எவ்வளவு அழகாக இருக்கிறாய் தெரியுமா?’ என்று கேட்டபடியே என் இடையில் கையை வளைத்து, தோள் வளைவில் முகம் புதைத்தார். மெல்ல நகர்ந்த கைகள் பின்புறம் என் கச்சை அவிழ்த்தன. உதடுகள் வெப்பமாக அழுந்தின. என் உடம்பு வெம்மையும் இறுக்கமுமாக எழுந்தது. மறுகணம் அந்த

அலட்சியமான சுதந்தரம் என்னைச் சுட்டது. கைகளால் அவர் மார்பைப் பிடித்துத் தள்ளினேன். திமிறினேன். என் வளையல்கள் குலுங்கின. மாலைகள் நெறிபட்டன. அவை என்னைக் கேலிப் பொருளாக மாற்றுவதை உணர்ந்தேன். அவருக்கு என் திமிறல் உற்சாகத்தைத் தந்தது. சிரித்தபடி, 'குதிரைக்குட்டிபோல் இருக்கிறாய்' என்றார்.

என் வேகம் தளர்ந்தது. கூசிச் சுருங்கிப்போனேன். நான் ஒரு முரட்டுக் குதிரையை வெல்லவில்லை. ஒரு சிறுத்தையால் வேட்டையாடப்பட்டிருக்கிறேன். அவரைத் தள்ளுவது பய னற்றது என்று பட்டது. அவர் என் உடலைக் கையாண்ட விதத்தில் இருந்த அனுபவத் தேர்ச்சி என் அங்கங்களை உறையவைத்தது. என் மனம் கூர்மையடைந்தது. அந்த எண்ணம் வந்த உடனே அந்த ஆயுதத்தின் கூர்மையை எண்ணி என் மனம் உவகை கொண்டது.

'சரி, உங்கள் ராஜபத்தினி என்ன சொல்லப் போகிறாள் இதற்கு?' என்றேன்.

அவர் பிடி தளர்ந்தது. முகம் வெளிறியது. எழுந்து அமர்ந்தார். தலை குனிந்தபடி, 'எனக்கும் அவளை நினைத்தால் அச்சமாகத் தான் இருக்கிறது' என்றார். 'ஒரு கணம் கங்கைபோல அர வணைப்பாள். மறுகணம் பாம்புபோல் இருப்பாள்.'

என் மனம் இறுகியது. பிறகு நெகிழ்ந்தது. இந்த ஜகப் புரட்டனுக் குள் இருக்கும் அஞ்சிய குழந்தையை இதோ நான் கண்டு கொண்டிருக்கிறேன். அவர் தலையை என் மார்போடு அணைத்த படி, 'கவலைப்படாதீர்கள்' என்றேன். மனத்தைக் கருணை நீராட் டியபோதிலும் உள்ளூர ஒரு வெற்றிக்களிப்புதான் இருந்தது.

'நீ ஒரு இடைச்சியாக வேடமிட்டு திரௌபதியிடம் போ. அவளிடம், 'எனக்கு வேறு யாருமில்லை; நீயே அடைக்கலம்' என்று கூறு. அடைக்கலம் தந்துவிட்டாள் என்றால் பிறகு விஷ யத்தைச் சொல்வோம். அவள் வாக்கு மாறக்கூடியவள் அல்ல' என்றார்.

'ஏற்றுக்கொள்ளவில்லை என்றால்?'

'நிச்சயமாக ஏற்றுக்கொள்வாள். அவளுடைய கர்வம் ஒரு கோட்டைபோல. அதை உடைத்து உள்ளே போனால் அவள் ஒரு குளிர்ந்த தடாகம்.'

மீண்டும் என் ஆங்காரம் படமெடுத்தது. கசப்பு மனமெங்கும் பரவியது. அதன்பிறகு அவர் என்னைத் தொட முயலவில்லை. எரியும் மனத்துடன் நான் ரதத்தில் ஏறிக்கொண்டேன். மழைத் துளிகள் உதிரத் தொடங்கின. வானம் உடைந்து கொட்ட ஆரம்பித்தது. புல்வெளியில் மழையின் வெண்பட்டுத் திரை நெளிந்தது. அதைக் கிழித்தபடி ரதம் ஓடியது. காண்டவப்பிரஸ் தத்தின் அடர்ந்த காடுமீது மழை கொட்டும் ஓலம் பெரியதோர் சைன்யத்தின் போர்க்குரல்போல ஒலித்தது. அச்சம் புறக்குளிரை விட அழுத்தமான குளிராக என்மீது பரவியது. எனக்காக வியூகமிட் டிருக்கும் படை எது? ஒரே கணத்தில் நான் உள்ளே நுழைந்துவிட முடியும். மீண்டும் வரும் வழி எனக்குத் தெரியுமா? ஆனால் அதன் நிச்சயமின்மையே என்னை ஈர்க்கும் சக்தியாக இருந்தது. காட்டில் ரதம் நுழைந்தபோது உடம்பு ஏனோ சிலிர்த்தது.

3

கங்கை நீர் கலங்கலாகச் சுழித்துச் சென்றது. அதன் கரைகளில் உயரமற்ற புதர்மரங்கள் அடர்ந்திருந்தன. கரையோரமாக செந் நிற உத்தரீயம்போலப் பாதை கிடந்தது. புரவிகளின் பாதங்கள் புழுதிமீது ஓசையின்றிப் படிய, நீரில் மிதப்பதுபோல ரதம் நகர்ந்தது. திரையை விலக்கிப் பார்த்தபடியே வந்தேன். இருள் இன்னும் பிரியவில்லை. ஆயினும் கூட்டம் நிறையவே இருந்தது. மரத்தடிகளில் மூட்டை முடிச்சுகளுடன் வயோதி கர்கள் அமர்ந்திருந்தனர். சற்றுத் தள்ளி முகத்திரை போட்டபடி, கூட்டம் கூட்டமாகப் பெண்கள். ஊடே குழந்தைகள் விளை யாடின. மாட்டு வண்டிகள் அவிழ்த்துப் போடப்பட்டிருந்தன. மாடுகள் மணி குலுங்கத் தலையாட்டியபடி, அசைபோட்டுக் கொண்டு படுத்துக்கிடந்தன. கங்கை நீரின்மீது மட்டும் ஒளி சற்று அதிகமாக இருந்தது. அதன் செந்நிற ஆழத்துக்குள் எங்கோ இருந்து ஏதோ ஒளிவிடுவதுபோல் இருந்தது. படித்துறைகளில் புரோகிதர்கள் நிரம்பியிருந்தனர். கட்டு கட்டாகத் தர்ப்பை கிடந்தது. வெண்கலப் பாத்திரங்கள் கங்கையின் அலைபாயும் ஒளியை மௌனமாகப் பிரதிபலித்தபடி காத்துநின்றன. கங்கையின் கரையோரமாக நீலமும் சிவப்பும் வெள்ளையுமாக நீர்ப்பூக்கள் இலைப்பரப்புடன் சேர்த்து நெளிந்தன.

அரசகுல ரதம் வருகிறது என்று தெரிந்தும் எவரும் கிளர்ச்சி அடையவில்லை. எழுந்து பார்க்கவும் இல்லை. வெகுசிலர்

ஆர்வமின்றித் திரும்பிப் பார்த்தனர். வெறித்த கண்கள் என்னைத் தொட்டு மீண்டன. மரங்களின் மேல் நுனிகளில் இளம்பசுமை துலங்க ஆரம்பித்துவிட்டது. இன்னும் அரை நாழிகையில் நன்கு புலர்ந்துவிடும். என்ன இது? இவ்வளவு கூட்டமிருந்தும் ஏன் ஒலியே இல்லை? மனித உடல்கள் நீர்மீன்கள்போல ஒலியின்றி வாயசைத்தபடி மெல்மெல நடமாடுகின்றன. விசித்திரமானதொரு பொம்மலாட்டம்போல் இருந்தது. திடீரென்று அக்கூட்டத்தில் முதியவர்களும், பெண்களும், குழந்தைகளும் மட்டும் இருப் பதைப் பார்த்தேன். இளைஞர்களே இல்லை. மீண்டும் அடி வயிற்றில் அந்த வாள் பாய்ந்தது. அத்தனை பேருமா? அத்தனை பேருமா? உடம்பு நடுங்க, கண்களை மூடி, நெற்றியை விரல் களால் அழுத்தியபடி, இறுகி அமர்ந்தேன். மனம் ரத வேகத்தின் போது கொண்ட விடுதலையுணர்வு முழுக்கப் பின்னகர்ந்து துவாரகைபோல, முற்பிறப்பு ஞாபகம்போல, எங்கோ மறைந் தது. எல்லாம் வெறும் கனவு. நான் இதுதான். இந்த கனக்கும் உடம்பு. கனக்கும் மனம். இந்தப் பாரம்தான் நான். இந்த வெறுமைதான் நான்.

ரதம் தயங்கியது. வீரர்கள் குதிரைகளில் வந்து எதிர்கொண்டனர். என் ரத முகப்பில் இருந்த தண்டேந்தி என் குலத்தையும் சிறப்பையும் கூறி என்னை அறிவித்தான். அப்பெயர் வரிசை மிக அருவருப்பூட்டுவதாக எனக்குக் கேட்டது. அவற்றில் எதுவுமே நானல்ல என்று கூவவேண்டும்போல் இருந்தது. வம்சங்கள், பட்டங்கள், பதவிகள், கங்கைக் கரை எங்கும் மூடுபடமிட்டுக் கூனி அமர்ந்திருந்த விதவைகளின் உருவங்கள் ஞாபகத்துக்கு வந்தன. ரதம் உள்ளே போயிற்று. புல்வெளியில் பர்ணசாலைகள் வரிசையாக இருந்தன. செம்பட்டு முகப்பு போடப்பட்டது திரௌபதியின் பர்ணசாலை போலும். சற்றுத் தள்ளி, பெரிய வட்ட வடிவப் பர்ணசாலையைச் சுற்றிக் காவல் வீரர்கள் உருவிய வாளுடன் நின்றனர். மன்னருக்கு ஒருபோதும் இத்தகைய பாது காப்பு இருந்ததில்லை. ஆனால் இனி வேறு வழியில்லை. காட்டுக்குள் சிரஞ்சீவியான அஸ்வத்தாமா தணியாத கோபத் துடன் அலைந்துகொண்டிருக்கிறான். இனி குரு வம்சத்தில் எவரும் நிம்மதியாகத் தூங்க முடியாது. ஒருபோதும் போர் அவர்களை விட்டு விலகாது. வெற்றிமாலையின் ஏதோ ஒரு மலருக்குள் பூநாகம் காத்திருக்கிறது. தோற்றவர்கள் நிம்மதி யாகத் தூங்கலாம். அவர்களுக்கு இழக்க ஏதுமில்லை. காண் பதற்குக் கனவுகளும் மிச்சம் இருக்கும்.

என் பர்ணசாலைமுன் ரதம் நின்றது. இறங்கிக்கொண்டேன். என்னைப் பார்த்ததும் உள்ளே பெரும் அழுகையோசைகள் கேட்டன. என் தலையை அலை வந்து முட்டியது. என் வயிறு அதிர்ந்துகொண்டிருந்தது. ஆனால் திடமான காலடிகளுடன் நடந்தேன். பர்ணசாலைக்குள் அரசகுலப் பெண்கள். யார் யார் என்று பார்க்கவில்லை. விதவைகளுக்குப் பெயர் எதற்கு? அடையாளம் எதற்கு? அவர்கள், சிதை காத்திருக்கும் வெறும் சடலங்கள். ஒருவேளை இதுவே அவர்கள் இறுதியாகப் பார்க்கும் வெளியுலகாக இருக்கக்கூடும். குழந்தைகளே, வானையும் மரக்கூட்டங்களையும் மலர்களையும் நன்றாகப் பார்த்துக்கொள்ளுங்கள். திருப்தியாக கங்கையில் நீராடுங்கள்.

'மகாராணி' என்று ஒரு தாதி மரவுரியைக் கொண்டுவந்து நீட்டினாள். அதை அணிந்துகொண்டேன். கனமாக உடலை உறுத்தியது. விரத உணவு வந்தது. கசப்பும் துவர்ப்பும். ஒரு மண்டலமாகச் சக்ரவர்த்தியும் பரிவாரமும் இந்த உணவை உண்டு, இந்த உடையை அணிந்து விரதம் அனுஷ்டிக்கிறார்கள். யாருக்காக? எந்த அக்னியை அணைக்க? தாதியைக் கையசைத்து அழைத்தேன். 'அண்ணா எங்கிருக்கிறார்?' என்று கேட்டேன்.

'ராஜ சபையில் இல்லை மகாராணி.'

'வியாச மகரிஷி வந்திருக்கிறார்' என்றார் ஒரு முதிய தாதி. 'அவருடன் உரையாடியபடி சோலைக்குள் செல்வதைப் பார்த்தேன்.'

'நான் உடனடியாக வியாச ரிஷியைப் பார்த்தாகவேண்டும்' என்றேன். 'உபசக்ரவர்த்தி எங்கே?'

தாதி இன்னொருத்தியைப் பார்த்தாள். தயங்கியபடி, 'இரவு ரதம் ஏறி நகருக்குள் சென்றார். இன்னும் வரவில்லை' என்றாள்.

புதல்வனையோ கணவனையோ இழக்காத பெண் யாராவது கிடைத்திருக்கக்கூடும் என்று கசப்புடன் எண்ணிக்கொண்டேன். இந்தக் கசப்பு எப்போது என் மனத்தில் நிரம்பியது? எந்தக் கணத்தில்? பாயும் ரதத்தில் கடிவாளத்தைப் பற்றியபடி நின்று நான் ஓரக்கண்ணால் பார்த்து ரசித்த ஆண்மகன் தன் இறுகும் தசைகளுடன் இப்போதும் என் மன ஆழத்தில் இருக்கிறான். இந்த மனிதர் - இவருடைய முகமும், குரலும், அசைவுகளும் இவரைப் பற்றிப் பிறர் கூறிக்கேட்கும் ஒவ்வொரு சொல்லும் - என்னைக் கசப்பால் நிறைக்கிறார். அதை அவர் அறிந்திருக்கக்

கூடும். என் கண்களை ஏறிட்டுப் பார்த்துப் பேச அவரால் முடியாது. என்முன் நிற்கும்போது அவர் உடலெங்கும் ஒரு சிறு தவிப்பு அலையும். அந்தத் தாழ்வுணர்வு கோபமாக, மூர்க்கமாக வெளிப்படவும் கூடும். ஆனால் என்னால் ஏன் இன்னமும் அவரை அலட்சியம் செய்ய முடியவில்லை? எத்தனை முயன்றும் அவரைப் பற்றி எண்ணாமல் ஒரு பொழுதுகூடத் தாண்டுவதில்லையே. அவர்மீது என்னுள் இன்னும் காதல் மிஞ்சியுள்ளதா என்ன? காதலா? அது வெறும் அறைகூவல். அவர் உள் மனத்தின் அச்சம் தெரியவந்த கணமே அது அணைந்துபோயிற்று. அவர் பெண்களை உடலாக மட்டும் கையாளும்போதுதான் தன்னம்பிக்கையோடு இருக்க முடியும். அவர் கையில் துவண்டு, நிமிர்ந்து, சரம்சரமாக எய்யும் காண்டீபமே அவர் வரித்துக்கொண்ட பாவனைத் தோழி போலும். அவர் திறமையெல்லாம் உள்ளூர ஓடும் வெறுமையின் வேகம் போலும். பெண்களின் உடல் வழியாக அவர் தேடுவது யாரை? காண்டீவமாக மாறித் தன் உடலின் ஓர் உறுப்பாக இணைந்துகொள்ளும் ஒருத்தியையா?

யாரிடமாவது பேசவேண்டும்போல் இருந்தது. பேசாத சொற்கள் எல்லாம் மனத்தில் தேங்கி அவற்றின் வேகம் என்னைப் பைத்தியமாக அடித்துவிடும் என்று பட்டது. மகாராணி பட்டத்தைத் துறந்து, ஒரு பெண்ணாக, பேதையாக, குழந்தையாக, புழுவாக அழுது துடிக்கவேண்டும். வியாச ரிஷியின் வெண்தாடி பரவிய குழந்தை முகம் மனத்தில் சிறு ஆறுதலாக எழுந்தது.

தாதி என்னைச் சோலைக்குள் கூட்டிச் சென்றாள். பசுமையான மரங்கள் அடர்ந்து நிற்க, ஊடே பாதை நெளிந்து சென்றது. பாறை ஒன்றில் அண்ணாவும் வியாச மகரிஷியும் அமர்ந்திருந்தனர்.

என்னைப் பார்த்ததும் வியாச மகரிஷி புன்னகையுடன், 'வா குழந்தை' என்றார். அமரும்படிச் சைகை காட்டினார். அவர் பாதங்களைப் பணிந்துவிட்டுத் தரையில் அமர்ந்தேன். அண்ணா சிந்தனை நிரம்பிய முகத்துடன் என்னைப் பார்த்தார். 'வருவீர்கள் என்று எவரும் கூறவேயில்லை தாத்தா' என்றேன்.

'இன்று நீர்க்கடன். நான் வந்தாகவேண்டும் அல்லவா?' என்றார் வியாசர்.

என் கண்களும் மனமும் திறந்துகொண்டன. என் உடல் வழியாக அழுகை, சுழற்காற்று மரத்தைக் கடந்து செல்வதுபோலக் கடந்து சென்றது.

வியாசர் என் நெற்றிமயிரை வருடினார். ‘நான் என்ன சொல்ல இருக்கிறது குழந்தை? அழுது அழுதுதான் உன் மனம் ஆறவேண்டும்’ என்றார்.

‘இதெல்லாம் எதற்காகத் தாத்தா? யாருடைய லாபத்துக்காக? இந்த கங்கைக்கரை முழுக்க...’

‘பார்த்தேன்’ என்றார் வியாசர். ‘எதற்காக என்று மட்டும் கேட்காதே. அப்படிக் கேட்க ஆரம்பித்தால் தெய்வங்களே திகைத்து நின்று விடுவார்கள்...’

‘என் அபிமன்யு... என் தங்கம்... அவன் தலை பிளந்து... என்னால் மறக்கவே முடியவில்லை தாத்தா...’

என் அழுகையைப் பார்த்தபடி வியாசர் தலை குனிந்து அமர்ந்திருந்தார். பிறகு கம்மிய குரலில், ‘நான் என்ன சொல்லுவது அம்மா? உனக்கு ஒரு குழந்தைதான். எனக்கு? குரு வம்சமே என் குழந்தைகள் அல்லவா? வென்றதும் வீழ்ந்ததும் என் உதிரம் அல்லவா? இதோ இன்று கங்கை அள்ளிச் செல்லும் அத்தனை ஆத்மாக்களுக்கும் பிதாமகனல்லவா நான்?’

சட்டென்று என் மனம் சீறியெழுந்தது. ‘இதோ இருக்கிறாரே, கேளுங்கள் தாத்தா. எல்லாவற்றுக்கும் காரணம் இவர்தான். இவருடைய குயுக்தியும் தந்திரமும் தருக்கமும். ஆட்சிக்காக சகோதரன் கழுத்தைச் சகோதரன் அறுக்கலாம் என்று இவர் ஒரு உபதேச மஞ்சரி எழுதி, அதைக் களத்தில் தினம் தினம் பௌராணீகர்கள் பாடினார்கள். கொல்லு கொல்லு என்று இரவு முழுக்கக் கோஷம் எழுந்தது...’

‘போர் எப்போதும் வெற்றி ஒன்றால் மட்டுமே அளக்கப்படுகிறது அம்மா.’

‘இப்போது இதோ வெற்றி கிடைத்துவிட்டதே. இவருக்குத் திருப்திதானா? என் குழந்தை... என் செல்வம்... அவன் மரணத்துக்கு யார் காரணம்? இதோ இவர்தான். என் குழந்தையைக் கொன்றவர் இவர்தான். சதுரங்கத்தில் ஒரு காயாக அவனை வைத்து விளையாடினார். அடுத்த நகர்வுக்குத் தேவை எழுந்தபோது தன் சுண்டுவிரலால் அவனைச் சுண்டி எறிந்தார். அரவான், கடோத்கஜன்... கடைசியில் அபிமன்யு. சொந்த ரத்தத்தில் பிறந்தவர்களைக் கொல்லும்படி தான் சொன்ன உபதேசத்தைத் தனக்கும் பொருத்திக்கொண்ட மகான் இவர்...’

'சுபத்திரை, நீ உன் வேதனையில் பேசுகிறாய்' என்றார் வியாசர்.

'என் குழந்தை எப்படி இறந்தான்? அவன் என் கருவில் இருந்த போது பத்மவியூகத்தில் நுழையும் வழியை இவர் கற்றுத் தந்தார். வெளியேறும் வழியைக் கூறாமலேயே விட்டுவிட்டார். எங்கும் எதிலும் முட்டி மோதி நுழைபவனாக, வெளியேறும் வழி தெரியாதவனாக, அவன் வளர்ந்தான். ஏன் என் குழந்தைக்கு அவன் பிறந்து வளர்ந்து களம் காணும் தினம்வரை இவர் வெளியேறும் வழியைச் சொல்லித் தரவில்லை? சதி. வேறு என்ன? இவருக்குப் பந்தமில்லை. பாசமில்லை. தர்மம் என அவர் நம்பும் ஒன்றை நிறைவேற்றுவதுதவிர வேறு எந்த நோக்கமும் இல்லை.'

'யார்தான் அப்படி இல்லை?' என்றார் வியாசர். 'உன் தருமம் தாய்மை என நீ எண்ணுகிறாய். அதைத் தவிர வேறு எதுவும் உன் கண்ணில் படவில்லையே...'

'எதற்கு என் குழந்தைக்குப் பத்ம வியூகத்திலிருந்து வெளியேறும் வழியை இவர் கற்றுத்தரவில்லை? அதைச் சொல்லச் சொல் லுங்கள் முதலில்.'

அண்ணா தணிந்த குரலில், 'பலமுறை சொல்லிவிட்டேன் சுபத்திரை. உன் காது மூடியிருக்கிறது. பத்ம வியூகம் சிறிய படைகளை நடத்தும்போது செய்யவேண்டியது. நகரங்களைக் காப்பாற்றுவதற்காக அதைச் சுற்றியும் அமைப்பதுண்டு. துரோணர் அதைப்போல குருக்ஷேத்திரத்தில் வகுப்பார் என்று நான் எப்படி எதிர்பார்த்திருக்க முடியும்? அந்தத் தருணத்தில் அர்ச்சுனன் சம்சப்தர்களுடன் போரிடப் போவான் என்று எப்படி நான் ஊகித்திருக்க முடியும்? தருமர் அத்தனை வீரர்கள் இருக்க அபிமன்யுவைப் போய் அதை உடைக்கச் சொல்வார் என்றோ, அவனைப் பின்தொடர்ந்த தருமரையும் பீமனையும் பிற படை களையும் ஜயத்ரன் ஒருவனே தடுத்துவிடுவான் என்றோ நான் எப்படி எண்ண முடியும்?' அண்ணா நிறுத்தினார். உடைந்த குரலில், 'அதைவிட ஞானமும் விவேகமும் நிரம்பிய குருநாதர் துரோணரும், பாண்டவ ரத்தமான கர்ணனும், மகாதார்மிகரான சல்லியரும், சுத்த வீரனான துரியோதனனும் சேர்ந்து ஒரு சிறுவனைச் சூழ்ந்து எதிர்த்துக் கொன்றார்கள் என்பது இப்போது கூட என்னால் நம்ப முடியாததாகவே உள்ளது.'

‘போரில் வெற்றியே அளவுகோல்’ என்றார் வியாசர் மீண்டும். ‘மனிதர்களால் போரைத் தொடங்க மட்டுமே முடியும். பிறகு எல்லாம் விதியின் தாண்டவம்.’ அவர் தலை மேலும் குனிந்தது. பெருமூச்சுடன், ‘மனிதர்கள் போரிடாத சத்திய யுகம் ஒன்று வரக்கூடும்’ என்றார்.

‘ஆம், எல்லாம் என் தத்துவம்தான்’ என்றார் அண்ணா என்னிடம். ‘ஆனால் என் மனத்தை ஆற்றும் வலிமை அவற்றுக்கு இல்லை. அபிமன்யு என் குழந்தை. பாதி நாள் துவாரகையில் ருக்மிணியும் சத்யபாமையும் அவனை வளர்த்தார்கள். என் பிள்ளைக்கலியைத் தீர்க்க வந்த தெய்வ அருளாக அவனை எண்ணினேன். இந்த மார்பிலும் தோளிலும் போட்டு அவனை வளர்த்தேன். காடுகள் தோறும் அழைத்துச் சென்று அவனுக்கு வித்தைகள் கற்றுத் தந்தேன்...’

‘ஆம். அவன் களத்தில் காட்டிய வீரபராக்ரமங்களை இன்று பாரத வர்ஷமே பாடுகிறது’ என்றார் வியாசர். அவர் அண்ணாவைச் சமாதானப்படுத்த முயல்கிறார் என்பது தெரிந்தது. ‘கோசல மன்னன் பிருஹத்பாலனை அவன் கொன்றது பற்றிச் சற்று முன்புகூட ஒரு சூதன் அற்புதமான பாடல் ஒன்றைப் பாடினான்.’

‘ஆனால் நான் கற்றுத்தராத ஒன்று அவனை பலி கொண்டு விட்டதே கிருஷ்ணதுவைபாயனரே.’

‘அவன் விதி அது’ என்றார் வியாசர். ‘ஜென்மங்கள்தோறும் அது அவனைத் தொடர்கிறது. இப்பிறவியில் உன் கருவில் அவன் இருந்தபோதே அது அவனை அடைந்துவிட்டது.’

என் மனம் பகீரிட்டது. ‘தாத்தா, அப்படியானால் என் குழந்தைக்கு அடுத்த பிறவியிலும் இதே விதியின் மிச்சம்தானா உள்ளது?’ என்றேன்.

‘இருக்கக்கூடும்; யாரறிவார்...’

பதறிய குரலில், ‘தாத்தா, தன் விதியை அவன் இன்னும் அறிந்துகொள்ளவில்லையே. என் குழந்தைக்கு இப்போதும் வெளியேறும் வழி தெரியவில்லையே’ என்றேன்.

‘இது என்ன பேச்சு குழந்தை? நமது மகனாக அவன் விதி முடிந்தது. இனி நம் கடன் அவன் நினைவை நம் மனத்திலும் வம்சத்திலும் நட்டுவைப்பது மட்டுமே...’

'அது உங்கள் வேலை. என் குழந்தைக்கு இப்போதும் வெளி யேறும் வழி தெரியவில்லை. அதை எண்ணினால் இனி நான் ஒருநாள்கூட நிம்மதியாக உயிர்வாழ முடியாது. தாத்தா, நீங்கள் முக்காலமும் உணர்ந்தவர். எனக்குக் கருணை காட்டுங்கள். உங்கள் பாதங்களைப் பற்றிக்கொண்டு கேட்கிறேன். எனக்கு உதவுங்கள்...'

'குழந்தை, நீ உணர்ந்துதான் பேசுகிறாயா?'

'நன்றாக உணர்ந்துதான். என் குழந்தைக்கு அவன் விதியை அவன் வெல்லும் முறையை நான் கற்பித்தாகவேண்டும். அடுத்த பிறவியிலாவது அவனுக்கு மீட்பு வேண்டும்.'

'மனிதர்களுக்கு விதிக்கப்பட்டுள்ள எல்லையை நீ தாண்ட முயல்கிறாய் குழந்தை. அது சாத்தியமேயில்லை.'

நான் பாய்ந்து எழுந்தேன். 'இனி உங்களிடம் கேட்க எனக்கு எதுவும் இல்லை. இப்போதே எனக்கு நீங்கள் உதவவேண்டும். இல்லையேல் இப்போதே இங்கேயே கங்கையில் குதித்து உயிர்விடுவேன். இனி எனக்கு எதுவும் மிச்சமில்லை...'

'குழந்தை...' என்று கூவியபடி வியாசர் ஓடிவந்து என்னைப் பிடித்தார். 'நில்லு. சொல்லுகிறேன்...' என் தோளை அவர் கரம் இறுகப் பற்றியது. 'என்ன காரியம் அம்மா செய்கிறாய்? முதிய வயதில் இதுவரை நான் கண்டதெல்லாம் போதாதா? இரு, ஒரு வழி சொல்கிறேன்.'

அப்போதும் சிந்தனை தேங்கிய முகத்துடன் அண்ணா அங்கேயே அமர்ந்திருந்தார்.

'தண்டகாரண்யத்தில் ஒரு ரிஷியை நான் பார்த்தேன். அவர் இப்போது இங்கு கங்கைக் கரையில் எங்கோ இருக்கிறார். அவரால் பிறவிகளின் சுவரைத் தாண்டிப் பார்க்க முடியும் என்கிறார்கள். அவரை அழைத்து வருகிறேன். உனக்காக... ஒரு போதும் ஒரு ரிஷி செய்யக்கூடாத காரியம் இது. என் மூதாதை யரின் சாபம் என்மீது விழும்... பரவாயில்லை.'

'எனக்கு வேறு வழியில்லை தாத்தா. என்னை மன்னித்து விடுங்கள். என் குழந்தையிடம் நான் பேசியாக வேண்டும். என்ன நேர்ந்தாலும் சரி. என் குழந்தை வெளியேறும் வழி தெரியாது

பிறவிகள் தோறும்... தாத்தா தயவு செய்யுங்கள், தயவு செய் யுங்கள்...' அவர் காலில் விழுந்தேன். என்னைத் தன் மார்போடு அணைத்துக்கொண்டார். என் கண்ணீர் அவர் தாடியை நனைத்தது.

4

பர்ணசாலைக்குள் எட்டிப் பார்த்த தாதி என்னிடம் ' உப சக்ரவர்த்தி தங்களை அழைக்கிறார்' என்றாள். எழுந்து வெளி வந்தேன். பின் மதியம் ஆகிவிட்டிருந்தது. ஆனால் வெயில் வராமல் காலைபோலவே இருந்தது. வானம் முழுக்க மேகங்கள். மஞ்சன மரத்தடியில் அவர் நின்றிருந்தார். அவரை அணுக அணுக என மனம் எரிச்சலடைந்தது. ஆனால் உடலில் ஒரு கிளர்ச்சி இருந்தது. அது இம்சைக்கான ஆர்வம். அவரைக் குத்திப் புண்படுத்தி, அவர் சுருண்டு திரும்புவதைக் கண்டு குற்றவுணர்வு கொள்ளும்போதுதான் அது தணியும். அவர் கண்களை உற்றுப் பார்த்தபடி 'என்ன?' என்றேன்.

'பொழுது சாய்ந்துவிட்டது. அபிமன்யுவுக்கு இன்னும் நீர்க்கடன் செலுத்தவில்லையே என்று அண்ணா கேட்டார்' என்றார்.

'அரவானுக்கு நீர்க்கடன் முடிந்துவிட்டதா?' என்றேன். அவரு டைய சுருண்ட மயிர்கள் ஈரமாகத் தொங்கி ஆடின. காதோரம் சில நரை மயிர்கள். மீசை கன்னத்தில் ஒட்டியிருந்தது. கண்களுக்குக் கீழே கருவளையங்கள். பார்வையில் எப்போதும் இருக்கும் சிறுபிள்ளைத்தனமான உற்சாகத்தின் ஒளி அறவே இல்லை. இனி அது ஒருபோதும் திரும்பாது போலும்.

'ஆம்' என்றார்.

அவருடைய பலவீனமான இடத்தில் நான் போட்ட அடி அது. அவர் நெற்றியில் நரம்பு அசைந்தது. கண்கள் சுருங்கி இம்சை தெரிந்தது. என் மனம் உள்ளூரக் கும்மாளமிட்டது. மேலும் மேலும் என்று தாவியது.

'சுருதகர்மாவுக்கும் முடிந்துவிட்டதா?' என்று சாதாரணமாகக் கேட்டேன்.

அவர் கண்கள் சீற்றம் கொண்டன.

‘அபிமன்யு மட்டும்தான் மீதி’ என்றார்.

நான் தலையசைத்தேன்.

‘ஏன் தாமதம்?’ என்றார்.

‘ரற்று பிந்தட்டும்.’

‘எங்கோ ரதம் அனுப்பியிருப்பதாகக் கூறினார்கள்.’

‘ஆம்.’

‘எதற்கு?’

‘ஒன்றுமில்லை’ என்றேன். இவரிடம் நான் கூற முடியாது. அபிமன்யு என் அந்தரங்கத்தின் ஆழம். அதை ஒருபோதும் இவருடன் பகிர முடியாது. அதை எவரிடமும் பகிர முடியாது. அவனிடம்கூடப் பகிர்ந்ததில்லை. அவன் பிறந்து விழுந்தபோது அவனைப் பார்த்தவர்கள் தந்தையைப்போல என்று கூறியபோது என் மனம் எரிந்தது. அவன் வளர வளர அவனில் கூடி வந்த குறும்பும், வில் திறனும், துணிச்சலும் அவரையே ஞாபகப் படுத்தின. அவை என்னைக் கோபம் கொள்ளச் செய்தன. பாதி நாள் அவனை துவாரகைக்கு அனுப்பியதே அதனால்தான். மீதி நாள் அவர் ஊரில் இருந்ததுமில்லை. ஆனால் அவனில் நான் ரசித்ததெல்லாம் அவற்றைத்தானோ?

‘ஏன் என்று கூறு’ என்றார் கோபத்துடன். ‘இன்று நீர்க்கடன் வேண்டாம் என்று எண்ணுகிறாயா? யாரைக் கூட்டிவரச் சொல்லி யிருக்கிறாய்?’

நான் அவர் கண்களைப் பார்த்தேன். ‘அபிமன்யு என் மகன். அவனுக்கு எப்படிச் செய்யவேண்டும் என நான் அறிவேன்.’

அவர் கோபம் முகத்தில் நெளிந்தது. உரத்த குரலில், ‘அவன் என் மகன் இல்லையா? எனக்கு மட்டும் துயரம் இல்லையா?’ என்றார்.

‘துயரமா... எதற்கு?’ என்றேன் வியப்புடன். உள்ளூர என் இம்சிக்கும் இச்சை கூர்மையடைந்தது. மனம் மிகுந்த நிதானத்துடன் சொற்களைத் தேர்வு செய்தது. ‘நீங்கள்தான் பழி வாங்கி விட்டீர்களே? பொழுது சாய்வதற்குள் ஜயத்ரதன் தலையைக் கொய்து, அதைக் காற்றில் பறக்கவைத்து, அவன் தந்தை

கரங்களில் விழ வைத்து, அவர் உயிரையும் பறித்து... சூதர்கள் பரவசமாகப் பாடும் கதை அல்லவா அது? வம்சகாதையில் ஒரு பொன்னேடு அல்லவா? அப்புறம் எதற்குத் துக்கம்?'

'நீ என்னை ஏளனம் செய்கிறாய். உனக்கு மட்டும் பேரிழப்பு ஏற்பட்டுவிட்டது என்று கற்பனை செய்துகொள்கிறாய். உன்னை முக்கியமானவளாகப் பிறரிடம் காட்டிக்கொள்ள இந்தத் துக்க வேடத்தை மிகைப்படுத்திக்கொள்கிறாய்...'

நான் அவர் கண்களை மீண்டும் உற்றுப் பார்த்தேன். 'நேற்றிரவு எங்கிருந்தீர்கள்?'

அவர் தடுமாறி, முகம் வெளிறி, 'ஏன்?' என்றார்.

'இல்லை, தாத்தா தேடினார்' என்றேன்.

'அவரைப் பார்த்தேனே.'

'ஓகோ' என்றேன். பிறகு பார்வையை விலக்காமலே நின்றேன்.

'நான் வருகிறேன்' என்று அவர் நடந்தார். என் உடல் தளர்ந்தது. சன்னதம் விலகிய குறிசொல்லி போலச் சக்தியனைத்தும் ஒழுகி மறையத் தள்ளாடினேன். தண்ணீர் குடிக்கவேண்டும்போல் இருந்தது. ஆனால் மீண்டும் என் பர்ணசாலைக்குப் போகத் தோன்றவில்லை. இடுங்கின அறைகளில் துயரம் தேங்கிக் கிடக்கிறது. திறந்த வெளிகளில் மனம் சற்றுச் சுதந்தரம் கொள்வதுபோலப் பட்டது. சோலை வழியாக நடந்தேன். மீண்டும் அதே பாறையை அடைந்தேன். அங்கு அண்ணா அமர்ந்திருப்பதைப் பார்த்தேன். அவரை அங்கு உள்ளூர எதிர் பார்த்ததனால்தான் வந்திருக்கிறேன் என்று அறிந்தேன். என்னால் அவரைத் தவிர்க்க இயலவில்லை. அவர் இல்லாமல் என் மனமே இல்லைபோலும். அவரது தலையணியின் மீதிருந்த மயிற்பீலிக் கண் என்னைப் பார்த்தது. மனம் சற்று அமைதி அடைந்தது. மயிற்பீலியை எங்கு கண்டாலும் மனம் அமைதி கொள்கிறது. துணையை உணர்கிறது. அபிமன்யு குழந்தையாக இருந்தபோது ஒரு முறை அவன் கொண்டையில் மயிற்பீலியை அணிவித்தேன். அதைப் பார்த்ததும் அவர் முகம்தான் எப்படிச் சிவந்து பழுத்தது. தொண்டை புடைக்க உறுமியபடி அதைப் பிய்த்து வீசினார். 'கொஞ்சிக் குலாவி குழந்தையை அலியாகவா ஆக்குகிறாய்? பீலியும் மலரும்...' என்று கத்தினார். ஆங்காரமும் ஏமாற்றமுமாக,

'பீலி சூடியவர்கள் எல்லாம் அலிகள் என்கிறீர்களா?' என்றேன். கையை ஓங்கியபடி வந்தார். 'நல்லது. கை எதற்கு, காண்டீ வத்தையே எடுங்கள். அதுதான் புருஷ லட்சணம்' என்றேன். கதவை ஓங்கி உதைத்தபடி அந்தப்புரத்தை விட்டு வெளியேறினார். வெளியே புரவிமீது சம்மட்டி விழும் ஒலி கேட்டது. அது கனைத்துக் கூவியபடி கல்தளத்தில் தடதடத்து ஓடியது.

அண்ணா, 'ரிஷி வந்துவிட்டாரா?' என்றார்.

'இன்னும் வரவில்லை. காத்திருந்து காத்திருந்து பொறுமை போகிறது.'

'வருவார்.'

'பின் மதியம் ஆகிவிட்டது. நீர்க்கடன் எப்போது முடிவது?' என்றேன். களைப்புடன் கண்களை விரல்களால் அழுத்திக் கொண்டேன்.

'பார்த்தன் என்ன சொன்னான்?'

திடுக்கிட்டேன். எப்படி அறிந்தார்? அவர் முகம் பதுமைபோல் இருந்தது. பிறகு அமைதி ஏற்பட்டது. 'நேரமாகிறது என்கிறார்' என்றேன்.

'பாவம்' என்றார்.

'ஏன்? அவர்தான் போரில் வென்று சவ்யசாஜி ஆகிவிட்டாரே. இனி அஸ்வமேதம், திக்விஜயம். வரலாற்றில் உங்களுக்கும் அவருக்கும் சிம்மாசனமல்லவா போட்டுவைக்கப்பட்டுள்ளது!'

'உன் துயரம் கசப்பாக மாறிவிட்டிருக்கிறது. சுபத்திரை. உலகமே உனக்கு எதிரியாகப் படுகிறது. நீ என்னதான் எண்ணுகிறாய்? இன்று இங்கு ஒவ்வொருவரும் என்ன எண்ணுகிறார்கள் என்று நீ அறிவாயா? இந்தக் கணம் காலதேவன் வந்து போர் தொடங்கு வதற்கு முன்பிருந்த தருணத்தைத் திரும்ப அளிப்பதாகச் சொன்னான் என்றால் அத்தனை பேரும் தங்கள் எதிரிகளை ஆரத் தழுவிக் கண்ணீர் உகுப்பார்கள். இந்தப் போர் ஒரு மாயச் சுழி. ஒவ்வொரு கணமும் இதன் மாயசக்தி எல்லாரையும் கவர்ந்து இழுத்துக்கொண்டிருந்தது. விதி அத்தனை பேர் மனங்களிலும் ஆவேசங்களையும் ஆங்காரங்களையும் நிரப்பியுள்ளது. இன்று... வெளியேறும் வழி எவருக்கும் தெரியவில்லை சுபத்திரை. எனக்கும் தெரியவில்லை...'

நான் பெருமூச்சுவிட்டேன். அண்ணா மனம் கலங்கியபோதுதான் அவரை அப்படிப் பார்க்க நான் விரும்பவில்லை என்று அறிந்தேன். அவர் வெல்ல முடியாத வீரயோகியாகவே என் மனத்தில் இருந்தார். அண்ணாவின் முகம் மீண்டும் நிதானம் கொண்டது. 'நீ உணவருந்தினாயா?' என்றார்.

'இல்லை.'

'ஏன் இப்படி உன்னை வதைத்துக்கொள்கிறாய்?'

'என்னால் எதிர்பார்ப்பின் பதற்றத்தைத் தாங்க முடியவில்லை அண்ணா.'

'சுபத்திரை, நீ செய்யப்போவது என்ன என்று அறிவாயா?'

'எனக்கு வேறு வழியில்லை' என்றேன் உறுதியாக.

'நியதியின் பேரியக்கம் மனிதர்களையும் அண்ட வெளியையும் இயற்கையில் உள்ள அனைத்தையும் ஒன்றாகப் பிணைத்திருக்கிறது சுபத்திரை. அதில் ஒரு சிறு துளியைக்கூட மனித மனம் அறியமுடியாது. அதை மாற்றிவிடலாம் என்று நம் அகங்காரம் சிலசமயம் கூறும். அதன்படி நாம் இயங்குவோம். பிறகு தெரியும் நமது அந்த இயக்கம்கூட நியதியின் விளையாட்டுதான் என்று.'

'வேதாந்த விசாரம் கேட்க எனக்கு இப்போது மனம் கூடவில்லை அண்ணா...'

அண்ணா சிரித்தபடி, 'ஆம். பாரதவர்ஷத்தில் இப்போது மலிவாகப் போய்விட்டிருப்பது அதுதான்' என்றார்.

அவரைப் புண்படுத்திவிட்டோமோ என்ற ஐயம் எனக்கு ஏற்பட்டது. 'அண்ணா, என் மனத்தைத் தயவுசெய்து புரிந்துகொள்ளேன். நான் என் குழந்தைக்கு... அவன் தன் விதியை அறியாமல் போகக்கூடாது அண்ணா... அதற்காக எனக்கு எந்தச் சாபம் வந்தாலும் சரி...'

'சரி வா. கங்கையோரமாகப் போவோம். யாராவது நம்மைத் தேடக்கூடும்.'

காட்டுக்குள் குளிர் இருந்தது. மரங்கள் மழைக்காலத்துக்கு உரிய புத்துணர்ச்சியுடன் காற்றில் குலுங்கின. தளதளக்கும் ஒளியும் சிறு

மணியோசைகளும் கங்கை வந்துவிட்டதைக் கூறின. படித் துறைகளில் புரோகிதர்கள் அமர்ந்திருந்தனர். தர்ப்பைப் புல்லும் பிண்டங்களும் சிதறிக்கிடந்தன. அமாத்யர் ஸௌனகர் எழுந்து வந்து அண்ணாவை வணங்கினார். ‘இப்போதுதான் முடிந்தது’ என்றார்.

‘சரி’ என்று அண்ணா தலையசைத்தார். மெதுவாக நடந்தோம். எங்கும் அமங்கலமான மௌனமும் நிதானமும். கங்கைமீதிருந்து குளிர் பரவிக்கொண்டிருந்தது.

பர்ணசாலைகளுக்குச் செல்லும் வழியில் திடீரென்று அடிபட்ட விலங்கின் ஊளைபோல ஓர் அழுகைக் குரல் எழுந்தது. தாதிகள் தொடர, தலைவிரிகோலமாக திரௌபதி ஓடிவந்தாள். அவளைத் தாதிகள் பிடித்தனர். கங்கையை நோக்கிக் கைநீட்டியபடி அலறினாள். மரவுரி விலகிக் கிடந்தது. சர்ப்பம் போன்ற உடல், தழல் போன்ற விஷத்தைத் துப்பும். சுடும். இப்படித்தான் கௌரவ சபையில் சென்று நின்றாள். தலைமயிரை அவிழ்த்துப் போட்டு சபதம் எடுத்தாள். இப்போது தலையை முடிந்துகொள்ள வேண்டியதுதானே? இப்போதுகூட ஏன் இப்படி எண்ணு கிறேன்? அவள் என்ன செய்வாள்! அண்ணா சொன்னது போல அவளும் இப்போது மனமுடைந்து ஏங்கக்கூடும். எல்லாம் எவ்வளவு எளிமையாகத் தொடங்கிவிடுகிறது! ஐந்து குழந் தைகள். பிரிதிவிந்தியன், சுதசேனன், சுருதகர்மா, சதானீகன், சுதேசனன். ஐந்து தளிர் முகங்கள். ஐந்து பொன்னிறத் தோள்கள். அவள் வயிற்றில் ஊழித்தீ அல்லவா எரியும். அதை எண்ணிய போதே என் மனம் பதைத்தது. சுருதகர்மாவின் முகம் மட்டும் அவ்வளவு தெளிவாக மனத்தில் எழுந்தது. அவன் அவருடைய குழந்தை என்று சொல்வார்கள். அவனை மார்போடு அணைத்து அவன் முகத்தை உற்று உற்றுப் பார்ப்பேன். அபிமன்யுவின் அருகே நிறுத்தி ஒப்பிட்டுப் பார்ப்பேன். பயிற்சிப் போர்களில் அபிமன்யு அவனை அனாயாசமாகத் தோற்கடிக்கும்போது மனத் தில் களிப்பு நிறையும். அபிமன்யுவுக்கு அவன்மீது எப்போதும் குறிதான். ‘சித்தி, அபிமன்யு என்னை அடிக்கிறான். சித்தி, அபிமன்யுவைப் பாருங்கள்...’ என்று சதா ஓடிவருவான். மழலைக் குரல்கள். எங்கிருக்கிறீர்கள் என் குழந்தைகளே? வானில் எங்காவது விளையாடுகிறீர்களா? சண்டை போடு கிறீர்களா? மண்ணில் நீங்கள் வாழ்ந்த நாட்களில்தான் உங்கள்மீது என்னென்ன கோபதாபங்கள், போட்டி பொறாமைகள்

எங்களுக்கு. நான் ஒருபோதும் பார்த்திராத அரவான். அவன்மீது எத்தனை கோபம் எனக்கு! என் கண்களிலிருந்து கண்ணீர் கொட்டியது. அப்படியே படித்துறையில் அமர்ந்துவிட்டேன். அண்ணா பெருமூச்சுடன் சற்றுத் தள்ளி அமர்ந்துகொண்டார். கங்கைமீது இரு சிறு ஓடங்கள் மிகுந்த துயரத்துடன் நகர்ந்து சென்றன.

5

ரிஷி வந்துவிட்டார் என்று செய்தி வந்தது. எழுந்து விரைந்தோடினேன். கால் புழுதியில் பதிந்து வேகம் கூடவில்லை. என் உடல் கனத்தது. அஷ்டகலசப் படிக்கட்டில் ரிஷி அமர்ந்திருந்தார். அவர் எதிரே நின்றிருந்த ஸ்தானிகர் என்னைப் பார்த்ததும் வணங்கி விலகினார். என் மனம் சுருங்கியது. இனம் புரியாத ஓர் அச்சம் மனத்தைக் கவ்வியது. கரிய குள்ளமான உருவம். தாடியும் தலைமயிரும் சடைகளாகத் தொங்கின. சிவந்த கண்கள். உடம்பெங்கும் நீறு. ஒரு கண் கலங்கி சதைப் புரளலாக அசைந்தது. வெளியே தெரிந்த பற்கள் கறுப்பாக இருந்தன. அவருக்கு சாஷ்டாங்க வணக்கம் செய்தேன். அவர் என் தலையைத் தொட்டு ஆசியளித்தார். அவர் கரங்களை என் கண்கள் அணுகுவதைத் தடுக்க முடியவில்லை. பழுதடைந்த நகங்கள் விகாரமாக இருந்தன.

'உன் கோரிக்கையை கிருஷ்ணதுவைபாயனர் சொன்னார். அவர் மகாவியாசர். அவருக்காகவே இதற்கு ஒப்புக்கொண்டேன். இது சாதாரண விஷயமல்ல. தெய்வங்களின் அதிகாரத்துக்கு அறைகூவல் விடும் செயல் இது' என்றார் ரிஷி.

'குருநாதரே, என்மீது கருணை காட்டுங்கள். என் குழந்தை...' என்று கைக்கூப்பினேன். கண்ணீர் வழிந்தது.

'அழுவதெல்லாம் எனக்குப் பிடிக்காது. விஷயத்தைத் தெளிவாகச் சொல்லிவிடுகிறேன். ஒரே ஒரு முறைதான். அதற்குள் கூற வேண்டியதைக் கூறிவிடவேண்டும். பிறகு என்னிடம் எதையும் கோரக்கூடாது.'

'போதும், போதும்.'

அண்ணா வந்து சற்றுத் தள்ளி அமர்ந்தார். ரிஷி கண்மூடி தியானத்தில் ஆழ்ந்தார். பரிதவிப்புடன் அமர்ந்திருந்தேன். நீண்ட பெருமூச்சுடன் அவர் கண்களைத் திறந்தார். 'உன் குழந்தைக்கு

நீர்க்கடன் அளித்தாகிவிட்டதே அம்மா. அவன் இப்போது புவர் லோகத்தில் இல்லையே...'

'குருநாதரே...' என்று வீறிட்டேன். 'இல்லை. நீர்க்கடன் இது வரை அளிக்கப்படவில்லை...' மறுகணம் எனக்கு என்ன நடந்தது என்று புரிந்தது. என்னைத் தோற்கடிக்க அவர் அதைச் செய்திருக்கக்கூடும். என் உடம்பு பதறியது.

'இரு' என்றபடி ரிஷி மீண்டும் கண்களை மூடினார். நான் தவிப்புடன் அண்ணாவைப் பார்த்தேன். அவர் கங்கைக் கரை யோரம் மலர்ந்து கிடந்த தாமரைகளையும் குவளைகளையும் பார்த்தபடி சிலைபோல அமர்ந்திருந்தார்.

ரிஷி கண்களைத் திறந்தார். 'உன் குழந்தை கருபீடம் ஏறி விட்டான்' என்றார்.

'எங்கே? எந்த வயிற்றில்?' என்று கை கூப்பியபடி பதறினேன்.

'அது தெரியாது. மனிதனா மிருகமா பறவையா புழுவா என்று கூடக் கூற முடியாது.'

'குருநாதரே, இப்போது என்ன செய்வது?'

'இன்னும் நேரமிருக்கிறது. ஆத்மா முதல் உயிரணுவாகிய பார்த்திவப் பரமாணுவை ஏற்று அதனுடன் இணைவதுவரை வாய்ப்பிருக்கிறது. இணைந்துவிட்டால் இப்பிறவியுடனான அதன் தொடர்பு முற்றிலும் அறுந்துவிடும். பார்ப்போம்.' ரிஷி நீரில் இறங்கி ஒரு தாமரை மலரைப் பறித்தார். அதை எடுத்து வந்து தியானித்து என்னிடம் காட்டினார்.

'இதோ பார்.'

தாமரைப்பூவின் மகரந்த பீடத்தில் இரு சிறு வெண் புழுக்கள் நெளிந்தன. மெல்லிய நுனி துடிக்க அவை நீந்தி நகர்ந்தன.

'இது என் மாயக்காட்சி. உன் மகன் இருக்கும் கரு இந்த மலர். இதில் ஒன்று உன் மகன். நீ அவனிடம் பேசு. ஆனால் இந்தத் தாமரை கூம்பிவிட்டால் பிறகு எதுவும் செய்ய முடியாது.'

'இதில் என் குழந்தை யார் குருநாதரே?'

'இதோ இந்தச் சிறு வெண்புழு. அவர்கள் இரட்டையர்கள்.'

என் மனம் மலர்ந்தது. பரவசத்தால் உடம்பெங்கும் பதற்றம் பரவியது. மனத்தில் எண்ணங்களே எழவில்லை. கைகள் பதைக்க அந்தப் புழுவைப் பார்த்தேன். அதன் துடிப்பு. அது அபிமன்யு சிறு குழந்தையாகப் பட்டுத் தொட்டிலில் கைகால் உதைத்து நெளிவதுபோல் இருந்தது. பேச்சே எழவில்லை. மனம் மட்டும் கூவியது. அபிமன்யு! இதோ உன் அம்மா. என்னை மறந்து விட்டாயா என் செல்வமே. என்னை ஞாபகமிருக்கிறதா உனக்கு?

‘பேசு பேசு’ என்றார் ரிஷி.

‘அபிமன்யு’ என்றேன் தொண்டை அடைக்க.

அந்தச் சிறு புழு அசைவற்று நின்றது. பிறகு அதன் தலை என்னை நோக்கி உயர்ந்தது. சிவந்த புள்ளிகள்போல அதன் கண்களைக் கண்டேன். என்னைப் பார்க்கிறானா? என்னை அவன் ஞாபகம் வைத்திருக்கிறானா? என் மனம் களிப்பில் விம்மியது.

‘பேசு பேசு’ என்று ரிஷி அதட்டினார்.

திடீரென்று அந்த மற்ற புழுவைப் பார்த்தேன். ‘குருநாதரே, இது யார்? அவனுடைய இரட்டைச் சகோதரன் யார்?’

‘அது எதற்கு உனக்கு? நீ உன் குழந்தையிடம் கூறவேண்டியதைக் கூறு.’

‘இல்லை. நான் அதை அறிந்ததாகவேண்டும். அவன் யார்?’

ரிஷி அலுப்புடன், ‘அவன் பெயர் பிருகத்பாலன். கோசல மன்னனாக இருந்தவன்’ என்றார்.

என் மனம் திகிலில் உறைந்தது. ‘கோசல மன்னனா? என் மகனால் போர்க்களத்தில் கொல்லப்பட்டவனா?’

‘ஆம். அவர்கள் இருவருக்கும் இடையே மாற்ற முடியாத ஓர் உறவு பிறவிகள்தோறும் தொடர்கிறது. அதன் காரணத்தை யாரும் அறிய முடியாது. நீ உன் குழந்தையிடம் சொல்ல வேண்டியதைச் சொல்லிவிடு.’

என் தொண்டை கரகரத்தது. அடுத்த பிறவியில் என்ன நிகழப் போகிறது? ‘அபிமன்யு! அது கோசல மன்னன் பிருகத்பாலன். உன்னால் கொல்லப்பட்டவன். உன் இரட்டைச் சகோதரன், உன் எதிரி. மகனே, கவனமாக இரு...’

ரிஷி கோபமாக 'என்ன பேசுகிறாய் நீ?' என்று கத்தினார்.

நான் களைப்புடன் மூச்சிரைத்தேன். திடீரென்று பத்ம வியூகம் பற்றி இன்னமும் கூறவில்லை என்று உணர்ந்தேன். 'அபிமன்யு, இதோ பார். பத்ம வியூகம்தான் உன் விதியின் புதிர். அதிலிருந்து வெளியேறும் வழியைக் கூறுகிறேன்...' என் மீது யாரோ குனிந்து பார்ப்பதுபோல நிழல் விழுந்தது. திடுக்கிட்டு அண்ணாந்தேன். யாருமில்லை. வானம் கன்னங்கரேல் என்று இருந்தது. பதற்றத்துடன் மலரைப் பார்த்தேன். அது கூம்பிவிட்டிருந்தது. 'குருநாதரே' என்று கூவியபடி அதைப் பிரிக்க முயன்றேன்.

'பிரயோசனமில்லை பெண்ணே. அவன் போய்விட்டான்' என்றார் ரிஷி.

'குருநாதரே' என்று கதறியழுதபடி அவர் காலில் விழுந்தேன். 'எனக்குக் கருணை காட்டுங்கள். என் குழந்தையிடம் ஒரு வார்த்தை பேசிக்கொள்கிறேன்...'

ரிஷி எழுந்துவிட்டார். அவர் பாதங்களைப் பற்றிக்கொண்டேன். அவர் உதறிவிட்டு நடந்தார். அப்படியே படிகளில் அமர்ந்து முழங்காலில் முகம் புதைத்துக் கதறிக் கதறி அழுதேன்.

தோள்களில் கரம் பட்டது. அண்ணாவின் கரம் அது என்று தெரிந்தது. அதை நான் விரும்பினேன் என்று அறிந்தேன். 'அண்ணா! அபிமன்யு, என் குழந்தை...'

'வா போகலாம். மழை வரப்போகிறது.'

'என் குழந்தைக்கு இப்போதும் வெளியேறும் வழி தெரியவில்லையே. தன் விதியின் புதிரைச் சுமந்தபடி அவன் போகிறானே. நான் பாவி பாவி...'

அண்ணா என்னைத் தூக்கி எழுப்பினார். 'வா. அழுது என்ன பயன்?'

'என் குழந்தைக்கு அவன் விதியிலிருந்து மீளும் வழி தெரியவில்லையே...'

'யாருக்குத் தெரியும் அது? உனக்குத் தெரியுமா? வழி தெரிந்தா நீ உள்ளே நுழைந்தாய்?'

நான் அப்படியே உறைந்து நின்றுவிட்டேன். பிறகு 'அண்ணா' என்றேன்.

‘வா. மழை வருகிறது.’

இலைகள்மீது ஓலமிட்டபடி மழை நெருங்கிவந்தது. ஆவேசமான விரல்கள் பூமியைத் தட்டின. பிறகு நீர்த்தாரைகள் பொழிய ஆரம்பித்தன.

‘அண்ணா, என் குழந்தையின் விதி என்ன? அடுத்த பிறவியில் அவனுக்கு என்ன நேரிடும்?’

மழையில் அண்ணாவின் குரல் மங்கலாகக் கேட்டது. ‘தெரியவில்லை. ஆனால் அதன் தொடக்கம் மட்டும் இன்று தெரிந்தது.’

‘எப்படி?’ என்றேன் அவரைத் தொடர்ந்து ஓடியபடி. அண்ணா பதில் பேசாமல் நடந்தார். ஒரு மின்னல் வானையும் மண்ணையும் ஒளியால் நிரப்பியது. பின் அனைத்தும் சேர்ந்து நடுங்க இடியோசைகள் வெடித்து அதிர்ந்தன. அதன் எதிரொலியை வெகு நேரம் என்னுள் கேட்டேன். என் உடலைக் கரைத்துவிடுவது போல மழை கொட்டிக்கொண்டிருந்தது. மழையின் அடர்ந்த திரைக்குள் அண்ணா சென்று மறைந்தார்.

காலச்சுவடு (இதழ் எண் 18), 1997.

இறுதி விஷம்

இந்திரப்பிரஸ்தத்தின் முகப்பை ஆஸ்திகன் வந்தடைந்தபோது விடிய ஆரம்பித்துவிட்டிருந்தது. சேறுபடிந்த கால்களுடன் நின்று அண்ணாந்து பார்த்தான். கார்கால வானின் மங்கலான காலை ஒளியில் வெகுதொலைவில் அரண்மனையின் கோபுரக் கொடிமரம் மீது கொற்றக்கொடி நனைந்து அசைவின்றித் தூங்கிக் கிடந்தது. செம்மண்பாதை பல்லாயிரம் பாதத்தடங்களுடன், ஆளரவம் இன்றிக் கிடந்தது. கால்தடக் குழிகளில் செம்மண் கலந்த நீர் பொன்னிறமாகப் பளபளத்தது.

ஆஸ்திகன் தன் ஓலைக்குடையைத் தாழ்த்தி மழைத் துளிகள் விழுகின்றனவா என்று பார்த்தான். இல்லை. ஆனால் காற்று ஈரமாக இருந்தது. இரவு மழை மிகப் பலமானதாகத்தான் இருந்திருக்கவேண்டும். சாலையோரமாகப் பெரியதோர் அத்திமரம் இலைகளைச் சரித்தபடி நின்றது. அதன் கீழே வட்டமாக இலைகளும் சருகுகளும் பரவியிருந்தன. அவற்றின்மீது நீர்த் துளிகள் சட்சட்டென்று ஓசையிட்டபடி உதிர்ந்தன.

ஆஸ்திகன் பெருமூச்சுடன் மேலும் நடந்தான். தொலைவில் இந்திரப்பிரஸ்த நகரின் கோட்டை வாசல் தெரிந்தது. நுழை வாசலில்கூட ஒரேயொரு காவலன் மட்டுமே இருந்தான். அவன் எவரையும் சோதனையிடவோ தடுக்கவோ இல்லை.

போரையோ எதிர்ப்பையோ அந்த நகரம் எதிர்கொண்டு பல வருடங்கள் ஆகியிருக்கக்கூடும். மக்கள், விடிந்துவிட்ட பிறகும் கூடத் துயிலெழவில்லை. இரவில் போகங்களுக்கும் களியாட்டங்களுக்கும் வெகுநேரம் செலவிடப்பட்டிருக்கலாம். இந்திரப்பிரஸ்தத்தில் இப்போது கலைமகள் ஆட்சி என்று உத்தர சிருங்கத்தில் சொன்னார்கள். அப்படியானால், அவர்கள் கல்வியிலும் கலைகளிலும் இரவுகளைச் செலவிட்டிருப்பார்கள். ஜனமேஜயன் ஆட்சியில் பசுவும் வேங்கையும்கூடப் பகை மறந்து வாழ்கின்றன என்றார் உருத்திர ரிஷி.

குளிர்ந்த காற்று கடந்து சென்றது. சால்வையை இழுத்துப் போர்த்திக்கொண்டான். அத்தி மரத்தடியில் சடசடவென்று நீர் உதிரும் ஒலி கேட்டது. பாதை நீண்டு நீண்டு சென்றபடியே இருப்பதுபோலப் பட்டது. கால்கள் கடுத்தன. உத்தரசிருங்கத்தில் வன துர்க்கையின் ஆலயச் சத்திரத்திலிருந்து நடக்க ஆரம்பிதூது இரண்டு இரவுகளும் ஒரு பகலும் தாண்டிவிட்டன. நீண்ட பயணம்தான்.

எதிரே பெரிய கருங்குதிரைமீது ஒரு வீரன் நிதானமாக வந்தான். குதிரை கடிவாளத்தை மென்றபடி, குஞ்சிரோமம் குலுங்கத் தரையை முகர்ந்தபடி, விலாச்சதைகள் விம்மி நெளிய சாதாரணமாக நடந்துவந்தது. அவன் தலைப்பாகையின் செம்மஞ்சள் நிறம் அந்த மங்கலான காலையில் ஒளியுடன் தெரிந்தது. அவன் மார்பில் பெரியதொரு ரத்தின ஆரம் செண்பக மலர் மாலைபோல் செந்நீல ஒளியுடன் அசைவுக்கு ஏற்பக் கதிர்களை அசைத்தபடிக் கிடந்தது.

'வணங்குகிறேன் தவசீலரே! தாங்கள் எங்கிருந்து வருகிறீர்கள்?' என்றான்.

ஆஸ்திகன் அவன் இலச்சினையைக் கவனித்தான். அதை உணர்ந்த வீரன் 'என் பெயர் மாத்ரவன். உபதளபதி. தங்களுக்கு நான் ஏதாவது சேவை ஆற்ற வாய்ப்புண்டா?' என்றான்.

'என் பெயர் ஆஸ்திகன். என் தாயின் பெயர் ஜரத்காரு. தந்தை கௌசிக மரபினரான கௌரமுகர் எனும் ரிஷி. நான் நைஷ்டிக பிரம்மச்சாரி. வடக்கே உத்தரசிருங்கத்திலிருந்து வருகிறேன்.'

மாத்ரவன் குதிரையிலிருந்து இறங்கிச் சேற்றில் தன் செப்புக் காலணிகள் புதைய நடந்து வந்து குனிந்து பாதங்களைப்

பணிந்தான். 'தங்கள் பாதம் இம்மண்ணில் பட நேர்ந்தது எங்கள் தவப்பயன் தவசீலரே! என்னையும் எம்மண்ணையும் தாங்கள் ஆசீர்வதிக்கவேண்டும்' என்றான்.

'புகழுடையவனாக இரு' என்றான் ஆஸ்திகன். மேலும் 'புகழுக்குரிய செல்வமும் செல்வத்திற்குத் தேவையான வீரமும் வீரத்தை வழிநடத்தும் விவேகமும் விவேகத்தை உருவாக்கும் கல்வியும் கல்விக்கு ஆதாரமான ஒழுக்கமும் உன்னுள்ளிருந்து விளைவதாக!' என்றான்.

'தங்கள் ஆசி' என்றான் மாத்ரவன்.

'இங்கு மகாசர்ப்ப யாகம் நடப்பதாகக் கேள்விப்பட்டேனே?'

'ஆம். இன்றுதான் இறுதிநாள். தங்கள் வருகை அதை முழுமையுற்றதாக ஆக்கும். தங்களை குருசபை வரவேற்கிறது.'

'குருவருள். நான் வெகுதொலைவிலிருந்து நடந்து வருகிறேன்' என்றான் ஆஸ்திகன்.

'தாங்கள் எழுந்தருளவேண்டும். தங்களுக்கு இளைப்பாறவும் நீராடவும் சிறந்த முறைமைகள் இங்கு உள்ளன. தங்கள் வருகையை இப்போதே மாமன்னருக்கு அறிவித்துவிடுகிறேன். மதியம் தாண்டியதும் வேள்வி தொடங்கும். அப்போது தாங்கள் அதில் பங்குபெறலாம். மன்னரைச் சந்தித்து ஆசியும் அளிக்கலாம்.'

குதிரைச் சேணத்தைப் பற்றியபடி மாத்ரவன் நடந்தான். 'வாருங்கள் தவசீலரே' என்றான். பாதை வளைந்தது. பொன்முலாம் பூசப்பட்ட அரண்மனைக் குவட்டு முகடுகள் சாம்பல் நிற வானின் பகைப்புலத்தில் ஒளியுடன் துலங்கின. அவற்றைச் சுற்றிக் கூரைகள் பரவியிருந்தன. மரத்தாலான கூரைச் சரிவுகளில் ஈரம் உலர ஆரம்பித்திருந்தது. பல கூரைகள் மெலிதாகப் புகை விட்டன. உபசாலைக் கூரைகள்மீது சிறகு மடக்கிய காகங்கள் வரிசையாக அமர்ந்திருந்தன. மாளிகைகளை வளைத்திருந்த சிறு கோட்டையின்மீதும் இளம் பசுமை நிறமான புல் பரவியிருந்தது. காற்று வீசியதும் புல்பரப்பு சிலுசிலுத்தது. அதன் நிறம் அப்போது சற்று வெளிறியது. அந்தப் பசிய வெளிறல் ஓர் அலைபோல மதில்மீது பரவிச் சென்றது. அவ்வசைவினூடாகக் காற்றையே பார்க்க முடிவதுபோல் இருந்தது.

'நேற்றிரவு நல்ல மழை முனிவரே! தாங்கள் நனைந்திருக்கக் கூடும்' என்றான் மாத்ரவன்.

'இல்லை. சியாமவாகினிக்கு அப்பால் மழை இல்லை.'

'அப்படியா?'

'இங்கு வேள்வி நடக்கிறதல்லவா? மழை பெய்வது இயல்பே,' என்றான் ஆஸ்திகன்.

'ஆம்,' மாத்ரவன் ஒரு சிறு சேற்றுப் பரப்பைத் தாண்டினான்.

'மகா சர்ப்பயாகம்! காமக் குரோத மோகங்களையெல்லாம் நாகங்களாக மாற்றி அக்னிக்கு அவிஸாக்குகிறோம். தவசீலரே! இங்கு இனி அந்த விஷம் எஞ்சலாகாது. இனி வெறுப்பும் பேராசையும் இங்கு எழலாகாது. இனி ஒரு துளி உதிரம்கூட இம்மண்மீது விழலாகாது. குருக்ஷேத்ர ரணபூமியில் மூன்று தலைமுறைகளுக்குமுன் வீழ்த்தப்பட்ட உதிரமே பல நூற்றாண்டுகளுக்குப் போதும்.'

'ஆம். அப்பேரழிவிலிருந்து இன்னும் பாரதவர்ஷம் மீளவில்லை.'

'தர்ம அதர்மங்கள் நடுவே போர் என்ற கருத்தே பாவம் நிரம்பியது என்று நேற்று உத்தாலக ரிஷி கூறினார். போர் என்பது அதன் அளவிலேயே ஓர் அதர்மம்தான். போர் இருக்குமிடத்தில் போர் மட்டுமே உள்ளது. அங்கு தர்மமோ, கருணையோ, அன்போ நியாயங்களோ இல்லை' என்றான் மாத்ரவன்.

'ஏதேது, இந்திரப்பிரஸ்தத்தில் தத்துவம் முப்போகம் விளைகிறதுபோல் இருக்கிறதே!' என்றான் ஆஸ்திகன் சிரித்தபடி.

மாத்ரவனும் சிரித்தான். 'நாங்கள் கேட்டு வளர்ந்ததெல்லாமே பேரழிவின் கதைகளைத்தான் உத்தமரே! இந்த யாகம் எங்களைப் பொருத்தவரை ஒரு மறுபிறப்பு. இதற்குப் பிறகு இந்நகரின் காற்றும் வானும்கூடச் சுத்தமாகிவிடும். தியாகமும் அன்பும் கருணையும் ஞானமும் நீதியும் மட்டும் இங்கு நிரம்பியிருக்கும். தங்களைப் போன்ற ஞானியர் வருகை எங்களுக்கு மேலும் நம்பிக்கையைத் தருகிறது.'

ஆஸ்திகன் சிரித்தபடி அரண்மனை கோட்டை வாசலைப் பார்த்தான். அங்கு ஒரேயொரு காவலன் மாத்திரம் கூண்டுக்குள்

ஈட்டியைத் தோளில் சாய்த்தபடி அரைத்தூக்கத்தில் அமர்ந்திருந் தான். நான்கு புரவிகள் கல்தூண்களில் கட்டப்பட்டிருந்தன.

'தங்கள் சிறு நகைப்பு என்னை வெட்கம் கொள்ள வைக்கிறது உத்தமரே!' என்றான் மாத்ரவன். தொடர்ந்து 'அதிகமாகப் பேசிவிட்டேனா என்ன?' என்றான்.

'இல்லை. இந்திரப்பிரஸ்தத்து வாட்களுக்கும் கோட்டைகளுக்கும் வேலையில்லாமல் ஆகிப் பலவருடங்கள் ஆகிவிட்டன போலும். நாவுகள் நன்கு கூர்மையடைந்துள்ளன.'

மாத்ரவன் புண்பட்டவன்போலப் பேசாமல் வந்தான். பாதை திரும் பியது. பெரிய முகவம்பலத்துக்கு முன்னால் இருந்த விசாலமான முற்றத்தில் சென்று நின்றது. சற்றுத் தள்ளி வலப்பக்கம் நீளமான குதிரை லாயம் இருந்தது. இடதுபக்கம் ரதசாலை. இரண்டும் குதிரைகளாலும் ரதங்களாலும் நிரம்பியிருந்தன.

முகவம்பலத்திலிருந்து பணியாள் எழுந்து வணங்கினான்.

'இவர் யாகத்துக்கு வருகை தந்துள்ள ரிஷி. இங்கு இளைப்பாறு வதற்கு ஏற்பாடுகள் செய்க!'

'வாருங்கள் மகாபாதரே! தங்கள் பாதம்பட்டு இம்மாளிகை புனிதமடைகிறது' என்றான் அவன்.

மாத்ரவன், 'தங்களை யாகசாலைக்கு உபசரிக்கும் ஏற்பாடுகளைச் செய்ய வேண்டும் ஞானியே; விடை கொடுங்கள்' என்றான். 'ஆசிகள்' என்றான் ஆஸ்திகன்.

உள் முற்றத்துக்கு அப்பால் புல் வேயப்பட்ட உயரமான பிரதான மாளிகை இருந்தது. அதன் அகன்ற மரத்திண்ணைமீது ஏழெட்டு பிராமணர்கள் அந்நேரத்திலும் தூங்கிக்கொண்டிருந்தனர். ஒட்டுத் திண்ணைமீது ஒரு பிராமணர் நிதானமாகத் திருக்காப்புகள் தரித்துக்கொண்டிருந்தார். ஆஸ்திகன் பார்வையைக் கவனித்த பணியாள், 'ஹோமம் முடிய வெள்ளி முளைத்துவிட்டது உத்தமரே' என்றான்.

பிரதான மாளிகைக்கு வலப்புறம் ஒரு சிறு கட்டடம் இருந்தது. அதற்குக் கதவுகள் இல்லை. தர்ப்பையை முடைந்து செய்யப் பட்ட திரைகள்தாம். 'தாங்கள் இங்கு தங்கலாம் உத்தமரே; ரிஷிகளுக்கேற்ற தூய்மையான இடம்.'

‘ஆசிகள்’ என்றான் ஆஸ்திகன்.

‘நீராட வெந்நீர்?’

‘நான் ஓடும் நீரில் மட்டுமே நீராடுவது வழக்கம்.’

‘பின்புறம் யமுனை ஓடுகிறது உத்தமரே.’

‘ஆகட்டும்!’

ஆஸ்திகன் உள்ளே நுழைந்தான். தன் மான்தோல் மூட்டையை அங்கிருந்த சிறு மஞ்சம்மீது வைத்தான். அறைக்குள் வந்தபோது மழைக்கூதலின் குளிர் மறைந்து இதமான வெம்மை உடலைத் தழுவியது. தோல் மூட்டையைத் திறந்து உத்தரிணியையும் இரு சிறு செம்பு விக்ரகங்களையும் நாமக்கட்டியையும் எடுத்துக் கொண்டான். வெளியே வந்தபோது, மெல்லிய சிதறல்களாக வான் வெளியில் மழை பரவியிருப்பது தெரிந்தது. கற்கள் பாவப்பட்ட பாதை பின்பக்கத்துக்கு இட்டுச் சென்றது. பாதை தொடர்ந்து பின்புறம் வெளியம்பலத்தை அடைந்தது. அதைத் தாண்டியதும் பாசி படர்ந்த படிகள் இறங்கி, செந்நிற நீர் சுழித்துச் சென்ற யமுனையை அடைந்தன.

ஆஸ்திகன் படியிறங்கி நீர் விளிம்பை அடைந்தான். படியோரத்துச் செடிகளில் தேடி துளசித்தண்டு ஒன்றை ஒடித்துப் பல் தேய்த்தான். கௌபீனத்துடன் நீரில் இறங்கினான்.

மூழ்கி எழுந்தபிறகு, நீரில் நின்றபடி சந்தியாவந்தனம் செய்தான். கரைக்கு வந்து உடைகளைக் கல்லில் கசக்கித் துவைத்தான். நாமக்கட்டியை உரசி, மார்பிலும் புயங்களிலும் காப்பும் நெற்றியில் ஸ்ரீபாதமும் அணிந்துகொண்டான். விக்கிரகங்களை எடுத்துச் சிறுகல் ஒன்றின்மீது வைத்துப் பிரதிஷ்டை செய்தான். ஆவாகித்து உபலிஷ்டர்களாக்கி, நீரபிஷேகம் செய்து வணங்கினான். படிகள்மீது எட்டிப் படர்ந்த காட்டுச் செடியில் இருந்து இரு வெண்மலர்களைப் பறித்து அணிவித்து முறைப்படி பூஜைகளைச் செய்தான். நூற்றியெட்டுக் கரணங்களுடன் கூடிய தன் வழக்கமான நமஸ்காரத்தை முடித்தபிறகு, ஈரக் கல் படிமீது கண்மூடி அமர்ந்தான்.

கண்களைத் திறந்தபோது மழை கனத்துப் பெய்தபடி இருந்தது. அம்பலக்கூரையிலிருந்து நீர்த்தாரைகள் பளபளவென்று துடித்து இறங்கின. ஈர உடையுடன் சரசரக்க எழுந்து விக்கிரகங்களைப்

பெயர்த்து, மறுமந்திரம் மூலம் விலக்கி, தன் துணிக்குள் சுற்றிக் கையில் எடுத்துக்கொண்டான். கற்படிகளில் ஏறி மீண்டும் முற்றத்தை அடைந்தான். எதிரே இரு வைதீக பிராமணர்கள் வந்தனர். அவனை வணங்கிவிட்டு வழி விலகினார்கள். முகங்களில் தூக்கமின்மையின் உப்பல், இடுங்கின கண்கள், அறையை அடைந்தபோது, மழையீரத்தில் திண்ணை நனைந்தேறியிருப்பதை, குடை மல்லாந்து ஈரம் சிந்தக் கிடப்பதை, மான்தோல் பொட்டலத்தின் சுவடிகளைக் காற்று பிரித்து வீசிச் சுழன்றாடியிருப்பதைக் கண்டான். உள்ளே சென்று மான்தோல் அந்தரீயத்தையும் தர்ப்பையாலான உத்தரீயத்தையும் அணிந்துகொண்டான். குடுமியைத் துவட்டி முடிந்தான்.

காவலுடன் வந்த ஒரு பிராமணன், வாசலில் நின்று கை கூப்பி வணங்கி, 'தங்கள் பாதங்களைப் பணிகிறேன் தவரிஷியே! என் பெயர் சைத்ரன். தங்களுக்கு உணவு கொண்டு வந்துள்ளேன்' என்றான்.

ஆஸ்திகன் ஆசியளித்தான். பிறகு, 'நான் வேக வைக்கப்பட்ட எதையுமே உண்பதில்லை' என்றான்.

'அறிவேன். முப்பது வருடங்களாக அடியேன் ரிஷிசேவை செய்துவருகிறேன். பழங்கள், கிழங்குகள், ஊற வைத்த பருப்பு, நன்னீர் இவைதான் உள்ளன. ஏற்றருள வேண்டும்.'

'அவ்வாறே ஆகுக!'

மூங்கில் கூடையை உள்ளே கொண்டுவந்து மஞ்சம்மீது வைத்துவிட்டு சைத்ரன் வணங்கினான். ஆஸ்திகன் தலையசைத்ததும் வெளியேறினான்.

கூடையை எடுத்துத் தன் முன்வைத்து ஒரு கணம் தியானித்துப் பிறகு முதல் பழத்தை 'பிரம்மார்ப்பணம்' என்றபடி எடுத்து வலப்பக்கமாக வைத்தான். பிறகு இரு பழங்களை எடுத்துச் சற்றுத் தள்ளி வைத்துவிட்டுக் கண்களை மூடி அமைதியாகத் தியானிக்க அரம்பித்தான். சிறிது நேரம் கழித்துக் கூரை வழியாக இரு அணில்கள் இறங்கி வந்து அப்பழங்களை வேகமாக உண்ண ஆரம்பித்தன. ஆஸ்திகன் கண்விழித்து அவற்றைப் பார்த்தான். பிறகு மெதுவாக உண்ண ஆரம்பித்தான்.

உணவை முடித்துக் கூடையை வெளியே கொண்டுவந்து வைத்துவிட்டு மஞ்சத்தில் நீட்டிப் படுத்தான். தலை சுழன்றது.

விழுவதுபோல் இருந்தது. கைகால்கள்மீது பெரும் பாரமாகக் களைப்பு அழுத்தியது. அப்படியே தூங்கிப் போனான்.

விழித்துக்கொண்டபோது ஒரு கணம் இடப்பிரக்ஞை ஏற்பட வில்லை. திடுக்கிட்டு எழுந்து அமர்ந்தான். அவன்மீது பரவி கைகால்களை இறுக்கியிருந்த கருநாகங்கள் உருவி விலகி, இருள் நிழல்களாக மாறி, அறை மூலைகளுக்குச் சென்று மறைந்தன. பெருமூச்சுடன் எழுந்து வெளியே வந்தான். வானம் குவியல் குவியலாகக் கருமேகங்களால் மூடப்பட்டிருந்தது. அந்நீல நிறம் காற்றில் கலந்து எங்கும் ஒரு குளுமை நிரம்பியிருந்தது. எதிரே பிரதான மாளிகையில் பிராமணர்கள் அவசர அவசரமாக ஓடிக் கொண்டிருந்தனர். இரு குத்துவிளக்குகள் எரிந்தன. திண்ணை யெங்கும் பலர் நாமங்கள் தரித்தபடியும் உடைகளை முடுக்கிய படியும் இருந்தனர். ஒரு கிழப் பிராமணன் தர்ப்பையால் யக்ஞோபவீதம் திரித்துக்கொண்டிருந்தான்.

கும்பல் கும்பலாகப் பிராமணர்கள் கிளம்பிச் சென்றார்கள். ஆஸ்திகன் தன் அறைவாசலில் இருந்த மண் குடத்தில் இருந்த வாசனை நீரை அள்ளிக் கரசரணங்களையும் முகத்தையும் சுத்தம் செய்துகொண்டான். உடைகளைச் சரிசெய்தபிறகு, அர்ப்பணக் கனியைக் கையில் எடுத்துக்கொண்டு கிளம்பினான். முகவம்பலத் துக்கு அவன் வந்தபோது அங்கிருந்த வயோதிகர் எழுந்தார். அவர், ‘நான் அரசவை நிமித்திகன்; பெயர் போஜன். தங்களை வணங்கி அழைத்துவர ரதத்துடன் அனுப்பப்பட்டவன். தங்கள் பாதங்களை என் ரதம் நோக்கி இட்டுச் செல்லவிருக்கிறேன்’ என்றார்.

ஆஸ்திகன் அவருக்கு ஆசியளித்தபிறகு, ‘போகலாம். வெகு நேரமாகக் காத்திருக்கிறீரோ?’ என்றான்.

‘ஆம்! நேரம் உண்மையில் சற்றுப் பிந்திவிட்டது. ஆனால் துயிலில் தங்களை எழுப்பலாகாது என்று உத்தரவு.’

போஜன் சைகை காட்டியதும் ரதம் வந்து நின்றது. ஒற்றைக் குதிரை ரதம். ரத்த்தில் ஏறிப் பீடத்தில் பத்மாசனத்தில் அமர்ந்து கொண்டான். நிமித்திகர் படிகளில் அமர்ந்தார். ரதம் திரும்பிப் பாதைகளினூடாக விரைந்தது.

காலையில் ஒழிந்துகிடந்த பாதையில் அப்போது மக்கள் நிரம்பிச் சென்றபடி இருந்தனர். கூட்டத்தைக் கிழித்தபடி குதிரைகள் செல்லும் உட்கோட்ட வாசலில் காவலர் எழுவர் பூரண கலச

உடையுடன் நின்றார்கள். ரதத்தைத் தலைவணங்கி உள்ளே அனுமதித்தார்கள். அரண்மனை முற்றத்தின் கற்பரப்பில் சகட ஒலி அதிர ரதம் ஏறி நின்றது. அங்கு பிராமணர்கள் கும்பல்களாகத் திரிந்துகொண்டிருந்தார்கள். தர்ப்பைக் கட்டுகளைச் சுமந்தபடி இரு உபகாரிகள் 'வழி வழி' என்றபடி கூட்டத்தைப் பிளந்து சென் றார்கள். மழைமேகம் கரும்பந்தல்போல மூடிப் பரவியிருந்தது. அரண்மனையின் கற்சுவர்களில் நீர் வழிந்த கரிய தடங்கள் பளபளத்தன.

ஆஸ்திகன் இறங்கியதும் போஜன், 'உத்தமரே, இப்படி வாருங் கள்' என்றபடி நடந்தார். அவரைப் பின்தொடர்வது சிரமமாக இருந்தது. திடீரென்று 'கணகண' ஒலி எழ அவன் விலகித் திரும்பிப் பார்த்தான். பெரிய பித்தளை அண்டா ஒன்றில் நிரம்பி வழியும் பசுநெய் இரும்பு வண்டிமீது வைக்கப்பட்டு இரு வீரர் களால் தள்ளிச் செல்லப்பட்டுக்கொண்டிருந்தது.

தர்ப்பையால் ஆன பெரிய யாகசாலை தெரிந்தது. அதன்மீது வெண்மேகம் போல வேள்விப்புகை தங்கி, மெல்லப் பிரிந்து விலகியது. உள்ளிருந்து பேச்சொலிகள். இரைச்சலைத் தாண்டி மந்திரகோஷம் எழுந்தது. யக்ஞ எஜமானர் வேள்விசாலையின் வாசலில் நின்றவராக, ஒவ்வொருவரையும் வரவேற்று வணங்கி, உள்ளே அமரவைத்துக்கொண்டிருந்தார். ஆஸ்திகன் நெருங் கியதும் முன்னால் சென்று போஜன் வணங்கி, 'குருநாதருக்குப் பிரணாமம். இவர் பெயர் ஆஸ்திகர். மகாதபஸ்வியான ஜரத் காருமுகர் இவர் தந்தை. ஜரத்காரு இவர் தாய். நைஷ்டிக பிரம்மச்சாரி' என்றார்.

யக்ஞ எஜமானர் வணங்கி, 'நான் ஸௌனகன். இந்த யக்ஞத்தை வழிநடத்துபவன். தங்கள் வருகையால் கௌரவிக்கப்பட்டேன்' என்றார்.

'ஸௌனக ரிஷியின் பெருமைகளைப் பலமுறை இச்செவிகள் பருகி ஞானவிடாய் தீர்த்துள்ளன' என்றான் ஆஸ்திகன் சம்பிர தாயமாக.

'ஹோதாக்களில் ஒருவராகத் தாங்களும் அமர்ந்தீர்களானால் நாங்கள் மகிழ்வோம்.'

'பூதயாகங்களில் நான் பங்கெடுப்பதில்லை ஸௌனகரே' என்றான் ஆஸ்திகன் திடமாக. ஸௌனகரின் முகம் சற்று மாறுபட்டது.

‘தங்கள் விருப்பம் அது’ என்றார் ஸௌனகர். ‘தாங்கள் அமர்ந் தருளவேண்டும்.’

யாகசாலையின் வெப்பமும் நெய்ப் புகைமூட்டமும் குளிருக்கு இதமாக இருந்தன. தர்ப்பை ஆசனம்மீது ஆஸ்திகன் அமர்ந்து கொண்டான். மந்திர கோஷம் செவிவழியாக மனத்தை நிரப் பியது. சிவந்த நாக்குகள் படபடக்க யாக நெருப்பு எழுந்து துடி துடித்து அடங்கி மீண்டும் எழுந்துகொண்டிருந்தது.

‘இன்றுதான் இறுதி நாள் இல்லையா?’ என்றான் ஆஸ்திகன், அருகே அமர்ந்திருந்த பிராமணனிடம்.

‘அப்படித்தான் திட்டம். ஆனால் என்ன செய்வது?’

‘ஏன்?’

‘தட்சகன் இன்னும் வரவில்லையே?’

‘தட்சகன் எதற்கு வரவேண்டும்?’

‘அந்தக் கதை தாங்கள் அறியாததா? தாங்கள் வெளியூர் போலும். நமது மாமன்னரின் தந்தை பரீட்சித்து மன்னர் நாகவிஷம் தீண்டி உயிர் துறப்பார் என்று ஒரு சாபம் இருந்தது. எனவே மன்னர் தன்னைச் சுற்றிக் கோட்டைகளையும் காவல்களையும் மந்திர அரண்களையும் அமைத்துக்கொண்டார். கடும் விரதங்கள் மேற் கொண்டார். ஆனால், நாக மன்னாகிய தட்சகன், அவர் உண்ட ஒரு பழத்தின் உள்ளே புழுவாக இருந்து வெளிப்பட்டு அவரைத் தீண்டினான்.’

‘ஆம், அது நமக்குள்தான் இருக்கும். தீண்டும்வரை அது இனிய உணவும்கூட. அதற்கு வேலியும் காவலும் விரதமும் ஏதும் தடையில்லை.’

‘தங்கள் கூற்று புரியவில்லையே?’ என்றார் பிராமணர், குழம்பிய வராக.

‘தாங்கள் கூறுங்கள்.’

‘அந்தத் தட்சகன் இருக்கும்வரை இங்கு அமைதியும் இருக்காது. சுபிட்சமும் உருவாக முடியாது. அவனே இந்த நகரின் அழிவுக்குக் காரணமாகும் முதல் விதை. அவனைப் பொசுக்குவதே இந்த வேள்வியின் லட்சியம். ஆனால், இன்னும் அவன் வரவில்லை.’

வெளியே சங்குகளும் முரசுகளும் கொம்புகளும் முழங்கின. வாழ்த்தொலிகள் அதிர்ந்தன. வெண் சாமரங்களை ஏந்தியபடி இரு வீரர்கள் மேடையேறினர். தொடர்ந்து ஜனமேஜய மன்னன் கைகளைக் கூப்பியபடி மணிமுடியும் வைர ஆரமும் அணிந்தவனாக வந்து யக்ஞ காவலனின் பீடத்தில் ஏறியமர்ந்தான். செம்பட்டு உத்தரீயத்திலும் நகைகளிலும் வாளிலும் யாகத் தீ சிவப்பு நிறக் கொழுந்தாகப் பளபளத்தது.

மன்னனைத் தொடர்ந்து செம்பட்டாடையும் வைர ஆரமும் மும்மணிக் கிரீடமும் அணிந்தவளாகப் பட்டத்தரசி வபுஷ்டை அரங்கில் ஏறியமர்ந்தாள். அவளைத் தொடர்ந்து வெண் பட்டாடை அணிந்து, ஆபரணங்கள் இன்றி வைதவ்யக் கோலத்தில் இருந்த ராஜமாதா மாத்ரை ஏறினாள். மான் தோலாசனங்களில் அவர்கள் அமர்ந்தனர். மன்னனும் துணைகளும் அமர்ந்து முடிவதுவரை வாழ்த்தொலிகள் இடைவெளியின்றி ஒலித்தன.

ஸௌனகர் முன்னால் சென்று மன்னனுக்கு வலது சுண்டுவிரலில் பவித்ரம் அணிவித்தார். வரிசையாக ஏழு வைதிகர்கள் மேடையேறி மன்னனிடமிருந்து பொற்காசுகளை மும்முறையும் தேவியிடமிருந்து நவதானியங்களை ஏழுமுறையும் பெற்று ஆசியளித்தனர். ஸௌனகர் காட்டிய முற்றத்தில் ஜனமேஜயன் சமித்துக்களை மும்முறை அள்ளிப் போட்டான். ஒரே குரலில் வேதியர் வாழ்த்துக்களைக் கூறினார்கள். அட்சதையையும் மலரையும் அள்ளி மன்னர்மீது வீசி ஆசியளித்தனர். மன்னன் யாக குண்டத்தை மும்முறை வலம் வந்து வணங்கியதும், வேள்வியதிகாரி சைகை காட்ட, ஹோதாக்கள் கரடித் தோலால் ஆன கரிய சால்வைகளைப் போர்த்திக்கொண்டார்கள். ஸௌனகர் முதல் அவியை நெருப்பில் இட்டதும் பிறரும் அவியை அர்ப்பிதம் செய்தனர். மந்திர உச்சாடனம் வலுத்து உச்சத்தை அடைந்தது.

மெதுவாக அந்த யாகசாலையெங்கும் ஒருவித வெறியும் பரவசமும் பரவியது. எல்லா உடல்களும் ஒரே தாளத்தில் அசைந்தன. நடுவே எரியும் நெருப்பு எல்லா விழிகளிலும் பிரதிபலித்தது. ஈசான மூலையில் ஓர் அசைவு தெரிந்தது. நிழலசைவு போலத் தோன்றி, பின்பு உருத்தெளிவுகொண்டு கருநாகம் ஒன்று மெல்லக் கிளம்பி உருகி வழிவதுபோல நகர்ந்து வந்தது. மந்திர நாதம் வலுத்தது. நெருப்பருகே வந்து அது படமெடுத்தது. அதன் சங்குச் சக்கர முத்திரை நெளிந்தது. குனிமுத்துக் கண்கள் விழித்தபடி நிற்க, அது தலையை சட்சட் என்று திருப்பியது. நாக்கு நீண்டு

துடிதுடித்தது. கண்ணுக்குத் தெரியாத சரடு ஒன்றால் இழுக்கப் பட்டதுபோலத் தீயை நோக்கிச் சென்றது. தீ நாக்கு ஒன்று திப் பென்று சுழன்றுவந்து அதைப் பற்றி உள்ளே இழுத்துக்கொண்டது. கரிய வால் ஒரு கணம் துடிதுடித்துத் தழலாட்டத்தின் ஊடாக அசைந்தது. அதை உண்டதும் சுவாலை மீண்டும் தணிந்து சகஜ நிலைக்கு வந்தது. மறு மூலையிலிருந்து இன்னொரு பாம்பு ஊர்ந்து வந்தது. இப்படி ஒவ்வொன்றாகப் பாம்புகள் வந்து நெருப்பில் விழுந்தன. ஒன்றுடன் ஒன்று கலந்து நீரோடைகள் குளம் நோக்கிச் செல்வதுபோல நெருப்பை நோக்கிச் சென்றன. ஒன்றின்மீது இன்னொன்று ஏறியபோது பரஸ்பரம் சீறிப் படமெடுத்து முகநுனி உரசிக் கோபித்தன. உடல் பிணைந்து நெளிந்தன. துடிக்கும் வால்களும் வளையும் உடல்களும் அக்கினியைச் சுற்றிக் கரிய நீரலையின் அசைவுகள்போலத் தெரிந்தன. ஹோதாக்கள் நெருப் பில் நெய்யைக் கொட்டியபடியே இருந்தனர். ஒரு கட்டத்தில் நெருப்பு விசுவரூபம் கொண்டு கூரையையே நக்கி உண்டுவிடும் படி எழுந்து நின்று கூத்தாடியது. பாம்புக் குவியல்கள் கரிய நிறச் சமித்துகளாக வந்து குவிந்து ஆகுதியாயின.

பாம்புகளின் வருகை குறைந்தது. ஓரிரு சிறு பாம்புகள் மட்டும் தயங்கியபடி வந்து பலியாயின. வெகு நேரமாகப் படுத்தே கிடந்த சிறிய முதிய பாம்பு ஒரு வழியாக நெருப்பில் இறங்கி யதும் ஹோதாக்கள் நெய்யிடுவதைக் குறைத்தார்கள். சுடர்கள் தணிந்து மெல்லத் தவழ்ந்தாட ஆரம்பித்தன.

அங்கிருந்த அத்தனை உடல்களும் மெதுவாக முடிச்சுகளை அவிழ்த்துக்கொண்டு தளர்ந்துவிரிந்தன. அருகே இருந்த ஒருவன், ‘பாரமெல்லாம் போய்விட்டதுபோல் இருக்கிறது. மழைமேகம் விலகி வானில் புதிய ஒளி வந்ததுபோல் இருக்கிறது!’ என்றான். இன்னொருவன், ‘உத்தமரே, எனக்கு அப்பாம்புகளில் ஒன்று நான்தான் என்று பட்டது தெரியுமா?’ என்றான்.

யாக நெருப்பில் இறுதி நெய்யை விட ஆரம்பித்தார்கள் ஹோதாக்கள்.

ஜனமேஜயன், ‘ஸௌனகரே, என்ன இது?’ என்றான்.

‘எனக்குப் புரியவில்லை’ என்றார் அவர், தளர்ந்த குரலில்.

‘ஏன் இன்னமும் தட்சகன் வரவில்லை? அவன் வரவேண்டும். இல்லையேல் இந்த வேள்விக்கு அர்த்தமேயில்லை.’

‘என்ன நடந்தது என்று பார்க்கிறேன்’ என்றார் ஸௌனகர். மீண்டும் யாக நெருப்பருகே வந்து அமர்ந்தார். ஒரு பிடி அட்சதையை எடுத்து மார்போடு அணைத்துத் தியானித்தார். அதை நெருப்பில் போட்டபின் சுடரையே உற்றுப் பார்த்தார். வெளியே வானம் கடகடவென்று சிரிப்பதுபோல இடியொலி கேட்டது. மின்னல் அதிர்ந்து அடங்குவது யாகசாலைக் கூரையின் வழியாகத் தெரிந்து மறைந்தது.

‘மன்னரே, இப்போது தட்சகன் இந்திரனின் பாதுகாப்பில் இருக்கிறான்’ என்றார் ஸௌனகர்.

‘இந்திரனா?’

‘ஆம். இந்திரனல்லவா இச்சைக்கும் போகத்துக்கும் அதிபதி? தட்சகனின் அதிபன் அவன்தானே? தட்சகனும் ஆகுதி ஆக்கப் பட்டால், பிறகு இந்திரன் இருந்தும் அர்த்தம் இல்லையே!’

‘அப்படியானால், அந்த இந்திரனையும் இங்கு வரவழையுங்கள். அவனையும் அவிஸாக்குங்கள்.’

‘உத்தரவு மன்னரே.’

கார்மிகர்கள் மீண்டும் நெய்விட்டுச் சுடர் வளர்த்தனர். இடியோசை கடும் கோபத்துடன் முழங்கியது. யாக நெருப்பை அள்ளி வானுக்கு எடுத்துக்கொள்வதுபோல மின்னல் ஜொலித்தது. கடைசியாக ஒரு மின்னல் தரையை ஒவ்வொரு மணல் பருவும் தெளிந்து துலங்கவைத்தபடிப் பிரகாசித்து அடங்கியது. யாகசாலையின் ஓரமாக நின்ற யாக விருட்சமாகிய அத்தி கருகிப் புகைவிட்டு எரிய ஆரம்பித்தது. ‘இந்திரன்!’ என்று வியப் பொலிகள் எழுந்தன.

‘உம், அவிஸாக்குங்கள் அவனை!’ என்றான் ஜனமேஜயன்.

‘ஸௌனகரே... சற்றுப் பொறுங்கள்’ என்றபடி ஆஸ்திகன் எழுந்தான்.

‘என்ன?’ என்றார் ஸௌனகர் புருவத்தைச் சுருக்கியபடி.

‘நைஷ்டிக பிரம்மச்சாரியான எனக்கு இதுவரை தட்சணை தரப்படவில்லை. என் அதிருப்தியைமீறி இங்கு யாரும் யாகத்தை முழுமை செய்ய முடியாது.’

‘என்ன வேண்டும் உமக்கு?’ என்று உரத்த குரலில் கேட்டபடி ஜனமேஜயன் எழுந்தான். தொடர்ந்து, ‘என்ன வேண்டும்? கேளும் தருகிறேன்’ என்றான்.

‘தட்சகனுக்கு உயிர்ப் பிச்சை வேண்டும்.’

‘ரிஷிகுமாரரே’ என்று வீறிட்ட ஜனமேஜயன், ‘தெரிந்துதான் கேட்கிறீரா?’ என்றான்.

‘ஆம். அது என் அன்னை எனக்கிட்ட கட்டளை!’

‘இது என் தந்தைக்கு நான் செய்யும் கடன்!’

‘என் தாய் ஜரத்காரு, நாக மன்னன் வாசுகியின் மகள். நாக குலத்தைப் பூண்டோடு அழியவிடாது தடுக்கவே என்னை அவள் இங்கு அனுப்பினாள். உங்கள் யாகம் நாகவம்சத்தைக் குல மறுத்துவிட்டது. இனி தட்சகன் மட்டுமே மீதி. அவன் உயிர் பிழைத்தாகவேண்டும்.’

‘தட்சகன் விஷமயமானவன். அவன் பூமிமீது எஞ்சுவது பேர பாயம்’ என்றார் ஸௌனகர்.

‘ஸௌனகரே, விஷம் இல்லையேல் அமுதும் இல்லை. தட்சகன் காமரூர்த்தி. சகலவிதமான செயலூக்கங்களுக்கும் காரணம் அவனே. அதை மறவாதீர்!’

‘குரோதத்துக்கும் அழிவுக்கும் அவனே ஆதி காரணம். பாரத வர்ஷம் கண்ட அழிவு போதாதா?’

‘பாற்கடலைக் கடைந்தால் விஷமும் அமுதமும் சேர்ந்துதான் எழும். அதைத் தவிர்க்க முடியாது...’

‘ஜனமேஜயன், ‘ரிஷி குமாரரே, தங்களை மன்றாடிக் கேட் கிறேன்’ என்றான்.

‘இல்லை. மறு பேச்சுக்கே இடமில்லை. உம் வாக்கை நீர் நிறைவேற்றும். வாக்கை மீறினீர் எனில் உமது சொல் தூய்மை இழக்கிறது. அதன்பின்பு மகா யாகங்களைச் செய்யும் தகுதி உங்களுக்கு இல்லை...’

ஜனமேஜயன் சோர்ந்து அமர்ந்துவிட்டான். முகத்தில் கோபமும் வருத்தமும் பிறகு தீவிரமான களைப்பும் ஏற்பட்டன.

'குரு வம்ச மன்னர்கள் வாக்கு தவறிய வரலாறு இல்லை ரிஷி குமாரரே. உம் இச்சைப்படி ஆகட்டும்' என்றான்.

'இந்திரனை விடுதலை செய்க' என்றார் ஸௌனகர் திரும்பி.

'யுவரிஷியே... நீர் அறியாது செயல்படுகிறீர். நீர் கட்டவிழ்த்து விடுவது பேரழிவின் மூல ஊற்றான விஷத்தின் கடைசித் துளியை. ஒருவேளை இனி வரலாற்றில் ஒருபோதும் இப்படியொரு பரிபூரண யாகம் நடக்க வாய்ப்பில்லை. இப்போது இவ்விஷத்தை முழுமையாக அழித்துவிட்டிருந்தோம் எனில், முழு மானிடகுலமே இனிமேல் காம மோகக் குரோதங்களின் பாதிப்பின்றி, தர்ம மகா நெறியில் நிலைபெற்றிருக்கக்கூடும். நீர் இப்போது விடுதலை செய்தது பெரும் நாசகாரச் சக்தியை...'

'சக்தி நாசகரமாவது நமது தார்மீகத்தின் இயலாமையினால்தான் ஸௌனகரே! உமக்கு உமது தர்மத்தின்மீது நம்பிக்கை இருப்பின், இச்சா சக்திக்கு அஞ்சவேண்டியதில்லை. லிங்கத்தை அறுத்தெறிந்துவிட்டுப் பிரம்மச்சரியம் காப்பது அறமல்ல, கோழைத்தனம்.' ஆஸ்திகன் அழுத்தமாகக் கூறினான். 'மன்னரே, தர்மம் ஒருபோதும் கோழைத்தனத்திலிருந்து பிறப்பதில்லை. ரிஷியே, அஞ்சாமையும் திடமுமே தர்மத்தின் பீடங்கள்.'

'ரிஷிகுமாரரே, நீர் செய்த செயல் நம்பிக்கைத் துரோகம். உம்மை இனிமேல் நான் ஒருபோதும் மதிக்கப்போவதில்லை. நீர் போகலாம்' என்றான் ஜனமேஜயன்.

யாக அக்கினி அணைந்தது. ஆஸ்திகன் எழுந்து நிதானமான குரலில், 'ஜனமேஜய மன்னரே... என் செயலை நீர் புரிந்து கொள்ள இன்னும் ஆண்டுகளாகும். காமக் குரோத மோகங்களை அணைத்தழிக்க விரும்பிய நீர் கூடவே உமது நாட்டின் ஆக்க சக்தியையும் அழித்துவிட்டீர். பயனற்ற சோம்பல் பிண்டங்களாக, தமஸ் நிரம்பிய குடுக்கைகளாக உமது மக்கள் மாறிவிட்டிருப்பதைக் கண்டேன். காமம் இன்றி உலகியல் இல்லை. உலகியல் இன்றி சமூகம் இல்லை. சமூகம் தழைத்தால் மட்டுமே தவமும் தழைக்க முடியும். இதோ காமமூர்த்தியை நான் விடுவித்திருக்கிறேன். இனி உமது நாடு செழிக்கும். இந்திரனின் வீரியம் உமது மண்ணிலும் உங்கள் மனங்களிலும் பரவும். மானுட விருப்ப ஆற்றல் என்பது நதி. அது தேங்கலாகாது. கரைபோட்டு நீர் அதைத் தடுக்க முயன்றீர். அதை நான்

உடைத்துவிட்டேன். அது முன்னேறட்டும். வெள்ளம் வந்து அது அழிவுசக்தி ஆகலாம். அது நம் விதி. தர்ம வீழ்ச்சிக்கு நாம் தரும் விலை அது. ஆனால், அது ஓடினால்தான் மண் செழிக்கும், வாழ்வு தழைக்கும். ஓம்! அவ்வாறே ஆகுக!' ஆஸ்திகன் தன் அந்தரீயத்தைத் திருத்தினான். 'நான் வருகிறேன்.'

அவன் யாகசாலையின் வாசலை நோக்கி நடந்தான். அதற்குள் ஓரிருவர் அவனை நிற்கும்படிச் சொல்லிக் கூவினார்கள். திரும்பிப் பார்த்தான்.

ஸௌனகர், 'வியாச மகரிஷி உங்களை அழைக்கிறார் யுவ ரிஷியே' என்றார்.

ஆஸ்திகன் திரும்ப உள்ளே நுழைந்தான்.

ஜனமேஜயன் இறங்கிப் பணிவுடன் ஓடிச்சென்று இரு வீரர்களால் தாங்கப்பட்டு நடந்துவந்த முதியவரைப் பணிந்தான். அவரை மான்தோல் இருக்கையில் அமர வைத்தார்கள். அவர் முதிர்ந்து, உருக்குலைந்து, மிகப் புராதனமான விருட்சம்போல் இருந்தார். மட்கி உலர்ந்த மரம் போல உடல். ரோமங்கள் உதிர்ந்த குறைத் தாடி, முகம் முழுக்க வெண் நுரைபோலப் பரவியிருந்தது. உள் ளடங்கிய கரிய உதடுகளுக்கு மேலே மூக்கு வளைந்து தொங்கி யது. புலிக் கண்கள்போலக் கண்கள் பழுத்துப் போயிருந்தன. கை கால்கள் தனித்தனியாக நடுங்கியபடி இருந்தன. ஆஸ்திகன் அவரை அணுகி நெடுஞ்சாண்கிடையாக வணங்கினான்.

வியாசர் கைதூக்கி ஆசியளித்தார். விரல்கள் மெலிந்து, உலர்ந்த சுள்ளிகள்போல ஒன்றோடொன்று வளைந்து பின்னியிருந்தன. தளர்ந்த உதடுகள் மெல்ல அசைய, தொண்டையின் அடர்ந்த சுருக்கங்கள் நெளிந்தன. ஒரு வீரன் அவர் வாயருகே காது வைத்துக் கேட்டுவிட்டு உரக்க, 'கௌரமுகன் மகனா நீ?' என்றான்.

'ஆம் பிதாமகரே.'

'சமீகரின் பேரன்?'

'ஆம்.'

'உத்தண்டரின் கொள்ளுப் பேரன்?'

'ஆம்.'

‘தலைமுறைகள்!’ என்றார் வியாசர். மார்பு எழுந்து அடங்கியது. வெகுநேரம் ஆயிற்று அவர் சற்று ஆசுவாசம் அடைய. ‘உன் ஆறாவது முந்தைய தலைமுறையைச் சார்ந்த தாத்தா சுமந்திரர் என் தோழர்.’

‘நான் தவறாக ஏதும் செய்துவிட்டேனா பிதாமகரே?’

‘இல்லை. உன் தாய் மகா விவேகி. விஷயமறிந்தே உன்னை அனுப்பியிருக்கிறாள். இவர்களுக்கு எதுவும் தெரியாது. இவர்களைப் பொருத்தவரை குருக்ஷேத்ரம் வெறும் மரணபூமி மட்டும்தான். இனிப்பாலும் ஒளியாலும் மட்டும் உலகை ஆக்கிவிடலாம் என்று கனவு காண்கிறார்கள்.’

வியாசரைச் சுற்றிக் கூட்டம் கூடிவிட்டது. கண்களை மூடிய வராகக் காலங்களைத் தாண்டி அப்பால் எங்கோ இருந்தார் அவர். கூட்டம் அமைதியாகக் காத்து நின்றது. பிறகு அவர் கண்களைத் திறந்து, ‘நீ தட்சணை பெற்று இந்நகரையும் மன்னனையும் மக்களையும் வாழ்த்தியபிறகுதான் விடைபெற வேண்டும்.’

‘உத்தரவு பிதாமகரே!’

‘குருக்ஷேத்ரம்! அங்கு வீழ்ந்தவர்கள் துரியோதனன், பீஷ்மர், துரோணர், அபிமன்யு, கர்ணன்... அவர்கள் வெறும் காமக் குரோத மோக ஆட்டத்தின் சதுரங்கக் காய்கள் மட்டும்தானா, குழந்தை பரீட்சித்?’

‘நான் ஜனமேஜயன் தாத்தா’

‘ஆம். மறந்துவிட்டேன். அந்த நாகம் தப்பிவிட்டது குறித்து வருத்தப்படுகிறாயா?’

ஜனமேஜயன் மையமாக, ‘சொல்லுங்கள் தாத்தா’ என்றான்.

‘அழிக்க முடியாது குழந்தை. அவை அழிந்தால் அக்கணமே இச்சை சக்தியற்று மானுடர்கள் கற்சிலைகளாக ஆங்காங்கே உறைய, இப்பூமி நிலைத்துவிடும். இந்த மகா நாடகம்...’ வியாசர் புன்னகைத்தார். அந்தப் புன்னகையில் அவரது சுருங்கின கன்னச் சருமம் விரிந்து பரவ, கண்களில் அபூர்வமான ஒளி சுடர, ஆஸ்திகன் ஞான தரிசனம் பெற்றவன்போல உடல் சிலிர்த்துக் கண்ணீர் மல்கினான்.

‘இந்தப் பெரு நாடகம்... இது முடியாது. ஒரு பாம்பு தப்பிவிடும். ஒரு துளி விஷம். தவத்திலும் ஞானத்திலும் மிக உச்சத்துக்குச் சென்ற குரலையே அது தனக்கென வாதாடத் தேர்ந்தெடுக்கும். ஆம், எப்படியும் இறுதி விஷம் தப்பிவிடும்... எங்கே சூதர் விசித்ர வீரியர்?’

‘அவர் இல்லை தாத்தா. அவரது ஐந்தாம் தலைமுறைப் பேரர் உக்கிரசிரவஸ் இருக்கிறார்.’

‘பாடச் சொல் அவரை.’

மூத்த சூதர் தன் கைத்தாளத்தை இருமுறை மீட்டினார். தொண்டையைச் சரி செய்துகொண்டார். யாக சாலை எங்கும் முகங்கள் அவருக்காகக் காத்து நின்றன. அவர் குரல் விம்மி எழுந்தது. பாரதக் கதை விரிந்து பரவியது. மானுட விஷத்தின் கதை.

ஓம் சக்தி, மார்ச் 2000.

www.ingramcontent.com/pod-product-compliance
Lightning Source LLC
LaVergne TN
LVHW090301051026
849518LV00005B/1604